ਬਰਫ਼ 'ਚ ਉੱਗੇ ਅਮਲਤਾਸ

Baraf Ch Ugge Amaltas

(Punjabi Book)

By Gurinderjit Singh

Mobile	:	1(514)572-3605
E-mail	:	guri@khalsa.com
Facebook	:	https://www.facebook.com/gurimtl/
LinkedIn	:	https://linkedin.com/in/sguri/
ISBN	:	978-1-0690360-0-1
Copyright	:	Author
Year	:	2024
Publisher	:	Parteek Publications
Type Setting	:	Computer Desires
Cover Picture	:	Thanks to wallpapers.com

ਬਰਫ਼ 'ਚ ਉੱਗੇ ਅਮਲਤਾਸ

ਗੁਰਿੰਦਰਜੀਤ

ਪ੍ਰਕਾਸ਼ਕ

ਪ੍ਰਤੀਕ ਪਬਲੀਕੇਸ਼ਨਜ਼, ਪਟਿਆਲਾ।

ਗੁਰਿੰਦਰਜੀਤ ਫ੍ਰੈਂਚ-ਕਨੇਡਾ ਦੇ ਮਾਂਟਰੀਅਲ ਸ਼ਹਿਰ ਦਾ ਵਸਨੀਕ ਹੈ। ਪਿੰਡ ਉੜਾਪੜ ਤੇ ਪੰਡੋਰੀ ਗੰਗਾ ਸਿੰਘ ਦੀਆਂ ਜੂਹਾਂ 'ਚ ਖੇਡਦਾ-ਖੇਡਦਾ ਹੋਸਟਲਾਂ ਦੇ ਐਸਾ ਵੱਸ ਪਿਆ ਕਿ ਘਰ ਨੂੰ ਪਰਤਣ ਦੀ ਬਜਾਏ 1993 'ਚ ਪਰਦੇਸ ਆ ਗਿਆ। ਗੁਰੂ ਇੰਜਨੀਅਰਿੰਗ ਕਾਲਜ ਲੁਧਿਆਣਾ, ਗੁਰੂ ਨਾਨਕ ਦੇਵ ਯੂਨੀਵਰਸਿਟੀ ਅੰਮ੍ਰਿਤਸਰ ਤੇ ਨਾਰਥਈਸਟਰਨ ਯੂਨੀਵਰਸਿਟੀ ਬੌਸਟਨ ਦਾ ਪੁਰਾਣਾ ਵਿਦਿਆਰਥੀ ਹੈ। ਕਿੱਤੇ ਵਜੋਂ ਸਮਾਜ ਤੇ ਸਿਹਤ ਸੇਵਾਵਾਂ ਲਈ ਵਰਤੇ ਜਾਂਦੇ ਸਾਫਟਵੇਅਰ ਦੀ ਕੰਪਨੀ, ਮੈਰਿਟਿਵ ਕਨੇਡਾ 'ਚ ਮੁੱਖ ਸੇਵਾਦਾਰ ਹੈ।

ਸ਼ੁਕਰਾਨੇ:

ਉਤਸ਼ਾਹ ਤੇ ਆਸ਼ੀਰਵਾਦ: ਸੁਰਜੀਤ ਪਾਤਰ, ਆਤਮਜੀਤ

ਮੇਪਲ-ਲੀਫ਼ ਪੈੜਾਂ: ਅਮਰਜੀਤ ਸਾਥੀ, ਨਵਤੇਜ ਭਾਰਤੀ

ਸੋਧ ਵਿਚਾਰਾਂ: ਸੁਖਦੇਵ ਝੰਡ, ਡਾ. ਅਮਰਜੀਤ ਕੌਂਕੇ, ਰੁਪਿੰਦਰ ਔਲਖ

ਝਟਪਟੀ ਮੁਲਾਂਕਣ: ਫੇਸਬੁੱਕ ਦੋਸਤ

ਸਾਹਿਤ ਨਾਲ ਜੋੜਨ ਲਈ: ਸੰਗਮ ਸੰਗਠਨ, ਯੁਵਕ ਮੇਲੇ ਅਤੇ ਪੰਜਾਬੀ ਕਲਮ
ਕੇਂਦਰ ਮਾਂਟਰੀਅਲ

ਤਤਕਰਾ

ਸ਼ਬਦ ਪ੍ਰਭਾਤ

ਸਾਝਰੇ ਉੱਠ ਖੜੋਤੇ

ਕਾਗਜ਼ ਕਲਮ ਦਵਾਤ

ਅਨੂਠਾ ਤਾਣਾ ਬਾਣਾ

ਆਪਣੀ ਕਿਸਮ ਦੀ ਇਹ ਪਹਿਲੀ ਪੰਜਾਬੀ ਪੁਸਤਕ ਹੈ ਜਿਸ ਵਿਚ ਬਿਰਤਾਂਤ ਤੇ ਕਵਿਤਾ, ਅਤੀਤ ਤੇ ਵਰਤਮਾਨ, ਨਵੀਨਤਮ ਟੈਕਨੌਲੋਜੀ ਤੇ ਪ੍ਰਾਚੀਨ ਮਿਥਿਹਾਸ ਇਤਿਹਾਸ ਨਾਲੋ ਨਾਲ ਤੁਰ ਰਹੇ ਹਨ ਸੋਚਾਂ, ਭਾਵਾਂ ਅਤੇ ਯਾਦਾਂ ਬਹੁਤ ਅਨੂਠਾ ਤਾਣਾ ਬਾਣਾ ਬੁਣਦੇ ਹਨ। ਇਸ ਦੇ ਵਿਲੱਖਣ ਹੋਣ ਵਿਚ ਜ਼ਰੂਰ ਕੁਝ ਕੁਝ ਪਰਦੇਸ ਦਾ ਵੀ ਹਿੱਸਾ ਹੈ। ਚੰਦਨ ਦੀ ਕਵਿਤਾ ਛੰਨਾ ਪੜ੍ਹ ਕੇ ਮੈਂ ਕਿਹਾ ਸੀ ਕਿ ਨਕੋਦਰ ਹੁੰਦਿਆਂ ਚੰਦਨ ਨੂੰ ਛੰਨੇ ਦੀ ਆਵਾਜ਼ ਕਦਾਚਿੱਤ ਨਹੀਂ ਸੀ ਸੁਣਨੀ। ਕਈ ਆਵਾਜ਼ਾਂ ਦੂ ......ਰ ਜਾ ਕੇ ਹੀ ਸੁਣਦੀਆਂ ਹਨ।

ਪਿੰਡ ਦੀ ਬੀਹੀ ਵਿਚ ਕਬਾੜੀਏ ਦੇ ਹੌਕੇ ਤੋਂ ਲੈ ਕੇ ਐਮਾਜ਼ੋਨ ਤਕ ਦੇ ਕਾਲ-ਖੰਡ ਵਿਚ ਫੈਲੀ ਹੋਈ ਹੈ ਇਹ ਕਿਤਾਬ। ਇਸ ਸਾਰੇ ਕਾਲ-ਖੰਡ ਦੌਰਾਨ ਕਵੀ ਗੁਰਿੰਦਰਜੀਤ ਦੇ ਮਨ ਤੇ ਕੀ ਕੀ ਪ੍ਰਭਾਵ ਪਏ, ਉਹ ਸਾਰੇ ਇਸ ਕਿਤਾਬ ਵਿਚ ਉਣੇ ਪਏ ਹਨ। ਦੋ ਸਹੇਲੀਆਂ ਵਾਰਤਾ ਤੇ ਕਵਿਤਾ ਇਸ ਵਿਚ ਇਨ੍ਹਾਂ ਬਾਰੇ ਗੱਲਾਂ ਕਰਦੀਆਂ ਤੁਰੀਆਂ ਜਾਂਦੀਆਂ ਹਨ। ਇਸ ਕਿਤਾਬ ਵਿਚ ਦੇਸ ਤੇ ਪਰਦੇਸ ਦਾ ਤਾਣਾ ਬਾਣਾ ਅਨੂਠੀ ਖ਼ੂਬਸੂਰਤੀ ਨਾਲ ਬੁਣਿਆ ਹੋਇਆ ਹੈ। ਪਰਵਾਸ ਜਾਣ ਵੇਲੇ ਗੁਰਿੰਦਰਜੀਤ ਦੀਆਂ ਨਜ਼ਰਾਂ ਤੋਂ ਜੋ ਜੋ ਦੂਰ ਹੋ ਗਿਆ, ਬੰਦੇ, ਚੀਜ਼ਾਂ, ਅਹਿਸਾਸ, ਗੱਲਾਂ, ਦ੍ਰਿਸ਼, ਰਿਸ਼ਤੇ, ਵਿਵਹਾਰ ਉਹ ਸਾਰਾ ਕੁਝ ਉਸ ਦੀ ਇਸ ਕਿਤਾਬ ਵਿਚ ਆ ਗਿਆ। ਦੋ ਦ੍ਰਿਸ਼ ਤੁਹਾਡੇ ਨਾਲ ਸਾਂਝੇ ਕਰਦਾ ਹਾਂ:

> "ਗੁੜ ਨਾਲ਼ ਭਰਿਆ ਮੂੰਹ
> ਹਰ ਸਵਾਲ ਦਾ ਜਵਾਬ
> ਹੂੰ ਹੂੰ ਹੂੰ"

> "ਵਾਂਢੇ ਤੁਰੇ 'ਕੱਠੇ
> ਬਾਪੂ ਮੂਹਰੇ-ਮੂਹਰੇ
> ਬੇਬੇ ਰਹਿ ਗਈ ਪਿੱਛੇ"

ਇਸ ਕਿਤਾਬ ਵਿਚ ਉਸ ਦੇ ਸਕੂਲੀ ਦਿਨਾਂ ਦੀਆਂ ਵੀ ਬਹੁਤ ਖ਼ੂਬਸੂਰਤ ਯਾਦਾਂ ਹਨ। ਇਕ ਯਾਦ ਮਾਸਟਰ ਸਵਰਨ ਸਿੰਘ ਦੀ ਹੈ ਜਿਸ ਨੇ ਗੁਰਿੰਦਰਜੀਤ ਨੂੰ ਇਸ ਗੱਲੋਂ ਚੁਪੇੜ ਮਾਰੀ ਕਿ ਉਹ ਇਮਤਿਹਾਨਾਂ ਤੋਂ ਪਹਿਲਾਂ ਕੋਰਸ ਤੋਂ ਗਾਂਹ ਦੀਆਂ ਗੱਲਾਂ ਕਰ ਰਿਹਾ ਸੀ।

ਗੁਰਿੰਦਰਜੀਤ ਲਿਖਦਾ ਹੈ:
"ਮਾਸਟਰ ਸਵਰਨ ਸਿੰਘ ਦੀ ਚੁਪੇੜ ਦਾ ਸ਼ੁਕਰੀਆ ਜਿਨ੍ਹਾਂ ਦੀ ਇਕ ਚੁਪੇੜ ਨੇ ਜ਼ਿੰਦਗੀ ਵਿਚ ਤਰਤੀਬ ਦੀ ਭੂਮਿਕਾ ਨੂੰ ਮੇਰੇ ਖਾਨੇ ਵਿਚ ਪਾ ਦਿੱਤਾ।"

ਸਕੂਲੀ ਦਿਨਾਂ ਵਿਚ ਗੁਰਿੰਦਰਜੀਤ ਦੀ ਇਕ ਕਹਾਣੀ ਦੇਖ ਕੇ ਵੀ ਮਾਸਟਰ ਜੀ ਨੂੰ ਵੀ ਬਹੁਤ ਕ੍ਰੋਧ ਆਇਆ। ਗੁਰਿੰਦਰਜੀਤ ਲਿਖਦਾ ਹੈ:
"ਆਖ਼ਰ ਮਾਸਟਰ ਜੀ ਨੂੰ ਮੇਰੀ ਕਹਾਣੀ 'ਤੇ ਏਨਾ ਗੁੱਸਾ ਕਿਉਂ ਆਇਆ। ਕਿਤੇ ਉਸ ਦਿਨ ਮਾਸਟਰ ਜੀ ਦੇ ਚਿੱਤ ਵਿਚ ਨੰਦ ਲਾਲ ਨੂਰਪੁਰੀ ਦੇ ਅੰਤਲੇ ਵਰ੍ਹਿਆਂ ਦੀ ਗਾਥਾ ਨੇ ਹੀ ਤਾਂ ਉਥਲ ਪੁਥਲ ਨਹੀਂ ਸੀ ਮਚਾਈ ਹੋਈ?"

ਸਕੂਲ ਦੀ ਹੀ ਇਕ ਦਿਲਚਸਪ ਯਾਦ ਉਹ ਕਵਿਤਾ ਵਿਚ ਇਸ ਤਰਾਂ ਦਰਜ ਕਰਦਾ ਹੈ:
"ਮੇਰੀ ਨੂੜਲਾਂ ਜਿਹੀ ਲਿਖਾਈ
ਉੱਤੋਂ ਫੈਲੀ ਹੋਈ ਸਿਆਹੀ
ਮੇਰਾ ਡੰਕ ਵੀ ਰਤਾ ਸ਼ੁਦਾਈ
ਵੇਖ ਕੇ ਕਾਪੀ ਇੰਗਲਿਸ਼ ਮੈਡਮ
ਉਰਦੂ ਉਰਦੂ ਕਰਦੀ"

ਗੁਰਿੰਦਰਜੀਤ ਦੇ ਮਨ ਵਿਚ ਆਪਣੇ ਬਚਪਨ ਦੇ ਦਿਨਾਂ ਲਈ ਗਹਿਰਾ ਉਦਰੇਵਾਂ ਹੈ। ਉਹ ਲਿਖਦਾ ਹੈ:

"ਮਹਾਂ ਮਾਰਗੋ, ਸੈੱਟੇਲਾਈਟੋ
ਜੀ. ਪੀ. ਐੱਸੋ, ਸੁਪਰ ਸੌਨਿਕੋ
ਮੈਂ ਤੁਹਾਡੀ ਬੜੀ ਤਾਰੀਫ਼ ਸੁਣੀ ਹੈ
ਕੋਈ ਤਾਂ ਦਿਖਾ ਦੇਵੋ ਮੈਨੂੰ
ਮੇਰੇ ਘਰ ਦਾ ਰਾਹ
ਮੈਂ ਘਰ ਵਾਪਿਸ ਜਾਣਾ ਹੈ"

ਗੁਰਿੰਦਰਜੀਤ ਜਿੰਨਾ ਭਾਵੁਕ ਹੈ ਉਨਾ ਹੀ ਵਿਨੋਦੀ ਹੈ:
"ਕੁੱਕੜ ਦਾ ਚਿੱਤ ਕਰੇ
ਚਿਕਨ ਫ਼ੈਕਟਰੀ ਦੀ ਬੈਲਟ ਤੋਂ ਭੱਜ
ਪਿੰਡ ਆਵੇ
ਸੁੱਤੀ ਕਲਾ ਜਗਾਵੇ
ਲੋਕੀਂ ਜਾਗਣ

ਸਾਂਭਣ ਮੁੱਕਦਾ ਸੁੱਕਦਾ ਪਿੰਡ
ਫਿਰ ਭਾਂਵੇਂ ਭੁੰਨਣ ਮੁਰਗੇ"

ਉਹ ਕਦੀਮੀ ਭਾਸ਼ਾ ਵਿਚ ਵੀ ਦੂਰ ਤੱਕ ਸਫ਼ਰ ਕਰਦਾ ਹੈ:

"ਸੁਹਾਗਿਆ ਵੇ ਕਰ ਦੇ ਮਲਾਇਮ ਮਿੱਟੀ ਮੇਰੀ
ਮੇਰੇ ਪਿੰਡੇ ਉੱਤੇ ਖੁੰਢੇ ਹੰਕਾਰ ਦੇ"

ਤੇ ਨਵੀਂ ਭਾਸ਼ਾ ਵੀ ਸਿਰਜ ਰਿਹਾ ਹੈ:

"ਭਾਈ ਸਤੀ ਦਾਸ ਨੂੰ ਗੁਰੂ ਵੱਲੋਂ ਬਖ਼ਸ਼ਿਆ ਅਲੌਕਿਕ ਦੁਖ ਨਿਵਾਰਨਹਾਰ ਐਨਸਥੀਸੀਆ"

ਇਕ ਹੋਰ ਥਾਂ: "ਮੇਰੇ ਸੌਫ਼ਟਵੇਅਰ ਦਾ ਅਨ-ਡੂ ਝੂਠਾ ਹੈ"
ਉਸ ਦੀ ਰਚਨਾ ਵਿਚ ਮਿਥੀਕਲ ਅਮੀਰੀ ਵੀ ਹੈ, ਵਿਗਿਆਨਕ ਵੀ।
ਉਹ ਦੋਵਾਂ ਸੋਮਿਆਂ ਤੋਂ ਸ਼ਕਤੀ ਲੈਂਦਾ ਹੈ:
"ਸੋਕੇ ਦੇ ਅਹਿਸਾਸ ਨਾਲ ਪਾਣੀ ਦੀ ਤਰਲਤਾ ਕਈ ਗੁਣਾਂ ਵਧ ਜਾਂਦੀ ਹੈ"

ਉਸ ਦਾ ਖਿਲੰਦੜਾਪਨ ਵੀ ਕਮਾਲ ਹੈ :
"ਵੇ ਰੱਬਾ ਕਰਤਾਰਿਆ"

ਇਸ ਸਤਰ ਨਾਲ ਮੈਂ ਇਹ ਆਲੇਖ ਮੁਕਾਉਂਦਾ ਹਾਂ ਕਿ ਮੈਂ ਇਕ ਵਾਰ ਫੇਰ ਇਹ ਕਿਤਾਬ ਪੜ੍ਹੰਗਾ ਸਹਿਜ ਸਹਿਜ। ਇਸ ਕਿਤਾਬ ਵਿਚ ਬਹੁਤ ਕੁਝ ਹੈ ਜਿਸ ਕੋਲੋਂ ਮੈਂ ਜ਼ਰਾ ਕਾਹਲੀ ਨਾਲ ਲੰਘ ਆਇਆ ਹਾਂ। ਸ਼ਾਇਦ ਮੈਨੂੰ ਇਸ ਬਾਰੇ ਲਿਖਣ ਦੀ ਕਾਹਲੀ ਸੀ। ਇਹ ਅਨੂਠੀ ਕਿਤਾਬ ਲਿਖਣ ਲਈ ਗੁਰਿੰਦਰਜੀਤ ਨੂੰ ਬਹੁਤ ਬਹੁਤ ਮੁਬਾਰਕਾਂ ਤੇ ਦੁਆਵਾਂ।

ਸੁਰਜੀਤ ਪਾਤਰ
24 ਜਨਵਰੀ, 2024

ਖ਼ਿਰਾਜ਼-ਏ-ਅਕੀਦਤ: ਸੁਰਜੀਤ ਪਾਤਰ

"ਤੁਸੀਂ ਇੰਨੇ ਕਿਉਂ ਉਦਾਸ ਹੋ ਪਾਪਾ?" ਬੇਟੀ ਮਨਸੀਰਤ ਹੈਰਾਨੀ ਨਾਲ ਪੁੱਛਦੀ ਹੈ। ਉਹ ਹੁਣੇ ਔਟਾਵਾ ਤੋਂ ਘਰ ਪਰਤੀ ਹੈ। ਮੇਰੀ ਚੁੱਪ ਵਰਗੀ ਫ਼ਤਿਹ ਨਾਲ ਉਸ ਦਾ ਘਰ ਪਹੁੰਚਣਾ ਜਿਵੇਂ ਅਧੂਰਾ ਰਹਿ ਗਿਆ ਹੋਵੇ। ਮੈਂ ਇਕਦਮ ਉਸ ਨਾਲ ਸੁਰਜੀਤ ਪਾਤਰ ਜੀ ਦੀ ਖ਼ਬਰ ਸਾਂਝੀ ਨਹੀਂ ਕਰਦਾ। ਜਿੰਨਾ ਚਿਰ ਮਾਂਵਾਂ-ਧੀਆਂ ਸੁੱਖ-ਸਾਂਦ ਪੁੱਛਦੀਆਂ ਹਨ, ਮੈਂ ਲਫ਼ਜ਼ਾਂ ਦੀ ਲੋਇ-ਲੋਇ 2007 'ਚ ਪਹੁੰਚ ਜਾਂਦਾ ਹਾਂ। ਸੁਰਜੀਤ ਪਾਤਰ ਜੀ ਦੀ ਤਰੰਨਮ ਸੁਣਨ ਤੋਂ ਕਈ ਮਹੀਨੇ ਬਾਦ ਵੀ ਢਾਈ ਸਾਲ ਦੀ ਤੋਤਲੀ ਨਿਮਰਤ ਉੱਠਦੀ-ਬਹਿੰਦੀ ਗਾਉਂਦੀ ਰਹਿੰਦੀ ਹੈ 'ਜਗਾ ਦੇ ਮੋਮਬੱਤੀਆਂ'। 2011 'ਚ ਪਾਤਰ ਸਾਹਿਬ ਤੇ ਭੁਪਿੰਦਰ ਅੰਟੀ ਮਾਂਟਰੀਅਲ ਆ ਕੇ ਬਾਲ ਸਭਾ ਰਚਾਉਂਦੇ ਹਨ। ਬਾਲ ਨਜ਼ਮਾਂ ਨੂੰ ਯਾਦਾਂ ਦੇ ਸੰਦੂਕ 'ਚ ਪਾ ਕੇ ਆਸ਼ਾ ਪੁਰੀ ਲੈ ਜਾਂਦੇ ਹਨ। ਫ਼ਰੈਂਚ ਸਕੂਲਾਂ 'ਚ ਪੜ੍ਹਦੇ ਇਹ ਬੱਚੇ ਪੰਜਾਬੀ ਕਵਿਤਾ ਦੇ ਨਵੇਂ ਪਾਤਰ ਬਣ ਜਾਂਦੇ ਹਨ। ਲਫ਼ਜ਼ਾਂ ਦੀ ਲੋਇ ਨੂਰੋਂ ਪੁਰਨੂਰ ਹੋ ਜਾਂਦੀ ਹੈ।

ਮਨਸੀਰਤ ਨੂੰ ਹੁਣ ਪਾਤਰ ਸਾਹਿਬ ਦੀ ਖ਼ਬਰ ਮਿਲ ਚੁੱਕੀ ਹੈ। ਉਹ ਸੋਫੇ ਦੇ ਸੱਜੇ ਪਾਸੇ ਵਾਲੀ ਕੁਰਸੀ ਘੁਮਾ ਕੇ ਮੇਰੇ ਸਾਹਮਣੇ ਆ ਬੈਠੀ ਹੈ।

"ਪਾਪਾ ਤੁਸੀਂ ਪਾਤਰ ਅੰਕਲ ਨੂੰ ਪਰਿਕਾਸ਼ਨ ਲੈਣ ਲਈ ਕਿਉਂ ਨਹੀਂ ਕਿਹਾ?" ਉਸ ਦੇ ਸਵਾਲ ਗਹਿਰ ਗੰਭੀਰ ਹੋ ਰਹੇ ਹਨ। ਉਹ ਮੇਰੇ ਵਰਗੇ ਅਨੇਕਾਂ ਪਾਤਰ ਸਾਹਿਬ ਨੂੰ ਚਾਹੁਣ ਵਾਲਿਆਂ ਨਾਲ ਗਿਲਾ ਜ਼ਾਹਰ ਕਰ ਰਹੀ ਹੈ।

ਪਰ ਪਾਣੀ ਪੁੱਲ ਤੋਂ ਲੰਘ ਚੁੱਕਾ ਹੈ। ਪਾਤਰ ਸਾਹਿਬ ਵਾਪਸ ਨਹੀਂ ਪਰਤਣਗੇ। ਮੈਂ ਉਸ ਨੂੰ ਹੈਲਥ-ਸਾਇੰਸ ਤੋਂ ਇਤਿਹਾਸ ਵੱਲ ਲੈ ਜਾਂਦਾ ਹਾਂ।

ਬੇਟਾ ਜੀ, ਜਦੋਂ ਸ਼ਿਵ ਕੁਮਾਰ ਬਟਾਲਵੀ ਗਿਆ ਤਾਂ ਸੁਰਜੀਤ ਪਾਤਰ ਜੀ ਨੇ ਕਿਹਾ ਸੀ, "ਪਤਾ ਨਹੀਂ ਉਹ ਮਰ ਕੇ ਫੁੱਲ ਬਣਿਆ ਜਾਂ ਤਾਰਾ ਪਰ ਮੈਂ ਉਸਨੂੰ ਜੀਉਂਦੇ ਜੀ ਇਹ ਦੋਵੇਂ ਕੁਝ ਬਣਦਾ ਦੇਖਿਆ।" ਸੋਹਣ ਸਿੰਘ ਮੀਸ਼ੇ ਦੇ ਜਾਣ ਤੇ ਉਨ੍ਹਾਂ ਲਿਖਿਆ ਸੀ, "ਉਸ ਨੂੰ ਡੁੱਬਣ ਲਈ ਕਾਂਜਲੀ ਨਹੀਂ, ਕੋਈ ਗਹਿਰੀ ਕਵਿਤਾ ਚਾਹੀਦੀ ਸੀ। ਕੋਈ

ਗਹਿਰੀ ਮੁਹੱਬਤ, ਕੋਈ ਹੁਨਰੀ ਵੰਗਾਰ, ਕੋਈ ਮਹਾਨ ਅਸੰਭਵ ਸੁਫ਼ਨਾ। ਅਨਿਆਈ ਮੋਤ ਮਰੇ ਕਵੀਆਂ ਨਾਲ ਕਿੰਨੀਆਂ ਅਨਲਿਖੀਆਂ ਕਵਿਤਾਵਾਂ ਮਰ ਜਾਂਦੀਆਂ ਹਨ।" ਸੰਤ ਸਿੰਘ ਸੇਖੋਂ ਦੀ ਵਿਦਾ ਨੂੰ ਇਤਿਹਾਸਕ ਸੂਰਜ-ਅਸਤ ਦੀ ਸੰਗਿਆ ਦਿੱਤੀ।   ਪਾਸ਼ ਦੀ ਮੌਤ ਤੇ ਉਨ੍ਹਾਂ ਕਵੀ ਦੇ ਪੱਥਰ ਹੋ ਜਾਣ ਦਾ ਮੁਹਾਵਰਾ ਪਾਇਆ।

"ਪਾਪਾ, ਲਾਈਫ਼ ਦਾ ਸਰਕਲ ਕਿਸ ਤਰਾਂ ਘੁੰਮਦਾ! ਆਈ ਐਮ ਸਪੀਚਲੈੱਸ", ਮਨਸੀਰਤ ਮੇਰੀ ਪਿੱਠ ਤੇ ਹਲਕਾ ਹਲਕਾ ਹੱਥ ਫੇਰਦੀ ਹੈ

ਹਾਂ ਬੇਟਾ, ਜਦੋਂ ਪਾਤਰ ਸਾਹਿਬ ਰੁਖਸਤ ਹੋਏ ਤਾਂ ਸ਼ਬਦ ਮੂਕ ਹੋ ਗਏ। 'ਕੱਲੇ ਰਹਿ ਗਏ ਮਾਸੂਮ ਬੱਚਿਆਂ ਵਰਗੀ ਹੈ ਉਨ੍ਹਾਂ ਦੀਆਂ ਅਨਲਿਖੀਆਂ ਕਵਿਤਾਵਾਂ ਦੀ ਉਦਾਸੀ। ਕਿੰਨੀਆਂ ਹੀ ਕਵਿਤਾਵਾਂ ਉਨ੍ਹਾਂ ਦੇ ਬੁੱਲ੍ਹਾਂ ਦੀ ਦਹਿਲੀਜ਼ ਤੇ ਤਰੰਨੁਮ ਹੋਣ ਦੀ ਇੰਤਜ਼ਾਰ 'ਚ ਸਨ। ਫਿਰ ਪੁਸਤਕਾਂ ਦੀ ਸਿਆਹੀ ਨਮ ਹੋ ਗਈ। ਵੈਰਾਗ 'ਚ ਆਈ ਪੌਣ ਵਰਗੀ, ਸਫ਼ੇ ਥਰਥਰਾਏ। ਕਵਿਤਾਵਾਂ ਸਹਿਗੀਤ ਬਣੀਆਂ। ਜਦੋਂ ਕਾਗਜ਼ ਤੇ ਕਲਮ ਅੰਗੀਠੇ 'ਚ ਅਗਨ ਭੇਂਟ ਹੋਣ ਲਈ ਜਿਦ ਕਰਨ ਲੱਗੇ ਤਾਂ ਪਾਤਰ ਸਾਹਿਬ ਦੀ ਕਵਿਤਾ ਨੇ ਆਪਣੇ ਇਨ੍ਹਾਂ ਉਦਾਸ ਪਾਤਰਾਂ ਨੂੰ ਝੰਜੋੜਿਆ, ਕਿ ਜਾਵੋ ਤੇ ਜਾ ਕੇ ਸੁਰਜ਼ਮੀਨ ਤੇ ਨਵੇਂ ਪਾਤਰ ਸਿਰਜੋ। ਅੱਜ ਤੋਂ ਬਾਦ ਮੇਰੀ ਕਵਿਤਾ ਨਿਸ਼ਬਦ ਤੇ ਫੌਂਟ ਰਹਿਤ ਹੋਵੇਗੀ।"

ਹਵਾ 'ਚ ਲਿਖੇ ਹਰਫ਼ਾਂ ਨੇ ਸੁਰਜੀਤ ਪਾਤਰ ਦੀ ਇਕ ਗਜ਼ਲ ਦਾ ਸ਼ੇਅਰ ਗੁਣ-ਗੁਣਾਇਆ...
ਜਦੋਂ ਤਕ ਲਫ਼ਜ਼ ਜਿਉਂਦੇ ਨੇ ਸੁਖਨਵਰ ਜਿਓਣ ਮਰ ਕੇ ਵੀ।
ਉਹ ਕੇਵਲ ਜਿਸਮ ਹੁੰਦੇ ਨੇ ਜੋ ਸਿਵਿਆਂ ਵਿਚ ਸੁਆਹ ਬਣਦੇ।

"ਸੋ ਪਰੈਗਮੈਟਿਕ", ਉਹ ਸਹਿਜਤਾ 'ਚ ਸਿਰ ਹਿਲਾਉਂਦੀ ਹੈ

ਹਾਂ ਬੇਟਾ, ਪਾਤਰ ਸਾਹਿਬ ਤਾਂ ਅਜੇ ਇੱਕੀਵੀਂ ਸਦੀ ਦੀ ਸਵੇਰ ਨੂੰ ਸੰਵਾਰਨ 'ਚ ਮਗਨ ਸਨ।   ਪਰ ਪਤਾ ਨਹੀਂ ਕਿਉਂ ਗਿਆਰਾਂ ਮਈ ਨੂੰ ਉਹ ਪਿਛਲੇ ਪਹਿਰ ਦੇ ਤੜਕੇ ਲੰਮੀ ਨਿਰਾਕਾਰ ਕਵਿਤਾ ਤੇ ਸਵਾਰ ਹੋ ਕੇ ਫ਼ਿਜ਼ਾ ਨਾਲ ਘੁਲ-ਮਿਲ ਗਏ। ਅਵਾਮ ਦਾ ਮੋਹ, ਬਿਰਖਾਂ ਦੀ ਅਰਜ਼, ਹੰਝੂਆਂ ਦਾ ਸਾਗਰ ਤੇ ਗੁਰੂਤਾ ਖਿਚ ਵੀ ਉਨ੍ਹਾਂ ਨੂੰ ਅਗਲੇ ਸਫ਼ਰ ਤੋਂ ਰੋਕ ਨਾ ਸਕੇ, ਕਿਉਂ ਕੇ ਉਨ੍ਹਾਂ ਦਾ ਤਾਂ ਇੰਤਜ਼ਾਰ ਹੋ ਰਿਹਾ ਸੀ ਉਸ ਸੰਸਾਰ ਵਿਚ ਜੋ ਅਸੀਂ ਅਜੇ ਢੂੰਡਣਾ ਹੈ। ਜਾਂ ਫਿਰ ਉਨ੍ਹਾਂ ਆਦਮ ਦੀ ਪਹਿਲੀ ਨਜ਼ਮ ਤੀਕਰ ਅੱਪੜਨਾ ਹੈ ਤੇ ਆਦਿ ਬੋਲੀ 'ਚ ਲੀਨ ਹੋ ਕੇ ਕਦੀਮੀ ਕਵਿਤਾ ਦੇ ਬਚਪਨ ਨੂੰ ਤੱਕਣਾ

ਹੈ। ਫ਼ਲਕ ਦਾ ਦੁਧੀਆ ਤੇ ਨੀਲਾ ਵਰਕਾ ਉਨ੍ਹਾਂ ਦੀ ਅਗਲੀ ਨਜ਼ਮ ਦੀ ਆਮਦ ਲਈ ਤਤਪਰ ਹੈ। ਦਿਨ ਰਾਤ ਦੇ ਰੰਗ ਸੂਰਜ ਕਿਰਨ ਦੀ ਸਿਆਹੀ ਬਣ-ਬਣ ਨਵੀਆਂ ਨਜ਼ਮਾਂ ਉੱਕਰ ਰਹੇ ਨੇ। ਬ੍ਰਹਿਮੰਡ ਦੀ ਸੁੰਨ 'ਚ ਉਨ੍ਹਾਂ ਦੀ ਨਵੀਂ ਗ਼ਜ਼ਲ ਦਾ ਮਕਤਾ ਗੁਣਗੁਣਾ ਰਿਹਾ ਹੈ। ਤਾਰਾ-ਮੰਡਲ ਦੇ ਮੰਚਨ 'ਚ ਅੱਜ ਇਸ ਕਾਵਿ-ਪਾਤਰ ਦੇ ਸ਼ਾਮਲ ਹੋਣ ਨਾਲ ਕਾਇਨਾਤ ਦੀ ਕਵਿਤਾ ਹੋਰ ਵੀ ਸੁਰਜੀਤ ਹੋ ਗਈ ਹੈ।

"ਪਾਪਾ, ਫਿਰ ਤਾਂ ਦੁਨੀਆ ਦੇ ਹਰ ਮੁਲਕ ਤੋਂ ਪਾਤਰ ਸਾਹਿਬ ਦੇ ਦਰਸ਼ਨ ਇੱਕੋ ਵੇਲੇ ਕੀਤੇ ਜਾ ਸਕਦੇ ਨੇ। ਅੱਗੇ ਵਾਂਗ ਹੁਣ ਉਹ ਵਾਪਸ ਇੰਡੀਆ ਨਹੀਂ ਜਾਣਗੇ। ਸਾਡੇ ਨਾਲ ਹਮੇਸ਼ਾ-ਹਮੇਸ਼ਾ ਲਈ ਮਾਂਟਰੀਅਲ ਹੀ ਰਹਿਣਗੇ", ਮਨਸੀਰਤ ਦੀ ਅੱਖਾਂ 'ਚ ਨਵ-ਜੰਮੀ ਆਸ ਨਾਲ ਮੈਂ ਆਪਣੀਆਂ ਅੱਖਾਂ ਪੂੰਝ ਲਈਆਂ।

੧ – ਬਿੰਬਾਵਲੀ

ਪੰਜ ਸਿਤਾਰਾ ਹੋਟਲ 'ਚ ਪਹਿਲੀ ਵਾਰ ਦਾਖਲ ਹੁੰਦਿਆਂ ਮੇਰੇ ਵੱਲ ਸ਼ਮਲੇ ਵਾਲੀ ਪੱਗ ਬੰਨ੍ਹੀ ਛੇ-ਫੁੱਟੇ ਦਰਬਾਨ ਨੇ ਜਿਸ ਤਰ੍ਹਾਂ ਤੱਕਿਆ ਮੈਨੂੰ ਉਹਦੀਆਂ ਅੱਖਾਂ 'ਚ ਸੁਆਗਤ ਘੱਟ ਅਤੇ ਸੁਆਲ ਵਧੇਰੇ ਜਾਪੇ। ਸ਼ਾਇਦ ਉਹ ਮੇਰੇ ਹੋਸਟਲ ਦੋਸਤਾਂ ਤੋਂ ਉਧਾਰੇ ਮੰਗ ਕੇ ਪਹਿਨੇ ਕੋਟ-ਪੈਂਟ ਦੀ ਤਹਿਕੀਕਾਤ ਕਰ ਰਿਹਾ ਸੀ। ਇਸ ਤਾਜ ਬੰਗਾਲ ਹੋਟਲ ਦੀ ਰਿਸੈੱਪਸ਼ਨ ਡੈਸਕ ਤੇ ਜਾ ਕੇ ਪਤਾ ਲੱਗਾ ਕਿ ਜਿਸ ਕਾਨਫਰੰਸ 'ਚ ਸ਼ਿਰਕਤ ਕਰਨ ਲਈ ਮੈਂ ਦੋ ਹਜ਼ਾਰ ਮੀਲ ਦਾ ਰੇਲ ਸਫ਼ਰ ਕਰ ਕੇ ਕਲਕੱਤੇ ਪਹੁੰਚਿਆਂ ਸਾਂ, ਦਰਅਸਲ ਉਹ ਉਨ੍ਹਾਂ ਦੀ ਸਮਾਂ ਸੂਚੀ 'ਚ ਮੌਜੂਦ ਹੀ ਨਹੀਂ ਸੀ। ਮੈਂ ਦਰਬਾਨ ਤੋਂ ਅੱਖ ਬਚਾਅ ਕੇ ਖੋਟੇ ਸਿੱਕੇ ਵਾਂਗ ਹੋਟਲ ਤੋਂ ਸੌ ਕੁ ਗਜ਼ ਦੂਰ ਲੱਗੇ ਜਨਤਕ ਫ਼ੋਨ ਤੇ ਜਾ ਪੁੱਜਾ। ਅਠਿਆਨੀਆਂ ਚੁਆਨੀਆਂ 'ਕੱਠੀਆਂ ਕਰ ਕੇ ਫ਼ੋਨ ਲੱਗਾ ਤਾਂ ਉਪਰੇ ਸ਼ਹਿਰ 'ਚ ਖੱਜਲ-ਖੁਆਰੀ ਟਲੀ। ਅੱਜ ਦਾ ਪ੍ਰੋਗਰਾਮ ਸਥਾਨਕ ਨਾਮੀ ਸਮਾਰਕ ਵਿਕਟੋਰੀਆ ਮੈਮੋਰੀਅਲ 'ਚ ਸੀ ਅਤੇ ਤਾਜ ਬੰਗਾਲ ਦੀ ਕਾਨਫਰੰਸ ਦਰਅਸਲ ਅਗਲੇ ਦਿਨ ਸ਼ੁਰੂ ਹੋਣੀ ਸੀ।

ਇਹ ਕਾਨਫਰੰਸ ਸ਼ਾਇਦ ਮੇਰੇ ਸਫ਼ਰ ਦੀਆਂ ਘੁੰਮਣ-ਘੇਰੀਆਂ ਦਾ ਆਗਾਜ਼ ਸੀ। ਅੱਜਕੱਲ੍ਹ ਮੈਂ ਦੋਸਤਾਂ ਦੇ ਮੰਗਵੇਂ ਬਸਤਰ ਪਹਿਨ ਕੇ ਯਾਤਰਾ ਨਹੀਂ ਕਰਦਾ। ਹੋਟਲਾਂ ਦੇ ਦਰਬਾਨ ਵੀ ਬਿਨਾਂ ਸ਼ੱਕ ਸਲੂਟ ਮਾਰਦੇ ਹਨ। ਨਵੇਂ ਮੁਲਕ ਅਤੇ ਸ਼ਹਿਰ ਵੇਖ ਕੇ ਪਹਿਲਾਂ-ਪਹਿਲ ਉਪਰੀ-ਉਪਰੀ ਖ਼ੁਸ਼ੀ ਮਹਿਸੂਸ ਹੋਣੀ ਪਰ ਹੁਣ ਹਰ ਸ਼ਹਿਰ ਦੇ ਡਾਊਨਟਾਊਨ ਦੀਆਂ ਧੌਣ ਚੁੱਕੀ ਝਾਕਦੀਆਂ ਇਮਾਰਤਾਂ, ਇੱਕੋ ਸੈਂਚੇ ਨਾਲ ਥੱਪੇ ਏਅਰਪੋਰਟਾਂ ਤੇ ਸ਼ਾਪਿੰਗ ਸੈਂਟਰਾਂ 'ਚ ਕੁਝ ਵੀ ਤਾਜ਼ਾ ਨਹੀਂ ਦਿਸਦਾ। ਹਰ ਸ਼ਹਿਰ ਦੀ ਆਪੋਧਾਪੀ ਤੇ ਖੱਪਖਾਨਾ ਮੇਰੇ ਥੱਕੇ ਹੋਏ ਕੰਨਾ ਨੂੰ ਅਕਸਰ ਇੱਕੋ ਜਿੰਨਾ ਪਾੜਦੇ ਹਨ। ਹਰ ਨਵੇਂ ਸਫ਼ਰ ਦੀ ਯਾਦਾਸ਼ਤ ਹਵਾਈ ਜਹਾਜ਼ ਦੇ ਧੁੰਏਂ ਵਾਲੀ ਲਕੀਰ ਵਾਂਗ ਪਲਾਂ ਛਿਣਾਂ 'ਚ ਹੀ ਲੁਪਤ ਹੋ ਜਾਂਦੀ ਹੈ। ਪੂੰਜੀਵਾਦੀ ਸ਼ਹਿਰਕਲਾ ਦੇ ਰੰਗ ਮੇਰੇ ਕੈਨਵਸ ਨੂੰ ਛੂਹਦਿਆਂ ਹੀ ਖ਼ੁਰ ਜਾਂਦੇ ਹਨ। ਜਿਉਂਦੀ ਹੈ ਤਾਂ ਪਰਵਾਸ ਦੇ ਹਾਸ਼ੀਏ ਤੋਂ ਬਾਹਰ ਰਹਿ ਗਈ ਮੇਰੀ ਬਿੰਬਾਵਲੀ ਅਤੇ ਉਹਦੀ ਪਿੱਠ ਭੂਮੀ 'ਚ ਮੇਰੇ ਕੰਪਿਊਟਰ-ਰਹਿਤ ਬਚਪਨ ਦੀ ਹਰਖਵੰਤ ਯੂ-ਟਿਊਬ। ਦੱਸੋ ਅੱਜ ਤੁਸੀਂ ਕਿਹੜੀ ਵੀਡੀਓ ਵੇਖਣੀ ਹੈ?

ਵਿਹੜੇ ਵਿਚ ਬਾਗ਼

ਸ਼ਹਿਤੂਤ ਚੜ੍ਹੀਆਂ ਵੇਲਾਂ

ਤੌੜੀ ਚੜ੍ਹਿਆ ਸਾਗ

ਡੱਬ ਖੜੱਬੀ ਧੁੱਪ
ਡੱਬ ਖੜੱਬੇ ਫੁੱਲ
ਚੁੰਨੀ ਸੁਕਾਉਂਦੀਆਂ ਕੁੜੀਆਂ

ਮਕਾਣ ਭਰੀ ਟਰਾਲੀ
ਪਿੱਟਣ ਬਾਹਲ਼ਾ
ਅੱਖਾਂ ਖ਼ਾਲੀ

ਪੈਲੀਆਂ ਚੋਂ ਚਰ ਕੇ
ਭੱਜੇ ਆਏ ਡੰਗਰ
ਖੁੰਡਾਂ ਕੋਲ਼ ਖੜੋ ਗਏ

ਗੁੜ ਨਾਲ ਭਰਿਆ ਮੂੰਹ
ਹਰ ਸਵਾਲ ਦਾ ਜਵਾਬ
ਹੂੰ...ਹੂੰ...ਹੂੰ...

ਸੀਟਾਂ ਸੰਤਾਲੀ
ਕਿਹੜੀ ਮਲੱਕਾਂ
ਸਾਰੀ ਬੱਸ ਖ਼ਾਲੀ

ਵਿੰਗ ਤੜਿੰਗੀ
ਜਿੰਨੀ ਵੱਡੀ ਜਲੇਬੀ
ਓਨਾ ਖੁੱਲ੍ਹਿਆ ਮੂੰਹ

ਲੱਡੂ ਦੀ ਕੁੜਮਾਈ
ਭੰਗੜਾ ਪਾਉਣ ਪਕੌੜੇ
"ਜਲੇਬੀ ਜੀ" ਸ਼ਰਮਾਈ

ਨਿੱਕਾ ਜਿਹਾ ਪਿਆਲਾ
ਨਾਨੀ ਦੀ ਚਾਹ
ਪੀ ਗਿਆ ਬਿਸਕੁਟ

ਦੀਵਾ-ਬੱਤੀ

ਬਿਜਲੀ ਆਉਣ ਨਾਲ ਕਈ ਕੁਝ ਬਦਲ ਗਿਆ। ਮਧਾਣੀਆਂ ਦਾ ਪੰਚਮ ਪੱਛਮੀ ਸੰਗੀਤ ਦੀ ਨਕਲ ਕਰਨ ਲੱਗਾ ਤਾਂ ਖੁਦ ਵੀ ਰਿੜਕਿਆ ਗਿਆ। ਬੈਠਕਾਂ ਅਤੇ ਜੰਞ-ਘਰਾਂ 'ਚ ਸਾਂਝੀ ਲਾਲਟੈਣ ਥੱਲੇ ਪੜ੍ਹਨ ਵਾਲੇ ਜੁਆਕਾਂ ਦੀਆਂ ਢਾਣੀਆਂ ਸੁੰਗੜਨ ਲੱਗੀਆਂ। ਬਿਜਲੀ ਮੀਟਰ ਵੱਲ ਜੁਆਕ ਨਵੀਂ ਆਈ ਵਹੁਟੀ ਵਾਂਗ ਤੱਕਦੇ। ਨਵੇਂ ਲਫ਼ਜ਼ਾਂ ਜਿਵੇਂ ਵਾਟ, ਲਾਟੂ, ਟਰਾਂਸਫ਼ਾਰਮਰ, ਵੋਲਟ, ਆਦਿ, ਨੇ ਦਸਤਕ ਦਿੱਤੀ। ਚਿੜੀਆਂ-ਕਾਂਵਾਂ ਨਾਲੋਂ ਜ਼ਿਆਦਾ ਫ਼ਿਊਜ਼ ਉੱਡਣ ਲੱਗੇ। ਨਵੇਂ ਦੁੱਖ-ਸੁਖ ਵੀ ਬੰਦੇ ਨਾਲ ਆਣ ਖੜੇ ਹੋਏ। ਕਰੰਟ ਲੱਗਣ ਨਾਲ ਕਈ ਘਰਾਂ ਦੀ ਰੌਸ਼ਨੀ ਸਦਾ-ਸਦਾ ਲਈ ਚਲੀ ਗਈ। ਬਿਜਲੀ ਦੇ ਕੱਟਾਂ ਨੇ ਨੀਂਦਰਾਂ ਹਰਾਮ ਕੀਤੀਆਂ। ਗੁਆਂਢੀਆਂ ਦੀ ਬੱਤੀ ਵੇਖਣ ਲਈ ਮੈਂ ਪੰਜਵੀਂ ਤੱਕ ਲੱਖਾਂ ਹੀ ਪੌੜੀਆਂ ਚੜ੍ਹਿਆ ਹੋਣਾ। ਗੈਰਕਾਨੂੰਨੀ ਤਾਰਾਂ ਦੀ ਖਿੱਚ-ਖਿਚਾਈ ਅਤੇ ਮੀਟਰਾਂ ਦੇ ਪੁੱਠੇ ਗੇੜਾਂ ਵਰਗੇ ਨਵੇਂ ਜੁਗਾੜ ਜਨਮੇ। ਕੁਝ ਕੁ ਦਵਾਖੜੀਆਂ ਨੇ ਬਿਜਲੀ ਦੀ ਆਮਦ ਉਪਰੰਤ ਜਮਾ ਹੀ ਸਾਹ ਤਿਆਗ ਦਿੱਤੇ। ਕੁਝ ਕੁ ਧਰਮ ਬਦਲ ਕੇ ਕੈਂਡਲ-ਸਟੈਂਡ ਬਣ ਗਈਆਂ। ਜਦੋਂ ਤੱਕ ਅਮਰੀਕਾ ਤੋਂ ਰੀਚਾਰਜ ਹੋਣ ਵਾਲੀਆਂ ਬੈਟਰੀਆਂ ਨਹੀਂ ਆ ਗਈਆਂ, ਲਾਲਟੈਣ, ਲੈਂਪ ਅਤੇ ਦੀਵਾ ਵੀ ਦਿਨ ਕਟੀ ਜਿਹੀ ਕਰਦੇ ਰਹੇ...

'ਨੇਰ੍ਹੀ ਤਾਰ ਹਿਲਾਵੇ
ਬਿਜਲੀ ਆਵੇ
ਬਿਜਲੀ ਜਾਵੇ

ਘੁੱਪ ਹਨ੍ਹੇਰੀ ਰਾਤ
ਕੋਠੇ ਸੁੱਤਾ ਟੱਬਰ
ਜੁਗਨੂੰ ਪਾਉਂਦਾ ਬਾਤ

ਡਾਢੀ ਰਾਤ
ਇੱਕੋ ਪੱਖਾ
ਮੰਜਿਆਂ ਦੀ ਡਾਰ

ਨਿੱਕੂ ਭਗਤ

ਸਾਡਾ ਪ੍ਰਾਇਮਰੀ ਸਕੂਲ ਅਤੇ ਗੁਰਦੁਆਰਾ ਨਾਲ-ਨਾਲ ਹੀ ਸਨ। ਗੁਰਦੁਆਰੇ ਅਖੰਡ-ਪਾਠ ਅਰੰਭ ਹੋਣੇ ਤਾਂ ਅਸੀਂ ਸਕੂਲੋਂ ਭੱਜ-ਭੱਜ ਕੇ ਦੇਗ ਛਕਣ ਜਾਣਾ। ਹਰ ਗੁਰਪੁਰਬ ਦੀ ਆਮਦ ਦਾ ਇੱਕ ਵੱਖਰਾ ਚਾਅ ਚੜ੍ਹਦਾ। ਪ੍ਰਭਾਤ-ਫੇਰੀ 'ਚ ਪਹਿਲੀ ਵੇਰਾਂ ਨਿੱਕੇ ਜੁਆਕ ਸਮੂਹ ਗਾਇਨ ਦਾ ਹੁਨਰ ਸਿੱਖਦੇ। ਨਗਰ-ਕੀਰਤਨ 'ਤੇ ਕਵਿਤਾ ਉਚਾਰਨ ਦੀ ਵਾਰੀ ਆਈ ਤਾਂ ਮੇਰੀ ਅਵਾਜ਼ ਮਾਈਕ੍ਰੋਫ਼ੋਨ ਨੂੰ ਵੀ ਨਾ ਸੁਣੀ। ਅਸੀਂ ਤਿੰਨਾਂ ਜਣਿਆਂ ਨੇ ਤਿੰਨ ਰੁਪਏ ਦੀ ਕਾਵਿ-ਭੇਟਾ ਨੂੰ ਵੰਡਣ ਦੀ ਬਜਾਏ ਦੇਗ ਛਕਣ ਲਈ ਮੁੜ ਮੱਥਾ ਟੇਕ ਦਿੱਤਾ। ਜਨਮ-ਦਿਨ ਵਾਲੇ ਦਿਨ ਸਵਖ਼ਤੇ ਗੁਰਦੁਆਰੇ ਜਾਣਾ ਜ਼ਰੂਰੀ ਤਾਂ ਹੁੰਦਾ ਸੀ ਪਰ ਮਸਾਂ ਹੀ ਅਰਦਾਸ ਦੇ ਮੱਧ ਤੱਕ ਪਹੁੰਚਿਆਂ ਜਾਂਦਾ ਸੀ। ਹਾਈ ਸਕੂਲ ਤੱਕ ਪਹੁੰਚਦਿਆਂ ਗੁਰਦੁਆਰੇ ਵਾਲੀ ਖੂਹੀ ਅਤੇ ਬੋਹੜ ਚੱਲ ਵੱਸੇ ਅਤੇ ਨਾਲ ਹੀ ਤੁਰ ਗਏ ਪੱਤਰੇ ਤੇ ਡੂਨੇ। ਮੇਰੇ ਸੁੱਤਿਆਂ-ਸੁੱਤਿਆਂ ਸੰਗਤ ਵੱਲੋਂ ਇੱਕ ਸੁਰ ਹੋ ਕੇ ਜਪੀ ਜਾਂਦੀ ਸੁਖਮਨੀ ਸਾਹਿਬ ਦੀ ਆਖ਼ਰੀ ਅਸ਼ਟਪਦੀ ਦਾ ਰਸ-ਪ੍ਰਵਾਹ ਕਈ ਦਹਾਕਿਆਂ ਤੋਂ ਬਾਦ ਵੀ ਮਾਰਫ਼ਤ 'ਚ ਨਿਰੰਤਰ ਵਗਦਾ ਰਹਿੰਦਾ ਹੈ...

ਤਲ਼ੀਆਂ ਪੁੰਡ
ਨਿੱਕੂ ਮੁੜਿਆ
ਪ੍ਰਸ਼ਾਦ ਵਾਲ਼ਾ ਬਾਬਾ ਘੂਰੇ

ਨਿੱਕੂ ਜਮਾ ਨਾ ਸੰਗੇ
ਆਪਣਾ ਛਕ
ਮੇਰਾ ਪ੍ਰਸ਼ਾਦ ਮੰਗੇ

ਐਸੀ ਕਥਾ ਸੁਣਾਈ
ਭਾਈ ਦੇ ਛੰਨੇ 'ਚ...
ਬੇਬੇ ਘਿਓ ਦੀ ਕੜਛੀ ਪਾਈ

ਅੰਮ੍ਰਿਤ ਵੇਲ਼ਾ
ਇੱਕੋ ਸੁਖਮਨੀ
ਚਾਰ ਸਪੀਕਰ

ਗਰਮੀਆਂ ਨੂੰ ਤਪਦਾ
ਸਰਦੀਆਂ ਨੂੰ ਠਰਦਾ
ਸੰਗਮਰਮਰ ਗੁਰੂ-ਘਰ ਦਾ

ਪ੍ਰਾਹੁਣੇ ਆਉਣ ਘਰੇ
ਚੁਬਾਰੇ 'ਚ ਪਾਠੀ
'ਕੱਲਾ ਪਾਠ ਕਰੇ

ਬੇਬੇ ਬਾਪੂ

ਲੌਢਾ ਕੁ ਵੇਲ਼ਾ ਹੈ ਅਤੇ ਚੌਂਕੇ ਵਾਲੇ ਉਟੇ ਦੇ ਖੱਬੇ ਪਾਸੇ ਭੜੋਲੀ ਦੇ ਨਾਲ ਬਾਣ ਦੇ ਦੋ ਮੰਜੇ ਡਿੱਠੇ ਹਨ। ਪਾਰਾ ਮੁੱਛਾਂ ਨੂੰ ਤਾਅ ਦੇ ਕੇ 47 ਡਿਗਰੀ 'ਤੇ ਭੂਤਰ-ਭੂਤਰ ਕੇ ਟਪੂਸੀਆਂ ਮਾਰ ਰਿਹਾ ਹੈ।

ਹਾੜ੍ਹ ਦਾ ਹੁੱਟ
ਬਰਫ਼ ਵਾਲ਼ਾ ਗਲਾਸ
ਮੁੜਕੋ-ਮੁੜਕੀ

ਓਧਰ ਦਾਦੀ ਚਾਹ ਦਾ ਹੋਕਾ ਦੇ ਰਹੀ ਹੈ। ਉੱਬਲਦੀ ਚਾਹ ਨਾਲ ਨੱਕੋ-ਨੱਕ ਭਰੀ ਗੜਵੀ ਦਾ ਪਿੱਤਲ਼ ਪਿਘਲ ਵੀ ਸਕਦਾ ਹੈ।

ਅਚਾਨਕ ਬਿਜਲੀ ਆਈ ਤਾਂ ਫ਼ਰਿੱਜ ਦੇ ਟਰਾਂਸਫ਼ਾਰਮਰ ਦੀ ਟਿੱਕ-ਟਿੱਕ ਹੋਈ। ਮੈਂ ਮੇਜ਼ 'ਤੇ ਰੱਖਿਆ ਪੱਖਾ ਕੀ ਚਲਾ ਦਿੱਤਾ ਕਿ ਦਾਦੀ ਮੈਨੂੰ ਟੁੱਟ ਕੇ ਪਈ, "ਉਏ ਬੰਦ ਕਰ ਬਿਮਾਰੀ ਨੂੰ, ਚਾਹ ਠੰਢੀ ਕਰਨੀ ਐ"

ਦਾਦਾ ਜੀ ਨੇ ਗੜਵੀ 'ਚੋਂ ਮਿਲਟਰੀ ਵਾਲ਼ੇ ਚੀਨੀ ਦੇ ਚਿੱਟੇ ਮੱਘ 'ਚ ਚਾਹ ਪਾਈ। ਅਜੇ

ਪਹਿਲਾ ਘੁੱਟ ਵੀ ਨਹੀਂ ਸੀ ਭਰਿਆ ਕਿ ਦਾਦੀ ਨੇ ਫੇਰ ਪੁਲਸਗਿਰੀ ਕਰਦਿਆਂ ਦਾਦਾ ਜੀ ਨੂੰ ਮੰਜੇ ਦੀ ਪੈਂਦ ਗੁਰਦੁਆਰੇ ਵੱਲੋਂ ਦੂਜੇ ਪਾਸੇ ਨੂੰ ਕਰਨ ਲਈ ਆਖਿਆ। ਐਨੇ ਨੂੰ ਮੋਹਣਾ ਆ ਗਿਆ। ਮੋਹਣਾ ਇੱਕ ਮਿਹਨਤੀ ਪਰਿਵਾਰ ਦਾ ਮੁਖੀਆ ਹੈ। ਉਸ ਕੋਲ ਸਾਡੀ ਜ਼ਮੀਨ ਦਾ ਠੇਕਾ ਹੈ।

ਮੋਹਣੇ ਨੂੰ ਆਉਂਦਿਆਂ ਵੇਖ ਕੇ ਦਾਦਾ ਜੀ ਕਿਆਸ-ਅਰਾਈਆਂ ਲਾ ਰਹੇ ਹਨ, "ਲੱਗਦਾ ਇੰਜਨ ਫੇਰ ਖ਼ਰਾਬ ਹੋ ਗਿਆ"।

ਭੁੰਜੇ ਬੈਠਣ ਲੱਗੇ ਮੋਹਣੇ ਨੂੰ ਦਾਦਾ ਜੀ ਨੇ ਮੱਲੋ-ਮੱਲੀ ਮੰਜੇ ਉੱਤੇ ਬੈਠਣ ਲਈ ਆਖਿਆ ਅਤੇ ਨਾਲ ਹੀ ਗੜਵੀ 'ਚੋਂ ਨਾਲ ਦੀ ਪਰਛੱਤੀ 'ਤੇ ਪਏ ਪਿੱਤਲ ਦੇ ਗਲਾਸ 'ਚ ਚਾਹ ਪਾਉਂਦਿਆਂ ਮੋਹਣੇ ਨੂੰ ਬਿਸਕੁਟ ਲੈਣ ਲਈ ਪਲੇਟ ਅੱਗੇ ਕੀਤੀ। ਦੋਹਾਂ ਨੇ ਰਤਾ ਕੁ ਘੁਸਰ-ਮੁਸਰ ਜਿਹੀ ਕੀਤੀ । ਚਾਹ-ਚੂਹ ਪੀ ਕੇ ਮੋਹਣਾ ਤਾਂ ਚਲਾ ਗਿਆ ਪਰ ਘਰ 'ਚ ਪਰਲੋ ਆ ਗਈ।

"ਨਾ ਮੋਹਣੇ ਨੂੰ ਮੰਜੇ 'ਤੇ ਬਠੌਣ ਨਾਲੋਂ ਸਿਰ 'ਤੇ ਬਠਾ ਲੈਂਦਾ? ਤੈਨੂੰ ਕਿੰਨੀ ਵਾਰੀ ਕਿਹਾ ਬਈ ਉਹਦੇ ਭਾਂਡੇ ਅਲੱਗ ਨੇ, ਹੱਥ ਕੀਉਂ ਲੈਣ ਦਿੱਤਾ ਬਿਸਕੁਟਾਂ ਵਾਲ਼ੀ ਪਲੇਟ ਨੂੰ ਠਹਿਰ ਨਸੀਂ ਹੁੰਦਾ ਤੇਤੋਂ? ਮੈਂ ਚਾਹ ਬਿਸਕੁਟ ਲੈ ਹੀ ਆਉਣੇ ਸੀ ਉਹਦੇ ਲਈ ਵੀ। ਨਾਂਹ ਨਕਾਲ਼ ਸੁੱਕਦਾ ਸੀ ਮੋਹਣੇ ਫਿੱਟੇ ਦਾ?"

ਉਹ ਬੁੜ-ਬੁੜ ਕਰਦੀ ਚਾਹ ਵਾਲੇ ਜੂਠੇ ਭਾਂਡਿਆਂ ਨੂੰ ਸੁਆਹ ਨਾਲ ਜ਼ੋਰ-ਜ਼ੋਰ ਨਾਲ ਮਾਂਜਣ ਲੱਗੀ। ਹਰ ਪਲ ਨਾਮ ਜਪਦੀ 'ਤੇ ਬਿਨਾਂ ਨਾਗਾ ਗੁਰਦੁਆਰੇ ਜਾਣ ਵਾਲ਼ੀ ਸਾਡੀ ਪਿਆਰੀ ਦਾਦੀ ਨੇ ਦਾਦਾ ਜੀ ਦੇ ਗੁਰਬਾਣੀ ਹਵਾਲਿਆਂ ਨੂੰ ਅਣ-ਸੁਣਿਆ ਕਰ ਦਿੱਤਾ। ਇਹ ਨੋਕ-ਝੋਕ ਕੋਈ ਨਵੀਂ ਨਹੀਂ ਸੀ, ਸੋ ਚਾਹ ਪੀ ਕੇ ਅਸੀਂ ਸਾਰੇ ਆਪੋ ਆਪਣੇ ਕੰਮੀਂ ਲੱਗ ਪਏ। ਰਸੋਈ ਦੀ ਸ਼ੈਲਫ 'ਤੇ ਮੋਹਣੇ ਲਈ ਰੱਖੇ ਰਿਜ਼ਰਵ ਭਾਂਡਿਆਂ 'ਚ ਅੱਜ ਵਾਲ਼ਾ ਨਵਾਂ ਕੱਪ ਤੇ ਪਲੇਟ ਵੀ ਸ਼ਾਮਲ ਹੋ ਗਏ, ਜਿਵੇਂ ਮੋਹਣੇ ਪ੍ਰਤੀ ਸਾਡਾ ਪ੍ਰੇਮ ਹੋਰ ਵੱਧ ਗਿਆ ਹੋਵੇ!

ਦਾਦੀ ਇਸ ਘਰੇਲੂ ਨਾਟਕ 'ਚ ਅਜਿਹਾ ਰੋਲ ਨਾ ਕਰਦੀ ਤਾਂ ਮੈਂ ਦਾਦਾ ਜੀ ਦੇ ਨਾਇਕ ਕਿਰਦਾਰ ਵੱਲ ਕਦੇ ਧਿਆਨ ਨਾ ਧਰਦਾ। ਕਾਲਜ 'ਚ ਮੇਰੇ ਜਿਗਰੀ ਯਾਰਾਂ ਦੀ ਸੂਚੀ ਵੀ ਸ਼ਾਇਦ ਏਨੀ ਵਿਸ਼ਾਲ ਨਾ ਹੁੰਦੀ। ਨਿੱਜੀ ਅਸੂਲ ਅਤੇ ਕਦਰਾਂ-ਕੀਮਤਾਂ ਭਾਵੇਂ ਵੱਖੋ

ਵੱਖਰੇ ਹੁੰਦੇ ਅਤੇ ਆਪਸੀ ਨੋਕਾਂ-ਝੋਕਾਂ ਵੀ ਚੱਲਦੀਆਂ ਰਹਿੰਦੀਆਂ ਪਰ ਟੱਬਰ ਦੀ ਗੰਢ ਕਦੇ ਢਿੱਲੀ ਨਹੀਂ ਸੀ ਪੈਂਦੀ।

ਦਾਦਾ ਜੀ ਆਖਦੇ ਕਿ ਦੂਜਿਆਂ ਦੇ ਸੁਭਾਅ ਨੂੰ ਬਾਹਲਾ ਨਾ ਪਰਖੋ। ਆਪਣੀ ਕਮਜ਼ੋਰੀ ਨੂੰ ਲੋਕਾਂ ਦੀ ਗਲਤੀ ਨਾਲ ਨਾ ਢਕੋ। ਪਿੰਡ 'ਚ ਸਭ ਨਾਲ ਬੋਲੋ ਚੱਲੋ। ਕੰਧ ਨਾਲ ਵੀ ਗੱਲ ਕਰਿਆ ਕਰੋ। ਆਪਣੀ ਹੀ ਮੁੜਦੀ ਵਾਜ ਸੁਣੋਗੇ ਤਾਂ ਕੰਧ ਦੇ ਸ਼ੁਕਰਗੁਜ਼ਾਰ ਹੋ ਜਾਵੋਗੇ।

ਮੁੰਡਿਆਂ-ਖੁੰਡਿਆਂ ਲਈ ਆਲ ਇੰਡੀਆ ਰੇਡੀਓ ਦਾ ਫ਼ਰਮਾਇਸ਼ੀ ਪ੍ਰੋਗਰਾਮ ਸ਼ਾਮ ਸਾਢੇ ਤਿੰਨ ਵਜੇ ਸ਼ੁਰੂ ਹੁੰਦਾ। ਬਾਪੂ ਬੇਬੇ ਸ਼ਾਮ ਨੂੰ ਜਲੰਧਰ ਤੋਂ ਆਉਂਦਾ ਦਿਹਾਤੀ ਪ੍ਰੋਗਰਾਮ ਸੁਆਦ ਨਾਲ ਪ੍ਰਸ਼ਾਦੇ ਛਕਦੇ-ਛਕਦੇ ਸੁਣਦੇ। ਸਾਢੇ ਸੱਤ ਵਾਲੀਆਂ ਖ਼ਬਰਾਂ ਕੀ ਆਉਂਦੀਆਂ ਕਿ ਹੌਲਦਾਰਨੀ ਦਾਦੀ ਜਾਗਦੇ ਜੁਆਕ ਸੁਆ ਦਿੰਦੀ।

ਬੇਬੇ ਢਿੱਲੀ ਮੱਠੀ

ਬਾਪੂ ਦੇ ਹੱਥ

ਆਟੇ ਵਿਚ

ਵਾਂਢੇ ਤੁਰੇ 'ਕੱਠੇ

ਬਾਪੂ ਮੂਹਰੇ-ਮੂਹਰੇ

ਬੇਬੇ ਰਹਿ ਗਈ ਪਿੱਛੇ

ਨਿਆਣੇ ਪਾਉਣ ਧਮਾਲ

ਬਾਪੂ ਸੁਣੇ ਗੁਰਬਾਣੀ

ਜੁੜ ਰੇਡੀਓ ਨਾਲ

ਕੁੰਜੀ ਪਾਇਆ ਨਾਲ਼ਾ

ਬੇਬੇ ਦਾ ਧਮੱਚੜ

ਭੰਨੋ ਮੁੰਡਿਓ ਤਾਲਾ

ਦਾਲ਼

ਦਿਨ-ਭਰ ਦੀ ਚੱਲੋ-ਚੱਲ ਜ਼ਿੰਦਗੀ ਨੂੰ ਗੋਲ਼-ਗੰਢਾਂ ਮਾਰਦੀ ਰਹਿੰਦੀ। ਥੱਕ ਹਾਰ ਕੇ ਮੰਜੇ ਤੇ ਡਿਗਦਿਆਂ ਹੀ ਰਾਤ ਦੇ ਕਲਾਵੇ 'ਚ ਘੁਰਾੜਿਆਂ ਦਾ ਸੰਗੀਤ ਸੁਣ ਕੇ ਸੁਫ਼ਨੇ ਗੰਢਾਂ ਖੋਲ੍ਹਣ ਦਾ ਜਤਨ ਕਰਦੇ। ਅੰਮ੍ਰਿਤ ਵੇਲਾ ਹੁੰਦਾ ਤਾਂ ਦੁਨਿਆਵੀ ਗੁੰਝਲਾਂ ਕੁਝ ਕੁ ਪਲਾਂ ਲਈ ਆਪ-ਮੁਹਾਰੇ ਹੀ ਸਰਲ ਹੋ ਜਾਂਦੀਆਂ। ਸੁਬ੍ਹਾ ਦੀ ਅਨੰਦਭਈ ਊਰਜਾ ਵਸੂਲ ਕੇ ਬਾਪੂ ਗੁਰਬਾਣੀ ਜਪਦਾ-ਜਪਦਾ ਸਰਬੱਤ ਦੇ ਭਲੇ ਦੇ ਬੀਅ ਸਿਆੜਾਂ 'ਚ ਖਿਲਾਰਣ ਚਲਾ ਜਾਂਦਾ। ਇਸ ਸਿੱਧ-ਪੱਧਰੇ ਜੀਵਨ ਪੈਂਡੇ ਚੋਂ ਹੀ ਬਜ਼ੁਰਗਾਂ ਨੇ ਸਾਦੇ ਰਹਿਣ-ਸਹਿਣ ਤੇ ਬੋਲ-ਚਾਲ ਦਾ ਵਲ ਸਿੱਖਿਆ ਹੋਵੇਗਾ। ਜੀਵਨ-ਸ਼ੈਲੀ ਦੀ ਇਸ ਅਦਾ ਦੀ ਖ਼ਾਸੀਅਤ ਸੀ ਕਿ ਕਬੀਲਾ ਝੁੰਡ ਬਣ ਕੇ ਹੱਸਦਾ-ਵੱਸਦਾ। ਖੁਲੱਮ-ਖੁੱਲ੍ਹੇ ਦਰਾਂ ਮੁਹਰੇ 'ਜੀ ਆਇਆਂ' ਆਖਣ ਲਈ ਨਲਕਿਆਂ ਦਾ ਪਹਿਰਾ ਲੱਗਦਾ। ਭੋਰਾ ਕੁ ਅਗਾਂਹ ਲੰਘ ਕੇ ਲੰਗਰ ਕਿਰਿਆ ਚੱਲਦੀ। ਜੁਆਕਾਂ ਦਾ ਜੀਅ ਪਰਚਾਣ ਲਈ ਦਾਲ਼ ਵੀ ਰੰਗ ਬਦਲ-ਬਦਲ ਕੇ ਤੌੜੀ ਚੜ੍ਹਦੀ...

ਇੱਕ ਦਾਲ਼ ਘੁਲ ਮਿਲ ਜਾਂਦੀ, ਮੋਹ ਪਿਆਰ ਵਿਗਾਸੀ
ਇੱਕ ਦਾਲ਼ ਨਖਰੇਲੋ ਬਾਹਲੀ, ਕੋਕੜੂਆਂ ਦੀ ਮਾਸੀ

ਇੱਕ ਦਾਲ਼ ਬੜੀ ਆਕੜ ਖੋਰੀ, ਨਾ ਰਿੱਝਦੀ ਨਾ ਸ਼ਰਮਾਉਂਦੀ
ਇੱਕ ਦਾਲ਼ ਗੁਆਂਢਣ ਬਣ ਕੇ, ਇਸ਼ਕੇ ਜਿਉਂ ਭਰਮਾਉਂਦੀ

ਇੱਕ ਦਾਲ਼ 'ਧੋਵੀਂ' ਮਨ-ਮੋਹਣੀ, ਮਰਤਬਾਨ ਵਿਚ ਫੱਬਦੀ
ਇੱਕ ਦਾਲ਼ ਰਹਿ ਸਾਬਤ-ਸੂਰਤ, ਵਿਰਸੇ ਅੰਦਰ ਸੱਜਦੀ

ਇੱਕ ਦਾਲ਼ ਦੀ ਐਸੀ ਪਾਵਰ, ਮੁਰਗਿਆਂ ਤਾਈਂ ਪਛਾੜੇ
ਇੱਕ ਦਾਲ਼ ਜੇ ਬੇਹੀ ਹੋ ਜਾਏ, ਕੱਸ-ਕੱਸ ਕੇ ਵੱਟ ਚਾੜ੍ਹੇ

ਇੱਕ ਦਾਲ਼ ਪੋਟਾਂ ਦੀ ਹੋਈ, ਤੜਕ-ਤੜਕ ਨੱਚ ਗਾਉਂਦੀ
ਇੱਕ ਦਾਲ਼ 'ਮਾਂ' ਮੂੰਗੀ ਮਸਰੀ, ਟੈਂਨਸ਼ਨ ਸਭ ਮੁਕਾਉਂਦੀ

ਇੱਕ ਦਾਲ਼ ਫਰਾਈ ਹੋ ਜਾਏ, ਮੇਰੇ ਨਖ਼ਰੇ ਝੱਲਦੀ
ਇੱਕ ਦਾਲ਼ ਪੁੰਗਰ-ਪੁੰਗਰ ਕੇ, ਸਿਹਤ ਸੁਨੇਹੇ ਘੱਲਦੀ

ਇੱਕ ਦਾਲ਼ ਸੰਤੋਖ ਦੀ ਗਾਗਰ, ਵਾਜਾਂ ਮਾਰ ਸਦੇਂਦੀ
ਇੱਕ ਦਾਲ਼ ਲੰਗਰ ਦੀ ਮਾਇਆ, ਅੰਮ੍ਰਿਤ ਬਣ ਵਰਤੇਂਦੀ

ਇੱਕ ਦਾਲ਼ ਹੋਈ ਪਾਣੀ-ਪਾਣੀ, ਵੇਖ ਕੀਮਤਾਂ ਭਾਰੀ
ਇੱਕ ਦਾਲ਼ ਘੁਲ਼ ਹਲਵਾ ਹੋ ਗਈ, ਜਦ ਕੁੱਕਰ ਸੀਟੀ ਮਾਰੀ

ਇੱਕ ਦਾਲ਼ ਗਾਗਰ ਵਿਚ ਸਾਗਰ, ਰਹਿਮਤ ਬਰਕਤ ਤੇਰੀ
ਇੱਕ ਦਾਲ਼ ਬਾਜ਼ਾਰੂ ਹੋ ਗਈ, ਤੇਲ, ਕਰੀਮਾਂ ਘੋਰੀ

ਇੱਕ ਦਾਲ਼ ਮੇਰੀ ਬੁਰਕੀ ਡੁੱਬੀ, ਸਬਰਾਂ ਦਾ ਇਸ਼ਨਾਨਾ
ਇੱਕ ਦਾਲ਼ ਧਿਓ-ਖਿਚੜੀ ਹੋ ਗਈ, ਨਾ ਕੋਉ ਵੈਰੀ ਬੇਗਾਨਾ

ਇੱਕ ਦਾਲ਼ ਮੈਂ ਤੇਰੀ ਬਣ ਕੇ, ਭਵਸਾਗਰ ਘੁਲ਼-ਜਾਸੀ
ਇੱਕ ਦਾਲ਼ ਤੇਰੇ ਹੱਥੋਂ ਕਿਰ, ਮੈਂ ਮੁੜ ਮਿੱਟੀ ਮਿਲ-ਜਾਸੀ

ਤਾਰਾ ਫ਼ੌਜੀ

ਦਿਨ ਸੁਦ 'ਤੇ ਹਰ ਕੰਮ ਰਲ਼ ਮਿਲ ਸਬਰ ਸੰਤੋਖ ਨਾਲ ਸੰਪੂਰਨ ਚੜ੍ਹਦਾ। ਸਿਆਲ਼ਾਂ 'ਚ ਕਮਾਦ ਪਿੜ ਕੇ ਸਾਰੇ ਇਲਾਕੇ ਨੂੰ ਮਹਿਕਾ ਦਿੰਦਾ। ਪੱਛਮੀ ਮੁਲਕਾਂ ਦੇ ਟੀਮ ਬਿਲਡਿੰਗ ਜਿਹੇ ਸੈਂਕੜੇ ਮਹਿੰਗੇ ਪ੍ਰਾਜੈੱਕਟਾਂ ਤੋਂ ਵੀ ਕਿਤੇ ਵੱਧ ਅਸਰਦਾਰ ਹੁੰਦਾ ਸੀ ਵੇਲਣਿਆਂ ਦੁਆਲ਼ੇ ਜੁੜਿਆਂ ਦਾ ਉੱਦਮੀ ਇਕੱਠ ਅਤੇ ਉਸ 'ਚੋਂ ਸਹਿਜ ਸੁਭਾਅ ਜੰਮਦੀ ਉਪਜੀਵਕਾ, ਮਿਠਾਸ ਅਤੇ ਮਿਲਵਰਤਣ। ਰਾਹੀ ਵੀ ਵੇਲਣੇ 'ਤੇ ਹਾਜ਼ਰੀ ਲਾਏ ਬਿਨਾਂ ਅਗਾਂਹ ਨਾ ਲੰਘਦੇ। ਕੜਾਹੇ ਦੀ ਸੁੱਚੀ ਭਾਫ਼ ਅਤੇ ਪੂੰਦ ਏਨੀਆਂ ਕੂ ਰਚ-ਮਿਚ ਜਾਂਦੀਆਂ ਕਿ ਸੂਰਜ ਵੀ ਰੂਬਰੂ ਹੋਣ ਲਈ ਅੱਡੀਆਂ ਰਗੜਦਾ। ਬਾਪੂ ਰਹੁ 'ਚ ਖ਼ੁਰਚਣਾ ਫੇਰਦਾ ਤਾਂ ਮੁਗਧ ਹੋਇਆ ਕੇਲੇ ਦਾ ਬਿਰਖ ਅਦਬ ਨਾਲ ਚੌਰ ਕਰਨ ਲੱਗ ਪੈਂਦਾ। ਜੁਆਕ ਉਹਦੇ ਹਰੇ ਪੱਤਿਆਂ 'ਤੇ ਤੱਤੇ-ਤੱਤੇ ਗੁੜ ਦਾ ਲੁਤਫ਼ ਲੈਂਦੇ। ਬਲਦ ਹੱਕਦਿਆਂ ਦਾ ਹਰ ਚੱਕਰ ਉਦੋਂ ਗਲੋਬਲ ਹੋ ਜਾਂਦਾ ਜਦੋਂ ਹੱਕਣ ਵਾਲ਼ਾ ਗੱਲੀਂ-ਬਾਤੀਂ

ਸਭ ਨੂੰ ਦੇਸ ਪਰਦੇਸ ਦੀ ਸੈਰ ਕਰਾਉਂਦਾ। ਅਤੀਤ ਦੀ ਵੈਰਾਗਮਈ ਪੌਣ ਰੁਮਕਦੀ।
ਉਸ 'ਤੇ ਲਿਖੀ ਦੂਜੇ ਸੰਸਾਰ-ਯੁੱਧ ਦੀ ਇਬਾਰਤ ਦਾ ਪਾਠ ਹੁੰਦਾ...

ਕਮਾਦ ਦੇ ਸਿਰਹਾਣੇ ਵਗਦੇ
ਵੇਲਣੇ ਦਾ ਸੰਗੀਤ ਸੁਣਨ ਲਈ
ਬਲਦ ਸਾਰਾ ਦਿਨ
ਪਰਿਕਰਮਾ ਕਰਦੇ, ਟੱਲੀਆਂ ਟਣਕਾਉਂਦੇ
ਪਿੱਛੇ-ਪਿੱਛੇ ਛਮਕ ਫੜੀ ਤੁਰਿਆ ਰਹਿੰਦਾ
ਵਿੜੀ ਵੱਟੇ ਦੀ ਪੈੜ 'ਚ
ਸਾਡੇ ਪਿੰਡ ਵਾਲਾ ਫੌਜੀ ਤਾਰਾ
ਕੜਾਹੇ 'ਚ ਰਿੱਝਦੀ ਰਹੁ 'ਚ ਘੁਲ ਜਾਂਦੀਆਂ
ਦੂਜੇ ਸੰਸਾਰ ਯੁੱਧ ਦੀਆਂ ਗਾਥਾਵਾਂ

ਪੇਸੀ-ਪੇਸੀ ਗੁੜ ਦੀ
ਮੋਹ-ਮਿੱਠੀ ਭਾਢ
ਤੇ ਭੂਰ ਸ਼ੱਕਰ ਦੀ
ਬਿਖਰ ਜਾਂਦੇ ਜ਼ੱਰੇ-ਜ਼ੱਰੇ 'ਚ
ਵਰਤ ਜਾਂਦੇ ਉਹਦਾ ਪ੍ਰਸ਼ਾਦ ਬਣ
ਵਰਲਡ-ਵਾਰ ਦੇ ਉਹ ਛਿਣ ਚਿਤਵਦਿਆਂ

ਸ਼ਾਮੀਂ ਘਰ ਪਰਤਦਿਆਂ
ਅੱਧੇ ਕੋਹ ਦਾ ਪੈਂਡਾ ਯੂਰਪ ਤੀਕ ਲਮੇਰਾ ਹੋ ਜਾਂਦਾ
ਰਾਹ 'ਚ ਪੈਂਦੇ ਸਿਵੇ 'ਚ ਉੱਗੀਆਂ
ਸਵਾਲੀਆ ਨਿਸ਼ਾਨ ਵਰਗੀਆਂ ਕਿੱਕਰਾਂ
ਤਾਰੇ ਨੂੰ ਅੱਡੀਆਂ ਚੁੱਕ-ਚੁੱਕ ਘੂਰਦੀਆਂ
ਖੜਸੁੱਕਾ ਆਗ ਬਾਲਣ ਹੋਣਾ ਲੋਚਦਾ
ਚਿੜੀਆਂ ਦੀ ਦਿਲਗੀਰ ਧੁਨੀ ਦੇ ਭਾਰ ਨਾਲ
ਟਾਹਲੀ ਨਿਭਦੀ
ਮਨੋਂ-ਮਨੀਂ ਸਿਵਾ ਮਘਦਾ

ਬਰਫ਼ 'ਚ ਉੱਗੇ ਅਮਲਤਾਸ/25

ਹਜ਼ਾਰਾਂ ਵਿੱਛੜੀਆਂ ਰੂਹਾਂ ਦੇ ਅੰਤਿਮ ਸੰਸਕਾਰ ਲਈ
ਜੋ ਜੰਗ ਮੁੱਕਣ ਤੋਂ ਬਾਦ ਵੀ ਵਤਨੀਂ ਨਾ ਪਰਤੀਆਂ

ਰਹਿਰਾਸ ਮੁੱਕਦਿਆਂ
ਪਿੰਡ ਸੌਂ ਜਾਂਦਾ
ਤਾਰੇ ਫ਼ੌਜੀ ਨੂੰ ਨੀਂਦ ਨਾ ਅਹੁੜਦੀ
ਉਹ ਰਾਤੋ ਰਾਤ
ਤੀਜੇ ਸੰਸਾਰ-ਯੁੱਧ ਨੂੰ ਰੋਕਣ ਲਈ
ਸੀਰੀਆ ਤੇ ਇਰਾਕ ਹੁੰਦਾ ਹੋਇਆ
ਇਜ਼ਰਾਈਲ ਪਹੁੰਚ ਜਾਂਦਾ

ਤਰੱਕੀਆਂ-ਸ਼ਰੱਕੀਆਂ

ਪਿਤਾ ਜੀ ਦੀ ਬਦਲੀ ਦੂਰ ਦੀ ਹੋ ਗਈ। ਘਰ ਜਮਾ ਹੀ ਬੇਰੌਣਕਾ ਜਿਹਾ ਹੋ ਗਿਆ। ਉਹ ਦੋ ਹਫ਼ਤੀਂ ਆਉਂਦੇ ਤਾਂ ਮੈਂ ਤੇ ਨਿੱਕਾ ਸ਼ੁੱਕਰਵਾਰ ਸ਼ਾਮ ਨੂੰ ਬੱਸ ਅੱਡੇ 'ਤੇ ਜਾ ਕੇ ਖੜ੍ਹੋ ਜਾਂਦੇ। ਕਈ ਵਾਰ ਆਖ਼ਰੀ ਬੱਸ ਵੀ ਖ਼ਾਲੀ ਲੰਘ ਜਾਂਦੀ ਤਾਂ ਅਸੀਂ ਉਦਾਸ ਘਰ ਪਰਤਦੇ ਅਤੇ ਡੁਸਕਦੇ-ਡੁਸਕਦੇ ਸੌਂ ਜਾਂਦੇ। ਮਾਂ ਦੇਰ ਰਾਤ ਤੱਕ ਮੋਹ ਦੇ ਬੰਬਲ ਵੱਟਦੀ ਜਾਂ ਸਿਲਾਈਆਂ ਨਾਲ ਸਾਡੇ ਸੁਫ਼ਨੇ ਬੁਣਦੀ ਰਹਿੰਦੀ। ਜਾਂ ਸ਼ਾਇਦ ਸੋਚਦੀ ਕਿ ਆਖ਼ਰੀ ਬੱਸ ਤੋਂ ਬਾਦ ਵੀ ਇੱਕ ਬੱਸ ਹੁੰਦੀ ਹੈ। ਸਵੇਰੇ ਉੱਠਦਿਆਂ ਪਤਾ ਲੱਗਦਾ ਕਿ ਪਿਤਾ ਜੀ ਦੀ ਲੁਧਿਆਣੇ ਤੋਂ ਆਖ਼ਰੀ ਬੱਸ ਲੰਘ ਗਈ ਸੀ ਪਰ ਉਹ ਦੇਰ ਰਾਤ ਇੱਕ ਟੈਂਪੂ 'ਚ ਬਹਿ ਕੇ ਘਰ ਪਹੁੰਚ ਗਏ। ਘਰ ਦੀ ਫ਼ਿਜ਼ਾ 'ਚ ਰੌਣਕ ਪਰਤ ਆਉਂਦੀ। ਸਾਡੇ ਹੌਸਲੇ ਬੁਲੰਦ ਹੋ ਜਾਂਦੇ। ਪਰ ਵੀਕ-ਐਂਡ ਮੁੱਕਣ ਤੋਂ ਪਹਿਲਾਂ ਹੀ ਉਨ੍ਹਾਂ ਦੇ ਚਲੇ ਜਾਣ ਬਾਦ ਘਰ ਮੁੜ ਉਦਾਸ ਹੋ ਜਾਂਦਾ।

ਫੇਰ ਸ਼ੁਰੂ ਹੋਈ ਤਰੱਕੀ! ਚਿੱਤਰਹਾਰ ਅਤੇ ਫ਼ੀਚਰ ਫ਼ਿਲਮ ਵਾਲੇ ਦਿਨ ਹਾਕੀ ਦਾ ਮੈਦਾਨ ਭਾਂ-ਭਾਂ ਕਰਦਾ। ਦੁਬਈ ਮਸਕਟ ਦੇ ਟੇਪ ਰਿਕਾਰਡਾਂ ਨੇ ਗਲੀ ਮੁਹੱਲੇ ਦੀ ਭਾਸ਼ਾ ਦੇ ਮੂੰਹ 'ਚ ਤੁੰਨ-ਤੁੰਨ ਕੇ ਬੇਸ਼ਰਮੀ ਭਰੀ। ਵੀ. ਸੀ. ਆਰਾਂ ਅਤੇ ਉਸ ਤੋਂ ਬਾਦ ਆਈ ਕੇਬਲ ਨੇ ਸਾਡੇ ਕਿਰਦਾਰ ਅਤੇ ਚਰਿੱਤਰ ਨੂੰ ਨਵੀਂ, ਪਰ ਨੀਵੀਂ ਪਰਿਭਾਸ਼ਾ ਦਿੱਤੀ। ਮੇਰੀਆਂ ਅੱਖਾਂ ਦਾ ਅਧਿਕ ਕੋਣ ਸੁੰਗੜਦਾ-ਸੁੰਗੜਦਾ ਨਿਊਨ ਕੋਣ ਹੋਣ ਲੱਗਾ। ਐਸੀ ਤਰੱਕੀ ਸ਼ੁਰੂ ਹੋਈ ਕਿ ਮੈਂ ਹੁਣ ਜਾਗਦਾ-ਜਾਗਦਾ ਵੀ ਸੌਂ ਸਕਦਾ ਸਾਂ ਅਤੇ ਸੁੱਤਾ-ਸੁੱਤਾ

ਜਾਗਿਆ ਰਹਿ ਸਕਦਾ ਸਾਂ। ਤਰਕ ਨਾਲ ਸੂਰਜ ਦੀ ਲੋਅ ਨੂੰ ਹਨ੍ਹੇਰਾ ਅਤੇ ਹਨ੍ਹੇਰੇ ਨੂੰ ਸੂਰਜ ਗਰਦਾਨ ਸਕਦਾ ਸਾਂ...

ਘਰ ਦੀ ਚੱਠ
ਤੋਹਫ਼ਿਆਂ ਦਾ ਢੇਰ,
ਸ਼ੁਭਕਾਮਨਾਵਾਂ ਘੱਟ

ਭਰੀ ਭੋਜਨਾਂ ਥਾਲੀ
ਪ੍ਰਾਹੁਣਾ ਆਫਰਿਆ
ਸੀਰੀ ਦਾ ਢਿੱਡ ਖ਼ਾਲੀ

ਬੱਸ ਦਾ ਕਰਾਇਆ
ਕੰਡਕਟਰ ਦੀ ਬੋਤਲ
ਬੇਬੇ ਦਾ ਬਕਾਇਆ

ਬੱਸ ਮਾਰੇ ਝਟਕੇ
ਵਿੱਚ ਬਾਰੀ ਦੇ
ਬਾਪੂ ਲਟਕੇ

ਕਾਰ ਤੇਜ਼ ਰਫ਼ਤਾਰ
ਆਖ਼ਰੀ ਵਾਰੀ ਲੰਘੀ
ਕਾਟੋ ਸੜਕੋਂ ਪਾਰ

ਬੁੱਕਲ਼ ਮੂੰਹ ਲਕੋਇਆ
ਥੱਕਾ ਟੁੱਟਾ ਸੀਰੀ
ਸੁਫ਼ਨੋ-ਸੁਫ਼ਨੀਂ ਹੋਇਆ

ਜੰਞ-ਘਰ ਅੱਗੋਂ ਲੰਘ
ਬਰਾਤ ਜਾ ਰਹੀ
ਮੈਰਿਜ ਪੈਲਿਸ ਵੱਲ

ਗੰਨਿਆਂ ਲੱਦੀ ਟਰਾਲੀ
ਰੋਕਣ ਵਾਲ਼ਾ ਇੱਕ
ਧੂਹਣ ਵਾਲ਼ੇ ਚਾਲੀ

ਗਾਲ਼

ਬਜ਼ੁਰਗਾ ਨੇ ਕੱਢੀ ਗਾਲ਼
ਤਾਂ ਨਿੱਕੂ ਨੇ ਸੁਣੀ
ਨਿੱਕੂ ਨੇ ਕੱਢੀ ਗਾਲ਼
ਤਾਂ ਸਕੂਲ ਨੇ ਸੁਣੀ
ਸਕੂਲ ਨੇ ਕੱਢੀ ਗਾਲ਼
ਤਾਂ ਝੱਖੜ ਨੇ ਸੁਣੀ
ਝੱਖੜ ਨੇ ਕੱਢੀ ਗਾਲ਼
ਤਾਂ ਲੀਰੋ-ਲੀਰ ਹੋ ਗਿਆ
ਸ਼ਬਦ-ਕੋਸ਼

ਜੋੜਾ-ਜਾਮਾ ਤੇ ਪਜਾਮਾ

ਤਰੱਕੀ ਕਿਸ ਸ਼ੈਅ ਦਾ ਨਾਂ ਹੈ ਭਲਾਂ? ਇਹ ਕਿਹੜਾ ਪਾਣੀ ਨਾਲ ਚੱਲਦੀ ਐ। ਇਹਨੂੰ ਅੱਗੇ ਵਧਣ ਲਈ ਢਿੱਡ ਤਾਂ ਭਰਨਾ ਈ ਪੈਂਦਾ। ਉਂਝ ਇਹਦਾ ਹਾਜ਼ਮਾ ਹੈ ਬਹੁਤ ਤਿੱਖਾ। ਸਾਨੂੰ ਮਿੱਠੀ ਗੋਲੀ ਦੇ ਕੇ ਇਹ ਖੇਤੀ ਦੇ ਸਾਰੇ ਸੰਦ ਖਾ ਗਈ। ਹਰਲ-ਹਰਲ ਕਰਦੀ ਇਸ ਤਰੱਕੀ ਨੇ ਸਾਕ ਸਕੀਰੀ, ਕੁੜਮਚਾਰੀ ਸਭ ਸੁਆ ਦਿੱਤੇ, ਯਾਰੀਆਂ ਉਧੇੜ ਤੀਆਂ ਤੇ ਸਾਡੇ ਢੱਗਰਾਂ ਨੂੰ ਖੁੰਢੋਂ ਖੋਲ ਕੇ ਫਫੇਕੁੱਟਣੀਆਂ ਫੈਕਟਰੀਆਂ 'ਚ ਲੈ ਗਈ। ਸਾਡੀ ਲੱਸੀ ਆਪ ਚੀਂਡ ਲਾ ਕੇ ਪੀ ਗਈ ਤੇ ਸਾਨੂੰ ਸੋਢਿਆਂ ਦੇ ਵੱਸ ਕਰ ਦਿੱਤਾ। ਅਸੀਂ ਵੀ ਇਹਦੇ ਢਾਲੜਿਆਂ ਨਾਲ ਚੋਪੜੇ ਗਏ। ਮੋਹ ਦੀਆਂ ਤੰਦਾਂ ਤੋੜ ਕਿ ਇਹਨੇ ਸਾਨੂੰ ਬਿਗਾਨੇ ਮੁਲਕਾਂ 'ਚ ਵਸਣ ਦੀ ਲਤ ਲਾਈ। ਕਹਿੰਦੀ ਕਿ ਚਲੋ... ਤੁਹਾਡਾ ਬੇਵਜ੍ਹਾ ਦੀਆਂ ਮੁਲਾਹਜ਼ੇ ਦਾਰੀਆਂ ਤੋਂ ਖਹਿੜਾ ਛੁੱਟਿਆ, ਐਸ਼ ਕਰੋ। ਐਸ਼ ਕਰਾਉਂਦੀ ਨੇ ਸਾਡੇ ਲੀੜੇ-ਲੱਤੇ ਵੀ ਲੁਹਾ ਦਿੱਤੇ ਤੇ ਸ਼ਰਮ ਹਜਾ ਵੀ ਕੀਲੀ ਟੰਗਾ ਛੱਡੀ। ਪਰ ਪਿੱਛਾ ਕਿੱਥੇ ਭੁੱਲਦਾ...! ਕਦੇ ਭੋਰਾ ਕੁ ਠੰਢ ਪਵੇ ਤਾਂ ਅੱਖਾਂ ਮੂਹਰੇ ਆ ਜਾਂਦੇ ਨੇ ਬੇਬੇ ਦਾ ਸੰਦੂਕ ਤੇ ਉਸ 'ਚ ਪਈਆਂ ਹੱਥ-ਬੁਣਤ ਦਰੀਆਂ- ਖੇਸੀਆਂ, ਆਏ ਗਏ ਲਈ ਸਾਂਭੀਆਂ

ਰਜਾਈਆਂ-ਤਲਾਈਆਂ, ਖੇਸ, ਕੋਰਾ ਲੱਠਾ, ਜੋੜਾ-ਜਾਮਾ ਤੇ ਪਜਾਮਾ...

ਇੱਕ ਪਜਾਮਾ ਫਾਂਟਾਂ ਵਾਲ਼ਾ, ਇੱਕ ਪਜਾਮਾ ਸਿਲਕੀ
ਇੱਕ ਪਜਾਮਾ ਪਤਲੇ ਲੱਕ 'ਤੇ, ਪਲ-ਪਲ ਜਾਵੇ ਢਿਲਕੀ

ਇੱਕ ਪਜਾਮਾ ਲੈਣ-ਦੇਣ ਦਾ, ਬੇਬੇ ਘੁੱਟ ਲੁਕੋਇਆ
ਇੱਕ ਪਜਾਮਾ ਸੁਫਨੇ ਲੈਂਦਾ, ਅਣਸੀਤਾ ਹੀ ਮੋਇਆ

ਇੱਕ ਪਜਾਮਾ ਕੁੜਤੇ ਬਾਝੋਂ, ਹੋਇਆ ਕੱਲਮ-ਕੱਲਾ
ਇੱਕ ਪਜਾਮਾ ਦਰਜ਼ੀ ਸੀਤਾ, ਮੇਰੇ ਵਾਂਗਰ ਝੱਲਾ

ਇੱਕ ਪਜਾਮਾ ਮਸਾਂ ਹੀ ਮਿਲ਼ਿਆ, ਬਾਪੂ ਅੱਗੇ ਰੋ ਕੇ
ਓਹੀ ਪਜਾਮਾ ਨਿਕਰ ਬਣ ਗਿਆ, ਪਹਿਲੀ ਵਾਰੀ ਧੋ ਕੇ

ਇੱਕ ਪਜਾਮਾ ਸੰਦੂਕ 'ਚ ਰੁਲ਼ਿਆ, ਪਹਿਨਣ ਬਾਝ ਵਿਹੂਣਾ
ਇੱਕ ਪਜਾਮਾ ਗੁੰਮਸੁੰਮ ਹੋਇਆ, ਵੇਖ ਜੀਨ ਪਤਲੂਨਾਂ

ਇੱਕ ਪਜਾਮਾ ਸੀਰੀ ਪਾ ਕੇ, ਮਿੱਟੀ ਸੋਨਾ ਕਰਦਾ
ਇੱਕ ਪਜਾਮਾ ਵਿਗੜੇ ਸਾਧ ਦੇ, ਚੋਲੇ ਵਾਂਗਰ ਭਰਦਾ

ਇੱਕ ਪਜਾਮਾ ਸੰਬਰ-ਸੰਬਰ ਕੇ, ਕੂੜਾ 'ਕੱਠਾ ਕਰਦਾ
ਇੱਕ ਪਜਾਮਾ ਕੱਢਾ ਰਹਿ ਗਿਆ, ਮਹਿੰਗਾਈ ਤੋਂ ਡਰਦਾ

ਇੱਕ ਪਜਾਮਾ ਪਹਿਨ ਸੀ ਟਹੁਰੀ, ਮੇਲੇ ਵੇਖਣ ਜਾਂਦਾ
ਇੱਕ ਪਜਾਮਾ ਨਵੀਂ ਸਦੀ ਦਾ, ਗੁਆਂਢ ਤੋਂ ਵੀ ਸ਼ਰਮਾਉਂਦਾ

ਇੱਕ ਪਜਾਮਾ ਟਾਕੀਆਂ ਵਾਲਾ, ਕੁਨਬੇ ਦਾ ਨੰਗ ਢਕਦਾ
ਇਹ ਪਜਾਮਾ ਡੇਢ ਲੱਤ ਦਾ, ਫੌਹੜੀਆਂ ਨਾਲ਼ ਲਟਕਦਾ

ਇੱਕ ਪਜਾਮਾ ਐਸਾ ਮਿਲਜੇ, ਮੁੜ ਨਿੱਕੂ ਬਣ-ਬਣ ਜੀਵਾਂ
ਇੱਕ ਪਜਾਮਾ ਪਹਿਨ ਸਬਰ ਦੀਆਂ, ਘੁੱਟਾਂ ਭਰ-ਭਰ ਪੀਵਾਂ

ਏਸ ਪਜਾਮੇ ਵੀ ਬੁਦ ਜਾਣਾ, ਜੋ ਆਇਆ ਸੋ ਜਾਸੀ
ਸਹਜ ਹੰਢਾਈਏ ਦੁਖ-ਸੁਖ ਗਾਈਏ, ਹੋਵੇ ਜਿੰਦ ਵਿਗਾਸੀ

ਵੀਜ਼ੇ ਦੇ ਰੰਗ

ਫਿਰ ਪੰਜਾਬੀਆਂ ਦੀਆਂ ਫਲਾਈਟਾਂ ਚੜ੍ਹੀਆਂ ਤੇ ਕਰਜ਼ੇ ਚੜ੍ਹੇ! ਫਲਾਈਟਾਂ ਉੱਤਰੀਆਂ ਤਾਂ ਕਰਜ਼ੇ ਉੱਤਰੇ। ਕੋਠੇ ਕੱਚਿਆਂ ਤੋਂ ਪੱਕੇ ਹੋ ਗਏ। ਛੰਨਾਂ, ਬਾਲੇ ਅਤੇ ਸ਼ਤੀਰੀਆਂ ਤੋ ਗਾਡਰ ਅਤੇ ਗਾਡਰਾਂ ਤੋਂ ਲੈਂਟਰਾਂ ਤੱਕ ਪਹੁੰਚਦਿਆਂ ਪਹੁੰਚਦਿਆਂ ਪਰਿਵਾਰਕ ਵੀਜ਼ਿਆਂ ਦੀ ਰੁੱਤ ਆਈ। ਆਵਾਸ ਤੇ ਪਰਵਾਸ ਦੇ ਨਾਲ-ਨਾਲ ਤੁਰਦੇ ਰਹੇ ਵਿਵਹਾਰ, ਨੁਸਖ਼ੇ, ਭੁਸ, ਸ਼ੌਕ, ਆਦਿਕ, ਆਦਿਕ! ਕਨੇਡਾ ਦੀ ਪਾਰਲੀਮੈਂਟ 'ਚ ਭੰਗੜੇ ਗਿੱਧਿਆਂ ਨੇ ਧਮਾਲ ਪਾਈ। ਇੱਧਰ ਨਵੀਂ ਕੋਠੀ ਮਾਣਨ ਦਾ ਮਾਣ ਯੂ.ਪੀ. ਬਿਹਾਰ ਦੇ ਪਰਵਾਸੀ ਨੂੰ ਹਾਸਲ ਹੋਇਆ। ਬੰਬੀਆਂ 'ਤੇ ਮੋਟਰਾਂ ਦੇ ਕੋਠਿਆਂ ਨੂੰ ਨਵੀਂਆਂ ਸੁਰਾਂ ਤੇ ਨਵੇਂ ਗੀਤ ਮਿਲੇ। ਸ਼ਹਿਰਾਂ 'ਚ ਰੇੜੀਆਂ ਦੇ ਹੋਕੇ ਦਾ ਰਾਗ਼ ਬਦਲਿਆ। ਚੌਲਾਂ ਦੀ ਲਾਗਤ ਵਧੀ। ਬਾਪੂ ਭੋਰਾ ਕੁ ਰਿਟਾਇਰ ਹੋਇਆ।

ਪਾਨ ਦੀ ਪਿਚਕਾਰੀ
ਸ਼ਹਿਰ ਜਲੰਧਰ
ਇਸ਼ਟਾਇਲ ਬਿਹਾਰੀ

ਬੈਠਾ ਬਾਰਬਰ ਸ਼ਾਪ
ਮੈਂ ਪੜ੍ਹਾਂ ਅਖ਼ਬਾਰ
ਖ਼ਬਰ: "ਭਈਆ ਬਣਿਆ ਪਾਠੀ"

ਵੰਡ-ਵੰਡਈਏ

ਮੈਂ ਭੱਠੇ ਦੀ ਤਪਸ਼ ਹੰਢਾ ਕੇ ਜੰਮੀ ਅਤਿ ਕਠੋਰ ਇੱਟ ਹਾਂ। ਕਦੇ ਲਹੂ ਨਾਲ ਚਿਣੀ ਬੇਰਹਿਮ ਨੀਂਹ ਬਣੀ ਸਾਂ। ਮੇਰਾ ਚਿੱਤ ਕਰੇ ਤਾਂ ਮੈਂ ਮਹੱਲ ਉਸਾਰ ਦਿਆਂ ਜਾਂ ਕਿਸੇ ਅਜ਼ਾਦੀ ਘੁਲਾਟੀਏ ਦੇ ਬੁੱਤ ਘਾੜੇ ਹੱਥੋਂ ਛਿੱਲੀ ਜਾਵਾਂ। ਚਿੱਤ ਕਰੇ ਤਾਂ ਸਿਰਾਂ 'ਤੇ ਮਾਂ

ਬਰਫ਼ 'ਚ ਉੱਗੇ ਅਮਲਤਾਸ/30

ਵਰਗੀ ਛੱਤ ਬਣਾਂ ਜਾਂ ਬੇਘਰਿਆਂ ਲਈ ਧਰਮਸਾਲ।   ਪਰ ਵਿਗੜ ਜਾਵਾਂ ਤਾਂ ਕੌਮਾਂ ਦੋ-ਫਾੜ ਕਰ ਦਿਆਂ। ਨਸਲੀ ਜੰਗਾਂ ਛੇੜ ਦਿਆਂ।

ਅੱਜ ਖੋਤੇ ਦੀ ਪਿੱਠ 'ਤੇ ਚੜੂ ਕੇ ਤੁਹਾਡੇ ਘਰ ਦਾ ਫੈਸਲਾ ਕਰਾਉਣ ਆਈ ਹਾਂ। ਕੀ ਰੋਜ਼-ਰੋਜ਼ ਦਾ ਟਾਂਟਾ ਲਾਈ ਰੱਖਿਆ ਤੁਸੀਂ ਸਾਰੇ ਟੱਬਰ ਨੇ ਸਵੇਰ-ਸ਼ਾਮ ਇਹਦੀ ਜੁੱਤੀ ਉਹਦੇ ਸਿਰ। ਸੁਣਿਐ, ਗੁਆਂਢੀ ਵੀ ਘਰ ਛੱਡ ਕੇ ਭੱਜ ਰਹੇ ਨੇ।   ਤੁਹਾਡੇ ਝਗੜ-ਝਗੋਲਾਂ ਨੂੰ ਵੇਖਿਓ ਹੁਣ ਮੈਂ ਕਿਵੇਂ ਨੱਥ ਪਾਉਂਦੀ ਆਂ। ਮਿਸਤਰੀ ਦੇ ਗੁਣੀਏ 'ਚ ਪਾ ਕੇ ਅੱਜ ਕੱਢੂੰ ਤੁਹਾਡੇ ਸਾਰੇ ਲਾਣੇ ਦੇ ਵਲ-ਛਲ। ਨਾਲੇ ਘਰੇਲੂ ਕਲੇਸ ਦੇ ਗਾਰੇ ਦੀ ਚਿਣਾਈ ਨਾਲ ਮੈਂ ਸਾਲਾਂ ਤੋਂ ਸਦੀਆਂ ਜੋੜੀ ਹੋ ਜਾਂਦੀ ਹਾਂ। ਵੈਸੇ ਵੀ ਹਰ ਕੰਮ ਗਰੰਟੀ ਨਾਲ ਕਰੀਦਾ।

ਲਓ ਵੇਖੋ! ਪੁੱਤ ਤਾਂ ਇੱਕ ਦੂਜੇ ਨੂੰ ਵੱਢਣ-ਟੁੱਕਣ 'ਤੇ ਆਏ ਨੇ ਪਰ ਬੁੱਢਾ ਤਰਲੇ ਕੱਢੀ ਜਾਂਦਾ, "ਉਏ ਮੁੰਡਿਓ, ਮੇਰੇ ਜਿਉਂਦੇ ਜੀ ਘਰਾਂ ਦੇ ਘੁਰਨੇ ਨਾ ਬਣਾਓ। ਧੁੱਪਾਂ ਹਵਾਵਾਂ ਨਹੀਂ ਵੰਡੀਦੀਆਂ।ਇਹ ਵੀ ਤਾਂ ਕੰਧਾਂ ਹੀ ਨੇ ਜੋ ਕਦੇ ਸ਼ਗਨਾਂ ਨਾਲ ਬਣਾਈਆਂ ਸਨ, ਜਦੋਂ ਤੁਸੀਂ ਅਜੇ ਦੁੱਧ ਚੁੰਘਦੇ ਸੀ। ਕੱਚੀਆਂ ਹੋ ਕੇ ਵੀ ਸਦਾ ਸਾਡੇ ਪਰਦੇ ਹੀ ਕੱਜਦੀਆਂ ਰਹੀਆਂ। ਘਰ 'ਚ ਨਾ ਵਾੜੋ ਇਸ ਕੁਪੱਤੀ ਇੱਟ ਨੂੰ, ਮੁੰਡਿਓ! ਇਤਫ਼ਾਕ ਨਾ ਤੋੜੋ"

ਉਏ ਬੁੱਢਿਆ, ਮੈਂ ਤਾਂ ਮੁਲਖ ਵੰਡ ਛੱਡੇ, ਤੇਰਾ ਘਰ ਕੀ ਚੀਜ਼ ਹੈ? ਤੂੰ ਸਾਂਝ ਦੀਆਂ ਟੰਗਾਂ ਨਾ ਅੜਾ ਏਸ ਉਮਰੇ। ਜਿਹੜਾ ਟੱਬਰ ਮਿੰਟ-ਮਿੰਟ ਬਾਦ ਆਪੇ 'ਚ ਛਿੱਤਰ ਪਤਾਣ ਤੇ ਗਾਲੀ-ਗਲੋਚ ਹੁੰਦਾ ਸੀ ਵੇਖ, ਕਿਵੇਂ ਇੱਕ ਸੁਰ ਹੋ ਕੇ ਮੇਰੇ ਸੱਜੇ-ਖੱਬੇ ਖਲੋਤਾ ਏ। ਮੇਰੀ ਵਿਉਂਤ ਨਾਲ ਪੂਰੀ ਤਰ੍ਹਾਂ ਸਹਿਮਤ ਨੇ ਤੇਰੇ ਪਿਆਰੇ ਦਾਰਾ ਸ਼ਿਕੋਹ ਤੇ ਔਰੰਗਜ਼ੇਬ। ਤੂੰ ਆਪਣਾ ਡੰਡੀ-ਡੋਰਾ ਚੁੱਕ ਤੇ ਹਵੇਲੀ 'ਚ ਡੰਗਰਾਂ ਵਾਲੀ ਛੰਨ 'ਚ ਅਰਾਮ ਫ਼ਰਮਾ। ਜਾਹ ਪਰਾਂ ਲੰਭੇ ਹੋ। ਵੱਡਾ ਤਾਜ਼ਮਹੱਲ ਲਈ ਫਿਰਦਾ।

ਪੁੱਤਾਂ ਕੱਢੀ ਕੰਧ
ਬੇਬੇ ਬਾਪੂ ਦਾ
ਲੰਮਾ ਹੋ ਗਿਆ ਪੰਧ

"ਹੋਣਹਾਰ" ਪੁੱਤ ਨੂੰਹਾਂ ਬੇਬੇ ਬਾਪੂ ਦਾ ਨਿਕ-ਸੁਕ ਚੁੱਕ ਕੇ ਹਵੇਲੀ ਪੁਚਾ ਦਿੰਦੇ ਹਨ। ਸੂਰਜ ਰਾਤ ਓਹਲੇ ਮੂੰਹ ਲੁਕਾ ਲੈਂਦਾ ਹੈ। ਹਵੇਲੀ 'ਚੋਂ ਅਵਾਜ਼ ਆਉਂਦੀ ਹੈ...

ਵਿਹੜੇ ਵਿਚ ਉੱਗੀਏ ਕੰਧੇ ਨੀ
ਤੇਰੇ ਨੈਣ ਨਕਸ਼ ਜਿਉਂ ਕੰਡੇ ਨੀ
ਤੂੰ ਵੰਡਾਂ ਪਾਉਣੋਂ ਥੱਕਦੀ ਨਾ
ਤੂੰ ਖੜੀ ਖੜੋਤੀ ਅੱਕਦੀ ਨਾ
ਬਰਲਿਨ ਵਾਲ ਜਿਉਂ ਢਹਿ ਜਾ ਨੀ
ਜਾਂ ਰਤਾ ਕੁ ਭਰ ਲਈ ਬਹਿ ਜਾ ਨੀ
ਉਂਜ ਵੈਸੇ ਵੀ ਅੱਜ ਸੰਡੇ ਨੀ
ਵਿਹੜੇ ਵਿਚ ਉੱਗੀਏ ਕੰਧੇ ਨੀ ....

ਝੱਟ ਦਿਲੀਂ ਦਿਮਾਗੀਂ ਵੜ ਜਾਂਦੀ
ਵਿੱਚ ਵਾਂਗ ਹਿਮਾਲਾ ਖੜੁ ਜਾਂਦੀ
ਭਲਾ ਕੀ ਲੱਗਦੀ ਏਂ ਆਰੇ ਦੀ
ਤੈਨੂੰ ਲੋੜ ਨਾ ਇੱਟਾਂ ਗਾਰੇ ਦੀ
ਤੂੰ ਧੁੱਪਾਂ ਛਾਂਵਾਂ ਵੰਡੇ ਨੀ
ਵਿਹੜੇ ਵਿਚ ਉੱਗੀਏ ਕੰਧੇ ਨੀ ....

ਕਦੇ ਚਮਕ ਮਾਰਦੀ ਧਰਮਾਂ ਦੀ
ਕਦੇ ਧੌਂਸ ਪੁਰਾਣੇ ਕਰਮਾਂ ਦੀ
ਕਿਤੇ ਮੁਲਕਾਂ ਦੇ ਵਿਚ ਵਾੜ ਬਣੀ
ਕੰਡਿਆਲੀ ਨਫ਼ਰਤ ਚਾੜੂ ਬਣੀ
ਸਭ ਇੱਕ ਆਲਮ ਦੇ ਬੰਦੇ ਨੀ
ਵਿਹੜੇ ਵਿਚ ਉੱਗੀਏ ਕੰਧੇ ਨੀ ....

ਕਦੇ ਸ਼ੀਸ਼ੇ ਜੀਕਣ ਤਣ ਜਾਂਦੀ
ਕਦੇ ਨਿੱਕੀਆਂ ਜਿੰਦਾਂ ਚਿਣ ਜਾਂਦੀ
ਨੀ ਗੋਲੀਏ ਖ਼ਾਨ ਵਜ਼ੀਰ ਦੀਏ
ਨੀ ਅੰਦਰੋਂ ਮਰੀ ਜ਼ਮੀਰ ਦੀਏ
ਥੁੱਕ ਅਲਹਿਦਗੀਆਂ ਦੇ ਧੰਦੇ ਨੀ
ਵਿਹੜੇ ਵਿਚ ਉੱਗੀਏ ਕੰਧੇ ਨੀ ....

ਬਰਫ਼ 'ਚ ਉੱਗੇ ਅਮਲਤਾਸ/32

ਕਿਤੇ ਸ਼ਾਮਲਾਟ ਵਿਚ ਖਰ ਜਾਂਦੀ

ਕਦੇ ਲੋਕ ਸਭਾ ਵਿਚ ਅੜ ਜਾਂਦੀ

ਪੰਜ-ਆਬਾਂ ਵਿਚ ਲਕੀਰ ਬਣੀ

ਕਦੇ ਸਾਜਿਸ਼-ਏ-ਕਸ਼ਮੀਰ ਬਣੀ

ਤੇਰੇ ਖੁੰਢੇ ਹੋ ਜਾਣ ਦੰਦੇ ਨੀ

ਵਿਹੜੇ ਵਿਚ ਉੱਗੀਏ ਕੰਧੇ ਨੀ ....

ਸਭ ਇੱਟ-ਖੜੱਕੇ ਬੰਦ ਕਰ ਦੇ

ਉਲਫਤ, ਨੀਂਹਾਂ ਵਿੱਚ ਭਰ ਦੇ

ਆਹ ਲੀਕਾਂ-ਲੂਕਾਂ ਢਾਹ ਛੱਡ ਤੂੰ

ਇਹ ਲੰਬੀ ਰਾਤ ਮੁਕਾ ਛੱਡ ਤੂੰ

'ਨੇਰ੍ਹੇ ਨੂੰ ਲਾ ਦੇ ਜੰਦੇ ਨੀ

ਵਿਹੜੇ ਵਿਚ ਉੱਗੀਏ ਕੰਧੇ ਨੀ

ਤੇਰੇ ਨੈਣ ਨਕਸ਼ ਜਿਉਂ ਕੰਡੇ ਨੀ

ਗੁਰਦੁਆਰੇ ਤੋਂ ਆਉਂਦੀ ਰਹਿਰਾਸ ਦੀ ਧੁਨੀ ਨਵ-ਜੰਮੀ ਕੰਧ ਨਾਲ ਟਕਰਾ ਕੇ ਮੱਧਮ ਪੈ ਜਾਂਦੀ ਹੈ। ਮੀਹਾਂ ਦੇ ਪਾਣੀ ਨੂੰ ਨਵੇਂ ਰਾਹ ਬਣਾਉਣੇ ਪੈਂਦੇ ਹਨ। ਘਰਾਂ ਦੇ ਇਰਦ-ਗਿਰਦ ਵੱਸਦੇ ਕੁੱਤੇ, ਬਿੱਲੀਆਂ, ਕਾਂਵਾਂ, ਚਿੜੀਆਂ, ਆਦਿ, ਲਈ ਵੀ ਇਹ ਵੰਡ ਕੋਈ ਆਮ ਘਟਨਾ ਨਹੀਂ ਹੁੰਦੀ। ਵੰਡ ਦੇ ਬਹਾਨੇ ਬਜ਼ੁਰਗ ਬਿਰਖ ਵੱਢੇ-ਟੁੱਕੇ ਜਾਂਦੇ ਹਨ। ਗ਼ਮਗੀਨ ਜੁਆਕਾਂ ਨੂੰ ਵੇਖ ਜਾਮਣ ਅਤੇ ਸ਼ਹਿਤੂਤ ਵੀ ਕੁਸੈਲੇ ਹੋ ਜਾਂਦੇ ਹਨ। ਉਚਾਟ ਹੋਈ ਧਰੇਕ ਦੀ ਲੱਕੜ ਬੁਦਬੁਦੀ ਹੋ ਜਾਂਦੀ ਹੈ। ਮਨਹੂਸ ਕੰਧ ਦੀਆਂ ਹਰਕਤਾਂ ਵੇਖ ਪਰਦੇ ਕੱਜਦੀਆਂ ਪੁਰਾਣੀਆਂ ਕੰਧਾਂ ਡੂੰਘੇ ਸੰਤਾਪ 'ਚ ਡੁੱਬ ਜਾਂਦੀਆਂ ਹਨ। ਤਾਈਆਂ-ਚਾਚੀਆਂ ਦੀਆਂ ਰਸੋਈਆਂ 'ਚ ਖਾਣ-ਪੀਣ ਨੂੰ ਗਿੱਝੇ ਨਿਆਣੇ ਗੁੰਮ-ਸੁੰਮ ਹੋ ਜਾਂਦੇ ਹਨ। ਵਡੇਰਿਆਂ ਦੀਆਂ ਨਿਸ਼ਾਨੀਆਂ ਜਿਵੇਂ ਭਾਂਡੇ, ਸੰਦ, ਦਰੀਆਂ, ਤਸਵੀਰਾਂ, ਆਦਿ, ਆਪੋ-ਧਾਪ ਦੀ ਭੀੜ 'ਚ ਖਿੰਡਰ-ਪੁੰਡਰ ਜਾਂਦੀਆਂ ਹਨ ਜਾਂ ਕਬਾੜੀਆਂ ਦੀ ਭੇਟ ਚੜ੍ਹ ਜਾਂਦੀਆਂ ਹਨ। ਨਲਕੇ ਦਾ ਉਦਾਸ ਪਾਣੀ ਡੂੰਘਾ ਲਹਿ ਜਾਂਦਾ ਹੈ। ਹਿੱਸਿਆਂ ਦੇ ਜਮ੍ਹਾਂ-ਘਟਾਅ 'ਚ ਭੱਠੀ ਦੀ ਸਾਂਝ ਸੜ ਜਾਂਦੀ ਹੈ। ਆਂਢ ਗੁਆਂਢ ਦੀ ਜੀਭ

ਚਗਲ਼-ਚਗਲ਼ ਚਟਕਾਰੇ ਲੈਂਦੀ ਹੈ। ਉਨ੍ਹਾਂ ਵੱਲੋਂ ਗੱਡੇ ਨਵੇਂ ਫਾਨਿਆਂ 'ਚੋਂ ਨਵੀਆਂ ਸਮੀਕਰਨਾਂ ਜਨਮ ਲੈਂਦੀਆਂ ਹਨ। ਭੈਣਾਂ ਭਰਾਵਾਂ ਤੋਂ ਕਜ਼ਨ ਬਣਨ ਦਾ ਸਫਰ ਸ਼ੁਰੂ ਹੁੰਦਾ ਹੈ। ਘਰ ਦੀ ਸਰਦਲ 'ਤੇ ਪੱਬ ਧਰਨ ਤੋਂ ਪਹਿਲੋਂ ਹੀ ਧੀਆਂ ਦੇ ਪੈਰ ਰੁਕ ਜਾਂਦੇ ਹਨ ਕਿ ਕਿਹੜੇ ਘਰ ਸਭ ਤੋਂ ਪਹਿਲਾਂ ਜਾਣ? ਉਨ੍ਹਾਂ ਦੇ ਹਰ ਫੈਸਲੇ ਨਾਲ ਕੋਈ ਨਾ ਕੋਈ ਵੀਰ ਰੁੱਸਦਾ ਹੈ ਅਤੇ ਭਰਜਾਈਆਂ ਤੁਹਮਤਾਂ 'ਤੇ ਉੱਤਰ ਆਉਂਦੀਆਂ ਹਨ। ਬੁੱਢੇ ਬਾਪ ਦੇ ਗੁੱਟ ਲੱਗੀ ਪਾਸ਼ ਦੀ ਘੜੀ ਰੁਕ ਜਾਂਦੀ ਹੈ।

ਪਰਿਵਾਰਕ ਵੰਡ ਦੇ ਕੈਂਸਰ ਦੀ ਤਾਂ ਕੋਈ ਕੀਮੋਥੈਰਿਪੀ ਵੀ ਨਹੀਂ ਬਣੀ। ਇਹ ਟਿਊਮਰ ਘਰ 'ਚੋਂ ਫੈਲ ਕੇ ਹਵੇਲੀ, ਹਵੇਲੀ 'ਚੋਂ ਜ਼ਰਖੇਜ਼ ਪੈਲੀਆਂ 'ਚ ਉੱਗੇ ਬਿਰਖਾਂ, ਵਗਦੇ ਖੂਹਾਂ, ਤੇ ਮਹਿਕਦੀਆਂ ਫ਼ਸਲਾਂ ਨੂੰ ਵੀ ਲਪੇਟ ਲੈਂਦਾ ਹੈ। ਇਸ ਵਰਤਾਰੇ ਨੂੰ ਵੇਖ ਕੇ ਬੇਜ਼ਬਾਨ ਮਹਿਰੂ ਵੀ ਅੰਤਰੀਵ ਚੁੱਪ 'ਚ ਚਲੇ ਜਾਂਦੇ ਹਨ। ਉਦਰੇ ਦੁਧਾਰੂਆਂ ਦਾ ਦੁੱਧ ਸੁੱਕਣ ਲੱਗਦਾ ਹੈ। ਬੁਢੜੀ ਗਾਂ, ਜਿਸ ਨੇ ਸਾਰਾ ਟੱਬਰ ਪਾਲ ਕੇ ਜਵਾਨ ਕੀਤਾ ਸੀ, ਅਸ਼ਕਾਂ ਭਰੀਆਂ ਅੱਖਾਂ ਨਾਲ ਇਹ ਮੰਜ਼ਰ ਵੇਖ-ਵੇਖ ਝੂਰਦੀ ਹੈ। ਉਹਦੀਆਂ ਜਵਾਨ ਧੀਆਂ ਅਤੇ ਕੁੱਖੋਂ ਜੰਮੇ ਬਲਦਾਂ ਦੀਆਂ ਜੋੜੀਆਂ ਵੱਖ-ਵੱਖ ਮਾਲਕਾਂ 'ਚ ਵੰਡੇ ਜਾਂਦੇ ਹਨ। ਅੱਡੀਆਂ ਚੁੱਕ-ਚੁੱਕ ਖਲੋਤੀਆਂ ਕੰਧਾਂ 'ਚੋਂ ਗਾਂ ਦਾ ਪਰਿਵਾਰ ਇੱਕ ਦੂਜੇ ਨੂੰ ਸੁਣ ਤਾਂ ਸਕਦਾ ਹੈ ਪਰ ਵੇਖ ਨਹੀਂ ਸਕਦਾ। ਖੂਹਾਂ ਦੇ ਪਾਣੀ ਬੇਇਤਫ਼ਾਕ ਰੰਗ 'ਚ ਲਾਲ ਹੋ ਜਾਂਦੇ ਹਨ। ਰੁਦਨਮਈ ਮਿੱਟੀ ਮੁੜ ਕੱਲਰ ਹੋਣਾ ਲੋਚਦੀ ਹੈ। ਮੌਨ ਹੋਈ ਮਾਂ ਧਰਤ ਚਿਤਵਦੀ ਹੈ ਕਿ ਸ਼ਾਲਾ ਜੇ ਕਿਸੇ ਤਰ੍ਹਾਂ ਉਹ ਪਿਛਾਂਹ ਨੂੰ ਘੁੰਮੇ ਤਾਂ ਸ਼ਾਇਦ ਵੰਡੀਆਂ ਪਾਉਣ ਵਾਲੇ ਮਰਦ ਮੁੜ ਜੁਆਕ ਬਣ ਜਾਣ ਤਾਂ ਉਹ ਸਦਾ ਲਈ ਘੁੰਮਣਾ ਬੰਦ ਕਰ ਦੇਵੇ। ਸਮਾਂ ਰੁਕ ਜਾਵੇ। ਸਭ ਉਹਦੇ ਧੀਆਂ-ਪੁੱਤ ਬਣ-ਬਣ ਖੇਡਣ। ਉਹ ਦੁੱਧ ਚੁੰਘਾਉਂਦੀ ਨਾ ਥੱਕੇ...!

ਨਵੇਂ ਘਰਾਂ ਦੇ ਚੋਬਰ ਨਵੀਂਆਂ ਦਿਸ਼ਾਵਾਂ ਤਹਿ ਕਰਦੇ ਹਨ। ਘਰ ਵਿਚ ਅਰਥ-ਸ਼ਾਸਤਰ 'ਤੇ ਹੋਰ ਹਿਸਾਬ ਕਿਤਾਬ ਦਾ ਗਿਆਨ ਪ੍ਰਫੁੱਲਿਤ ਹੁੰਦਾ ਹੈ। ਬੁਢੜੀ ਗਾਂ ਦਾ ਅੱਧਾ ਕਿੱਲੋ ਦੁੱਧ ਡੇਅਰੀ ਦੇ ਭਾਅ ਨਾਲੋਂ ਬਹੁਤ ਮਹਿੰਗਾ ਜਾਪਣ ਲੱਗਦਾ ਹੈ। ਕਈ ਵਾਰ ਮਾਪੇ ਵੀ ਧੜਿਆਂ 'ਚ ਵੰਡੇ ਜਾਂਦੇ ਹਨ। ਝੂਠੇ ਅੰਗੂਠੇ 'ਤੇ ਵਸੀਅਤਾਂ ਅਦਾਲਤਾਂ ਦੇ ਬਰਾਂਡਿਆਂ 'ਚ ਬਾਪੂ ਦੀ ਪੱਗ ਨੂੰ ਹੱਥ ਪਾਉਂਦੇ ਹਨ। ਘਰ ਦੀ ਵੰਡ ਦੀ ਮਾਨਸਿਕਤਾ ਵੱਡੀ ਹੋ ਕੇ ਮੁਲਕ ਦੀ ਵੰਡ ਦਾ ਭੇਸ ਧਾਰਦੀ ਹੈ। ਵੰਡ ਗੁਰੂਆਂ, ਪੀਰਾਂ ਤੇ ਗੁਰਧਾਮਾਂ ਦੇ ਵੀ ਹਿੱਸੇ ਕਰ ਦਿੰਦੀ ਹੈ। ਵੰਡ ਤੋਂ ਬਾਦ ਸਿਲੇਬਸ ਵੀ ਬਦਲ ਜਾਂਦੇ ਹਨ। ਰਾਤੋ ਰਾਤ ਕਈ ਇਤਿਹਾਸਕ ਹੀਰੋ ਕਿਤਾਬਾਂ 'ਚੋਂ ਛੇਕ ਦਿੱਤੇ ਜਾਂਦੇ ਹਨ ਤੇ ਕਈ ਨਵੇਂ ਥਾਪ ਦਿੱਤੇ ਜਾਂਦੇ

ਹਨ। ਵਫ਼ਾਦਾਰੀ, ਵਿਸ਼ਵਾਸ ਤੇ ਸਾਂਝ ਦੇ ਪੈਮਾਨਿਆਂ ਦੇ ਰੰਗ, ਸ਼ਕਲ ਅਤੇ ਸਕੇਲ ਬਦਲਣ ਨਾਲ ਨਵੇਂ ਵਿਵਹਾਰ ਤੇ ਦੂਰ-ਵਿਵਹਾਰ ਪੈਦਾ ਹੁੰਦੇ ਹਨ। ਪਾਤਰ ਕਿਰਦਾਰ ਬਦਲਦੇ ਹਨ । ਮੁਲਕ ਹੋਵੇ ਜਾਂ ਘਰ, ਹਰ ਵੰਡ ਤੋਂ ਬਾਦ ਮੁੜ ਨਵੀਂ ਵੰਡ ਦਾ ਜ਼ਿਕਰ ਛਿੜਦਾ ਹੈ। ਅੱਗ ਮੁੜ ਧੁਖਣ ਲੱਗਦੀ ਹੈ। ਪੁੱਤਰ ਬਾਪ ਤੇ ਬਾਪ ਦਾਦਾ ਬਣ ਜਾਂਦਾ ਹੈ। ਕਥਾ ਮੁੱਕਣ ਦੀ ਬਜਾਏ ਫਿਰ ਤੋਂ ਸ਼ੁਰੂ ਹੋ ਜਾਂਦੀ ਹੈ।

ਨਿੱਕੂ ਦਾ ਘੋੜਾ

ਘੋੜਾ-ਘੋੜਾ ਖੇਡਣ
ਨਿੱਕੂ ਤੇ ਉਹਦਾ ਮਿੱਤਰ
ਮਿੱਤਰ ਉਹਦਾ ਪਾਰੀ ਲੈ ਕੇ
ਹੋਇਆ ਤਿੱਤਰ

ਰੋਂਦਾ ਨਿੱਕੂ ਘਰ ਨੂੰ ਆਇਆ
ਬਾਪੂ ਨੂੰ ਬਹਿ ਹਾਲ ਸੁਣਾਇਆ
ਰੋ ਨਾ ਪੁੱਤਰਾ ਹੋ ਤਿਆਰ
ਮੈਂ ਘੋੜਾ ਤੂੰ ਬਣ ਅਸਵਾਰ

ਗੋਡੇ ਲਾ ਕੇ ਬਾਪੂ ਟੱਪੇ
ਘੋੜੇ ਜੀਕੂੰ ਮਾਰੇ ਛੜੱਪੇ
ਸਾਲਾਂ ਬੱਧੀ ਹੋਈ ਸਵਾਰੀ
ਬਾਪੂ ਦੀ ਫਿਰ ਆਈ ਵਾਰੀ

ਲੈ ਕੇ ਪਾਰੀ ਨਿੱਕੂ ਪੁੱਤਰ
ਬਣਿਆ ਪੱਕਾ ਪਰਵਾਸੀ
ਗੁੰਮ-ਸੁੰਮ ਜਿਹਾ ਰਹਿੰਦਾ ਬਾਪੂ
ਹਿਰਦੇ ਡੂੰਘੀ ਉਦਾਸੀ

ਫਿਰ ਨਿੱਕੂ ਵੀ ਬਣ ਗਿਆ ਘੋੜਾ
ਵਲੈਤੀ ਪੁੱਤਰ ਦਾ

ਪਰ ਬਾਪੂ ਕਿਵੇਂ ਬਣਾਵੇ

ਘੋੜਾ ਪਿੱਤਰ ਦਾ

ਚਾਰੇ ਪਾਸੇ ਪਸਰੀ ਗਹਿਰੀ ਧੁੰਦ ਵਿਚ ਜਦੋਂ ਕਦੇ ਬਰਲਿਨ ਅਤੇ ਕਰਤਾਰਪੁਰ ਸੂਰਜ ਬਣ ਉਦੇ ਹੁੰਦੇ ਹਨ ਤਾਂ ਧਰਤੀ ਖੁੱਲ੍ਹ ਕੇ ਸਾਹ ਲੈਂਦੀ ਹੈ। ਰਾਹਾਂ 'ਚੋਂ ਕੰਡੇ ਚੁਗ ਲਏਇਏ ਤਾਂ ਕਹਾਣੀ ਵੀ ਨਵਾਂ ਮੋੜ ਲੈਣ ਦੀ ਜੁਰਅਤ ਕਰ ਸਕਦੀ ਹੈ।

ਤੱਪੜ, ਬੋਰੀ ਅਤੇ ਛੰਨ

ਤਕਾਲਾਂ ਆਰਾਮ ਕਰਦੀਆਂ-ਕਰਦੀਆਂ ਸੌਂ ਜਾਂਦੀਆਂ। ਰਾਤਰਾਣੀ ਦੀ ਨਾਈਟ ਸ਼ਿਫਟ ਸ਼ੁਰੂ ਹੁੰਦੇ ਸਾਰ ਹੀ ਤਾਰੇ ਮੈਨੂੰ ਖੇਡਣ ਲਈ ਅੱਖਾਂ ਮਾਰਨ ਲੱਗਦੇ, ਖ਼ਾਸ ਕਰਕੇ ਜਦੋਂ ਮੈਂ ਹੋਮ-ਵਰਕ ਕਰ ਰਿਹਾ ਹੁੰਦਾ। ਸਾਝਰੇ ਦਾ ਉੱਠਿਆ ਬਾਪੂ ਟੀ. ਵੀ. ਮੂਹਰੇ ਬੈਠਾ ਝੋਕਾਂ ਮਾਰਦਾ, ਪਰ ਮੇਰਾ ਦਿਨ ਚੜ੍ਹਦਾ। ਜੇ ਮਾੜੀ ਮੋਟੀ ਅੱਖ ਵੀ ਲੱਗਦੀ ਤਾਂ 'ਵਿਵਧ-ਭਾਰਤੀ' ਪਿਆਰੀਆਂ-ਪਿਆਰੀਆਂ ਹੁੱਝਾਂ ਮਾਰਦਾ। ਸਵੇਰ ਨੂੰ ਸਕੂਲੇ ਜਾਣ ਵੇਲੇ ਮੇਰੀ ਰਾਤ ਪੈ ਜਾਂਦੀ। ਸਾਇੰਸ ਮਾਸਟਰ ਅਕਸਰ ਮੈਨੂੰ ਦਿਨੇ ਤਾਰੇ ਵਿਖਾਉਂਦਾ। ਜੇ ਮੈਨੂੰ ਕੁਝ ਦੀਂਹਦਾ ਵੀ ਤਾਂ ਬੱਸ ਧੁੱਪੇ ਰੱਖਿਆ ਰੋਟੀ ਵਾਲਾ ਸਟੀਲ ਦਾ ਡੱਬਾ ਜਿਹੜਾ ਅੱਧੀ ਛੁੱਟੀ ਹੋਣ ਤੋਂ ਵੀ ਪਹਿਲਾਂ ਬੋਦੀ ਵਾਲੇ ਤਾਰੇ ਵਾਂਗ ਚਮਕਣ ਲੱਗਦਾ।

ਪੰਜਵੀਂ ਦੇ ਇਮਤਿਹਾਨ 'ਚੋਂ ਅੱਵਲ ਆਉਣ ਤੋਂ ਬਾਦ ਮੈਂ ਛੇਵੀਂ ਦੀ ਗੱਡੀ ਛੇਵੇਂ ਗੇਅਰ 'ਚ ਪਾ ਦਿੱਤੀ। ਛੇਤੀ ਹੀ ਕਈ ਅਧਿਆਪਕਾਂ ਦਾ ਹਰਮਨ-ਪਿਆਰਾ ਵਿਦਿਆਰਥੀ ਵੀ ਬਣ ਗਿਆ। ਗਣਿਤ ਦੇ ਮਾਸਟਰ ਜੀ, ਰਟੈਂਡੇ ਵਾਲੇ, ਸ. ਸਵਰਨ ਸਿਹੁੰ, ਸਕੂਲ ਸੈਸ਼ਨ ਸ਼ੁਰੂ ਹੋਣ ਤੋਂ ਪੰਦਰਾਂ ਕੁ ਦਿਨ ਬਾਦ ਹੀ ਰਿਟਾਇਰ ਹੋ ਗਏ। ਗਣਿਤ ਦੇ ਮਾਸਟਰ ਦੀ ਗ਼ੈਰਹਾਜ਼ਰੀ 'ਚ ਸਾਰਾ ਸਾਲ ਸਾਡੀਆਂ ਮੌਜਾਂ ਲੱਗੀਆਂ ਰਹੀਆਂ। ਪਰ ਘਰ-ਦਿਆਂ ਨੂੰ ਸਾਡੇ ਭਵਿੱਖ ਦਾ ਫ਼ਿਕਰ ਖਾਣ ਲੱਗਾ। ਪੱਕੇ ਇਮਤਿਹਾਨ ਸ਼ੁਰੂ ਹੋਣ ਤੋਂ ਕੋਈ ਪੰਦਰਾਂ ਕੁ ਦਿਨ ਪਹਿਲਾਂ ਸ. ਸਵਰਨ ਸਿਹੁੰ, ਹੈੱਡ-ਮਾਸਟਰ ਜੀ ਦੀ ਗੁਜ਼ਾਰਿਸ਼ 'ਤੇ ਫਿਰ ਆ ਗਏ। ਮਾਸਟਰ ਜੀ ਨੇ ਸਾਰੀ ਜਮਾਤ ਨੂੰ ਕੋਈ ਦਰਜਨ ਕੁ ਸਵਾਲ, ਸਣੇ ਹੱਲ, ਫੜਾ ਕੇ ਚੰਗੀ ਤਰ੍ਹਾਂ ਘੋਟਣ ਦਾ ਹੁਕਮ ਦਿੱਤਾ। ਮੈਂ ਸਾਰਾ ਸਾਲ ਘਰੇ ਥੋੜ੍ਹਾ ਬਹੁਤਾ ਗਣਿਤ ਪੜ੍ਹਦਾ ਰਹਿੰਦਾ ਸਾਂ। ਮਸਾਂ-ਮਸਾਂ ਮਿਲੀ ਸਹੂਲਤ ਦਾ ਲਾਲਚ ਕੀਤਾ ਤੇ ਕੁਝ ਕੁ ਹੋਰ ਮੁਸ਼ਕਲ ਸਵਾਲ ਪੁੱਛਣ ਲਈ ਮੈਂ ਮਾਸਟਰ ਜੀ ਕੋਲ ਚਲਾ ਗਿਆ। ਉਹ ਮੈਥੋਂ 'ਤੇ ਮੈਂ ਉਨ੍ਹਾਂ ਦੇ ਜਵਾਬ ਤੋਂ ਬਹੁਤ ਹੈਰਾਨ ਹੋਇਆ। ਮੇਰੀ ਹੈਰਾਨੀ ਸਾਂ-ਸਾਂ ਕਰਨ ਲੱਗੀ ਜਦ

ਮਾਸਟਰ ਜੀ ਨੇ ਮੇਰੀ ਸੱਜੀ ਗੱਲ੍ਹ 'ਤੇ ਰਿਟਾਇਰ ਹੋਏ ਹੱਥ ਦੇ ਅੱਟਣ ਛਾਪ ਦਿੱਤੇ। "ਉਏ ਮੂਰਖਾ, ਜਿਹੜੇ ਸਵਾਲ ਲਿਸਟ 'ਚ ਨਹੀਂ ਤੇ ਇਮਤਿਹਾਨ 'ਚ ਨਹੀਂ ਆਉਣੇ ਉਹ ਕਿਉਂ ਚੁੱਕੀ ਫਿਰਦੈਂ'?" ਮਾਸਟਰ ਸਵਰਨ ਸਿਉਂ ਜੀ ਦਾ ਸ਼ੁਕਰੀਆ, ਜਿਨ੍ਹਾਂ ਦੀ ਇੱਕ ਚਪੇੜ ਨੇ, ਜ਼ਿੰਦਗੀ ਵਿਚ ਤਰਤੀਬ ਦੀ ਭੂਮਿਕਾ ਨੂੰ ਮੇਰੇ ਖ਼ਾਨੇ ਪਾ ਦਿੱਤਾ। ਔਖੇ ਸੌਖੇ ਵੇਲ਼ੇ, ਮੌਜੂਦ ਵਸੀਲਿਆਂ ਨੂੰ ਸਮੇਂ ਦੀ ਨਜ਼ਾਕਤ ਸਮਝਦਿਆਂ ਪ੍ਰਭਾਵਸ਼ਾਲੀ ਤਰੀਕੇ ਨਾਲ ਕਿਵੇਂ ਵਰਤਣਾ ਹੈ, ਵੀ ਮੇਰੇ ਕਾਇਦੇ ਦਾ ਇੱਕ ਅਣ-ਲਿਖਿਆ ਪਾਠਕ੍ਰਮ ਬਣ ਗਿਆ। ਚਪੇੜ ਦੇ ਨਿਸ਼ਾਨਾਂ ਨਾਲ ਇਹ ਸਿੱਖਿਆਵਾਂ ਮੇਰੇ ਮੁਸਤਕਬਿਲ ਦੇ ਚਿਹਰੇ 'ਤੇ ਬੋਲਡ ਅਤੇ ਅੰਡਰਲਾਈਨ ਹੋ ਗਈਆਂ।

ਮਹਿੰਗੀਆਂ ਜਮਾਤਾਂ ਦੇ
ਬਾਲ ਪੈਨਾਂ ਖੋਹ ਲਏ
ਡੋਕੇ ਦਵਾਤਾਂ ਦੇ

ਚਿੱਤ ਘਬਰਾਉਂਦਾ ਏ
ਸੈਂਸੀਆ ਅੱਧੀ ਛੁੱਟੀ ਨੂੰ
ਮੇਰਾ ਮੁਰਗਾ ਬਣਾਉਂਦਾ ਏ

ਸਾਲ ਮੇਰਾ ਕੌਣ ਖਾ ਗਿਆ
ਪੇਪਰਾਂ ਦੇ ਵਿਚ ਮਿੱਤਰੋ
ਮੇਰੇ ਚਾਚੇ ਦਾ ਵਿਆਹ ਆ ਗਿਆ

ਤੜਕੇ ਨਹਾ ਪੁੱਤਰਾ
ਪਰਚਾ ਹਿਸਾਬ ਦਾ ਏ
ਦਹੀਂ ਖਾ ਕੇ ਜਾਹ ਪੁੱਤਰਾ

ਆਪਣੀਆਂ ਨਿੱਤ ਲੋਹੜੀਆਂ
ਪਿੰਡ ਵਾਲ਼ੀ ਹੱਟੀ ਤੇ
ਪੰਜੀ ਦੀਆਂ ਪੰਜ ਰਿਓੜੀਆਂ

ਡਰੈਂਗੀਏ ਦਾ ਲੱਗਿਆ ਵੀਜ਼ਾ
ਛੁੱਟੀਆਂ ਦੀ ਲੁੱਟ ਪੈ ਗਈ

ਟਾਟ ਝਾੜ ਕੇ ਵਿਛਾਇਆ ਮੁੰਡਿਆਂ
ਵਿੱਦਿਆ ਦੇ ਵਲ ਕੱਚਤੇ

ਧੁੱਪੇ ਟਿਫ਼ਨ ਵੇਖ ਪੋਣ ਘੱਲਿਆ
ਚੁੱਲ੍ਹਾ ਨਿਓਂਦਾ ਕੀੜੀਆਂ ਨੂੰ

ਛੰਨਾਂ ਚੋਂਦੀਆਂ 'ਚ ਭਿੱਜੀਆਂ ਕਲਾਸਾਂ
ਕੰਬਲੀ 'ਚ ਮੈਂ ਭਿੱਜਿਆ

ਛੰਨਾਂ ਵਾਲ਼ੇ ਸਕੂਲ ਵਿਚ ਪੜ੍ਹਨਾ
ਮੈਰਿਟਾਂ 'ਚ ਨਾ ਵੱਜਦੇ

ਹੈੱਡਮਾਸਟਰ ਘਰ-ਬਾਰ ਛੱਡਿਆ
ਵਿੱਦਿਆ ਦੀ ਬਾਂਹ ਫੜ ਲਈ

ਘੰਟੀ ਗਰਲਜ਼ ਸਕੂਲ ਦੀ ਵੱਜਦੀ
ਜਾਂ ਮੁੰਡਿਆਂ ਦੇ ਕੰਨ ਵੱਜਦੇ...?

ਕੁੜੀ ਦਸਵੀਂ 'ਚੋਂ ਮਾਪਿਆਂ ਹਟਾਈ
ਵਲੈਤੀਏ ਦਾ "ਮੁੜ" ਘਰ ਵੱਸਿਆ

ਲਾਲਚੀ ਕੁੱਤਾ, ਚਲਾਕ ਲੂੰਬੜੀ ਜਾਂ ਪਿਆਸਾ ਕਾਂ, ਬਿਮਾਰੀ ਦੀ ਜਾਂ ਫ਼ੀਸ ਮਾਫ਼ੀ ਦੀ ਅਰਜ਼ੀ, ਮਾਈ ਬੈਸਟ ਫਰੈਂਡ ਜਾਂ ਮਾਈ ਫਾਦਰ ਨਾਲ ਤਕਰੀਬਨ ਦਸਵੀਂ ਪਾਸ ਹੋ ਜਾਂਦੀ ਸੀ। ਇੱਕ ਵਾਰ ਪੰਜਾਬੀ ਦੇ ਇਮਤਿਹਾਨ ਵਿਚ ਇੱਕ ਅਜਿਹੀ ਕਹਾਣੀ ਲਿਖਣ ਦਾ ਸਵਾਲ ਆ ਗਿਆ ਜੀਹਦਾ ਮੈਨੂੰ ਜਮਾ ਹੀ ਇਲਮ ਨਹੀਂ ਸੀ। ਮੈਂ ਬਾਕੀ ਸਾਰੇ ਸਵਾਲਾਂ ਦੇ ਜਵਾਬ ਲਿਖਣ ਤੋਂ ਬਾਦ ਕਹਾਣੀ ਬਾਰੇ ਸੋਚਣਾ ਸ਼ੁਰੂ ਕੀਤਾ। ਤਿੱਖੜ ਧੁੱਪ

ਤੋਂ ਬਚਾਉਂਦੀ ਠੰਢੀ ਛੰਨ ਦੀ ਕਾਰੀਗਰੀ ਵੱਲ ਤੱਕਦਿਆਂ ਮਨ-ਘੜਤ ਕਾਵਿ-ਕਹਾਣੀ ਇਮਤਿਹਾਨ ਦੀ 'ਅਨਸਰ-ਸ਼ੀਟ' 'ਤੇ ਆਪ-ਮੁਹਾਰੇ ਉੱਤਰ ਆਈ। ਇਮਤਿਹਾਨ ਤੋਂ ਬਾਦ ਮੈਂ ਇਹ ਕਹਾਣੀ 'ਅਜੀਤ' ਅਖ਼ਬਾਰ ਨੂੰ ਵੀ ਘੱਲ ਦਿੱਤੀ। ਹੁਣ ਪੱਗ ਬੰਨ੍ਹਣ ਵੇਲ਼ੇ ਮੈਨੂੰ ਸ਼ੀਸ਼ੇ 'ਚੋਂ ਕਹਾਣੀਕਾਰ ਨਜ਼ਰ ਆਉਣ ਲੱਗਾ। ਕਈ ਦਿਨ ਅਖ਼ਬਾਰ ਫ਼ਰੋਲ਼-ਫ਼ਰੋਲ਼ ਕੇ ਆਪਣੀ ਕਹਾਣੀ ਲੱਭਦਾ ਰਿਹਾ। ਸ਼ਾਇਦ ਡਾਕ ਹੀ ਇੱਧਰ-ਉੱਧਰ ਹੋ ਗਈ ਹੋਵੇ, ਇਹ ਸੋਚ ਅਜੇ ਮੈਂ ਐਡੀਟਰ ਸਾਹਿਬ ਨੂੰ ਮੁੜ ਚਿੱਠੀ ਲਿਖਣ ਬਾਰੇ ਸੋਚ ਹੀ ਰਿਹਾ ਸੀ ਕਿ ਇੱਕ ਦਿਨ ਮਾਸਟਰ ਜੀ ਪੇਪਰਾਂ ਦਾ ਬੰਡਲ ਲੈ ਆਏ। ਉਨ੍ਹਾਂ ਵੀ ਸਭ ਤੋਂ ਪਹਿਲਾਂ ਮੈਨੂੰ ਹੀ ਬੁਲਾਇਆ। ਇੰਜ ਲੱਗਾ ਕਿ ਨਵੀਂ-ਨਿਕੋਰ ਕਹਾਣੀ ਤੋਂ ਪ੍ਰਸੰਨ ਹੋ ਕੇ ਮਾਸਟਰ ਜੀ ਖ਼ੋਰੇ ਮੈਨੂੰ ਸਕੂਲ ਦਾ 'ਸਾਹਿਤ ਅਕਾਦਮੀ ਪੁਰਸਕਾਰ' ਦੇਣ ਲਈ ਬੁਲਾ ਰਹੇ ਹੋਣ। ਮੈਂ ਹੁਕਮ ਅਨੁਸਾਰ ਮਨੋਂ-ਮਨੀਂ ਲੱਡੂ ਭੋਰਦਾ ਟਪੂਸੀ ਮਾਰ ਕੇ ਮਾਸਟਰ ਜੀ ਦੀ ਕੁਰਸੀ ਦੇ ਸੱਜੇ ਪਾਸੇ ਜਾ ਖਲੋਤਾ। ਉਨ੍ਹਾਂ ਮੇਰੀ ਕਹਾਣੀ ਵਾਲ਼ਾ ਸਫ਼ਾ ਕੱਢ ਕੇ ਮੇਰੇ ਵੱਲ ਕੁਰਸੀ ਘੁਮਾਈ। ਮੈਂ ਜਦੋਂ ਚਪੇੜ ਦੇ ਝਟਕੇ ਨਾਲ ਭੁੰਜੇ ਡਿੱਗਿਆ ਕਹਾਣੀਕਾਰ ਪੈਂਨ ਚੁੱਕਿਆ ਤਾਂ ਮੈਨੂੰ ਯਕੀਨ ਹੋ ਗਿਆ ਕਿ "ਸਰ" ਨੂੰ ਮਨ-ਘੜਤ ਕਹਾਣੀਆਂ ਤੋਂ ਸਖ਼ਤ ਨਫ਼ਰਤ ਹੈ। ਕੁਝ ਕੁ ਦਿਨ ਤਾਂ ਮੇਰੀ ਫੂਕ ਜਿਹੀ ਨਿਕਲ਼ੀ ਰਹੀ। ਸਾਧੂ ਸਿੰਘ ਹਮਦਰਦ ਹੋਰਾਂ ਪ੍ਰਤੀ ਮੇਰਾ ਹਿਰਖ ਵੀ ਆਪੂੰ ਹੀ ਖ਼ਤਮ ਹੋ ਗਿਆ।

ਮਾਸਟਰ ਜੀ ਦੀ ਚਪੇੜ ਨੇ ਮੈਨੂੰ ਕਹਾਣੀਕਾਰ ਦੀ ਬਜਾਏ ਸਫ਼ਲ ਇੰਜੀਨੀਅਰ ਬਣਾ ਦਿੱਤਾ। ਚਾਰ ਦਹਾਕਿਆਂ ਬਾਦ ਵੀ ਮੈਂ ਸੋਚਦਾ ਰਹਿੰਦਾ ਹਾਂ ਕਿ ਆਖ਼ਰ ਮਾਸਟਰ ਜੀ ਨੂੰ ਮੇਰੀ ਕਹਾਣੀ ਤੋਂ ਏਨਾ ਕਰੋਧ ਕਿਉਂ ਆਇਆ? ਕਿਤੇ ਉਸ ਦਿਨ ਮਾਸਟਰ ਜੀ ਦੇ ਚਿੱਤ 'ਚ ਨੰਦ ਲਾਲ ਨੂਰਪੁਰੀ ਦੇ ਅੰਤਲੇ ਵਰ੍ਹਿਆਂ ਦੀ ਗਾਥਾ ਨੇ ਹੀ ਤਾਂ ਉਥਲ-ਪੁਥਲ ਨਹੀਂ ਸੀ ਕੀਤੀ ਹੋਈ...?

ਮਿੰਨਤਾਂ (ਪੈਰੋਡੀ)

ਮੈਨੂੰ ਪਾਸ ਕਰਾ ਦੇ ਵੇ
ਮਾਸਟਰਾ ਮਿੰਨਤਾਂ ਤੇਰੀਆਂ ਕਰਦੀ

ਸੁੱਤੀ ਨੂੰ ਸਾਇੰਸ ਸਤਾਉਂਦੀ ਏ
ਸੁਫ਼ਨੇ ਵਿਚ ਹਿਸਟਰੀ ਆਉਂਦੀ ਏ
ਜਾਗਾਂ ਤਾਂ ਜ਼ਰਬ ਡਰਾਉਂਦੀ ਏ

ਇੰਗਲਿਸ਼ ਮੂੰਹੋਂ ਥਥਲਾਉਂਦੀ ਏ
ਹਿੰਦੀ ਕੇ ਆਧੇ ਅਕਸ਼ਰੋਂ ਸੇ
ਪੈਨਸਿਲ ਮੇਰੀ ਡਰਦੀ
ਮੈਨੂੰ ਪਾਸ ਕਰਾ ਦੇ ਵੇ...ਮਾਸਟਰਾ...

ਮੇਰੀ ਨੂੰਡਲਾਂ ਜਿਹੀ ਲਿਖਾਈ ਏ
ਉੱਤੋਂ ਫੈਲੀ ਹੋਈ ਸਿਆਹੀ ਏ
ਝੋਕਾਂ ਦੀ ਘੁੰਮ-ਘੁੰਮਾਈ ਏ
ਮੇਰਾ ਡੰਕ ਵੀ ਰਤਾ ਸ਼ੁਦਾਈ ਏ
ਵੇਖ ਕੇ ਕਾਪੀ ਇੰਗਲਿਸ਼ ਮੈਡਮ
ਉਰਦੂ-ਉਰਦੂ ਕਰਦੀ
ਮੈਨੂੰ ਪਾਸ ਕਰਾ ਦੇ ਵੇ...ਮਾਸਟਰਾ...

ਮੈਂ ਚਿੱਠੀ-ਪੱਤਰ ਪੜ੍ਹ ਲੈਂਦੀ
ਨਾਲੇ ਥੈਂਕੂ-ਥੈਂਕੂ ਕਰ ਲੈਂਦੀ
ਬਿਜਲੀ ਦੇ ਬਿੱਲ ਵੀ ਭਰ ਲੈਂਦੀ
ਮੈਂ ਕਈ ਪਹਾੜੇ ਚੜ੍ਹ ਲੈਂਦੀ
ਬਜਾਜੀ ਵਾਲ਼ੇ ਅੰਕਲ ਦੀ
ਝੱਟ ਵਾਧ-ਘਾਟ ਨੂੰ ਫੜਦੀ
ਮੈਨੂੰ ਪਾਸ ਕਰਾ ਦੇ ਵੇ...

ਮੈਂ ਮੁਲਕ ਬੇਗਾਨੇ ਜਾਣਾ ਏ
ਖੌਰੇ ਕਿੱਥੇ ਮੇਰਾ ਟਿਕਾਣਾ ਏ
ਅਨਜਾਣ ਨੂੰ ਰੱਬ ਬਣਾਉਣਾ ਏ
ਵੀਰਾਂ ਨੂੰ ਸੈੱਟ ਕਰਾਉਣਾ ਏ
ਮਾਂ ਮੇਰੀ ਮੇਰੇ ਫੇਲ੍ਹ ਹੋਣ ਤੇ
ਰਿਸ਼ਤਾ ਟੁੱਟਣੋਂ ਡਰਦੀ
ਮੈਨੂੰ ਪਾਸ ਕਰਾ ਦੇ ਵੇ...

ਮਨ ਕਾਗਦ 'ਤੇ ਸੱਚ ਵਾਹ ਦੇ ਤੂੰ

ਉਹਦਾ ਸ਼ਬਦ-ਸ਼ਬਦ ਵਰਤਾ ਦੇ ਤੂੰ

ਉਹਦੇ ਲੇਖਣ ਲਿਖਣੇ ਲਾ ਦੇ ਤੂੰ

ਮੈਨੂੰ ਸੁੱਚੀ ਕਲਮ ਬਣਾ ਦੇ ਤੂੰ

ਇਸ ਬੋਝਲ ਵਿੱਦਿਆਕਾਰੀ ਥੱਲੇ

ਪਲ-ਪਲ ਜਾਵਾਂ ਮਰਦੀ

ਮੈਨੂੰ ਪਾਸ ਕਰਾ ਦੇ ਵੇ

ਮਾਸਟਰਾ ਮਿੰਨਤਾਂ ਤੇਰੀਆਂ ਕਰਦੀ

ਜੁਗਾੜੂ ਸ਼ਿੰਦਾ

ਅੱਜ ਫਿਰ ਪਿੰਡ ਵਾਲੀ ਬੱਸੋਂ ਉੱਤਰ ਕੇ ਸ਼ਿੰਦਾ ਸਕੂਲ ਵਾਲੇ ਰਾਹ ਤੋਂ ਉਲਟ, ਸਿੱਧਾ ਨਵਾਂਸ਼ਹਿਰ ਦੇ ਸ਼ੰਕਰ ਰਾਕੇਸ਼ ਸਿਨਮੇ ਵੱਲ ਨੂੰ ਖਿਸਕ ਗਿਆ। ਸਕੂਲ ਵੜੇ ਨੂੰ ਸ਼ਾਇਦ ਮਹੀਨੇ ਤੋਂ ਵੀ ਉੱਪਰ ਹੋ ਗਿਆ ਸੀ। ਉਹਦਾ ਪੇਂਡੂ ਹੋਣ ਕਰਕੇ ਮਾਸਟਰ ਜੀ ਕਦੇ-ਕਦਾਈਂ ਤਹਿਕੀਕ ਕਰਨ ਲਈ ਮੈਨੂੰ ਘੇਰ ਲੈਂਦੇ। ਮੈਂ ਅਕਸਰ ਟਾਲ-ਮਟੋਲ ਕਰ ਛੱਡਦਾ।

ਸ਼ਿੰਦਾ ਸਕੂਲ ਭਾਵੇਂ ਵਰ੍ਹੀਂ-ਕਾਲੀਂ ਹੀ ਵੜਦਾ, ਪਰ ਭੋਰਾ ਕੁ ਪੜ੍ਹ ਕੇ ਹੀ ਗੁਜ਼ਾਰੇ ਜੋਗੇ ਨੰਬਰ ਲੈ ਜਾਂਦਾ। ਛੋਟੀ ਉਮਰੇ ਹੀ ਉਹ ਆਮ ਜਾਣਕਾਰੀ ਨਾਲ ਭਰਪੂਰ ਸੀ। ਬੱਸ 'ਚ ਬੈਠਾ ਕਈ ਵਾਰ ਰਿਸਾਲਿਆਂ 'ਚ ਛਪੇ ਰਾਜਨੀਤਿਕ ਤੇ ਆਰਥਿਕ ਮਸਲਿਆਂ ਦੇ ਲੇਖ ਪੜ੍ਹਦਾ ਰਹਿੰਦਾ। ਉਹਦੇ ਕੱਪੜਿਆਂ ਦੀ ਚੋਣ 'ਤੇ ਪੱਗ ਬੰਨ੍ਹਣ ਦਾ ਵੱਲ ਅੱਵਲ ਦਰਜੇ ਦਾ ਹੁੰਦਾ। ਛੋਟੀ ਉਮਰੇ ਹੀ ਉਹ ਕਿਸੇ ਅਗਜ਼ੈਕਿਟਿਵ ਤੋਂ ਘੱਟ ਨਹੀਂ ਸੀ ਦਿਸਦਾ। ਨਾ ਉਹ ਬਕਲ-ਬਕਲ ਮੂੰਹ ਮਾਰਦਾ ਤੇ ਨਾ ਹੀ ਕਿਸੇ ਨੂੰ ਉੱਚਾ ਨੀਵਾਂ ਬੋਲਦਾ। ਬੱਸ ਦਾ ਕੰਡਕਟਰ ਸਾਨੂੰ ਦਬਕੇ ਮਾਰ ਕੇ ਛੱਤ 'ਤੇ ਚਾੜ੍ਹ ਦਿੰਦਾ ਪਰ ਸ਼ਿੰਦੇ ਨੂੰ ਸਨਮਾਨ ਪੂਰਵਕ ਬੱਸ ਅੰਦਰ ਵਾੜ ਲੈਂਦਾ। ਸ਼ਿੰਦੇ ਦੀ ਵੱਡੀ ਭੈਣ ਦੇ ਵਿਆਹ 'ਚ ਸਕੂਲ ਦੀ ਕੰਟੀਨ ਦਾ ਮਾਲਕ ਅਤੇ ਸਤਲੁਜ ਬੱਸ ਦੇ ਡਰਾਈਵਰ ਤੇ ਕੰਡਕਟਰ ਵੀ ਕੰਮਾਂ ਕਾਜਾਂ 'ਚ ਦੌੜੇ ਫਿਰ ਰਹੇ ਸਨ।

ਅੱਧੀ ਛੁੱਟੀ ਤੋਂ ਬਾਦ ਅੱਜ ਟਾਹਲੀ ਥੱਲੇ ਮਾਸਟਰ ਚਮਨ ਲਾਲ ਜੀ ਪਲਾਸੀ ਦੀ ਲੜਾਈ ਪੜ੍ਹਾ ਰਹੇ ਸਨ। ਸਾਡਾ ਧਿਆਨ ਸਿਰਾਜ-ਉਦ-ਦੌਲਾ ਅਤੇ ਮੀਰ ਜ਼ਾਫਰ ਦੀਆਂ ਬਾਤਾਂ

'ਚ ਗੱਡਿਆ ਹੋਇਆ ਸੀ। ਅਚਾਨਕ ਸਾਡੇ ਪ੍ਰਿੰਸੀਪਲ ਸਾਹਿਬ, ਸ. ਦਰਸ਼ਨ ਸਿੰਘ ਜੀ, ਸ਼ਿੰਦੇ ਤੇ ਸਾਡੇ ਪਿੰਡ ਵਾਲ਼ੇ ਪ੍ਰੀਤਮ ਸਿਹੁੰ ਨੂੰ ਲੈ ਕੇ ਸਾਡੀ ਜਮਾਤ 'ਚ ਆ ਪਹੁੰਚੇ।

"ਚਮਨ ਲਾਲ ਜੀ, ਇਹ ਨੇ ਸ਼ਿੰਦੇ ਦੇ ਤਾਇਆ ਜੀ। ਸ਼ਿੰਦਾ ਵਿਚਾਰਾ ਕਈ ਹਫਤੇ ਹਸਪਤਾਲ 'ਚ ਰਿਹਾ। ਇਹਨੂੰ ਕਹਿਣਾ ਕੁਝ ਨਹੀਂ। ਹੋ ਸਕੇ ਤਾਂ ਕਿਸੇ ਗਰੁੱਪ ਲੀਡਰ ਦੀ ਕਾਪੀ ਦੇ ਦੇਵੋ, ਤਾਂ ਕਿ ਇਹ ਬਾਕੀ ਵਿਦਿਆਰਥੀਆਂ ਨਾਲ ਰਲ਼ ਜਾਵੇ", ਪ੍ਰਿੰਸੀਪਲ ਸਾਹਿਬ ਨੇ ਹੁਕਮ ਦਿੱਤਾ।

ਇਲਾਕੇ 'ਚ ਬੈਂਤ-ਕੁੱਟ ਲਈ ਮਸ਼ਹੂਰ ਪ੍ਰਿੰਸੀਪਲ ਸਾਹਿਬ ਦਾ ਅਜਿਹਾ ਸੀਤ ਰੂਪ ਵੀ ਅਸੀਂ ਪਹਿਲੀ ਵਾਰ ਤੱਕਿਆ ਸੀ। ਜਾਂ ਇੰਜ ਕਹਿ ਲਓ ਕਿ ਉਨ੍ਹਾਂ ਉੱਤੇ ਸ਼ਿੰਦੇ ਦੇ ਤਾਏ ਦੀਆਂ ਗੱਲਾਂ ਦਾ ਜਾਦੂ ਪੂਰੀ ਤਰ੍ਹਾਂ ਚੱਲ ਚੁੱਕਾ ਸੀ।

ਸ਼ਿੰਦੇ ਦਾ ਬਾਪੂ, ਕਿਰਪਾਲ ਸਿੰਘ ਲਾਲੀ, ਛੇ ਫੁੱਟਾ ਲੰਮ-ਸਲੰਮਾਂ ਫੁਰਤੀਲਾ ਵਪਾਰੀ ਸੀ। ਉਹਦੀ ਅਤੇ ਉਹਦੇ ਵੱਡੇ ਭਰਾ ਦੀ ਜਲੰਧਰ ਸਾਂਝੀ ਫੈਕਟਰੀ ਸੀ। ਲਾਲੀ ਅਕਸਰ ਸੇਲਜ਼ ਅਤੇ ਮਾਰਕੀਟਿੰਗ ਦਾ ਕੰਮ ਸੰਭਾਲ਼ਦਾ ਅਤੇ ਟੂਰ 'ਤੇ ਹੀ ਰਹਿੰਦਾ। ਆਪਣੇ ਮੁੰਡੇ ਦੇ ਕਾਰਨਾਮਿਆਂ ਨੂੰ ਦਿੱਭੋਂ ਪਛਾਣਦਾ ਸੀ। ਅੱਜ ਅਚਾਨਕ ਤੁਰਦਾ-ਫਿਰਦਾ ਚੈੱਕ ਕਰਨ ਲਈ ਉਹ ਸਕੂਲ ਆ ਵੜਿਆ।

"ਪ੍ਰਿੰਸੀਪਲ ਸਾਹਿਬ, ਤੁਹਾਨੂੰ ਪਤਾ ਈ ਐ, ਮੈਂ ਤਾਂ ਟੂਰ 'ਤੇ ਹੀ ਰਹਿਨਾਂ। ਕਿਵੇਂ ਜੀ, ਸ਼ਿੰਦਾ ਠੀਕ-ਠਾਕ ਪੜ੍ਹੀ ਜਾਂਦਾ?," ਲਾਲੀ ਨੇ ਟੇਢੀ ਅੱਖੀਂ ਸ਼ੱਕੀ ਸੁਰ 'ਚ ਪ੍ਰਿੰਸੀਪਲ ਸਾਹਿਬ ਤੋਂ ਪੁੱਛਿਆ।

"ਬਿਲਕੁਲ ਜੀ, ਕੋਈ ਸ਼ਿਕਾਇਤ ਨਹੀਂ। ਜਦੋਂ ਦੇ ਤੁਹਾਡੇ ਵੱਡੇ ਭਾਈ ਸਾਹਿਬ ਇਹਨੂੰ ਬਿਮਾਰ ਹੋਣ ਤੋਂ ਬਾਦ ਸਕੂਲ ਛੱਡ ਕੇ ਗਏ ਨੇ, ਸ਼ਿੰਦਾ ਦਿਲ ਲਾ ਕੇ ਪੜ੍ਹ ਰਿਹਾ! ਪ੍ਰਿੰਸੀਪਲ ਸਾਹਿਬ ਦੇ ਚਿਹਰੇ 'ਤੇ ਤਸੱਲੀ ਅਤੇ ਰੌਣਕ ਸੀ।

ਕਿਰਪਾਲ ਸਿਹੁੰ ਤ੍ਰਭਕ ਕੇ ਕੁਰਸੀ ਤੋਂ ਉੱਠਿਆ! "ਮੇਰੇ ਭਾਈ ਸਾਹਿਬ...ਸਕੂਲੇ ਆਏ?..ਸ਼ਿੰਦਾ ...ਬਿਮਾਰ...?"

ਕਿਰਪਾਲ ਸਿਹੁੰ ਨੇ ਦਰਵਾਜ਼ੇ ਕੋਲ਼ ਪਏ ਬੈਂਤਾਂ ਦੀ ਪੰਡ 'ਚੋਂ ਸਭ ਤੋਂ ਵੱਡੀ ਬੈਂਤ ਚੁੱਕੀ ਅਤੇ ਲਲਕਾਰੇ ਮਾਰਦਾ ਸਾਡੀ ਜਮਾਤ ਵਿਚ ਆ ਵੜਿਆ। ਉਹਨੇ ਮਾਸਟਰ ਚਮਨ

ਲਾਲ ਜੀ ਨੂੰ ਬਿਨਾਂ ਪੁੱਛੇ ਸ਼ਿੰਦੇ ਨੂੰ ਜਮਾਤ 'ਚੋਂ ਬਾਹਰ ਗਰਾਉਂਡ 'ਚ ਘੜੀਸ ਲਿਆਂਦਾ। ਪਲਾਸੀ ਦੀ ਲੜਾਈ ਜਿਵੇਂ ਕਿਤਾਬ 'ਚੋਂ ਨਿਕਲ ਕੇ ਸਕੂਲ ਦੇ ਮੈਦਾਨ 'ਚ ਆ ਗਈ।

”ਕਿਹੜੇ ਗਧੇ ਨੂੰ ਤਾਇਆ ਬਣਾ ਕੇ ਲਿਆਇਆ ਸੀ ਉਏ”, ਗੜੁਕਦੇ ਬਾਪੂ ਨੇ ਸ਼ਿੰਦੇ ਦੀ ਸੱਜੀ ਲੱਤ 'ਤੇ ਪਹਿਲਾ ਵਾਰ ਕੀਤਾ।

“ਹਾਏ ਓ ਮਰ ਗਿਆ, ਮਾਫ਼ ਕਰ ਦਿਓ ਅੱਗੇ ਤੋਂ ਨਹੀਂ ਕਰਦਾ, ਉੱਤੇ ਸਾਹੀਂ ਹੋਏ ਸ਼ਿੰਦੇ ਦਾ ਦੁੱਖ ਜਗ ਜ਼ਾਹਿਰ ਸੀ।

“ਉਏ ਅਕਲ ਦਿਆ ਅੰਨ੍ਹਿਆਂ, ਮੈਨੂੰ ਛੇਤੀ ਤਾਇਆ ਦੱਸ, ਤੂੰ ਤਾਇਆ ਕੀਹਨੂੰ ਬਣਾਇਆ, ਕਚੀਚੀ ਵੱਟਦੇ ਕਿਰਪਾਲ ਸਿਹੁੰ ਨੇ ਸ਼ਿੰਦੇ ਦੇ ਮੌਰਾਂ 'ਚ ਹੋਰ ਜੜ ਦਿੱਤੀ।

“ਪਿੱਦੀ-ਪ੍ਰੀਤੂ”, ਚੀਕਾਂ ਮਾਰਦੇ ਸ਼ਿੰਦੇ ਦੇ ਇਨ੍ਹਾਂ ਬੋਲਾਂ ਨੇ ਨਵੀਂ ਭਸੂੜੀ ਪਾ ਦਿੱਤੀ। ਪ੍ਰੀਤਮ ਸਿਹੁੰ ਟ੍ਰੈਵਲ ਏਜੰਟ ਸੀ। ਸਾਰਾ ਪਿੰਡ ਉਹਨੂੰ ਪਿੱਦੀ-ਪ੍ਰੀਤੂ ਆਖ ਬੁਲਾਉਂਦਾ। ਉਹ ਸਾਢੇ ਕੁ ਚਾਰ ਫੁੱਟਾ ਅੱਧਖੜ ਜਵਾਨ ਸੀ। ਗੱਲੀਂ-ਗੱਲੀਂ ਏਨਾ ਕੁ ਧਰਤੀ 'ਚ ਸੀ। ਉਹ ਆਪਣੇ ਹਮ-ਉਮਰਾਂ ਨਾਲੋਂ ਜੁਆਕਾਂ 'ਚ ਬਹਿ ਕੇ ਅਕਸਰ ਯੱਕੜ ਵੱਢਦਾ। ਗੱਲਾਂ ਘੱਟ ਅਤੇ ਸ਼ੁਰਲੀਆਂ ਜ਼ਿਆਦਾ ਛੱਡਦਾ।

ਸ਼ਿੰਦੇ ਨੇ ਜਿਉਂ ਹੀ ਬਣਾਉਟੀ ਤਾਏ ਦਾ ਨਾਂ ਲਿਆ, ਬਾਪੂ ਦੀਆਂ ਅੱਖਾਂ 'ਚ ਜਵਾਲਾਮੁਖੀ ਫਟ ਗਿਆ। ਸ਼ਿੰਦੇ 'ਤੇ ਪਰਲੋ ਆ ਗਈ।

ਸ਼ਿੰਦੇ ਦਾ ਅਸਲ ਤਾਇਆ ਕਾਫ਼ੀ ਬਜ਼ੁਰਗ ਤੇ ਕਮਜ਼ੋਰ ਹੋਣ ਕਰਕੇ ਕਿਤੇ ਆਉਂਦਾ ਜਾਂਦਾ ਨਹੀਂ ਸੀ।

“ਹੂੰ! ... ਉਹ ਉੱਲੂ-ਬਾਟਾ ਪਿੱਦੀ-ਪ੍ਰੀਤੂ ਤੇਰਾ ਤਾਇਆ ਲੱਗਦਾ! ਮਾਰ ਵਾਜ ਉਹਨੂੰ, ਕਹਿ ਤਾਇਆ... ਆ ਕੇ ਬਚਾਅ ਲੈ ਅੱਜ। ਕੋਈ ਚੱਜ ਦਾ ਬੰਦਾ ਨਹੀਂ ਲੱਭਾ ਤਾਇਆ ਬਣਾਉਣ ਨੂੰ ਤੈਨੂੰ? ਲੰਡੀ ਬੁੱਚੀ ਨੂੰ ਤਾਇਆ ਬਣਾਈ ਫਿਰਦੈਂ, ਹਰਦੂ ਲਾਹਨਤ। ਛੱਡ ਦੇ ਐਸੀਆਂ ਲੁੱਚ-ਘੜਿੱਚੀਆਂ, ਨਹੀਂ ਤਾਂ ਅਗਲੀ ਵਾਰ ਸਾਰੇ ਪਿੰਡ ਮੂਹਰੇ ਤੇਰੀ ਜੁੱਤ-ਪਤਾਣ ਕਰੂੰ। ”, ਉਹਨੂੰ ਜਿਵੇਂ ਤਾਏ ਦੀ ਚੋਣ ਨੇ ਸਭ ਤੋਂ ਜ਼ਿਆਦਾ ਖ਼ਫਾ ਕੀਤਾ ਹੋਵੇ।

ਸਾਰੇ ਸਕੂਲ ਨੇ ਸ਼ਿੰਦੇ ਦੀ ਦਰੁੱਬੜੀ ਪੜ੍ਹਾਈ ਛੱਡ ਕੇ ਵੇਖੀ। ਕਿਰਪਾਲ ਸਿਹੁੰ ਮੈਨੂੰ ਕਈ ਵਾਰ ਸ਼ਿੰਦੇ ਦਾ ਖ਼ਿਆਲ ਰੱਖਣ ਲਈ ਕਹਿ ਚੁੱਕਾ ਸੀ। ਕਿਤੇ ਅੰਕਲ ਮੇਰੀ ਵੀ ਨਾ ਅੱਜ ਭੁਗਤ ਸੁਆਰ ਦਏ, ਇਹ ਸੋਚ ਕੇ ਹਮਾਤੜ ਮੈਂ ਵੀ ਠਠੰਬਰਿਆ ਪਿਆ ਸੀ। ਚਿੱਤ ਕਰਦਾ ਸੀ ਕਿ ਮੈਂ ਕਿਸੇ ਤਰੀਕੇ ਬਸਤੇ 'ਚ ਹੀ ਵੜ ਜਾਵਾਂ! ਪ੍ਰਿੰਸੀਪਲ ਨੇ ਜਬਰੀ ਕਿਰਪਾਲ ਸਿਹੁੰ ਹੱਥੋਂ ਬੈਂਤ ਫੜੀ ਤੇ ਸ਼ਿੰਦੇ ਨੂੰ ਜਮਾਤ 'ਚ ਘੱਲ ਦਿੱਤਾ। ਮੈਨੂੰ ਵੀ ਜ਼ਰਾ ਸੁੱਖ ਦਾ ਸਾਹ ਆਇਆ।

ਕਿਰਪਾਲ ਸਿਹੁੰ ਫੇਰ ਟੂਰ 'ਤੇ ਚਲਾ ਗਿਆ। ਉਹ ਸੋਚਦਾ ਸੀ ਕਿ ਹੁਣ ਸ਼ਿੰਦਾ ਮੁੜ ਗ਼ਲਤੀ ਨਹੀਂ ਕਰਦਾ। ਮਹੀਨਾ ਕੁ ਸੁੱਖ-ਸਾਂਦ ਨਾਲ ਬੀਤਿਆ। ਸ਼ਿੰਦੇ ਨੇ ਤਰੱਕੀ ਕਰ ਲਈ। ਸਿਆਲ ਵਿਚ ਸਾਡੀ ਰਾਤ ਦੀ ਰਿਹਾਇਸ਼ ਸਕੂਲ ਵਿਚ ਹੀ ਹੁੰਦੀ ਸੀ। ਸ਼ਿੰਦਾ ਸ਼ਾਮ ਨੂੰ ਛੇ ਵਜੇ ਹਾਜ਼ਰੀ ਲੁਆਉਣ ਉਪਰੰਤ ਸੱਜ-ਧੱਜ ਕੇ ਸ਼ਹਿਰ 'ਚ ਹੁੰਦੇ ਰਾਤ ਦੇ ਵਿਆਹ-ਪਾਰਟੀਆਂ 'ਚ ਵੜ ਜਾਂਦਾ ਅਤੇ ਗਾਹੇ-ਬਗਾਹੇ ਦੇਰ ਰਾਤ ਨੌਂ ਤੋਂ ਬਾਰਾਂ ਵਾਲਾ ਸ਼ੋਅ ਵੇਖ ਕੇ ਸਕੂਲ ਆ ਕੇ ਸੌਂ ਜਾਂਦਾ। ਪ੍ਰਿੰਸੀਪਲ ਤੜਕੇ ਸਾਢੇ ਚਾਰ ਵਜੇ ਚੈੱਕ ਕਰਨ ਆਉਂਦਾ ਤਾਂ ਸ਼ਿੰਦਾ ਕਿਤਾਬਾਂ 'ਚ ਮਗਨ ਹੁੰਦਾ।

ਪੈਂਤੀ ਕੁ ਸਾਲ ਬਾਦ ਪਤਾ ਲੱਗਾ ਕਿ ਜੁਗਾੜੂ ਸ਼ਿੰਦਾ ਅੱਜਕੱਲ੍ਹ ਕੈਲੇਫੋਰਨੀਆ 'ਚ ਰਹਿੰਦਾ ਹੈ 'ਤੇ ਬੇਹੱਦ ਸਫ਼ਲ ਬਿਜ਼ਨਸ-ਮੈਨ ਹੈ। ਦਿਲ ਲਾ ਕੇ ਪੜ੍ਹਣ ਵਾਲੇ ਸਾਡੇ ਜਮਾਤੀਆਂ 'ਚੋਂ ਬਹੁਤੇ ਅਜੇ ਵੀ ਦਾਲ-ਫੁਲਕੇ ਦੀ ਆਹਰ-ਪਾਹਰ 'ਚ ਮਸਰੂਫ਼ ਨੇ।

ਵਿਸ਼੍ਵ-ਵਿਦਿਆਲੇ ਨੂੰ

ਤੂੰ ਪੜ੍ਹਾ-ਪੜ੍ਹਾ ਨਿਕੰਮਾ ਕਰ ਛੱਡਿਆ ਮੈਨੂੰ
ਹੋਰ ਕੀ ਤੁੰਨੇਂਗਾ ਮੇਰੇ ਭਰੇ ਦਿਮਾਗ਼ ਅੰਦਰ
ਤੂੰ ਸੋਚਦੈਂ, ਮੈਂ ਪੜ੍ਹ ਕੇ ਮੁਲਕ ਬਦਲ ਦਊਂ

ਹਾਂ... ਜੇਕਰ ਤੂੰ ਵਾਕਈ ਸੰਜੀਦਾ ਏਂ
ਤਾਂ ਬਦਲ ਦੇ ਸਿਲੇਬਸ
ਘੜ ਕੋਈ ਐਸਾ ਚੋਜੀ ਕੋਰਸ
ਜੋ ਫੋਕਟ ਭਰੇ ਦਿਮਾਗ਼ ਕਰ ਦਏ ਖ਼ਾਲੀ

ਮੁਕਾ ਦੇਵੇ ਸਭ ਕੁੜ ਕੁੜੱਤਣਾਂ, ਬੁੱਧੀਆਂ ਧਾਰਨਾਵਾਂ

ਮੁਕਾ ਦੇਵੇ ਸਭ ਮੂੜ੍ਹ ਤਿਕੋਣਾਂ, ਤਸਕਰ ਘੇਰੇ

ਸੂਨਜ ਹੋ ਜਾਵਣ ਅਸ਼ੁੱਭ ਸਮੀਕਰਨਾਂ, ਲਾਭ-ਹਾਨੀ ਦੇ ਸੂਤਰ

ਸੂਨਜ ਹੋ ਜਾਵਣ ਲੰਫ਼ੀਆਂ ਖੋਜਾਂ ਦੇ ਥੀਸਿਸ

ਅੰਨ੍ਹੀ ਹੋ ਜਾਵੇ ਕਾਣੇ ਇਤਿਹਾਸ ਦੀ ਲਾਇਬਰੇਰੀ

ਤੇਰੇ ਕੈਂਪਸ 'ਚ

ਇੱਕ ਸੁਰ ਗਾਵਣ ਅਲੱਫ਼ ਤੇ ਊੜਾ

ਇੱਕ ਸੁਰ ਗਾਵਣ ਵੇਦ ਕਤੇਬ

ਧੁੰਦਲ ਹੋ ਜਾਣ ਅਹੰਬੁਧਿ ਪਰਬਤ

ਧੁੰਦਲ ਹੋ ਜਾਣ ਮਨਹਠ ਲਕੀਰਾਂ

ਘੁਲ-ਮਿਲ ਜਾਵਣ ਦਿਵਸ ਰਾਤ ਸੂਰਜ ਚੰਦ

ਘੁਲ-ਮਿਲ ਜਾਵਣ ਖੰਡ ਬ੍ਰਹਮੰਡ

ਪੜ੍ਹ ਕੇ ਇਹ ਨਵਾਂ ਕੋਰਸ

ਮੇਰੀਆਂ ਧੌਲੀਆਂ ਮੁੱਛਾਂ 'ਚੋਂ ਵਿਗਸੇ

ਨਿੱਕੇ-ਨਿੱਕੇ ਬਾਲਾਂ ਵਰਗਾ ਅਣਭੋਲ ਹਾਸਾ

ਫੇਰ ਭਾਵੇਂ ਇਸ ਮੁਲਕ ਦਾ ਕੁਝ ਬਦਲ ਦਿਆਂ ..

ਜੀਵਨ 'ਚ ਮਿਲਿਆ ਹਰ ਛਿਣ ਨਵੇਂ ਛਿਣ ਦਾ ਅਧਾਰ ਬਣਦਾ ਹੈ ਅਤੇ ਭਵਿੱਖ ਨੂੰ ਮੁਤਾਸਿਰ ਕਰਦਾ ਹੈ। ਇਸ ਕਾਇਨਾਤ 'ਚ ਹਰ ਨਿੱਕਾ ਵੱਡਾ ਜੀਵ ਜੰਤ ਹਰ ਪਲ ਨਵੇਂ ਚੌਰਾਹੇ 'ਤੇ ਦਸਤਕ ਦਿੰਦਾ ਹੈ। ਹਰ ਜੀਵ ਦੇ ਹਰ ਛਿਣ ਵੱਲੋਂ ਚੁਣਿਆ ਜਾ ਰਿਹਾ ਹਰ ਰਾਹ ਸਾਂਝੇ ਸੰਸਾਰ ਦੇ ਨੈਣ ਨਕਸ਼ ਘੜਦਾ ਹੈ। ਅਗਲੇ ਸਾਹ ਦਾ ਰਾਹ ਚੁਣਨ ਵੇਲੇ ਬੀਤ ਗਏ ਬਿੰਬ ਨੂੰ ਚੇਤੇ ਕਰਦਿਆਂ ਅਤੀਤ ਨਾਲ ਜੀਵਨ ਮਾਲਾ ਪਰੋਈ ਜਾਂਦੀ ਹੈ। ਦਿਲ ਦੀ ਹਰ ਧੜਕਣ ਇਹ ਨਿਰਧਾਰਿਤ ਕਰਦੀ ਹੈ ਕਿ ਬੀਤ ਚੁੱਕੇ ਪਲਾਂ 'ਚੋਂ ਕਿਹੜੇ ਪਲਾਂ ਨੂੰ ਯਾਦ ਰੱਖਣਾ ਹੈ ਅਤੇ ਸੋਹਣੇ ਸੰਸਾਰ ਦੀ ਸਿਰਜਨਾ ਲਈ ਕਿਹੜੇ ਬੀਤੇ ਬੋਝਲ ਪਲਾਂ ਤੋਂ ਖਹਿੜਾ ਛੁਡਾਉਣਾ ਹੈ ਤਾਂ ਜੋ ਚੇਤਿਆਂ ਦੇ ਜ਼ਰੀਏ ਨਵਾਂ ਛਿਣ ਆਪਣਾ ਨਵਾਂ ਪੰਧ ਸੋਚ ਸਮਝ ਕੇ ਚੁਣੇ।

ਜੇਕਰ ਤੁਸੀਂ ਇੱਕੀਵੀਂ ਸਦੀ ਦੇ ਜੰਮ-ਪਲ ਹੋ ਜਾਂ ਵੀਹਵੀਂ ਦੇ ਅੰਤਲੇ ਸਾਲਾਂ 'ਚ ਜੰਮੇ ਹੋ ਤਾਂ ਹੋ ਸਕਦਾ ਤੁਹਾਨੂੰ ਮੇਰੀ ਬਿੰਬਾਵਲੀ ਗਲਪਨਾਤਮਕ ਜਿਹੀ ਲੱਗੀ ਹੋਵੇ। ਚਲੋ ਪ੍ਰਯੋਗ ਕਰੋ। ਰਤਾ ਕੁ ਭਰ ਲਈ ਆਪਣੇ ਮੋਬਾਈਲ ਫ਼ੋਨ ਅਤੇ ਇੰਟਰਨੈੱਟ ਕੁਨੈਕਸ਼ਨ ਨੂੰ ਆਪਣੇ ਬੀਤੇ ਵਰ੍ਹਿਆਂ 'ਚੋਂ ਮਨਫ਼ੀ ਕਰ ਦਿਓ। ਫਿਰ ਆਪਣੀ ਬਿੰਬਾਵਲੀ ਦਾ ਚਿਤਰਨ ਕਰੋ ਕਿ ਤੁਹਾਡੀਆਂ ਕਥਾਵਾਂ ਇਨ੍ਹਾਂ ਆਧੁਨਿਕ ਖਿਡੌਣਿਆਂ ਬਗੈਰ ਕਿਸ ਤਰ੍ਹਾਂ ਦੀਆਂ ਹੁੰਦੀਆਂ, ਮਸਲਨ ਇੰਟਰਨੈੱਟ ਤੋਂ ਬਗ਼ੈਰ ਤੇ **ਗੂਗਲ ਤੋਂ ਪਹਿਲਾਂ...**

੨ – ਗੁਗਲ ਤੋਂ ਪਹਿਲਾਂ

ਸਦੀਆਂ ਪਹਿਲਾਂ ਜੇ ਗੂਗਲ ਹੁੰਦੀ ਤਾਂ ਹੋ ਸਕਦਾ ਕ੍ਰਿਸ਼ਨ-ਸੁਦਾਮੇ ਵਰਗੀਆਂ ਸਾਖੀਆਂ ਸੋਸ਼ਲ ਨੈੱਟਵਰਕ ਦੇ ਪੁੰਦੁਕਾਰ 'ਚ ਅਲੋਪ ਹੋ ਜਾਂਦੀਆਂ। ਸ਼ਬਦ ਕੋਸ਼ 'ਚ ਕਈ ਸ਼ਬਦ ਨਾ ਜਨਮਦੇ, ਜਿਵੇਂ ਮਹਿਫ਼ਲ, ਸਾਧ-ਸੰਗਤ, ਢਾਣੀ, ਆਦਿ। ਦੁਨਿਆਵੀ ਵਰਤਾਰੇ ਅਤੇ ਦਿਨ-ਦਿਹਾਰ ਵੱਖਰੇ ਹੁੰਦੇ। ਬੰਦੇ ਦੇ ਨੈਣ ਨਕਸ਼ ਅਤੇ ਧੌਣ, ਆਦਿ, ਦੀ ਬਣਤਰ ਵੀ ਵੱਖਰੀ ਹੁੰਦੀ। ਪੰਛੀਆਂ ਦੀਆਂ ਕੁਝ ਕਲਾਵਾਂ ਜਾਂ ਉਨ੍ਹਾਂ ਨਾਲ ਜੁੜੇ ਵਿਸ਼ਵਾਸਾਂ ਦਾ ਸ਼ਾਇਦ ਸਾਨੂੰ ਅਹਿਸਾਸ ਨਾ ਹੁੰਦਾ ਜਿਵੇਂ ਕਬੂਤਰ-ਚਿੱਠੀ, ਕਾਂ-ਪ੍ਰਾਹੁਣੇ, ਆਦਿ। ਕੋਲੰਬਸ ਦਾ ਸ਼ੌਕ ਕੋਈ ਹੋਰ ਹੁੰਦਾ। ਰਾਜਨੀਤਿਕ ਨਕਸ਼ੇ ਹੋਰ ਹੁੰਦੇ। ਬਾਹਰੀ ਹਮਲੇ, ਸੰਸਾਰ-ਜੰਗਾਂ, ਸੰਤਾਲੀ-ਚੁਰਾਸੀ, ਰਾਜਨੀਤਿਕ ਸੰਧੀਆਂ, ਆਦਿ, ਜੇ ਨਾ ਹੁੰਦੇ ਤਾਂ ਸ਼ਾਇਦ ਕੁਝ ਹੋਰ ਤਰ੍ਹਾਂ ਦੇ ਹੁੰਦੇ। ਅਕਬਰ ਵਧੇਰੇ ਹੁੰਦੇ ਜਾਂ ਅਬਦਾਲੀ? ਕੀ ਸਿਕੰਦਰ ਘਰ ਪਰਤ ਸਕਦਾ? ਕਹਾਣੀਆਂ, ਲੇਖ, ਕਿਤਾਬਾਂ, ਰਾਜ ਪ੍ਰਬੰਧ, ਹਥਿਆਰ ਭੰਡਾਰ ਕੀ ਪਤਾ ਕਿਸ ਤਰ੍ਹਾਂ ਦੇ ਹੁੰਦੇ।

ਨਵੀਂ ਤਕਨਾਲੋਜੀ ਅਤੇ ਮਨੁੱਖ ਵੱਲੋਂ ਇਹਦੀ ਵਰਤੋਂ ਅਤੇ ਦੁਰਵਰਤੋਂ ਨਾਲ ਸੁਭਾਵਿਕ ਹੀ ਪ੍ਰਕਿਰਤੀ 'ਚ ਆਉਂਦੇ ਬਦਲਾਅ ਸਾਡੇ ਰਾਹਾਂ ਦੀ ਦਿਸ਼ਾ ਅਤੇ ਦਸ਼ਾ ਬਦਲ ਰਹੇ ਹਨ। ਇਹ ਅਨਿਸ਼ਚਿਤਤਾ ਸਾਡੇ ਮੁਸਤਕਬਿਲ ਵੱਲ ਕਦੇ ਖ਼ੁਬਸੂਰਤ ਦੇਵੀ ਅਤੇ ਕਦੇ ਪੁੱਠੇ ਪੈਰਾਂ ਵਾਲੀ ਚੁੜੇਲ ਬਣ ਕੇ ਝਾਕਦੀ ਹੈ।   ਸਦੀ ਦੇ ਨਵੇਂ ਚਤਰ ਖਿਡੌਣਿਆਂ ਨੇ ਜਿੱਥੇ ਤਾਲੀਮ ਨੂੰ ਹਵਾਵਾਂ ਤੇ ਫ਼ਿਜਾਵਾਂ 'ਚ ਫੈਲਾਅ ਦਿੱਤਾ ਹੈ, ਉੱਥੇ ਹੀ ਇਨ੍ਹਾਂ ਜੰਤਰਾਂ-ਮੰਤਰਾਂ ਦੇ ਦੁਰ-ਉਪਯੋਗ ਨਾਲ ਕੁ-ਵਿੱਦਿਆ ਦਾ ਵਾਇਰਸ ਕੱਪੜੇ ਬਦਲ-ਬਦਲ ਕੇ ਡੰਗ ਮਾਰਨ ਲੱਗਾ।   ਸਕੂਲ ਦੇ ਬੋਝਲ ਝੋਲਿਆਂ ਦਾ ਭਾਰ ਮੋਢਿਆਂ ਤੋਂ ਹਿੱਲ ਕੇ ਦਿਮਾਗ਼ 'ਤੇ ਜਾ ਪਿਆ। ਸਕੂਲੋਂ ਫ਼ਾਰਗ ਹੋ ਕੇ ਵੀ ਇਹ ਬਸਤਾ ਦਿਨ-ਰਾਤ ਸਿਰ ਚੜ੍ਹਿਆ ਰਹਿੰਦਾ ਹੈ।

ਤੀਹ ਸਾਲ ਪਹਿਲਾਂ ਈ-ਮੇਲ ਆਮ ਲੋਕਾਂ ਤੱਕ ਨਹੀਂ ਸੀ ਅੱਪੜੀ। ਮੇਰੇ ਹਮ-ਉਮਰਾਂ ਨੇ ਪਹਿਲੀ ਵਾਰ ਕਾਲਜ ਵਿਚ ਹੀ ਕੰਪਿਊਟਰ ਦੇ ਦਰਸ਼ਨ ਕੀਤੇ ਹੋਣਗੇ। ਸਾਡੇ ਵੇਲੇ ਕਾਲਜ 'ਚ ਇੱਕੋ-ਇਕ ਕੰਪਿਊਟਰ ਹੁੰਦਾ ਸੀ। ਉਹ ਵੀ ਕਾਲੇ ਮੂੰਹ ਵਾਲਾ ਅਤੇ 'ਹਨੇਰੇ ਕਮਰੇ 'ਚ ਕੈਦ। ਧਾਰਮਿਕ ਅਸਥਾਨ ਵਾਂਗ ਉਹਨੂੰ ਮੱਥਾ ਟੇਕਣ ਲਈ ਜੁੱਤੀਆਂ ਖੋਲ੍ਹ ਕੇ ਜਾਣਾ ਪੈਂਦਾ ਸੀ। ਮੈਨੂੰ ਯਾਦ ਹੈ ਕਿ ਜਦੋਂ ਤੱਕ ਨਵਾਂ ਵਾਯੂ-ਅਨੁਕੂਲ ਕਮਰਾ ਨਹੀਂ ਸੀ ਬਣਿਆ, ਡਿਪਾਰਟਮੈਂਟ ਮੁਖੀਏ ਨੇ ਇਕ ਸਾਲ ਤੱਕ ਕੰਪਿਊਟਰ ਨੂੰ ਡੱਬੇ 'ਚ ਹੁਬੜ ਰੱਖਿਆ। ਉਂਜ ਇਨ੍ਹਾਂ ਜੰਤਰਾਂ-ਤੰਤਰਾਂ ਤੋਂ ਬਗ਼ੈਰ ਵੀ ਦੁਨੀਆ ਚੜ੍ਹਦੀ ਕਲਾ 'ਚ ਰਹਿੰਦੀ।

ਸਕੂਲ 'ਚ ਬੰਦਾ ਬਣਨ ਦੀ ਖ਼ਾਤਰ ਪਹਿਲਾਂ ਮੁਰਗ਼ਾ ਬਣਨਾ ਜ਼ਰੂਰੀ ਹੁੰਦਾ ਸੀ। ਸਾਰਾ ਦਿਨ ਕੰਨ-ਪਟਾਈ ਝੱਲਣ ਤੋਂ ਬਾਦ ਸਿੱਖਣ ਦੀ ਉਤਸੁਕਤਾ ਸਲ੍ਹਾਬ ਜਾਂਦੀ ਅਤੇ ਬਹੁਤੇ ਜੁਆਕਾਂ ਦਾ ਚੀਠਪੁਣਾ ਭੱਦੇ ਰੰਗਾਂ 'ਚ ਪ੍ਰਗਟ ਹੁੰਦਾ। ਮਾਸਟਰ ਦੀ ਬੈਂਤ ਤੋਂ ਡਰਦਿਆਂ ਅਸੀਂ ਇਤਿਹਾਸ ਨੂੰ ਘੋਟਾ ਚਾੜ੍ਹ-ਚਾੜ੍ਹ ਕੇ ਮਿਥਿਹਾਸ ਹੀ ਬਣਾ ਛੱਡਿਆ।

ਆਓ ਚੱਲੀਏ ਤੀਹ-ਪੈਂਤੀ ਕੁ ਸਾਲ ਪਿੱਛੇ ਅਤੇ ਜੇਬ 'ਚ ਮੋਬਾਈਲ ਫੋਨ ਨਾ ਹੋਣ ਕਾਰਨ ਆਮ ਜੀਵਨ ਨਾਲ ਜੁੜੀਆਂ ਗੱਲਾਂ ਦੀ ਕਥਾ ਕਰੀਏ...

ਦੇਸੀ ਜੀ.ਪੀ.ਐੱਸ.

ਪੁੱਛ-ਪੁੱਛ ਕੇ ਨਵੇਂ ਇਲਾਕੇ ਘੁੰਮਣ ਦੀ ਹਿੰਮਤ ਏਡੀ ਵੱਧ ਗਈ ਕਿ ਮੈਂ ਕਦੇ ਕੋਲੰਬਸ ਤੇ ਕਦੇ ਮਾਰਕੋ ਪੋਲੋ ਬਣਿਆ। ਜਸਪਾਲ ਅਤੇ ਮੈਂ ਗੁਰੂ ਨਾਨਕ ਇੰਜਨੀਅਰਿੰਗ ਕਾਲਜ ਵਿਚ ਪੜ੍ਹਦਿਆਂ ਚਾਰ ਸਾਲ ਬੱਸ 'ਚ ਇਕੱਠਿਆਂ ਸਫ਼ਰ ਕਰਦੇ ਹੁੰਦੇ ਸਾਂ। ਬਾਦ 'ਚ ਜਸਪਾਲ ਦੇ ਵਿਆਹ ਵੇਲੇ ਮੈਂ ਗੁਰੂ ਨਾਨਕ ਯੂਨੀਵਰਸਿਟੀ ਕੈਂਪਸ ਦੇ ਆਰਕੀਟੈਕਚਰ ਮਹਿਕਮੇ 'ਚ ਪੜ੍ਹਾਉਂਦਾ ਸੀ। ਮੈਂ ਅੰਮ੍ਰਿਤਸਰ ਤੋਂ ਬਰਾਤ 'ਚ ਸ਼ਾਮਲ ਹੋਣ ਲਈ ਸਿੱਧਾ ਉਹਦੇ ਨਵਾਂਸ਼ਹਿਰ ਲਾਗਲੇ ਪਿੰਡ ਮੀਰ ਪੁਰ ਜੱਟਾਂ ਵਿਖੇ ਪਹੁੰਚਣਾ ਸੀ। ਪਰ ਕਵੇਲਾ ਹੋਣ ਕਰਕੇ ਸੋਚਿਆ ਕਿ ਬਲ਼ਾਚੌਰ ਦੇ ਅੱਡੇ 'ਤੇ ਖੜ੍ਹੋ ਜਾਵਾਂ। ਇਸ ਤਰ੍ਹਾਂ ਬਰਾਤ ਵਾਲੀ ਬੱਸ 'ਚ ਚੜ੍ਹ ਜਾਵਾਂਗਾ, ਜਿਸ ਨੇ ਜਸਪਾਲ ਦੀ ਜਲਦ ਹੀ ਹੋਣ ਵਾਲੀ ਧਰਮ ਪਤਨੀ ਕਿਰਨਜੀਤ ਦੇ ਘਰ ਰਾਜਪੁਰੇ ਜਾਣਾ ਸੀ। ਮੈਂ ਅੱਧਾ ਕੁ ਘੰਟਾ ਅੱਡੇ ਤੇ ਭੁਲੇਖੇ ਪਾਉਂਦੀਆਂ ਬੱਸਾਂ ਦੀ ਪੋਂ-ਪੋਂ ਸੁਣਦਾ ਰਿਹਾ, ਪਰ ਬਰਾਤ ਵਾਲੀ ਬੱਸ ਨਾ ਅਹੁੜੀ। "ਚਲੋ ਰੋਪੜ ਵਾਲੀ ਬੱਸ ਫੜ ਲੈਂਦਾਂ 'ਤੇ ਮਗਰਲੀ ਸੀਟ 'ਤੇ ਬਹਿ ਕੇ ਨਿਗਾਹ ਰੱਖਦਾਂ।" ਮੇਰੀ ਆਸਵੰਦੀ 'ਚ ਕੱਖ-ਭਰ ਵੀ ਸ਼ੱਕ-ਸ਼ੁਭਾ ਨਹੀਂ ਸੀ।

ਰੋਪੜ ਵਾਲੀ ਬੱਸ 'ਚ ਟਾਈ-ਛਾਈ ਲਾਕੇ ਮੈਂ ਸਾਰੀ ਵਾਟ ਪਿੱਛੇ ਨੂੰ ਝਾਕਦਾ ਰਿਹਾ। ਧੌਣ ਤਾਂ ਆਕੜ ਗਈ ਪਰ ਬਰਾਤ ਵਾਲੀ ਬੱਸ ਨਾ ਥਿਆਈ। ਜੇ ਆ ਵੀ ਜਾਂਦੀ ਤਾਂ ਮੈਂ ਕਿਹੜਾ ਸਪਾਈਡਰਮੈਨ ਬਣ ਕੇ ਫੜ ਲੈਣੀ ਸੀ। ਰੋਪੜ ਪਹੁੰਚਦਿਆਂ ਸੁੱਕੇ ਸਤਲੁਜ ਨੂੰ ਵੇਖਦਿਆਂ ਹੀ ਮੈਨੂੰ ਵਿਸ਼ਵਾਸ ਹੋ ਗਿਆ ਕਿ ਬੱਸ "ਮਿੱਸ" ਹੋ ਗਈ ਹੈ। ਸਿੱਧਾ ਰਾਜਪੁਰੇ ਪਹੁੰਚਣ 'ਚ ਹੀ ਭਲਾ। ਮੈਂ ਪੂਰੇ ਹੌਸਲੇ ਨਾਲ ਰੋਪੜ ਤੋਂ ਰਾਜਪੁਰੇ ਵਾਲੀ ਬੱਸ 'ਚ ਪਤਾ ਨਹੀਂ ਕਿਵੇਂ ਵਗ ਤੁਰਿਆ? ਅਗਜ਼ੈਕਟਿਵੀ ਕੱਪੜੇ ਵੇਖ ਕੇ ਕੰਡਕਟਰ ਨੇ ਵੀ ਬੜੇ ਸਤਿਕਾਰ ਨਾਲ ਟਿਕਟ ਦਿੱਤੀ। ਬੱਸ ਅਜੇ ਰਾਜਪੁਰੇ ਦੇ ਵਸੀਵੇਂ ਕੋਲ ਹੀ ਹੋਉ ਜਦੋਂ ਮੇਰੇ ਮਨ 'ਚ ਡਾਢਾ ਧਰਮਚੱਕ ਪੈ ਗਿਆ ਅਤੇ ਟੈਂਸ਼ਨ ਵਧਣ ਲੱਗੀ। ਮੇਰੇ ਕੋਲ

ਵਿਆਹ ਵਾਲੇ ਘਰ ਦਾ ਕੋਈ ਥਾਂ ਪਤਾ ਤਾਂ ਕੀ, ਮੈਨੂੰ ਜਸਪਾਲ ਦੇ ਹੋਣ ਵਾਲੇ ਸਹੁਰਾ ਸਾਹਿਬ ਦਾ ਨਾਂ ਤੱਕ ਵੀ ਨਹੀਂ ਸੀ ਪਤਾ। "ਮਨਾਂ! ਹੌਸਲਾ ਰੱਖ", ਮੈਂ ਡੋਲਦੇ ਖ਼ੁਦ ਨੂੰ ਭੋਰਾ ਕੁ ਫੂਕ ਛਕਾਈ। ਸਾਮ੍ਹਣੇ ਰਿਕਸ਼ੇ ਵਾਲ਼ਾ, ਤਿਆਰ-ਬਰ-ਤਿਆਰ, ਮੇਰੇ ਸੂਟ-ਬੂਟ ਨੂੰ ਵੇਖ ਕੇ ਸੀਟ 'ਤੇ ਕੱਪੜਾ ਫੇਰਨ ਲੱਗਾ।

"ਹੁਕਮ ਕਰੋ ਸਰਦਾਰ ਸਾਹਿਬ, ਕਿੱਧਰ ਜਾਨੈ?", ਉਹਨੇ ਬੜੀ ਇੱਜ਼ਤ ਨਾਲ ਪੁੱਛਿਆ। ਮੈਂ ਵੀ ਨਾਪ ਤੋਲ ਕੇ ਜਵਾਬ ਦਿੱਤਾ, "ਇੱਕ ਵਿਆਹ ਜਾਣਾ, ਪਰ ਪਤਾ ਨਹੀਂ ਜਾਣਾ ਕਿੱਥੇ।"

ਉਹਨੇ ਸੋਚਿਆ ਕਿ ਸ਼ਾਇਦ ਮੈਨੂੰ ਰਸਤੇ ਦਾ ਨਹੀਂ ਪਤਾ, "ਚਲੋ ਕੋਈ ਨਹੀਂ, ਲੱਭ ਲਵਾਂਗੇ ਜੀ, ਸਤਾਰਾਂ ਸਾਲ ਹੋ ਗਏ ਰਿਕਸ਼ਾ ਵਾਹੁੰਦੇ ਨੂੰ।"

ਮੇਰੇ ਠਾਹ-ਠਾਹ ਛੜੱਪੇ ਮਾਰਦੇ ਦਿਲ ਨੂੰ ਸਕਿੰਟ ਕੁ ਲਈ ਚੈਨ ਜਿਹੀ ਆਈ ਹੀ ਸੀ, ਤੇ ਉਹ ਫਿਰ ਬੋਲ ਪਿਆ,"ਹਾਂ ਜੀ, ਦੱਸੋ ਭਲਾ ਡਰੈੱਸ (ਪਤਾ) ਕੀ ਐ?"

ਮੇਰੇ ਗਲ਼ੇ ਦੇ 'ਡੈਸੀਬਲ' ਹੀ ਗੁਆਚ ਗਏ।

"ਵੀਰ! ਮੈਂ ਤੈਨੂੰ ਦੱਸਿਆ ਤਾਂ ਸੀ ਕਿ ਮੈਨੂੰ ਨਹੀਂ ਪਤਾ...", ਮੇਰੀ ਮੱਧਮ ਆਵਾਜ਼ ਵੀ ਮੇਰੇ ਸੁੱਕੇ ਸੰਘ 'ਚੋਂ ਕੂਹਣੀਆਂ ਮਾਰਦੀ ਲੰਘੀ।

ਉਸ ਹੱਕੇ-ਬੱਕੇ ਨੇ ਰਿਕਸ਼ਾ ਪਾਸੇ ਲਾ ਲਿਆ ਅਤੇ ਉੱਤਰ ਕੇ ਮੇਰੇ ਹਮਾਤੜ ਚਿਹਰੇ ਵੱਲ ਟਿਕ-ਟਿਕੀ ਲਾ ਕੇ ਵੇਖਣ ਲੱਗਾ। ਉਹ ਜਿੰਨਾ ਚੁੱਪ ਸੀ ਮੈਂ ਉਨਾ ਹੀ ਖਿੱਲਰਿਆ ਮਹਿਸੂਸ ਕਰ ਰਿਹਾ ਸਾਂ। ਮੈਨੂੰ ਲੱਗਾ ਜਿਵੇਂ ਰਿਕਸ਼ੇ ਦਾ ਪੁਰਜ਼ਾ-ਪੁਰਜ਼ਾ ਵੀ ਆਪਣੇ ਮਾਲਕ ਨੂੰ ਚੀਖ-ਚੀਖ ਕੇ ਆਖ ਰਿਹਾ ਹੋਵੇ, "ਅਸੀਂ ਨਹੀਂ ਤੁਰਨਾ ਜਦ ਤੱਕ ਤੂੰ ਇਹਨੂੰ ...।"

ਪਰ ਉਹ ਬੰਦਾ ਕੋਈ ਸੰਤ ਹੀ ਸੀ। ਆਪਣੇ ਸਿਰ ਦਾ ਸਾਫ਼ਾ ਸੁਆਰਦੇ ਹੋਏ ਬੋਲਿਆ, " ਜੇ ਤੇਰੇ ਕੋਲ ਡਰੈੱਸ ਹੀ ਨਹੀਂ ਤਾਂ ਮੈਂ ਐਡੇ ਰਾਜਪੁਰੇ 'ਚ ਤੈਨੂੰ ਕਿੱਧਰ ਲੈ ਜਾਂ ਭਲਾਂ?"

ਮੈਨੂੰ ਯਾਦ ਆਇਆ ਕਿ ਜਸਪਾਲ ਦੇ ਸਹੁਰਾ ਸਾਹਿਬ ਬਿਜਲੀ ਬੋਰਡ ਵਿਚ ਐੱਸ. ਡੀ.

ਓ. ਨੇ। ਪਰ ਇਸ ਜਾਣਕਾਰੀ ਨਾਲ ਵੀ ਮੈਂ ਉਹਦੇ ਸਵਾਲਾਂ ਦੀ ਤਸੱਲੀ ਨਾ ਕਰਾ ਸਕਿਆ। ਮੈਂ ਪਲ ਕੁ ਲਈ ਵਾਸਕੋਡੀਗਾਮਾ ਨੂੰ ਚਿਤਵਿਆ, "ਭਾਈ ਸਾਹਿਬ, ਤੁਸੀਂ ਮੈਨੂੰ ਗੁਰਦੁਆਰੇ ਲੈ ਚੱਲੋ। ਉੱਥੋਂ ਸ਼ਾਇਦ ਕੋਈ ਉੱਘ-ਸੁੱਘ ਮਿਲ ਜਾਵੇ"

"ਚਾਲੀ ਪੰਜਾਹਾਂ ਚੋਂ ਕਿਹੜੇ ਗੁਰਦੁਆਰੇ?" ਉਹਦਾ ਸੰਖੇਪ ਜਵਾਬ ਮਾਸਟਰ ਚਮਨ ਲਾਲ ਜੀ ਦੇ ਲੱਫੜ ਵਾਂਗੂ ਵੱਜਾ।

"ਮੇਨ ਗੁਰਦੁਆਰੇ ਲੈ ਜਾ ਭਰਾਵਾ," ਮੈਂ ਮਨੋਂ-ਮੰਨੀਂ ਅੱਕੀਂ-ਪਲਾਹੀਂ ਹੱਥ ਮਾਰ ਰਿਹਾ ਸਾਂ। ਪਲ ਕੁ ਲਈ ਮੈਨੂੰ ਰਾਜਪੁਰੇ 'ਚੋਂ ਹਰਿਆਣੇ ਦਾ ਝਉਲਾ ਪੈ ਰਿਹਾ ਸੀ ਅਤੇ ਦੂਜੇ ਪਲ ਇੰਝ ਲੱਗ ਰਿਹਾ ਸੀ ਜਿਵੇਂ ਮੈਂ 'ਐਟਲਾਂਟਿਕ' ਸਾਗਰ ਵਿਚ ਘਿਰਿਆ 1492 ਦੀਆਂ ਛੱਲਾਂ ਨੂੰ ਦਿਸ਼ਾ ਪੁੱਛ ਰਿਹਾ ਹੋਵਾਂ ਅਤੇ ਉਹ ਮੁੜ-ਮੁੜ ਮੇਰੇ ਮੂੰਹ 'ਤੇ ਲੂਣੇ ਪਾਣੀ ਦੇ ਛਿੱਟੇ ਮਾਰ-ਮਾਰ ਹੱਸ ਰਹੀਆਂ ਹੋਣ। ਮੈਂ ਰਿਕਸ਼ੇ 'ਤੇ ਬੈਠਾ ਹਰ ਦੋ-ਰਸਤੇ ਅਤੇ ਚੁਰਸਤੇ ਵੱਲ ਆਸਵੰਦ ਹੋ ਕੇ ਵੇਖਦਾ, ਜਿਵੇਂ ਕੁੱਪ 'ਚੋਂ ਸੂਈ ਲੱਭਦਾ ਹੋਵਾਂ। ਸੜਕ ਦੇ ਨਿੱਕੇ ਟੋਇਆਂ ਨਾਲ ਵੱਜਦਾ ਹਰ ਹੁੱਝਕਾ ਮੈਨੂੰ ਇਮਤਿਹਾਨ 'ਚ ਜੁਗਰਾਫ਼ੀਏ ਦੇ ਹਠੀ ਸਵਾਲ ਜਿਹਾ ਪ੍ਰਤੀਤ ਹੋ ਰਿਹਾ ਸੀ। ਖ਼ਿਆਲਾਂ 'ਚ ਧਰਤੀ ਦੇ ਗੋਲ ਹੋਣ ਨਾਲ ਜੁੜੀਆਂ ਕਥਾਵਾਂ ਵੀ ਆਈਆਂ। ਗੱਡੀ ਦਾ ਹਾਰਨ ਵੱਜਦਾ ਤਾਂ ਲੱਗਦਾ ਬੈਂਡ ਮਾਸਟਰ ਮਿਲ੍ਹਣੀ ਸ਼ੁਰੂ ਹੋਣ ਤੋਂ ਪਹਿਲਾਂ ਦੀ ਤਾਨ ਕੱਢ ਰਿਹੈ। ਸੜਕ 'ਤੇ ਸੋਹਣੇ ਕੱਪੜੇ ਪਹਿਨੀ ਤੁਰੇ ਜਾਂਦੇ ਬੰਦੇ ਨੂੰ ਵੇਖ ਕੇ ਚਿੱਤ ਕਰਦਾ ਕਿ ਪੁੱਛਾਂ ਭਾਈ ਤੂੰ ਵੀ ਜਸਪਾਲ ਦੇ ਵਿਆਹ 'ਚ ਸ਼ਾਮਲ ਹੋਣ ਜਾ ਰਿਹੈਂ...?

ਦਿਲ ਦੀ ਪੜਕਣ ਤੇਜ਼ ਤਾਂ ਹੋ ਰਹੀ ਸੀ ਪਰ ਰਾਗ ਆਸਾ ਦੀ ਧੁਨ ਤੋਂ ਉੱਖੜ ਕੇ ਅਜੇ ਬੇਸੁਰੀ ਨਹੀਂ ਸੀ ਹੋਈ। ਅੱਖਾਂ ਦੀਆਂ ਪੁਤਲੀਆਂ ਤੇ ਪਲਕਾਂ ਨੇ ਰਲ ਮਿਲ ਕੇ ਸਾਰਾ ਰਾਜਪੁਰਾ ਸਕੈਨ ਕਰਨ ਦਾ ਤਹੱਈਆ ਕਰ ਲਿਆ ਸੀ। ਕਈ ਦਿਨਾਂ ਦੀ ਬੱਦਲਵਾਈ ਤੋਂ ਬਾਦ ਅੱਜ ਸੂਰਜ ਨੇ ਵੀ ਆਪਣੇ ਵਾਟ (Watt) ਦਿਖਾਏ। ਹਵਾ ਵੀ ਸ਼ਾਇਦ ਵਿਆਹ ਵਾਲੇ ਘਰ ਵੱਲੋਂ ਰਿਕਸ਼ੇ ਵੱਲ ਨੂੰ ਵਗਣ ਲੱਗੀ ਤਾਂ ਕਿ ਮੈਂ ਮੰਜ਼ਲ 'ਤੇ ਅੱਪੜ ਸਕਾਂ। ਇੰਝ ਲੱਗ ਰਿਹਾ ਸੀ ਕਿ ਸਾਰਾ ਚੌਗਿਰਦਾ ਹੀ ਮੈਨੂੰ ਵਿਆਹ ਖੁਆਉਣ ਲਈ ਤਤਪਰ ਸੀ। ਮੇਰਾ ਚਿੱਤ ਕੀਤਾ ਕਿ ਮੈਂ ਰਿਕਸ਼ੇ ਵਾਲੇ ਨੂੰ ਵੀ ਥੋੜ੍ਹਾ ਹੌਸਲਾ ਦੇਵਾਂ ਪਰ ਮੈਂ ਝਿਜਕ ਜਿਹਾ ਗਿਆ।

ਅੱਗੇ ਚੌਕ ਆ ਗਿਆ। ਮੈਂ ਝੱਟ ਟੇਬਲ ਫੈਨ ਵਾਂਗ ਸੱਜਾ ਖੱਬਾ ਚੈੱਕ ਕੀਤਾ।

"ਭਾਅ ਰੋਕੀਂ ਜ਼ਰਾ, ਔਹ ਸਾਮ੍ਹਣੇ ਟੈਂਟ-ਹਾਊਸ ਵਾਲ੍ਹਿਆਂ ਨੂੰ ਪੁੱਛ ਕੇ ਵੇਖ ਲੈਂਦੇ ਹਾਂ", ਮੇਰੀ ਅਵਾਜ਼ ਵਿਚ ਹੋਰ ਆਸ ਉੱਭਰੀ।

ਉਹਨੇ ਬਿਨਾਂ ਕੁਝ ਬੋਲੇ ਰਿਕਸ਼ਾ ਟੈਂਟ-ਹਾਊਸ ਦੇ ਬਿਲਕੁਲ ਮੁਹਰੇ ਖੜ੍ਹਾ ਦਿੱਤਾ। ਨਾ ਮੇਰੇ ਨਾਲ ਅਤੇ ਨਾ ਹੀ ਟੈਂਟ ਵਾਲ੍ਹਿਆਂ ਨਾਲ ਨਜ਼ਰ ਮਿਲਾਈ ਤੇ ਬੱਸ ਬੱਦਲਾਂ ਵੱਲ ਨੂੰ ਤੱਕਦਾ ਰਿਹਾ। ਅੰਦਰੋਂ-ਅੰਦਰ ਪਤਾ ਨਹੀਂ ਉਹ ਹੱਸ ਰਿਹਾ ਸੀ ਜਾਂ ਰੋ। ਮੈਂ ਵੀ ਜਿਵੇਂ ਉਪਰੇ ਪੈਰੀਂ ਖਲੋਤਾ ਧਰਤੀ ਲੱਭ ਰਿਹਾ ਹੋਵਾਂ। ਪਰ ਮੈਨੂੰ ਟੈਂਟ ਦੀ ਦੁਕਾਨ ਸੂਰਜ ਦੀ ਊਰਜਾ ਭਰਪੂਰ ਕਿਰਨ ਜਾਪੀ। ਪੁੱਛਣ 'ਤੇ ਟੈਂਟ ਵਾਲੇ ਨੇ ਦੱਸਿਆ ਕਿ ਉਨ੍ਹਾਂ ਕੋਲ ਅੱਜ ਤਿੰਨ ਵਿਆਹਾਂ ਦੇ ਠੇਕੇ ਨੇ। ਇੱਕ ਟਾਂਗੇ ਵਾਲ੍ਹਿਆਂ ਦਾ, ਦੂਜਾ ਕਿਸੇ ਹਿੰਦੂ ਪਰਿਵਾਰ ਦਾ ਅਤੇ ਤੀਜਾ ਬਾਹਰ ਖੇਤਾਂ 'ਚ ਕੋਠੀ ਵਾਲ੍ਹਿਆਂ ਦਾ। ਮੈਂ ਸੋਚਿਆ ਕਿ ਇੰਜੀਨੀਅਰ ਜਸਪਾਲ ਦਾ ਟਾਂਗੇ ਵਾਲ੍ਹਿਆਂ ਦੇ ਨਾਲ ਸੰਜੋਗ ਤਾਂ ਮੁਸ਼ਕਲ ਹੈ। ਇਹ ਲਵ-ਮੈਰਿਜ ਵੀ ਨਹੀਂ, ਸੋ ਹਿੰਦੂ ਪਰਿਵਾਰ ਵਾਲ੍ਹੀ ਆਪਸ਼ਨ ਵੀ ਨਾਮੁਮਕਨ ਹੀ ਹੈ। ਕੋਠੀ ਵਾਲ੍ਹਿਆਂ ਦੇ ਸ਼ਾਇਦ ਗੱਲ ਬਣ ਜਾਵੇ।

ਉਨ੍ਹਾਂ ਦੇ ਵਰਕਰ ਤਿੰਨਾਂ ਵਿਆਹਾਂ ਦਾ ਥੁੜਿਆ ਸਮਾਨ ਪਹੁੰਚਾਉਣ ਲਈ ਸਕੂਟਰ 'ਤੇ ਜਾਣ ਹੀ ਲੱਗੇ ਸਨ ਕਿ ਟੈਂਟ ਵਾਲੇ ਦੂਜੇ ਵਰਕਰ ਨੇ ਮੈਨੂੰ ਉਨ੍ਹਾਂ ਨਾਲ ਜਾਣ ਦੀ ਸਲਾਹ ਦਿੱਤੀ। ਮੈਂ ਥੱਕ-ਅੱਕ ਚੁੱਕੇ ਰਿਕਸ਼ੇ ਵਾਲੇ ਨੂੰ ਟਿੱਪ ਦੇ ਕੇ ਫ਼ਾਰਗ ਕਰ ਦਿੱਤਾ। ਆਪ ਦੋਹਾਂ ਹੱਟੇ-ਕੱਟੇ ਵਰਕਰਾਂ ਅਤੇ ਸਕੂਟਰ ਦੀ ਸਟੈੱਪਨੀ ਦੇ ਵਿਚਾਲੇ ਸਾਹ ਸੂਤ ਕੇ ਬਹਿ ਗਿਆ। ਪਲ ਕੁ ਲਈ ਟੈਂਟ ਵਾਲੇ ਦੇ ਇਸ ਅਚਾਨਕ ਮਿਲੇ ਨਵੇਂ ਰੋਲ 'ਚ ਮੈਨੂੰ ਸਕੂਨ ਜਿਹਾ ਵੀ ਮਿਲਿਆ। ਪਰ ਮੇਰੀ ਟਾਈ ਮੁਹਰਲੇ ਬੰਦੇ ਦੇ ਹੇਠਾਂ ਆਉਣ ਕਰਕੇ ਕਈ ਚਿਰ ਮੈਂ ਦੜ ਜਿਹਾ ਵੱਟੀ ਰੱਖਿਆ। ਸੁਖ ਨਾਲ ਸਕੂਟਰ ਇੱਕ ਟੋਏ 'ਚੋਂ ਲੰਘਿਆ ਤਾਂ ਮੇਰੀ ਧੌਣ ਨੇ ਸੁਖ ਦਾ ਸਾਹ ਲਿਆ। ਰਾਜਪੁਰੇ ਦੀਆਂ ਗਲ੍ਹੀਆਂ 'ਚ ਮਿੱਟੀ ਉਡਾਉਂਦੇ ਅਤੇ ਆਦਮਪੁਰ ਵਾਲੇ ਫਾਈਟਰ ਮਿੱਗਾਂ ਵਾਂਗ ਗੱਜਦੇ ਸਕੂਟਰ ਨੇ ਪਹਿਲਾਂ ਮੇਰਾ ਟਾਂਗੇ ਵਾਲ੍ਹਿਆਂ ਦੇ ਵਿਆਹ 'ਤੇ ਮੱਥਾ ਟਿਕਾਇਆ ਤੇ ਬਾਦ 'ਚ ਖੇਤਾਂ ਵਾਲ੍ਹੀ ਕੋਠੀ ਵੱਲ ਜਾਂਦੀ ਉਭੜ-ਖਾਭੜ ਕੱਚੀ ਸੜਕ 'ਤੇ ਧੂੜ ਛਕਾਈ।

ਮੈਂ ਜਦੋਂ ਦੂਰੋਂ ਹੀ ਨਾਭ੍ਹੀ ਪੱਗ ਵਾਲੇ ਤਜਿੰਦਰ ਬੱਲ ਨੂੰ ਵੇਖਿਆ ਤਾਂ ਮੇਰੇ ਹੱਥੋਂ ਟੈਂਟ ਵਾਲੇ ਦਾ ਚਮਚਿਆਂ ਵਾਲਾ ਝੋਲਾ ਡਿੱਗਦਾ-ਡਿੱਗਦਾ ਮਸਾਂ ਬਚਿਆ। ਮੈਂ ਮਨ ਹੀ ਮਨ ਆਖ ਰਿਹਾ ਸਾਂ... ਯੂਰੇਕਾ-ਯੂਰੇਕਾ! ਮੇਰਾ ਗਲ੍ਹਾ ਬਿਨਾਂ ਪਾਣੀ ਪੀਤਿਆਂ ਹੀ ਤਰ ਹੋ

ਗਿਆ। ਕਲਗੀ ਅਤੇ ਸਿਹਰੇ 'ਚ ਸ਼ਿੰਗਾਰਿਆ ਜਸਪਾਲ ਮੈਨੂੰ ਚੰਦ ਵਰਗਾ ਲੱਗਾ ਅਤੇ ਆਪਣਾ ਆਪ ਨੀਲ ਆਰਮਸਟਰੋਂਗ ਵਰਗਾ। ਏਨੇ ਨੂੰ ਸਾਰੇ ਸਾਥੀ ਮੇਰੇ ਦੁਆਲੇ ਇੰਝ ਜੁੜ ਗਏ ਜਿਵੇਂ ਮੈਂ ਸਕੂਟਰ ਦੀ ਬਜਾਏ ਕਿਸੇ ਸਪੇਸ-ਸ਼ਟਲ 'ਚੋਂ ਲੈਂਡ ਕੀਤਾ ਹੋਵਾਂ। ਆਪਣੀ ਖੋਜ-ਯਾਤਰਾ ਮੈਂ ਸਭ ਨੂੰ ਪਨੀਰ ਪਕੌੜਿਆਂ ਦੇ ਚਟਕਾਰੇ ਲੈਂਦਿਆਂ ਸੁਣਾਈ।

ਲੰਮਾ ਅਣਪਛਾਤਾ ਪੈਂਡਾ ਦੋਸਤੀ ਦੀਆਂ ਤੰਦਾਂ ਮੁਹਰੇ ਬੇ-ਬੁਨਿਆਦ ਹੋ ਗਿਆ। ਸ਼ਾਇਦ ਅਜੇ ਤਕਨੀਕੀਕਰਨ ਨੇ ਯਾਰੀਆਂ ਦੋਸਤੀਆਂ ਦੇ ਬੇਗਰਜ਼ ਇਕਰਾਰਨਾਮਿਆਂ ਨੂੰ ਆਪਣੀ ਲਪੇਟ ਵਿਚ ਲੈਣਾ ਨਹੀਂ ਸੀ ਆਰੰਭਿਆ। ਬੜੇ ਸੋਹਣੇ ਦਿਨ ਸਨ...ਦੁਨੀਆ ਅਜੇ ਇੰਨੀ ਵੀ ਨਹੀਂ ਸੀ ਸੁੰਗੜੀ। ਰਾਤ ਨੂੰ ਮੈਂ ਜਸਪਾਲ ਦੇ ਘਰ ਹੀ ਬਰਾਤ ਨਾਲ ਚਲਾ ਗਿਆ ਤੇ ਉਹਦੇ ਨਾਲ ਮੇਰੀ ਸਾਂਝ ਹੋਰ ਵੀ ਪੱਕੀ ਹੋ ਗਈ।

ਕਿੰਨਾ ਹਾਸੋਹੀਣਾ ਸਫ਼ਰ ਸੀ! ਪਰ ਇਸ ਸਫ਼ਰ 'ਚ ਹਰ ਅਗਲਾ ਪਲ ਨਵਾਂ-ਨਿਕੋਰ ਸੀ। ਹਰ ਪਲ ਦੀ ਅਨਿਸ਼ਚਿਤਤਾ ਤੇ ਸੱਜਰੇਪਣ 'ਚੋਂ ਇੱਕ ਨਵੀਂ ਊਰਜਾ ਪੈਦਾ ਹੋਈ ਸੀ ਜਿਸ ਨੇ ਰਿਕਸ਼ੇ ਵਾਲੇ ਨੂੰ ਸਹੀ ਰਾਹ 'ਤੇ ਪਾਇਆ ਸੀ, ਰਾਹ ਨੂੰ ਟੈਂਟ ਵਾਲੀ ਦੁਕਾਨ ਨਾਲ ਜੋੜਿਆ ਸੀ, ਹਵਾ ਦਾ ਰੁੱਖ ਬਦਲਿਆ ਸੀ ਅਤੇ ਟੈਂਟ ਵਾਲੇ ਕਾਮੇ ਦੇ ਦਿਲ ਨੂੰ ਮੇਰੀ ਮੁਸ਼ਕਲ ਹੱਲ ਕਰਨ ਦੀ ਦਇਆ ਵੀ ਬਖ਼ਸ਼ੀ ਸੀ।

ਉਦੋਂ ਗੁਆਚ ਕੇ ਵੀ ਸਭ-ਕੁੱਝ ਲੱਭ ਜਾਂਦਾ ਸੀ। ਹੁਣ ਅਣਪਛਾਤੇ ਨਗਰਾਂ 'ਚ ਘੁੰਮਣ ਲਈ ਬਣੀ ਬਣਾਈ ਸਕਰਿਪਟ ਘਰੋਂ ਬੋਝੇ 'ਚ ਪਾ ਕੇ ਤੁਰਦੇ ਹਾਂ। ਊਰਜਾ ਦੀ ਲੋੜ ਬੱਸ ਗੱਡੀ 'ਚ ਤੇਲ ਪਾਉਣ ਲਈ ਹੈ, ਅਣਜਾਣ ਪੰਧ ਅਤੇ ਲੋਕਾਂ ਦੀ ਖੁਬਸੁਰਤੀ ਫੰਫੋਲਣ ਲਈ ਨਹੀਂ। ਸਭ-ਕੁੱਝ ਕੋਲ ਹੈ, ਬੱਸ ਅਸੀਂ ਗੁਆਚ ਜਿਹੇ ਗਏ ਹਾਂ।

ਮੇਰੇ ਘਰ ਦਾ ਰਾਹ

ਮਿੱਟੀ ਘੱਟਾ, ਛਪੜੀਆਂ
ਟੋਇਆਂ ਟਿੱਬਿਆਂ ਅਤੇ
ਕਿੱਕਰ ਦੇ ਕੰਡਿਆਂ ਭਰਿਆ
ਨਿਮਾਣਾ ਤੇ ਗਰੀਬ ਜਿਹਾ
ਸਰਕਾਰੀ ਗ੍ਰਾਂਟਾਂ ਤੋਂ ਵਾਂਝਾ
ਕਦੇ ਸੁੱਕਾ ਧੂੜ ਭਰਿਆ

ਤੇ ਕਦੇ ਘਾਣੀ ਜਿਹਾ ਖੋਭਾ
ਹੁੰਦਾ ਸੀ ਉਹ ਰਾਹ
ਜੋ ਮੈਨੂੰ ਦਿਨੇ ਰਾਤੀਂ
ਮੀਂਹ ਕਣੀ 'ਚ ਵੀ
ਸਿੱਧਾ ਘਰ ਪਹੁੰਚਾ ਦਿੰਦਾ

ਫਿਰ ਬੇ-ਕਦਰ ਹੋ ਗਿਆ ਸਾਂ
ਵਧੀਆ ਰਾਹ ਦੀ ਤਲਾਸ਼ ਕਰਦਾ ਕਰਦਾ
ਹੁਣ ਮੈਂ
ਲਿਸ਼ਕਦੇ ਰਾਹਾਂ ਦੀ ਭੀੜ 'ਚ
ਆਪਣੇ ਘਰ ਦਾ ਰਾਹ ਭੁੱਲ ਬੈਠਾਂ

ਮਹਾਂਮਾਰਗੋ, ਸੈੱਟੇਲਾਈਟੋ
ਜੀਪੀਐਸੋ, ਸੁਪਰ-ਸੋਨਿਕੋ
ਮੈਂ ਤੁਹਾਡੀ ਬੜੀ ਤਾਰੀਫ਼ ਸੁਣੀ ਹੈ
ਕੋਈ ਤਾਂ ਵਿਖਾ ਦੇਵੋ ਮੈਨੂੰ
ਮੇਰੇ ਘਰ ਦਾ ਰਾਹ
ਮੈਂ ਘਰ ਵਾਪਸ ਜਾਣਾ ਹੈ

ਜਸਪਾਲ ਦੇ ਵਿਆਹ 'ਤੇ ਪਹੁੰਚਣ ਦੀ ਮੇਰੀ 31 ਸਾਲ ਪੁਰਾਣੀ ਯਾਤਰਾ ਪੂਰੀ ਹੋ ਕੇ ਮੁੜ ਅਧੂਰੀ ਹੋ ਗਈ ਜਦੋਂ ਜਸਪਾਲ, ਉਹਦਾ ਛੋਟਾ ਭਰਾ ਅਤੇ ਮਾਤਾ ਜੀ 2020 'ਚ ਸੱਤ ਦਿਨਾਂ ਦੇ ਵਕਫ਼ੇ ਨਾਲ ਹੀ ਕਰੋਨਾ ਮਹਾਂਮਾਰੀ 'ਚ ਸਦੀਵੀ ਵਿਛੋੜਾ ਦੇ ਗਏ। ਹੱਸਣ ਖੇਡਣ ਦੇ ਮਕਸਦ ਨਾਲ ਲਿਖੇ ਕਿਤਾਬ ਦੇ ਇਨ੍ਹਾਂ ਪੰਨਿਆਂ 'ਚ ਹਮੇਸ਼ਾ ਲਈ ਮਾਤਮ ਫਿਰ ਗਿਆ।

ਵਾਦੀ ਦੇ ਫੁੱਲ

ਮਈ 1990 ਵਿਚ ਅਸੀਂ ਗੁਰੂ ਨਾਨਕ ਦੇਵ ਯੂਨੀਵਰਸਿਟੀ ਵੱਲੋਂ ਹਾਈਕਿੰਗ ਕੈਂਪ ਦਾ ਆਯੋਜਨ ਕੀਤਾ। ਅਸੀਂ ਯੂਨੀਵਰਸਿਟੀ ਦੀ ਬੱਸ ਲੱਦ ਕੇ ਡਲਹੌਜ਼ੀ ਤੋਂ ਚਾਲੀ ਕੁ ਮੀਲ

ਪਹਿਲਾਂ ਗੈੱਸਟ ਹਾਊਸ 'ਚ ਤੰਬੂ ਗੱਡੇ। ਪਹਾੜੀ ਪਗ-ਡੰਡੀਆਂ ਦੇ ਅਲੌਕਿਕ ਨਜ਼ਾਰਿਆਂ ਦਾ ਅਨੰਦ ਮਾਣਦੇ ਅਸੀਂ ਸੱਤ ਦਿਨ ਦੇ ਇਸ ਟੂਰ 'ਤੇ ਰੋਜ਼ਾਨਾ ਵੀਹ ਕੁ ਕਿਲੋਮੀਟਰ ਦਾ ਪਹਾੜੀ-ਪੈਂਡਾ ਪੈਦਲ ਤਹਿ ਕਰਦੇ। ਸ਼ਾਮ ਨੂੰ ਰਲ ਕੇ ਲੰਗਰ ਪਕਾਇਆ ਜਾਂਦਾ ਅਤੇ ਸੌਣ ਤੋਂ ਪਹਿਲਾਂ ਟੀਮ ਨੂੰ ਅਗਲੇ ਦਿਨ ਦੇ ਟਰੈਕਾਂ ਬਾਰੇ ਜਾਣਕਾਰੀ ਵੰਡੀ ਜਾਂਦੀ। ਗੱਲ ਤੀਜੇ ਦਿਨ ਦੀ ਹੈ। ਇਹ ਡਲਹੌਜ਼ੀ ਤੋਂ ਪਹਿਲਾਂ ਵਾਲਾ ਪੜਾਅ ਸੀ। ਨਾਸ਼ਤੇ ਦੇ ਡਿਊਟੀਧਾਰਾਂ ਨੇ ਤੜਕੇ ਹੀ ਚਾਹ ਤੇ ਪਰੌਂਠਿਆਂ ਨਾਲ ਰਜਾ ਕੇ ਸਾਨੂੰ ਵਿੰਗ-ਤੜਿੰਗੀਆਂ ਘਾਟੀਆਂ 'ਤੇ ਚਾੜੂ ਦਿੱਤਾ। ਅਸੀਂ ਦੋ ਗਰੁੱਪਾਂ ਵਿਚ ਵੰਡੇ ਗਏ। ਸਵੇਰੇ-ਸਵੇਰੇ ਦੜਕੇ ਮਾਰਦੇ ਟਰੈਕਾਂ 'ਤੇ ਜਾ ਚੜੇ। ਸੂਰਜ ਭਖਣ ਲੱਗਾ ਤਾਂ ਪਰੌਂਠੇ-ਪਰੌਂਠੇ ਵੀ ਪਾਣੀ ਵਾਂਗ ਹਜ਼ਮ ਹੋ ਗਏ। ਡਲਹੌਜ਼ੀ ਕੋਈ ਦੋ ਹਜ਼ਾਰ ਮੀਟਰ ਦੀ ਉਚਾਈ 'ਤੇ ਪੰਜ ਚੋਟੀਆਂ 'ਤੇ ਵੱਸਿਆ ਬਸਤੀਵਾਦੀ ਭਵਨ-ਕਲਾ ਦੀ ਪੇਸ਼ਕਾਰੀ ਕਰਦਾ ਹੋਇਆ ਨਿਹਾਇਤ ਖੁਬਸੂਰਤ ਸ਼ਹਿਰ ਹੈ। ਰਾਹ 'ਚ ਇੱਕ ਚੋਟੀ ਦੇ ਸਿਖਰ ਜਾ ਕੇ ਸਾਨੂੰ ਲੱਗਾ ਕਿ ਅਸੀਂ ਆਪਣੇ ਠਿਕਾਣੇ 'ਤੇ ਤਕਰੀਬਨ ਪਹੁੰਚਣ ਹੀ ਵਾਲੇ ਹਾਂ ਤਾਂ ਰਾਹ ਨੇ ਸਾਥ ਛੱਡ ਦਿੱਤਾ। ਟਰੈਕ ਦੇ ਥੱਲੇ ਤੋਂ ਮਿੱਟੀ ਖਿਸਕੀ ਹੋਈ ਸੀ। ਪਰ ਛੇ ਕੁ ਫੁੱਟ ਟੁੱਟੇ ਇਸ ਟਰੈਕ ਦੇ ਨਾਲ-ਨਾਲ ਵਿੱਛੀ ਪਾਣੀ ਦੀ ਨਾਲ ਬਰਕਰਾਰ ਸੀ। ਪੰਜ ਘੰਟੇ ਦੀ ਟਰੈਕਿੰਗ ਤੋਂ ਬਾਦ ਬਹੁਤਿਆਂ ਦੀਆਂ ਪਿੰਨੀਆਂ ਨੂੰ ਕੜੱਲ ਪੈ ਗਏ ਤੇ ਸੇਕ ਨਿਕਲਣ ਲੱਗਾ। ਸੂਰਜ ਚਾਮੂਲ-ਚਾਮੂਲ ਭਖਣ ਲੱਗਾ, ਬੋਂਕੇ-ਦਿਹਾੜੇ, ਪਿੱਛੇ ਮੁੜਦੇ ਤਾਂ ਵੀ ਕਿੱਧਰ ਜਾਂਦੇ! ਨਾਲ ਜ਼ਰਾ ਮੋਟੀ ਸੀ ਪਰ ਖਿਸਕੀ ਮਿੱਟੀ ਦੇ ਥੱਲੇ ਡੂੰਘੀ ਵਾਦੀ ਨੂੰ ਵੇਖ ਕੇ ਸਾਨੂੰ ਪਿੱਸੂ ਪੈ ਗਏ। ਬੀ-ਟੈਕ ਵਾਲੇ ਸੱਤੀ ਦੀਆਂ ਲੱਤਾਂ ਸਭ ਤੋਂ ਲੰਮੀਆਂ ਸਨ। ਉਹ ਹੋਸਟਲ 'ਚ ਡੰਡ-ਡੰਡ ਵੀ ਮਾਰਦਾ ਰਹਿੰਦਾ ਸੀ। ਉਂਜ ਮਾਸਾ ਕੁ ਡਰਪੋਕ ਤੇ ਢਿੱਲੜ ਜਿਹਾ ਸੀ। ਅਸੀਂ ਜ਼ਰਾ ਹੌਸਲਾ ਦਿੱਤਾ ਅਤੇ ਉਹ ਨਾਲ 'ਤੇ ਧੀਸੀ ਕਰਦਾ-ਕਰਦਾ ਪਰਲੇ ਪਾਰ ਪਹੁੰਚ ਗਿਆ। ਸਾਡੀ ਵੀ ਆਸ ਬੱਝੀ। ਮੈਂ ਅਜੇ ਨਾਲ ਦੇ ਮੱਧ 'ਚ ਹੀ ਸੀ ਕਿ ਮੇਰੀ ਬਾਂਹ ਨਾਲ ਲਮਕਦੀ ਪਾਣੀ ਵਾਲੀ ਬੋਤਲ ਖਿਸਕ ਕੇ ਡੂੰਘੀ ਵਾਦੀ 'ਚ ਜਾ ਡਿੱਗੀ। ਇੱਕ ਵਾਰ ਤਾਂ ਦਿਲ ਦਹਿਲਿਆ। ਪਰ ਮੈਂ ਜਾਂਦੀ-ਜਾਂਦੀ ਬੋਤਲ ਦੇ ਦਰਸ਼ਨ ਕਰਨ ਦੀ ਬਜਾਏ ਮੂੰਹ ਸਿੱਧਾ ਹੀ ਰੱਖਿਆ ਅਤੇ ਸੱਤੀ ਕੋਲ ਜਾ ਪਹੁੰਚਾ। ਛੇ ਫੁੱਟੀ ਧੀਸੀ ਸ਼ੇਰ ਸ਼ਾਹ ਸੂਰੀ ਮਾਰਗ ਤੋਂ ਵੀ ਕਿਤੇ ਲੰਮੀ ਮਹਿਸੂਸ ਹੋਈ। ਟੁੱਟੇ ਟਰੈਕ ਨੇ ਸਾਰੀ ਟੀਮ ਨੂੰ ਆਪੋ 'ਚ ਜੋੜ ਦਿੱਤਾ। ਸਾਡੀਆਂ ਗੱਲਾਂ-ਬਾਤਾਂ ਦੇ ਵਿਸ਼ੇ ਪਲ ਕੁ ਲਈ ਗੰਭੀਰ ਵੀ ਹੋ ਗਏ। ਬਚਗਾਨੀਆਂ ਹਰਕਤਾਂ ਕਰਦੀ-ਕਰਦੀ ਮੁੰਡੀਰ ਪਹਾੜੀ ਲੋਕਾਂ ਪ੍ਰਤੀ ਸੰਵੇਦਨਾ ਨਾਲ ਭਰ ਗਈ। ਉਨ੍ਹਾਂ ਦੇ ਦੁੱਖ-ਦਰਦ ਤੇ ਪਲ-ਪਲ ਦੇ ਸੰਘਰਸ਼ਾਂ ਨੂੰ ਚਿਤਵਣ ਲੱਗੀ। ਅਚਾਨਕ ਫਿਰ ਅੱਗੇ ਸੱਪ ਤੇ ਪਿੱਛੇ ਸ਼ੀਂਹ ਵਾਲੀ ਗੱਲ ਹੋਈ। ਇਸ ਵਾਰ ਰਾਹ 'ਚ ਪਾੜ ਬਹੁਤ ਵੱਡਾ ਸੀ। ਪਰ ਸੱਜੇ ਪਾਸਿਓਂ ਇੱਕ ਨਵੀਂ ਪੈੜ ਬਣੀ ਹੋਈ ਸੀ। ਹੋਰ ਕੋਈ ਚਾਰਾ ਵੀ ਨਹੀਂ ਸੀ। ਅਸੀਂ ਪਿੱਛੇ ਮੁੜਨ ਦੀ ਬਜਾਏ ਇਸ ਨਵੇਂ ਬਣੇ ਰਾਹ 'ਤੇ

ਪੈਣਾ ਠੀਕ ਸਮਝਿਆ। ਅੱਗੇ ਜਾ ਕੇ ਇਸ ਪੈੜ ਨੇ ਸਾਨੂੰ ਇੱਕ ਟਰੈਕ 'ਤੇ ਪਾ ਦਿੱਤਾ।

ਕੀਤੀ ਕਰਾਈ 'ਤੇ ਉਦੋਂ ਪਾਣੀ ਫਿਰ ਗਿਆ ਜਦੋਂ ਇਹ ਟਰੈਕ ਵਲ-ਫੇਰ ਖਾਂਦਾ-ਖਾਂਦਾ ਫਿਰ ਵਾਦੀ 'ਚ ਜਾ ਵੜਿਆ। ਪੰਜਾਂ ਘੰਟਿਆਂ ਦੀ ਚੜ੍ਹਾਈ ਚੜ੍ਹਨ ਤੋਂ ਬਾਦ ਸਾਨੂੰ ਜਿਵੇਂ 'ਲੁੱਡੋ ਦੀ ਖੇਡ' ਵਾਲੇ ਸੱਪ ਨੇ ਡੰਗ ਮਾਰਿਆ ਹੋਵੇ। ਖਾਣ ਵਾਲਾ ਨਿਕ-ਸੁਕ ਵੀ ਖ਼ਤਮ ਹੋ ਚੁੱਕਾ ਸੀ। ਬੁੱਲ੍ਹ ਖ਼ੁਸ਼ਕ ਹੋਣ ਲੱਗੇ ਤੇ ਸ਼ੁਗਲ ਸਲ੍ਹਾਬਣ ਲੱਗੇ। ਚੁੱਪ ਚਿਹਰਿਆਂ 'ਤੇ ਵੀ ਵੀ ਹਫ਼ੜਾ-ਦਫ਼ੜੀ ਮਚੀ ਹੋਈ ਸੀ। ਵਾਦੀ ਦੇ ਸੱਜੇ ਪਾਸੇ ਪਾਣੀ ਦੀ ਨਿੱਕੀ ਜਿਹੀ ਝੀਲ ਸੀ। ਸਿੱਧੀ ਉਤਾਂਹ ਉੱਤਰ ਵੱਲ ਡਲਹੌਜ਼ੀ ਨਜ਼ਰ ਆ ਰਹੀ ਸੀ, ਜਮਾ ਹੀ ਖੱਟੇ ਅੰਗੂਰਾਂ ਵਰਗੀ।

ਸਾਮ੍ਹਣੇ ਨਿੱਕੇ ਜਿਹੇ ਘਰ ਦੀ ਬਗਲ 'ਚ ਕੁਝ ਗਊਆਂ ਅਤੇ ਬੱਕਰੀਆਂ ਆਪਣੀ ਰੌਂਅ ਵਿਚ ਚੁੱਪ-ਚਾਪ ਚਰ ਰਹੀਆਂ ਸਨ। ਉਨ੍ਹਾਂ ਦੇ ਧੌਣੀਂ ਬੱਧੀਆਂ ਟੱਲੀਆਂ ਦੀ ਹਲਕੀ ਸੰਗੀਤਮਈ ਟੁਣਕਾਰ ਸੁਣਦਿਆਂ ਸਾਰ ਸਾਡਾ ਸਾਹ 'ਚ ਸਾਹ ਆਇਆ। ਲੰਮੀ ਪਸਰੀ ਇਸ ਕਾਇਨਾਤ ਵਿਚ ਬੜੀ ਸਹਿਣਸ਼ੀਲਤਾ ਅਤੇ ਅਣ-ਛੁਹੀ ਸੁੰਦਰਤਾ ਦਾ ਅਹਿਸਾਸ ਸੀ। ਆਸ-ਪਾਸ ਘਣੇ ਬਿਰਖਾਂ, ਵੇਲਾਂ 'ਤੇ ਕੁਝ ਲੁਕ-ਛੁਪ ਖੇਡਦੇ ਨਵੇਕਲੇ ਜਿਹੇ ਪੰਛੀ ਚਹਿਕ ਰਹੇ ਸਨ। ਕੋਲ ਹੀ ਨਿੱਕੇ ਜਿਹੇ ਟਿੱਲੇ ਤੇ ਡਿੱਠੀ ਮੰਜੀ ਦੇ ਉੱਪਰ ਇੱਕ ਬਾਬਾ ਗੁੜਗੁੜਾਉਂਦੇ ਹੁੱਕੇ 'ਚੋਂ ਫੈਲਦੇ ਕੌਸੇ-ਕੌਸੇ ਧੁੰਏਂਦਾਰ ਵਲ-ਵਲੇਵਿਆਂ ਦੇ ਦਮਦਾਰ ਕਸ਼ਾਂ ਨੂੰ ਸ਼ੁਕਰਾਨੇ ਭਰੇ ਸਾਹਾਂ 'ਚ ਸੰਤੋਖੀ ਬੈਠਾ ਸੀ। "ਉਸ" ਦੀ ਰਜ਼ਾ ਵਿਚ ਨਤਮਸਤਕ ਹੋਇਆ ਇਹ ਬਜ਼ੁਰਗ ਦੂਰ-ਦੂਰ ਤੱਕ ਵਿਛੀ ਭਾਂਤ-ਭਾਂਤ ਦੀ ਹਰਿਆਲੀ ਧਰਤ ਨੂੰ ਬੜੇ ਸਹਿਜ ਨਾਲ ਤੱਕ ਰਿਹਾ ਸੀ। ਕੁਦਰਤ ਆਪਣੇ ਕਾਰਜ ਵਿਚ ਸੁਰਲੀਨ ਸੀ। ਮੈਨੂੰ ਲੱਗਿਆ ਜਿਵੇਂ ਮੇਰਾ ਅੱਜ ਇੱਥੇ ਹੋਣਾ ਅਤੇ ਇਸ ਨਜ਼ਾਰੇ ਨੂੰ ਮਾਣਨਾ ਕਾਦਰ-ਕੁਦਰਤ ਦਾ ਸ਼ੁਭ ਵਰਦਾਨ ਸੀ। ਮੈਂ ਧੰਨ-ਧੰਨ ਹੋ ਉੱਠਿਆ ਸਾਂ। ਬਾਪੂ ਦੀ ਮੰਜੀ ਦੇ ਲਾਗੇ-ਬੰਨੇ ਨਿੱਕੇ-ਨਿੱਕੇ ਜੁਆਕ ਖੇਡਣ 'ਚ ਮਸਤ ਸਨ।

ਭੁੱਖ ਕਰਕੇ ਹੀ ਸਹੀ ਪਰ ਅਸੀਂ ਆਪ-ਮੁਹਾਰੇ ਬਾਪੂ ਦੇ ਦੁਆਲੇ ਉੱਭੜ-ਖਾਭੜ ਵਿਹੜੇ 'ਚ ਡਿੱਠੇ ਮੰਜਿਆਂ 'ਤੇ ਜਾ ਬੈਠੇ। ਅਸੀਂ ਅਜੇ ਆਪਣਾ ਸਫ਼ਰਨਾਮਾ ਖੋਲ੍ਹਣਾ ਹੀ ਸੀ ਕਿ ਉਹਨੇ ਬਿਨਾਂ ਪੁੱਛਿਆਂ ਘਰ ਵੱਲ ਧੌਣ ਮੋੜ ਕੇ ਚਾਹ ਬਣਾਉਣ ਵਾਲਾ ਖੰਘੂਰਾ ਮਾਰਿਆ। ਪਿੰਡਾਂ ਵਾਲਿਆਂ ਨੇ ਤਾਂ ਚਲੋ ਕੀ ਕਹਿਣਾ ਸੀ ਦਿੱਲੀ ਵਾਲੇ ਪੈਰੀ ਨੇ ਵੀ ਚਾਹ ਬਾਬਤ ਨਾਂਹ ਕਰਨ ਦਾ ਤਕੱਲਫ ਨਾ ਕੀਤਾ।

ਬਾਪੂ ਸਾਡੇ ਪਹਾੜੀ ਅਫ਼ਸਾਨੇ ਸੁਣ ਕੇ ਹੱਕਾ-ਬੱਕਾ ਰਹਿ ਗਿਆ, "ਤੁਹਾਡਾ ਸਮਾਨ ਬੱਸ 'ਚ ਸੈਰ ਕਰਦਾ ਤੇ ਤੁਸੀਂ ਕਮਲਿਆਂ ਵਾਂਗ ਪਹਾੜਾਂ 'ਚ ਟੱਕਰਾਂ ਮਾਰਦੇ ਫਿਰਦੇ ਹੋ! ਬੱਸ ਨੇ ਅੱਧੇ ਘੰਟੇ 'ਚ ਧਾਨੂੰ ਧੁਰ ਲਾ ਦੇਣਾ ਸੀ।"

ਸਾਡੀ ਅੱਖਾਂ ਅੱਡੀਆਂ ਹੀ ਰਹਿ ਗਈਆਂ ਜਦੋਂ ਅਸੀਂ ਇਲਾਚੀਆਂ ਵਾਲੀ ਚਾਹ ਨਾਲ ਨੱਕੋ-ਨੱਕ ਭਰੇ ਚੋਂਦਾਂ ਦੇ ਚੋਂਦਾਂ ਪਿਆਲੇ ਇੱਕੋ ਬਰਾਂਡ ਦੇ ਵੇਖੇ। ਵੱਡੇ-ਵੱਡੇ ਘਰਾਂ ਵਿਚ ਵੀ ਅਕਸਰ ਇਸ ਤਰ੍ਹਾਂ ਨਹੀਂ ਹੁੰਦਾ। ਚਾਹ ਦੀ ਹਰ ਚੁਸਕੀ ਦਾ ਜ਼ਾਇਕਾ ਰੋਮ-ਰੋਮ ਨੇ ਮਾਣਿਆ। ਬਾਪੂ ਨੇ ਜੁਆਕਾਂ ਨੂੰ ਕਹਿ ਕੇ ਝੀਲ ਕੋਲ ਲੱਗੀ ਟੂਟੀ ਤੋਂ ਸਾਡੀਆਂ ਖ਼ਾਲੀ ਹੋਈਆਂ ਪਾਣੀ ਦੀਆਂ ਬੋਤਲਾਂ ਵੀ ਭਰਵਾ ਦਿੱਤੀਆਂ। ਮਨਿੰਦਰ ਸੁਦ ਸਾਡੇ ਸਾਰਿਆਂ 'ਚੋਂ ਸਿਆਣਾ ਸੀ। ਉਹਨੇ ਮੇਰੇ ਕੰਨ 'ਚ ਘੁਸਰ-ਮੁਸਰ ਕੀਤੀ ਬਈ ਸਾਨੂੰ ਕੁਝ ਦੇ ਦੇਣਾ ਚਾਹੀਦਾ। ਉਹਨੇ ਪਿਆਰ ਨਾਲ ਝਕਦੇ-ਝਕਦੇ ਸੌ ਦਮੜੇ ਨਜ਼ਦੀਕ ਖੇਡਦੇ ਬਾਲ ਦੀ ਜੇਬ 'ਚ ਪਾਉਣ ਦੀ ਕੋਸ਼ਿਸ਼ ਕੀਤੀ।

ਬਾਪੂ ਗੜੁਕਿਆ ਤੇ ਬਾਲ "ਨਹੀਂ-ਨਹੀਂ" ਕਰਦਾ ਪੈਸੇ ਸੁੱਟ ਕੇ ਦੌੜ ਗਿਆ।

ਬਾਬੇ ਦੀ ਗੱਲ ਅਜੇ ਸੰਘ 'ਚ ਹੀ ਸੀ ਕਿ ਅੰਦਰੋਂ ਸ਼ਾਇਦ ਉਨ੍ਹਾਂ ਦੀ ਮਾਤਾ ਦਾ ਮੱਥਾ ਵੀ ਠਣਕਿਆ। ਉਹ ਕਾਹਲ 'ਚ ਸਰਦਲ 'ਤੇ ਆਈ ਅਤੇ ਆਪਣੇ ਘੁੰਡ 'ਚੋਂ ਬੇਹੱਦ ਗ਼ੁੱਸੇ 'ਚ ਬੋਲੀ, "ਅਸੀਂ ਚਾਹ ਇਸ ਕਰਕੇ ਨਹੀਂ ਪਿਆਈ..."

ਸਮਾਂ ਜਿਵੇਂ ਥਾਂਏ ਰੁਕ ਗਿਆ ਹੋਵੇ। ਬੱਕਰੀਆਂ ਦੇ ਲੇਲੇ ਵੀ ਪਲ ਕੁ ਲਈ ਚੁੱਪ ਕਰ ਗਏ। ਸਾਨੂੰ ਆਪਣਾ ਆਪ ਬੌਣਾ-ਬੌਣਾ ਜਿਹਾ ਪ੍ਰਤੀਤ ਹੋਇਆ। ਬਾਬੇ ਦੇ ਚਿਹਰੇ 'ਤੇ ਕਿਸੇ ਮੱਧਕਾਲੀ ਸੂਫ਼ੀ ਫ਼ਕੀਰ ਦਾ ਜਲੌ ਚੜ੍ਹ ਆਇਆ ਸੀ। ਅਚਾਨਕ ਪਸਰੀ ਇਸ ਚੁੱਪ ਵਿਚ ਅਲੌਕਿਕ ਅਨੰਦ ਵੀ ਸੀ। ਜਿਵੇਂ ਹੁਣੇ-ਹੁਣੇ ਕੁਦਰਤ ਦਾ ਕੋਈ ਵੱਡਾ ਮਕਸਦ ਸੰਪੂਰਨ ਹੋ ਗਿਆ ਹੋਵੇ। ਐਸਾ ਪ੍ਰਯੋਗ ਅਸੀਂ ਯੂਨੀਵਰਸਿਟੀ ਦੇ ਸਿਲੇਬਸ ਜਾਂ ਸਮਾਜਿਕ ਪ੍ਰਯੋਗਸ਼ਾਲਾ 'ਚ ਕਦੀ ਨਹੀਂ ਸੀ ਚਿਤਵਿਆ। ਅਰਥ-ਸ਼ਾਸਤਰ ਦੀ ਇਸ ਕੁਆਰੀ ਪਰਿਭਾਸ਼ਾ ਨੂੰ ਅਜੇ ਖੰਭ ਨਹੀਂ ਸਨ ਲੱਗੇ। ਘਰ ਦੀ ਮਾਣਮੱਤੀ ਮਾਤਾ ਦੀ ਇਹ ਅਵਾਜ਼ ਸਦਾ ਲਈ ਸਾਡੇ ਭਵਿੱਖਤ ਕਾਲ ਤੀਕ ਪਹੁੰਚ ਗਈ।

ਟੁੱਟੇ ਟਰੈਕ ਨੂੰ ਵੇਖ ਕੇ ਅਸੀਂ ਆਸਹੀਣ ਹੋ ਗਏ ਸਾਂ। ਅੱਧੇ ਦਿਨ ਦੀ ਚੜ੍ਹੀ ਚੜ੍ਹਾਈ ਸਿਫ਼ਰ ਹੋਣ ਨਾਲ ਡਲਹੌਜ਼ੀ ਦੀ ਉਚਾਈ ਦੁੱਗਣੀ ਹੋ ਗਈ ਸੀ। ਹਠ ਦਾ ਸੂਚਕ ਵੀ ਹੇਠਾਂ

ਜਾ ਪਿਆ ਸੀ। ਉਸ ਵੇਲੇ ਸਾਡੀ ਨਿਗ੍ਹਾ ਤੇ ਸੋਚ ਨੂੰ ਇਹ ਇਲਮ ਨਹੀਂ ਸੀ ਹੋਇਆ ਕਿ ਟੁੱਟਾ ਟਰੈਕ ਆਪਣੇ ਆਪ 'ਚ ਨਵਾਂ ਰਾਹ ਬਣ ਕੇ ਪੇਸ਼ ਹੋਇਆ ਹੈ ਤੇ ਵਾਦੀ 'ਚ ਪਹੁੰਚ ਜਾਣ ਨਾਲ ਅੱਧੇ ਦਿਨ ਦੀ ਚੜ੍ਹਾਈ ਅਜਾਈਂ ਨਹੀਂ ਜਾਵੇਗੀ। ਸਾਨੂੰ ਇੰਜਨੀਅਰਿੰਗ ਦੇ ਵਿਦਿਆਰਥੀਆਂ ਨੂੰ ਨਹੀਂ ਸੀ ਪਤਾ ਕਿ ਮਾਤਾ ਦੇ ਇੱਕ ਬੋਲ ਨਾਲ ਹਿਮਾਲਾ ਸਤਿਕਾਰ ਵਜੋਂ ਨੀਵਾਂ ਵੀ ਹੋ ਸਕਦਾ ਹੈ। ਵਾਦੀ ਦੀ ਗਹਿਰਾਈ ਲੋਹੇ ਦੇ ਸਪਰਿੰਗ ਵਾਂਗ ਜਾਪੀ। ਜਿਹਨੂੰ ਜਿੰਨਾ ਜ਼ਿਆਦਾ ਥੱਲੇ ਨੂੰ ਖਿੱਚੋਗੇ, ਉਹ ਉਸ ਤੋਂ ਵੀ ਜ਼ਿਆਦਾ ਸ਼ਕਤੀ ਨਾਲ ਉੱਪਰ ਨੂੰ ਜਾਵੇਗਾ।

"ਬਾਪੂ ਅਸੀਂ ਸਾਰੇ ਵੱਖ-ਵੱਖ ਸ਼ਹਿਰਾਂ ਦੇ ਵਾਸੀ ਹਾਂ। ਕੀ ਪਤਾ ਫਿਰ ਕਦੇ ਐਸਾ ਸਬੱਬ ਬਣੇ ਜਾਂ ਨਾ ਬਣੇ। ਸਾਡੀ ਦਿਲੀ ਇੱਛਾ ਹੈ ਕਿ ਤੁਸੀਂ ਆਪਣੀ ਇਸ ਮਿਲਣੀ ਨੂੰ ਆਪਣਿਆਂ ਚੇਤਿਆਂ 'ਚ ਰੱਖੋ। ਏਸੇ ਲਈ ਕੋਈ ਨਿਸ਼ਾਨੀ ਦੇਣੀ ਚਾਹੁੰਦੇ ਹਾਂ, ਪਰ ਸਾਡੇ ਕੋਲ ਪੈਸਿਆਂ ਤੋਂ ਬਗੈਰ ਹੋਰ ਕੁਝ ਵੀ ਨਹੀਂ", ਮੈਂ ਹੱਥ ਜੋੜ ਕੇ ਅਰਜ਼ੋਈ ਕੀਤੀ।

ਬਾਪੂ ਅਚਾਨਕ ਮੰਜੇ ਤੋਂ ਉੱਠਿਆ। ਨਾਲ ਲੱਗੀ ਸਰਕਾਰੀ ਟੂਟੀ 'ਤੇ ਹੱਥ ਧੋਤੇ। ਆਪਣੀ ਪਹਾੜੀ ਲਹਿਜ਼ੇ 'ਚ ਬੰਨ੍ਹੀ ਪੱਗ ਨੂੰ ਰਤਾ ਕੁ ਹੋਰ ਸੰਵਾਰਿਆ ਅਤੇ ਫਿਰ ਮੇਰੀ ਬਾਂਹ ਫੜ ਕੇ ਕਹਿੰਦਾ, "ਆਹ ਕੜਾ ਦੇ ਜਾਓ ਅਸੀਂ ਸਾਂਭ ਕੇ ਰੱਖਾਂਗੇ।"

ਮੇਰਾ ਸਰਬ ਲੋਹ ਦਾ ਕੜਾ ਜਿਵੇਂ ਬਾਗ਼-ਬਾਗ਼ ਹੋ ਗਿਆ ਹੋਵੇ। ਸ਼ਾਇਦ ਇਹ ਸੋਚ ਕੇ ਕਿ ਉਹ ਸਾਡੀ ਬਾਪੂ ਦੇ ਟੱਬਰ ਨਾਲ ਅਨਮੋਲ ਰਿਸ਼ਤੇ ਦੀ ਅਟੁੱਟ ਕੜੀ ਬਣਨ ਜਾ ਰਿਹਾ ਹੈ। ਵਾਦੀ 'ਚ ਵੱਸਦੇ ਇਸ 'ਚੋਟੀ' ਦੇ ਪਰਿਵਾਰ ਦੀ ਅਮੀਰੀ ਅਤੇ ਸਿਰੜ ਨੂੰ ਵੇਖ ਕੇ ਅਲਵਿਦਾ ਕਹਿਣਾ ਤਾਂ ਭਾਵੇਂ ਹੰਝੂਆਂ ਭਰਿਆ ਰਿਹਾ, ਪਰ ਸਾਡੀਆਂ ਥੱਕੀਆਂ-ਟੁੱਟੀਆਂ ਲੱਤਾਂ 'ਚ ਫੌਲਾਦ ਭਰ ਆਇਆ ਅਤੇ ਅਸੀਂ ਡਲਹੌਜ਼ੀ ਦੀ ਚੜ੍ਹਾਈ ਬਾਪੂ ਦੇ ਟੱਬਰ ਦੀਆਂ ਗੱਲਾਂ ਕਰਦੇ-ਕਰਦੇ ਫ਼ਤਿਹ ਕਰ ਦਿੱਤੀ। ਸਾਡੇ ਜਮਾਤੀਆਂ ਦਾ ਇਹ ਗਰੁੱਪ ਗਰੈਜੂਏਸ਼ਨ ਤੋਂ ਬਾਦ ਕਈ ਮੁਲਕਾਂ 'ਚ ਬਿਖਰ ਗਿਆ। ਪਰ ਕਈ ਦਹਾਕਿਆਂ ਬਾਦ ਵੀ ਇਹ ਸ਼ੁੱਭ ਮਿਲਣੀ ਸਾਰੇ ਦੋਸਤਾਂ ਨੂੰ ਕਾਲ਼ ਬਿੰਦੂ 'ਤੇ ਇਕੱਠਾ ਕਰ ਦਿੰਦੀ ਹੈ। ਇਹ ਕਥਾ ਜਿੰਨੀ ਪੁਰਾਣੀ ਹੁੰਦੀ ਜਾਂਦੀ ਹੈ, ਸਾਡੇ ਮਨਾਂ 'ਚ ਇਹਦੇ ਰੰਗ ਹੋਰ ਵੀ ਗੁੜ੍ਹੇ ਹੋਈ ਜਾਂਦੇ ਹਨ।

ਬੰਦਾ – ਵਪਾਰੀ

ਕਾਂ ਦਾ ਚਿੱਤ ਕਰੇ
ਖੋਹ ਲਵੇ ਮੇਰਾ ਮੋਬਾਈਲ
ਵੱਢ ਦੇਵੇ ਡੀ. ਜੇ. ਦੀਆਂ ਤਾਰਾਂ
ਉਹ ਕੁਲਾਵੇ, ਸਭ ਸੁਣਨ
ਬੇਬੇ ਮਾਂਹ ਧਰੇ
ਆਉਣ ਪ੍ਰਾਹੁਣੇ

ਟੌਮੀ ਦਾ ਚਿੱਤ ਕਰੇ
ਸੁੱਟ ਡੋਗੀ-ਫੁਡ
ਭੁੱਖਾ ਸੌਵੇਂ
ਸਕੂਟਰਾਂ ਪਿੱਛੇ ਭੱਜੇ
ਦਰ-ਦਰ ਜਾਵੇ
ਬੁਰਕੀ-ਬੁਰਕੀ ਖਾਵੇ

ਗਾਂ ਦਾ ਚਿੱਤ ਕਰੇ
ਆਪਣੇ ਲਹੂ ਦੀ ਬੂੰਦ-ਬੂੰਦ
ਦੁੱਧ 'ਚ ਬਦਲ ਦਏ
ਭਰ ਦੇਵੇ ਬਾਲਟੀਆਂ
ਕੋਈ ਨਾ ਭਰੇ ਥੈਲੀਆਂ
ਕੋਈ ਨਾ ਲਾਵੇ ਟੀਕੇ

ਕੁੱਕੜ ਦਾ ਚਿੱਤ ਕਰੇ
ਚਿਕਨ ਫ਼ੈਕਟਰੀ ਦੀ ਬੈੱਲਟ ਤੋਂ ਭੱਜ
ਪਿੰਡ ਆਵੇ, ਸੁੱਤੀ-ਕਲਾ ਜਗਾਏ
ਲੋਕੀਂ ਜਾਗਣ, ਸਾਂਭਣ
ਮੁੱਕਦਾ-ਸੁੱਕਦਾ ਪਿੰਡ
ਫਿਰ ਭਾਵੇਂ ਭੁੰਨਣ ਮੁਰਗੇ

ਭੱਡੂ ਦਾ ਚਿੱਤ ਕਰੇ
ਕੁਤਰ ਦੇਵੇ ਤਾਰਾਂ

ਵਾਸ਼ਿੰਗ ਮਸ਼ੀਨਾਂ ਦੀਆਂ
ਕੋਈ ਸੋਹਣੀ
ਖੂਹ 'ਤੇ ਆ ਕੇ ਧੋਵੇ ਕੱਪੜੇ
ਡੱਡੂ ਅੱਖ ਮਾਰੇ

ਇੱਕ ਆਹ ਬੰਦਾ ਵਪਾਰੀ
ਜੀਹਦਾ ਚਿੱਤ ਕਰੇ
ਸੱਪ ਡੰਗੇ
ਜ਼ਹਿਰ ਫੈਲੇ
ਸੱਪ ਮਰੇ

ਕੁਆਂਟਮ ਰਿਸ਼ਤੇ

ਕੈਂਬਰਿਜ ਮੈਸਾਚੁਸਿਸ, ਦੁਨੀਆ ਦੇ ਨਕਸ਼ੇ 'ਤੇ ਉੱਚ-ਵਿੱਦਿਆ ਦਾ ਮੱਕਾ ਆਖਿਆ ਜਾਂਦਾ ਹੈ। ਇਹ ਬੋਸਟਨ ਮਹਾਂਨਗਰ ਦਾ ਭਾਗ ਹੈ ਅਤੇ ਚਾਰਲਜ਼ ਦਰਿਆ ਦੇ ਨਾਲ-ਨਾਲ ਵੱਸਿਆ ਹੋਇਆ ਹੈ। ਨਵੇਂ ਸਾਲ ਤੋਂ ਬਾਦ ਨਾਰਥਈਸਟਰਨ ਯੂਨੀਵਰਸਿਟੀ 'ਚ ਸਾਡਾ ਸਮੈਸਟਰ ਅਜੇ ਥੋੜ੍ਹੇ ਦਿਨਾਂ ਤੱਕ ਸ਼ੁਰੂ ਹੋਣਾ ਸੀ। ਕਈ ਦਿਨਾਂ ਤੋਂ ਸੂਰਜ ਨਹੀਂ ਸੀ ਚਮਕਿਆ। ਕ੍ਰਿਸਮਸ ਤੋਂ ਬਾਦ ਠੰਢ ਨੇ ਛੜੱਪੇ ਮਾਰ-ਮਾਰ ਕੇ ਬਰਫ਼ ਦੇ ਢੇਰ ਲਾ ਦਿੱਤੇ ਸਨ। ਇਸ ਸਿਆਲ ਦਾ ਇਹ ਤੀਜਾ ਵੱਡਾ 'ਸਨੋਅ-ਸਟੋਰਮ' (ਬਰਫ਼ੀਲਾ ਤੂਫ਼ਾਨ) ਸੀ। ਬਰਫ਼ ਹਟਾਉਣ ਵਾਲੇ ਟਰੱਕ ਸੜਕਾਂ 'ਤੇ ਬੜਕਾਂ ਮਾਰਦੇ ਘੁੰਮਦੇ ਰਹਿੰਦੇ। ਸੜਕ ਤੋਂ ਕਰਾਹ ਕੇ ਘਰਾਂ ਮੁਹਰੇ ਲੂਣੀ ਬਰਫ਼ ਦੇ ਪਹਾੜ ਬਣਾ ਜਾਂਦੇ। ਫੁੱਟ-ਪਾਥਾਂ 'ਤੇ ਸ਼ੀਸ਼ਾ ਬਣੀ ਬਰਫ਼ 'ਤੇ ਪੈਰ ਧਰਦਿਆਂ ਹੀ ਮੈਨੂੰ ਆਪਣੇ ਪਿੰਡ ਦੀ ਬਾਹਰਲੀ ਫਿਰਨੀ ਦੀ ਤਿਲਕਵੀਂ ਚੀਕਣੀ ਮਿੱਟੀ ਚੇਤੇ ਆ ਜਾਂਦੀ। ਸ਼ਾਮ ਨੂੰ 4 ਵਜੇ ਹੀ 'ਨੇਰਾ ਹੋ ਜਾਂਦਾ ਸੀ। ਰਾਤਾਂ ਲੰਮੀਆਂ ਸਨ, ਨਾਲੇ ਇੱਥੇ ਕਿਹੜਾ ਤੜਕੇ ਨੂੰ ਪਾਠੀ ਲੱਗਦਾ ਸੀ। ਮੈਨੂੰ ਪਿੰਡੋਂ ਅਮਰੀਕਾ ਆਏ ਨੂੰ ਅਜੇ ਕੁਝ ਕੁ ਮਹੀਨੇ ਹੀ ਹੋਏ ਸਨ। ਮਿੱਤਰ ਭਾਈਚਾਰਾ ਜ਼ਿਆਦਾ ਇੰਡੀਆ ਹੋਣ ਕਰਕੇ ਚਿੱਠੀ-ਪੱਤਰ ਥਾਈਂ ਹੀ ਤਾਰਾਂ ਜੁੜਦੀਆਂ। ਉਦੋਂ ਟੈਲੀਫ਼ੂਨ ਦੀ ਕਾਲ ਦਾ ਭਾਅ ਵੀ ਰਤਾ ਕੁ ਮਹਿੰਗਾ ਹੁੰਦਾ ਸੀ। ਨਾਲੇ ਪਿੱਛੇ ਵੀ ਕਿਹੜਾ ਘੰਟੀ ਸਿੱਧੀ ਘਰ ਜਾਂਦੀ ਸੀ।

ਰਾਤ ਸਾਢੇ ਕੁ ਅੱਠ ਦਾ ਸਮਾਂ ਹੋਵੇਗਾ। ਬਰਫ਼ ਹਟਾਉਣ ਵਾਲੇ ਟਰੱਕਾਂ ਤੋਂ ਇਲਾਵਾ

ਕੋਈ ਟਾਂਵੀਂ-ਟਾਂਵੀਂ ਗੱਡੀ ਹੀ ਲੰਘਦੀ ਸੀ। ਸੀ.ਐਨ.ਐਨ. ਵੀ ਮੁੜ-ਘਿੜ ਉਹੀ ਖ਼ਬਰਾਂ ਘੁਮਾਈ ਜਾਂਦਾ ਸੀ। ਮੈਂ ਟੀ. ਵੀ. ਬੰਦ ਕਰ ਕੇ ਲਾਇਬ੍ਰੇਰੀ 'ਚੋਂ ਅੱਜ ਹੀ ਲਿਆਂਦੀ ਕਿਤਾਬ ਪੜ੍ਹਨ ਲੱਗਾ। ਮੁੱਖਬੰਦ 'ਚ ਖ਼ੌਰੇ ਐਸਾ ਕੀ ਲਿਖਿਆ ਸੀ ਕਿ ਅਚਾਨਕ ਮੇਰਾ ਦਿਲ ਕੀਤਾ ਕਿ ਆਪਣੀ ਨਾਨੀ ਨੂੰ ਖ਼ਤ ਲਿਖਾਂ। ਟੱਬਰ 'ਚ ਸਾਰੇ ਜਣੇ ਉਹਨੂੰ "ਬੀਬੀ" ਹੀ ਕਹਿ ਕੇ ਬੁਲਾਉਂਦੇ ਸਨ। ਮੇਰੇ ਨਾਨਾ ਜੀ ਕਈ ਵਰ੍ਹੇ ਆਜ਼ਾਦੀ ਦੀ ਲੜਾਈ ਵੇਲੇ ਲਾਹੌਰ ਜੇਲ੍ਹ 'ਚ ਬਿਮਾਰ ਰਹੇ ਅਤੇ ਮੁਲਕ ਆਜ਼ਾਦ ਹੋਣ ਤੋਂ ਜਲਦੀ ਬਾਦ ਹੀ ਭਰ ਜਵਾਨੀ 'ਚ ਸੁਰਗਵਾਸ ਹੋ ਗਏ ਸਨ। ਬੀਬੀ ਨੇ ਟੱਬਰ ਨੂੰ ਅਥਾਹ ਮੁਸ਼ਕਲਾਂ ਨਾਲ ਪਾਲਿਆ। ਚੁੱਲ੍ਹਾ ਟੁੱਟਣ ਤੋਂ ਬਾਦ ਉਹਦਾ ਪਿੰਡ 'ਚ 'ਕੱਲੀ ਰਹਿਣਾ ਮੁਸ਼ਕਲ ਹੋ ਗਿਆ ਸੀ। ਉਹਦੀ ਨਿਗਾਹ ਵੀ ਲਗਭਗ ਖ਼ਤਮ ਹੋ ਚੁੱਕੀ ਸੀ। ਨਾ ਚਾਹੁੰਦਿਆਂ ਹੋਇਆਂ ਵੀ ਪਿੰਡ ਛੱਡ ਕੇ ਉਹ ਮੇਰੇ ਮਾਮਿਆਂ ਕੋਲ ਬੰਬੇ (ਉਹ ਮੁੰਬਈ ਨੂੰ 'ਬੰਬਾ' ਹੀ ਕਹਿੰਦੀ ਹੁੰਦੀ ਸੀ) ਦੇ ਰੌਲੇ ਰੱਪੇ 'ਚ ਰਹਿਣ ਲਈ ਮਜਬੂਰ ਹੋ ਗਈ ਸੀ। ਉਹਦੀ ਯਾਦਦਾਸ਼ਤ ਵੀ ਕਾਫ਼ੀ ਕਮਜ਼ੋਰ ਹੋ ਗਈ ਸੀ। ਮੈਂ ਬੀਬੀ ਨੂੰ ਵਿਦੇਸ਼ ਆਉਣ ਤੋਂ ਵੀ ਦੋ ਸਾਲ ਪਹਿਲਾਂ ਆਖ਼ਰੀ ਵਾਰ ਲੁਧਿਆਣੇ ਰੇਲਵੇ ਸਟੇਸ਼ਨ 'ਤੇ ਬੰਬੇ ਨੂੰ ਤੁਰਨ ਲੱਗੀ ਦਾਦਰ ਐਕਸਪ੍ਰੈੱਸ 'ਚ ਕਾਹਲੀ-ਕਾਹਲੀ ਮਿਲਿਆਂ ਸਾਂ।

ਮੈਨੂੰ ਚਿੱਠੀਆਂ ਲਿਖਣ ਦਾ ਵਾਹਵਾ ਸ਼ੌਕ ਸੀ ਪਰ ਬੀਬੀ ਨੂੰ ਖ਼ਤ ਲਿਖਣ ਲਈ ਅੱਜ ਮੈਂ ਪਹਿਲੀ ਵਾਰ ਪੈੱਨ ਚੁੱਕਿਆ ਸੀ। ਲਿਖਣਾ ਤਾਂ ਕੀ ਮੈਨੂੰ ਕਦੇ ਬੀਬੀ ਨੂੰ ਖ਼ਤ ਲਿਖਣ ਦਾ ਅਹਿਸਾਸ ਵੀ ਨਹੀਂ ਸੀ ਹੋਇਆ। ਪਰ ਅੱਜ ਇਹ ਖ਼ਤ ਮੇਰੀ ਕਲਮ ਦੇ ਵਹਾਅ ਤੋਂ ਵੀ ਕਿਤੇ ਤੇਜ਼ ਵਗ ਰਿਹਾ ਸੀ। ਆਪ-ਮੁਹਾਰੇ ਉਮੜਦੇ ਲਫ਼ਜ਼ ਮੇਰੇ ਵੱਲ ਨਵ-ਜੰਮੇ ਬਾਲ ਵਾਂਗ ਤੱਕ ਰਹੇ ਸਨ। ਜਿਵੇਂ ਮੈਂ ਉਨ੍ਹਾਂ ਦੀ ਨਾਨੀ ਹੋਵਾਂ। ਸਹਿਜੇ-ਸਹਿਜੇ ਚੇਤਿਆਂ 'ਚ ਪਰਤ ਰਹੇ ਸੁਰਾਂ ਤੇ ਧੁਨੀਆਂ 'ਚੋਂ ਸਿੰਮਦੀ ਅਨੁਭੂਤੀ ਨਾਲ ਮੇਰਾ ਨਿੱਕਾ ਜਿਹਾ ਕਮਰਾ ਹੋਰ ਵੀ ਨਿੱਘਾ ਹੋ ਗਿਆ ਸੀ। ਮੇਰੀ ਲਿਖਾਈ ਦਾ ਵੇਗ ਮੇਰੀਆਂ ਉਂਗਲਾਂ ਦੀ ਯੋਗਤਾ ਨੂੰ ਮਾਤ ਪਾ ਰਿਹਾ ਸੀ। ਵਾਕ-ਬਣਤਰ ਨੇ ਬੀਬੀ ਸੰਗ ਬਿਤਾਏ ਪਲਾਂ ਨੂੰ ਮਿੰਟੋ-ਮਿੰਟੀ ਵੂਲ ਦੇ ਨਿੱਘੇ ਸਵੈਟਰ ਵਾਂਗ ਬੁਣ ਦਿੱਤਾ ਸੀ।

ਇਸ ਵਿਚ ਬਚਪਨ ਦੇ ਨਿੱਕੇ ਬਿਰਤਾਂਤ, ਕੁੰਡੇ 'ਚ ਮਸਾਲਾ ਕੁੱਟ ਕੇ ਬਣਾਏ ਮਟਰਾਂ ਦੀ ਮਹਿਕ, ਪਿੰਨੀਆਂ 'ਤੇ ਗੱਜਰੇਲੇ ਦੀ ਮਿਠਾਸ ਅਤੇ ਬਿਰਧ ਬੀਬੀ ਵੱਲੋਂ ਰੋਕਦਿਆਂ-ਰੋਕਦਿਆਂ ਵੀ ਸਾਨੂੰ ਪਿੰਡ ਬੱਸ ਅੱਡੇ ਜਾ ਕੇ ਵਿਦਾ ਕਰਨਾ, ਆਦਿ, ਅਨੇਕਾਂ ਬਿੰਬਾਂ ਦੀ ਰੰਗ-ਬਿਰੰਗੀ ਅਤੇ ਵੈਰਾਗਮਈ ਤਸਵੀਰ-ਸਾਜੀ ਹੋ ਰਹੀ ਸੀ। ਪੈੱਨ ਕਦੇ ਬੁਰਸ਼ ਬਣ ਕੇ ਬੀਬੀ ਦੀ ਰਸੋਈ ਦੇ ਉੱਟੇ 'ਤੇ ਬਣਾਈਆਂ ਚਿੜੀਆਂ ਉਤਾਰਨ

ਦੀ ਨਕਲ ਕਰਦਾ ਅਤੇ ਕਦੇ ਕਰੋਸ਼ੀਆ ਬਣ ਕੇ ਯਾਦਾਂ ਦੇ ਕਸੀਦੇ ਉਣਦਾ।

ਸਿਆਲੂ ਅੱਧੀ ਰਾਤ
ਗੱਲੀਂ ਪਾਈਆਂ
ਮਾਂ ਅਤੇ ਬੀਬੀ

ਮੇਰੇ ਬੋਲਣ ਤੋਂ ਪਹਿਲਾਂ
ਬੀਬੀ ਨੇ ਬੁੱਝੀ
ਖ਼ੁਸ਼ਖ਼ਬਰੀ

ਡੈਂਚਰ ਧੋਂਦੀ
ਬੀਬੀ ਜਪ ਰਹੀ
ਕੀਰਤਨ ਸੋਹਿਲਾ

ਪ੍ਰਾਹੁਣੇ ਬੱਸ ਚੜ੍ਹਾ
ਘਰ ਨੂੰ ਮੁੜਦੀ ਬੀਬੀ
ਕੀਤੇ ਕਈ ਪੜਾਅ

ਬੀਬੀ ਦੀਆਂ ਬਾਤਾਂ ਚੇਤੇ ਕਰਦਿਆਂ ਮੈਂ ਕਈ ਵਾਰ ਜ਼ੋਰ-ਜ਼ੋਰ ਨਾਲ ਹੱਸਿਆ। ਯਾਦਾਂ ਦੀ ਇਸ ਸ਼ਾਂਤ ਝੀਲ 'ਚੋਂ ਬੱਦਲ ਹੁੰਦੇ-ਹੁੰਦੇ ਕੁਝ ਕੁ ਹੰਝੂ ਖ਼ਤ 'ਤੇ ਡਿੱਗ ਪਏ। ਪਰ ਮੋਹ ਭਿੱਜੇ ਕਾਗ਼ਜ਼ ਨੇ ਲਫ਼ਜ਼ਾਂ ਦੀ ਸ਼ਾਨ ਨੂੰ ਕਾਇਮ ਰੱਖਦਿਆਂ ਸਿਆਹੀ ਨੂੰ ਭੋਰਾ ਵੀ ਫੈਲਣ ਨਾ ਦਿੱਤਾ। ਇੱਕ ਵਾਰ ਖ਼ਤ ਪੂਰਾ ਹੋਇਆ ਤਾਂ ਪੜ੍ਹ ਕੇ ਵੱਡਾ ਉਬਾਲਾ ਆਇਆ। ਫਿਰ ਖ਼ਤ 'ਚ ਜਿੱਥੇ ਰਤਾ ਕੁ ਵੀ ਜਗ੍ਹਾ ਮਿਲੀ ਉਸ 'ਚ ਇੱਕ ਹੋਰ ਖ਼ਤ ਲਿਖਿਆ। ਮੈਂ ਵਾਰ-ਵਾਰ ਪੜ੍ਹਦਾ ਅਤੇ ਹਰ ਵਾਰ ਘਣੀ ਚਿੱਠੀ 'ਚ ਕੱਠੇ ਹੋ ਕੇ ਬੈਠੇ ਲਫ਼ਜ਼ ਹੋਰ 'ਕੱਠੇ ਹੋ ਜਾਂਦੇ ਅਤੇ ਮੋਹ ਭਰੀਆਂ ਸਤਰਾਂ ਹੋਰ ਸੁੰਗੜ ਜਾਂਦੀਆਂ ਜਿਵੇਂ ਕਥਾ ਸੁਣਦੀ ਸੰਗਤ ਹਿਲ-ਜੁਲ ਕਰਕੇ ਨਵੀਂ ਸੰਗਤ ਦੇ ਬੈਠਣ ਲਈ ਜਗ੍ਹਾ ਬਣਾਉਂਦੀ ਹੋਵੇ। ਮੈਂ ਦੋਹਰ-ਤਿਹਰ ਪਾਉਂਦਾ-ਪਾਉਂਦਾ ਇੱਕੋ ਚਿੱਠੀ 'ਚ ਖ਼ਤ 'ਤੇ ਖ਼ਤ ਲਿਖੀ ਜਾ ਰਿਹਾ ਸਾਂ।

ਯਾਦਦਿਹਾਨੀ ਕਰਾਉਂਦੇ ਇਨ੍ਹਾਂ ਚੱਕਰਵਾਤਾਂ 'ਚ ਘੜੀ ਦੀ ਸੂਈ ਵੀ ਕਦੇ-ਕਦੇ ਤੇਜ਼ ਹੋ ਜਾਂਦੀ ਤਾਂ ਮੈਂ ਨਾਰਥਈਸਟਰਨ ਯੂਨੀਵਰਸਿਟੀ ਤੋਂ ਗ੍ਰੈਜੁਏਟ ਹੋਣ ਉਪਰੰਤ ਵਤਨ

ਵਾਪਸੀ ਦੇ ਵਲਵਲਿਆਂ 'ਤੇ ਚੜ੍ਹ ਉਡਾਰੀਆਂ ਮਾਰਦਾ। ਘਰੜ-ਘਰੜ ਕਰਦਾ ਬਰਫ਼ ਹਟਾਉਂਦਾ ਟਰੱਕ ਫਿਰ ਪਰਤ ਆਉਂਦਾ। ਉਹਦੀ ਰੁੱਖੀ ਆਵਾਜ਼ ਸੁਣ ਕੇ ਘੜੀ ਦੀ ਸੂਈ ਔਖੇ ਸਾਹ ਭਰਨ ਲੱਗਦੀ ਤਾਂ ਮੈਂ ਫਿਰ ਅਤੀਤ ਦੇ ਬਿੰਬਾਂ 'ਚ ਖੁਭ ਜਾਂਦਾ। ਘਰ ਮੁਹਰਲੇ ਫੁੱਟਪਾਥ 'ਤੇ ਬਰਫ਼ 'ਚ ਧੌਣ ਤੀਕਰ ਧੱਸੇ ਅਤੇ ਕੱਲਮ-ਕੱਲੇ ਪੋਸਟ-ਬਾਕਸ ਦਾ ਉਦਾਸ ਮੁਖੜਾ ਵੇਖ ਮੇਰਾ ਮੱਥਾ ਠਣਕਿਆ ਕਿ ਮੇਰੀ ਡਾਇਰੀ 'ਚ ਤਾਂ ਬੰਬੇ ਦਾ ਪਤਾ ਵੀ ਨਹੀਂ। ਮੇਰੇ ਮਾਤਾ ਪਿਤਾ ਅਕਸਰ ਹਫ਼ਤੇ ਕੁ ਬਾਦ ਸ਼ਹਿਰ ਜਾ ਕੇ ਐਸ.ਟੀ.ਡੀ. ਤੋਂ ਘੰਟੀ ਮਾਰਦੇ ਹੁੰਦੇ ਸਨ। ਅਸੀਂ ਵਾਪਸ ਕਾਲ ਕਰਕੇ ਹਫ਼ਤੇ ਜੋਗੀਆਂ ਗੱਲਾਂ ਕਰ ਲੈਂਦੇ। ਸੋਚਿਆ ਕਿ ਚਲੋ ਜਦੋਂ ਉਨ੍ਹਾਂ ਦਾ ਫ਼ੋਨ ਆਵੇਗਾ ਤਾਂ ਮੈਂ ਬੰਬੇ ਵਾਲ਼ਿਆਂ ਦਾ ਪਤਾ ਲੈ ਲਵਾਂਗਾ। ਪਰ ਅਜੇ ਦੋ ਦਿਨ ਪਹਿਲਾਂ ਹੀ ਤਾਂ ਉਨ੍ਹਾਂ ਦਾ ਫ਼ੋਨ ਆਇਆ ਸੀ , ਸੋ ਮੈਂ ਖ਼ਤ ਟਿਕਟਾਂ ਲਾ ਕੇ ਬੁੱਕ-ਸ਼ੈਲਫ਼ 'ਤੇ ਰੱਖ ਦਿੱਤਾ ਅਤੇ ਇਸ ਹਫ਼ਤੇ ਦੀ ਪੰਜਾਬੀ ਅਖ਼ਬਾਰ ਪੜ੍ਹਦਾ-ਪੜ੍ਹਦਾ ਸੌਂ ਗਿਆ। ਅਜੇ ਸਾਢੇ ਕੁ ਬਾਰਾਂ ਹੀ ਹੋਏ ਸਨ ਕਿ ਫ਼ੋਨ ਦੀ ਘੰਟੀ ਵੱਜੀ। ਮੇਰੇ ਪਿਤਾ ਜੀ ਦਾ ਫ਼ੋਨ ਸੀ, "ਕਾਕਾ, ਅੱਜ ਸਵੇਰੇ ਬੀਬੀ ਪੂਰੀ ਹੋ ਗਈ। ਵਾਹਿਗੁਰੂ ਦੇ ਭਾਣੇ ਨੂੰ ਮਨਜ਼ੂਰ ਕਰੋ ਭਾਈ। ਅਸੀਂ ਦਾਗ਼ਾਂ 'ਤੇ ਪਹੁੰਚਣ ਦੀ ਦੌੜ ਭੱਜ 'ਚ ਹਾਂ।"

ਤੂਫ਼ਾਨ ਹੋਰ ਵੀ ਸੂਕਾਂ ਮਾਰਨ ਲੱਗਾ ਤੇ ਪੋਸਟ ਬਾਕਸ ਪੂਰੇ ਦਾ ਪੂਰਾ ਬਰਫ਼ 'ਚ ਦੱਬਿਆ ਗਿਆ।

ਮੈਂ ਇਸ ਘਟਨਾ ਨੂੰ ਕਿਸੇ ਰਹੱਸਮਈ ਲੈਂਜ਼ 'ਚੋਂ ਨਹੀਂ ਸੀ ਵੇਖਣਾ ਚਾਹੁੰਦਾ ਅਤੇ ਅੰਦਰੋਂ-ਅੰਦਰ ਭਾਵਨਾਵਾਂ ਦੇ ਬ੍ਰਹਿਮੰਡੀ ਨੈੱਟਵਰਕ ਦੀ ਸਾਇੰਸ ਨੂੰ ਸਮਝਣ ਲਈ ਹੁਣ ਹੋਰ ਵੀ ਉਤਾਵਲਾ ਹੋ ਗਿਆ ਸਾਂ। ਇਸ ਸਵਾਲ ਦਾ ਜਵਾਬ ਜਾਨਣ ਲਈ ਇੱਕ ਪਾਸੇ ਵਿਦੇਸ਼ 'ਚ ਤਾਲੀਮ ਦੇ ਵਸੀਲਿਆਂ ਦੀ ਖਿੱਚ ਸੀ ਪਰ ਦੂਜੇ ਪਾਸੇ ਜਨਮ-ਭੂਮੀ ਦੀ ਹੂਕ। ਕਈ ਸਾਲ ਕਿੰਨੇ ਸਵਾਲ ਚਿੱਤ 'ਚ ਆਉਂਦੇ ਰਹੇ…

"ਜੇ ਘਰ 'ਚ ਫ਼ੋਨ ਹੁੰਦਾ ਤਾਂ ਕੀ ਮੇਰੇ ਚਿੱਤ 'ਚ ਬੀਬੀ ਨੂੰ ਖ਼ਤ ਲਿਖਣ ਦਾ ਖ਼ਿਆਲ ਆਉਂਦਾ?"

"ਕੀ ਭਾਵਨਾਵਾਂ ਦੇ ਸਿਗਨਲ ਵੀ ਸੂਰਜੀ ਰੋਸ਼ਨੀ (velocity of light) ਵਾਂਗਰ ਵਗਦੇ ਨੇ?"

"ਕਿਤੇ ਇਹ ਮਾਈਕ੍ਰੋਚਾਈਮੇਰਿਜ਼ਮ (Microchimerism) ਵਰਗੀ ਕੋਈ ਸੈੱਲਾਂ ਦੀ ਸਾਂਝ ਤਾਂ ਨਹੀਂ ਜੋ ਮੋਬਾਈਲ ਨੈੱਟਵਰਕ ਵਾਂਗ ਮਾਪਿਆਂ ਦਾ ਔਲਾਦ ਨਾਲ ਕਨੈਕਸ਼ਨ ਬਣਾ ਕੇ ਰੱਖਦੀ ਹੋਏ?

ਫਿਰ ਸ਼ੁਰੂ ਹੋਇਆ ਸਫ਼ਰ: ਸਲੇਟ ਤੋਂ 'ਸਪਰੈੱਡਸ਼ੀਟ' ਦਾ, ਫੱਟੀ ਤੋਂ 'ਮਾਇਕਰੋਸੌਫਟ ਵਰਡ' ਦਾ, ਡੰਕ ਤੋਂ 'ਐਪਲ ਪੈੱਨ' ਦਾ, ਜਮਾਤ ਤੋਂ 'ਜ਼ੂਮ' ਦਾ ਅਤੇ ਲਾਇਬ੍ਰੇਰੀ ਤੋਂ 'ਗੁਗਲ' ਦਾ...। ਘਾਤਕ ਜੀਵਨ ਰਫ਼ਤਾਰ ਦੇ ਗਰਾਫ਼ 'ਤੇ ਗੱਡੀ ਅਗਲਾ ਮੋੜ ਕਿਸ ਪਾਸੇ ਨੂੰ ਕੱਟੇਗੀ, ਮੇਰੇ ਗਲਪ ਦੀ ਸਮਝ ਤੋਂ ਨਿੱਤ ਪ੍ਰਤੀ ਬਾਹਰ ਹੁੰਦਾ ਗਿਆ।

ਇਸ ਰਾਤ ਸ਼ੁਰੂ ਹੋਇਆ ਸੀ ਮੇਰਾ 'ਅਸਲ' **ਪਰਵਾਸ**

੩ - ਪਰਵਾਸ

ਦਰ ਘਰ ਮਹਲਾ ਹਸਤੀ ਘੋੜੇ ਛੋਡਿ ਵਿਲਾਇਤ ਦੇਸ ਗਏ ॥
(ਗੁਰੂ ਨਾਨਕ ਦੇਵ ਜੀ)

ਪਹਿਲਾਂ ਬੱਚਾ ਪਲਟੀ ਮਾਰਦਾ ਹੈ ਫਿਰ ਮੰਜੇ ਦੀ ਬਾਹੀ ਫੜ ਕੇ ਆਪੂੰ ਥੱਲੇ ਉੱਤਰਨਾ ਸਿੱਖਦਾ ਹੈ। ਕੁਝ ਕੁ ਮਹੀਨੇ ਬਾਦ ਖੜ੍ਹ ਕੇ ਤਾੜੀ ਮਾਰਦਾ ਹੈ ਅਤੇ ਫਿਰ ਅਛੋਪਲੇ ਪੈਰੀਂ ਤੁਰਦਾ ਹੈ। ਬਚਪਨ ਦਾ ਘੇਰਾ ਫੈਲਦਾ ਹੈ ਤਾਂ 'ਕੱਲਾ ਸਕੂਲੇ ਜਾਂਦਾ ਹੈ ਜਾਂ ਹੋਸਟਲ 'ਚ ਰਹਿਣ ਲੱਗ ਜਾਂਦਾ ਹੈ...! ਹਰ ਨਵਾਂ ਪੰਧ ਪਿਛਲੇ ਪੰਧ ਤੋਂ ਲਮੇਰਾ ਹੋ ਰਿਹਾ ਹੈ। ਪਰ ਉਹ ਮੁੜ ਆਪਣੇ ਘਰ-ਮੰਜ਼ਲ ਨੂੰ ਪਰਤ ਆਉਂਦਾ ਹੈ। ਜੱਦੀ ਘਰ ਸਦੀਆਂ ਦਾ ਉੱਗਿਆ ਉਹ ਹਜ਼ਾਤੀ ਬੋਹੜ ਹੈ ਜਿਸ ਦੀਆਂ ਬਹੁ-ਪੁਸ਼ਤੀ ਜੜ੍ਹਾਂ 'ਚੋਂ ਟੱਬਰ ਦਾ ਇਤਫ਼ਾਕ ਸਾਹ ਲੈਂਦਾ ਹੈ ਤੇ ਜਿਸ ਦੀ ਮੁਅੱਜ਼ਜ਼ ਛਾਂ ਦੀ ਖ਼ੁਮਾਰੀ 'ਚ ਮੁਗਧ ਹੋਣਾ ਬੰਦਗੀ ਹੈ।

ਬ੍ਰਹਿਮੰਡ 'ਚ ਹਰ ਕਣ ਲਗਾਤਾਰ ਫੈਲ ਰਿਹਾ ਹੈ। ਬਦਲਾਅ ਤੋਂ ਇਲਾਵਾ ਹੋਰ ਕੁਝ ਵੀ ਸਥਿਰ ਨਹੀਂ। ਅਮਰੀਕਾ ਦੇ ਸਥਾਨਕ ਇੰਡੀਅਨ ਕਬੀਲੇ, ਜਿਨ੍ਹਾਂ ਨੂੰ ਉੱਥੋਂ ਦੇ ਅਸਲ ਵਸਨੀਕ ਸਮਝਿਆ ਜਾਂਦਾ ਹੈ, ਵੀ ਹਜ਼ਾਰਾਂ ਸਾਲ ਪਹਿਲਾਂ ਏਸ਼ੀਆ ਤੋਂ ਆਏ ਸਨ।   ਵਣਜ, ਬਸਤੀਵਾਦ ਅਤੇ ਰਿਜ਼ਕ ਨੇ ਵੀ ਜਹਾਨ ਦੇ ਕਈ ਬਾਰਡਰ ਫਾਹ ਕੇ ਨਵੀਂਆਂ ਲਕੀਰਾਂ ਮਾਰੀਆਂ। ਸਮੇਂ-ਸਮੇਂ ਹੋਈਆਂ ਜੰਗਾਂ, ਬਟਵਾਰਿਆਂ, ਮਹਾਂਮਾਰੀਆਂ ਅਤੇ ਨਸਲਕੁਸ਼ੀਆਂ ਨੇ ਨਵੇਂ ਪਰਵਾਸ ਜੰਮੇ।   ਕਈ ਪਰਵਾਸੀ ਹੋਣ ਤੋਂ ਪਹਿਲਾਂ ਹੀ ਸਾਗਰਾਂ ਨੇ ਪੀ ਲਏ। ਕੁਝ ਜੰਗਲਾਂ 'ਚ ਰੁੱਖ ਹੋ ਗਏ। ਇਹ 'ਸੰਤਾਲੀ' ਦੇ ਰੌਲਿਆਂ ਦੀ ਗੱਲ ਹੈ। ਉੱਜੜੇ ਅਵਾਮ ਨਾਲ ਭਰੀਆਂ ਸਭ ਅਭਾਗੀਆਂ ਸੜਕਾਂ ਰਫ਼ਿਊਜੀ ਕੈਂਪਾਂ ਵੱਲ ਜਾ ਰਹੀਆਂ ਸਨ।   ਕੈਂਪ ਤੋਂ ਬਾਹਰ ਜਾਣ ਦਾ ਰਸਤਾ ਅਜੇ ਨਹੀਂ ਸੀ ਬਣਿਆ। ਪਰ ਕੁਰੂਕਸ਼ੇਤਰ ਕੈਂਪ 'ਚ ਮੁਲਤਾਨ ਤੋਂ ਆਏ ਬਖ਼ਤੌਰ ਸਿਉਂ ਦੀ ਘੋੜੀ ਰਾਤੀਂ ਸੰਗਲ ਤੁੜਾ ਕੇ ਮੁੜ ਮੁਲਤਾਨ ਨੂੰ ਦੌੜ ਗਈ ਸੀ। ਕਾਮ ਬਖ਼ਸ਼ ਦੀ ਗਾਂ ਲਾਹੌਰ ਤੋਂ ਸ਼ਾਮ ਚੁਰਾਸੀ ਨੂੰ ਪਰਤ ਆਈ ਸੀ।

ਮੈਂ ਅਤੇ ਚਿੜੀ

ਚਿੜੀ ਫੁਰਰਰ..ਕਰਕੇ ਉੱਡੀ,
ਚੋਗਾ ਚੁਗਿਆ, ਚੁੰਝ ਭਰੀ,
ਆਲਣੇ 'ਚ ਪਰਤ ਆਈ
ਇੱਕ ਦਿਨ ਮੈਂ ਵੀ ਉੱਡਿਆ,
ਜਿੱਥੇ ਚੋਗਾ ਲੱਭਾ
ਉੱਥੇ ਨਵਾਂ ਆਲ੍ਹਣਾ ਪਾ ਲਿਆ
ਭਲਾ ਚਿੜੀ ਸਿਆਣੀ ਹੋਈ... ਜਾਂ ਮੈਂ?

ਮੌਤ ਦੇ ਮੂੰਹ 'ਚੋਂ ਸਲਾਮਤ ਪਰਤੇ ਬਖਤੌਰ ਸਿਹੁੰ ਅਤੇ ਕਾਮ ਬਖ਼ਸ਼ ਨੇ ਵੀ ਪਰਵਾਸ ਇੰਤਖ਼ਾਬ ਤਾਂ ਨਹੀਂ ਸੀ ਕੀਤਾ ਪਰ ਬੇ-ਜ਼ੁਬਾਨ ਘੋੜੀ ਅਤੇ ਗਾਂ ਦਾ ਵਾਪਸ ਪਰਤ ਜਾਣਾ ਜਨਮ-ਭੌਂਇੰ ਦੀ ਸ਼ਦੀਦ ਖਿੱਚ ਦੀ ਅਨੰਤਤਾ ਦਾ ਪ੍ਰਤੀਕ ਬਣਿਆ।

ਦੋਸਤੀ

ਥਾਮਸ ਫ੍ਰੀਡਮਨ, ਆਪਣੀ ਕਿਤਾਬ, "ਦ ਵਰਲਡ ਇਜ਼ ਫਲੈਟ (The World Is Flat)" ਵਿਚ ਲਿਖਦਾ ਹੈ ਕਿ ਬਰਲਿਨ ਦੀ ਕੰਧ ਦੇ ਢਹਿਣ ਅਤੇ ਬਰੌਡਬੈਂਡ ਕੇਬਲਾਂ ਦੇ ਵਿਛਣ ਨਾਲ ਜਹਾਨ 'ਚ ਨਜ਼ਦੀਕੀ ਵਧੀ ਹੈ। ਆਫਸ਼ੋਰ ਵਪਾਰ ਅਤੇ ਰੁਜ਼ਗਾਰ ਦੇ ਪਸਾਰ ਨਾਲ ਆਰਥਿਕ ਲੋਕਤੰਤਰਤਾ ਨੂੰ ਆਕਸੀਜਨ ਮਿਲੀ ਹੈ। ਆਧੁਨਿਕ ਸੰਚਾਰ ਸਾਧਨਾਂ ਅਤੇ ਸੋਸ਼ਲ ਮੀਡੀਆ ਦੇ ਨਾਲ ਸੰਸਾਰ 'ਵੱਡਾ ਪਿੰਡ' ਬਣ ਗਿਆ ਹੈ। ਵੀਹਵੀਂ ਸਦੀ ਦੇ ਯੁਗਾਂਡਾ ਅਤੇ ਬਰਮਾ ਦੇ ਪੰਜਾਬੀ ਪਰਵਾਸੀਆਂ ਨਾਲੋਂ ਇੱਕੀਵੀਂ ਸਦੀ ਦੇ ਕਨੇਡਾ ਤੇ ਆਸਟ੍ਰੇਲੀਆ ਦੇ ਪਰਵਾਸੀਆਂ ਦਾ ਤਜਰਬਾ ਬਹੁਤ ਅਲਹਿਦਾ ਹੈ। ਨਵੀਂ ਦੁਨੀਆ ਦੇ ਵਸੀਲਿਆਂ ਨਾਲ ਮਨੁੱਖ ਦੀ ਆਰਥਿਕ ਤੌਰ 'ਤੇ ਆਤਮ-ਨਿਰਭਰਤਾ ਨੇ ਕਈ ਮੁਸ਼ਕਲਾਂ ਹੱਲ ਕੀਤੀਆਂ ਪਰ ਕਈ ਗੁਣਾ ਜ਼ਿਆਦਾ ਨਵੀਂਆਂ ਜੰਮ ਸੁੱਟੀਆਂ…

ਤਿੰਨ ਪੱਗ-ਵੱਟ ਯਾਰ
ਨਾਂ ਜਿਨ੍ਹਾਂ ਦੇ: "ਅਸੀਂ", "ਸਾਡਾ", "ਸਾਨੂੰ"
ਪੱਕੇ ਆੜੀ, ਜਿਵੇਂ ਖ਼ੂਨ ਦੇ ਰਿਸ਼ਤੇਦਾਰ

ਘਰੋਂ ਰਿਜ਼ਕ ਲਈ ਤੁਰ ਪਏ
'ਗਰੀਨ-ਕਾਰਡ' ਲੱਭਦੇ-ਲੱਭਦੇ
ਪਾਸਪੋਰਟਾਂ ਉੱਤੇ, ਨਾਂ ਉਨ੍ਹਾਂ ਦੇ ਭੁਰ ਗਏ
ਤੇ ਬਣ ਗਏ: "ਮੈਂ", "ਮੇਰਾ", "ਮੈਨੂੰ"
'ਕੱਲੀ ਰਹਿ ਗਈ ਵਿਚਾਰੀ, ਦੋਸਤੀ

ਆਪੋ 'ਚ ਲੜ ਕੇ
ਰਾਤੀਂ ਖ਼ਾਲੀ ਭਾਂਡੇ ਖੜਕੇ
ਡਿਵੋਰਸ ਮੰਗ ਲਿਆ
ਦੋਸਤੀ ਨੇ ਤੜਕੇ-ਤੜਕੇ

ਹੁਣ–
'ਵਾਲ–ਸਟਰੀਟ' ਉੱਤੇ
ਦੋਸਤੀ,
'ਸਟਾਕ–ਬਰੋਕਰ' ਨਾਲ 'ਅਪਾਰਟਮੈਂਟ' ਸ਼ੇਅਰ ਕਰਦੀ ਹੈ
ਟਕੇ–ਟਕੇ 'ਤੇ ਮਰਦੀ ਹੈ

ਹੱਥ 'ਚ ਵੀਜ਼ਾ, ਮੂੰਹ 'ਚ ਪੀਜ਼ਾ

ਬਹੁਤੇ ਮੁਲਕਾਂ ਵੱਲੋਂ ਪਰਿਵਾਰਕ ਇਮੀਗ੍ਰੇਸ਼ਨ ਦੀਆਂ ਸਹੂਲਤਾਂ ਸਦਕਾ ਵੀਜ਼ਾ ਲਗਦੇ ਸਾਰ ਬੇਬੇ ਬਾਪੂ, ਚਾਚੇ ਤਾਏ, ਨਨੇਸ, ਦਦੇਸ, ਫਫੇਸ, ਸਹੁਰਾ, ਪਤੀਸ, ਪਤਿਓਹਰਾ, ਨਨਾਣ–ਨਣਦੋਈਆ, ਲੰਬੜਦਾਰ, ਸਰਪੰਚ... ਜਾਣੀ ਸਾਰਾ ਕੋੜਮਾ ਨਵੇਂ ਮੁਲਕ ਦੀਆਂ ਬੇਸਮੈਂਟਾਂ 'ਚ ਡੇਰੇ ਲਾ ਲੈਂਦਾ ਹੈ। ਵਾਰੀ–ਵੱਟੇ ਵਾਲੇ ਵਿਆਹਾਂ, ਜਾਅਲੀ ਸੈਮੀਨਾਰਾਂ, ਆਈਲੈਟਸਾਂ, ਭਗੌੜੇ ਹੋਣ ਵਾਲੇ ਜਥਿਆਂ, ਆਦਿ, ਨਾਲ ਨੱਕੋ–ਨੱਕ ਭਰੇ ਜਹਾਜ਼ਾਂ ਨੇ ਪਿੰਡਾਂ ਦੇ ਪਿੰਡ ਖ਼ਾਲੀ ਕਰ ਛੱਡੇ ਹਨ। ਕਨੇਡਾ ਪਹੁੰਚ ਕੇ "ਸੁਫ਼ਨਿਆਂ ਦਾ ਕਨੇਡਾ" ਮਿਲੇ ਜਾਂ ਨਾ ਮਿਲੇ, ਪਰ ਜਸ਼ਨ ਫਲਾਈਟ 'ਚ ਹੀ ਸ਼ੁਰੂ ਹੋ ਜਾਂਦੇ ਹਨ...

ਬਾਪੂ ਜਮਾ ਨਾ ਸੰਝੇ
ਏਅਰ ਹੋਸਟੈੱਸ ਕੋਲ਼ੋਂ
ਮੁੜ–ਘਿੜ ਵਿਸਕੀ ਮੰਗੇ

ਏਅਰ ਟਰਬੁਲੈਂਸ
ਬੇਬੇ ਦੀ ਮੁੱਕੀ ਅੰਗਰੇਜ਼ੀ
ਸਫ਼ਰ ਹਾਲੇ ਬਾਕੀ

ਵੈੱਲ ਸੈੱਟਲਡ

ਤੁਹਾਨੂੰ ਯਾਦ ਹੋਵੇਗਾ ਧੂੜ 'ਤੇ ਪਾਣੀ ਛਿੜਕਾਉਣਾ, ਚੂਨੇ 'ਚ ਚੁਟਕੀ ਕੁ ਨੀਲ ਪਾ ਕੇ ਘਰ ਨੂੰ ਕਲੀ ਕਰਾਉਣਾ ਅਤੇ ਘਰ ਮੁਹਰਲੀ ਸੜਕ ਨੂੰ ਸੰਬਰਨਾ ਸੁਆਰਨਾ। ਫਿਰ ਸਿਰ ਢੱਕ ਕੇ ਹੱਥ ਜੋੜ ਖਲੋਣਾ ਜਦੋਂ ਨਗਰ–ਕੀਰਤਨ ਨੇ ਆਉਣਾ। ਪਰਵਾਸ 'ਚ ਆਕੇ ਤਾਂ ਬੱਸ ਬੰਦਾ ਘਰ ਮੁਹਰਲੇ ਲਾਅਨ ਦੇ ਘਾਹ 'ਚੋਂ ਬੂਟੀ ਪੁੱਟਦਾ ਰਹਿੰਦਾ ਜਾਂ

ਗੁਆਂਢੀ ਦੀ ਰੀਸੇ ਹਫ਼ਤੇ ਦੀ ਹਫ਼ਤੇ ਘਾਹ ਕੱਟਦਾ ਰਹਿੰਦਾ ਹੈ। ਮੀਂਹ 'ਚ ਵੀ ਸਪਰਿੰਕਲਰ ਚੱਲਦੇ ਰਹਿੰਦੇ ਹਨ। ਡਿਜੀਟਲ ਕੈਮਰੇ ਦੀ ਮੈਗਾਪਿਕਸਲੀ ਤਸਵੀਰ ਵਰਗੀ ਸਫ਼ਾਈ ਕਰਨ ਤੋਂ ਬਾਦ ਸਾਰੀ ਦਿਹਾੜੀ 'ਚ ਬੱਸ ਡਾਕੀਆ ਹੀ ਆਉਂਦਾ ਹੈ।

"ਸ਼ਾਇਦ ਕਿਸੇ ਦਿਨ ਲੰਘੇਗੀ ਮੇਰੇ ਵੀ ਘਰ ਅੱਗੋਂ ਪ੍ਰਭਾਤ-ਫੇਰੀ ਜਾਂ ਜਾਗੋ ਵਾਲ਼ੀਆਂ ਦੀ ਢਾਣੀ ਜਾਂ ਫਿਰ ਦਿਵਾਲ਼ੀ ਦੀ ਸ਼ਾਮ ਨੂੰ ਘਰ ਅੱਗੋਂ ਗੁਰਦੁਆਰੇ ਵੱਲ ਦੀਵੇ ਜਗਾਉਣ ਜਾ ਰਹੀਆਂ ਖ਼ਾਲਸ ਘਿਓ ਵਾਂਗ ਮਹਿਕਦੀਆਂ ਸੰਗਤਾਂ," ਪਰਵਾਸੀ ਸੁਫ਼ਨੇ 'ਚ ਬੁੜਬੁੜਾਉਂਦਾ ਰਹਿੰਦਾ ਹੈ।

ਨੀਂਦ ਦੀ ਝਪਕੀ ਖੁੱਲ੍ਹਦੀ ਹੈ ਤਾਂ ਲਾਅਨ ਦਾ ਘਾਹ ਕੱਟਣ, ਆਦਿ, ਦਾ ਕੰਮ ਠੇਕੇ 'ਤੇ ਦੇ ਦਿੰਦਾ ਹੈ। ਘਾਹ ਕੱਟਣ ਵਾਲੇ ਗੋਰੇ ਨੂੰ ਨਗਰ-ਕੀਰਤਨ ਦੀ ਬਜਾਏ ਚੈੱਕ ਦੀ ਉਡੀਕ ਰਹਿੰਦੀ ਹੈ। ਉਹਦੀ ਪੇਮੈਂਟ ਪਰਵਾਸੀ ਦੇ ਸਿਰ 'ਤੇ ਖੜੀ ਰਹਿੰਦੀ ਹੈ ਅਤੇ ਪਰਵਾਸੀ ਦਫ਼ਤਰ ਵਾਲ਼ੇ ਸਟੈਂਡਿੰਗ ਡੈਸਕ 'ਤੇ ਖੜ੍ਹਾ-ਖੜ੍ਹਾ ਸਦਾ ਲਈ ਬੁੱਤ ਹੋ ਜਾਂਦਾ ਹੈ।

ਮੈਨੂੰ ਮਹਿਕ ਤੋਂ ਬਗ਼ੈਰ ਵੀ ਗੁਲਾਬ ਚੰਗਾ ਲੱਗਦਾ ਹੈ
ਮੈਂ ਫਰੋਜ਼ਨ ਦਰਿਆ ਤੋਂ ਸੰਗੀਤ ਦੀ ਆਸ ਨਹੀਂ ਕਰਦਾ
ਮੈਂ ਰਹਿ ਸਕਦਾ ਹਾਂ ਸਰਦੀਆਂ 'ਚ ਪੰਛੀਆਂ ਤੋਂ ਬਗ਼ੈਰ
ਮੈਂ ਨਹੀਂ ਸੁਣਨੀ ਬਲ਼ਦਾਂ ਦੀਆਂ ਟੱਲੀਆਂ ਦੀ ਟੁਣਕਾਰ
ਮੈਂ ਤਾਂ ਕਨੇਡਾ 'ਚ ਸੈੱਟਲ ਹੋ ਗਿਆ ਹਾਂ, 'ਵੈੱਲ ਸੈੱਟਲਡ

ਤਾਂ ਫਿਰ ਕਿਉਂ ਵਤਨ ਤੋਂ ਆਇਆ ਖ਼ਤ
ਮੇਰੀਆਂ ਬੰਜਰ ਅੱਖਾਂ ਭਰ ਦਿੰਦਾ ਹੈ

ਸ਼ਾਇਦ ਖ਼ਤ ਦੀ ਸਿਆਹੀ ਹੀ ਲੈ ਕੇ ਆਉਂਦੀ ਹੈ
ਪੰਜਾਂ ਪਾਣੀਆਂ ਵੱਲੋਂ ਮੇਰੀ ਰੁੱਖੀ ਰੂਹ ਦੇ ਨਾਂ ਘੱਲੀ ਨਮੀ
ਇਹ ਨਮੀ ਭਾਵੇਂ ਸਵਾਤੀ ਨਛੱਤਰ ਦੀ ਬੂੰਦ ਹੈ
ਜਾਂ ਸੋਕਾ ਪੀੜਤ ਨੂੰ ਅੰਬਰਾਂ 'ਚ ਦਿਸਦੀ ਬੱਦਲੀ
ਮੇਰੇ ਲਈ ਤਾਂ ਇਹ ਕੁਝ ਵੀ ਨਹੀਂ
ਕਿਉਂਕਿ ਮੈਂ 'ਵੈੱਲ ਸੈੱਟਲਡ' ਹਾਂ, ਭਾਵੁਕ ਨਹੀਂ ਹੋਵਾਂਗਾ

ਇਸ ਲਈ ਮੈਂ ਖ਼ਤ ਨਹੀਂ ਈ-ਮੇਲ ਪੜ੍ਹਾਂਗਾ
ਨਹੀਂ ਵਹੇਗਾ ਕੋਈ ਹੰਝੂ ਫਿਰ ਮੇਰੀਆਂ ਅੱਖਾਂ 'ਚੋਂ,
ਇੰਜ ਨਹੀਂ ਆ ਸਕੇਗੀ ਪੰਜਾਂ ਪਾਣੀਆਂ ਵੱਲੋਂ ਸਿਆਹੀ ਥਾਣੀਂ ਘੁਲੀ ਨਮੀ
ਮੈਨੂੰ ਮਹਿਕ ਤੋਂ ਬਗ਼ੈਰ ਵੀ ਗੁਲਾਬ ਚੰਗਾ ਲੱਗਦਾ ਹੈ...

ਬਰਾਈਟ ਫ਼ਿਊਚਰ

ਪਰਵਾਸ ਦੀ ਸ਼ੁਰੂਆਤ ਸੌ ਮੀਟਰ ਦੀ ਦੌੜ ਵਾਂਗ ਹੁੰਦੀ ਹੈ। ਯੋਜਨਾ ਤੋਂ ਉਲਟ ਇਹ ਮੁੱਕਦੀ-ਮੁੱਕਦੀ ਮੈਰਾਥਨ ਬਣ ਜਾਂਦੀ ਹੈ। ਵਪਾਰੀ ਵਰਗ ਵੀ ਨਵੇਂ ਪਰਵਾਸੀਆਂ ਨੂੰ ਕਈ ਸੌਂਚਿਆਂ 'ਚ ਫਿੱਟ ਕਰਦਾ ਹੈ। ਇਸ ਸ਼ੋਸ਼ਣ 'ਚੋਂ ਪਰਵਾਸੀ ਵੀ ਕਈ ਨਵੀਂਆਂ ਵਿਉਂਤਾਂ ਅਤੇ ਜੁਗਾੜ ਲੱਭ ਲੈਂਦਾ ਹੈ। ਉਹਦੇ ਤਜਰਬੇ ਮੁਤਾਬਕ ਉਹਦੀ ਤਰੱਕੀ, ਉਹਨੂੰ ਮਿਲਣ ਵਾਲੇ ਨਵੇਂ ਲੈਂਡ ਕੀਤੇ ਪਰਵਾਸੀ ਮੁਰਗ਼ਿਆਂ ਉੱਤੇ ਨਿਰਭਰ ਕਰਨ ਲੱਗਦੀ ਹੈ।

ਦੇਸੁ ਛੋਡਿ ਪਰਦੇਸਹਿ ਧਾਇਆ ॥
ਪੰਚ ਚੰਡਾਲ ਨਾਲੇ ਲੈ ਆਇਆ ॥ (ਗੁਰੂ ਅਰਜਨ ਦੇਵ ਜੀ)

ਮਸ਼ੀਨਾਂ ਨਾਲ ਗੰਢੇ ਨਵੀਨਤਮ ਸਾਕਾਂ 'ਚੋਂ ਨਵੇਂ ਪਦਾਰਥਵਾਦੀ ਮਾਰਗ ਸਿਧਾਂਤ ਉਪਜਦੇ ਹਨ...

ਉੱਲੂ ਵਾਂਗ
ਨਾਈਟ ਸ਼ਿਫ਼ਟ ਕਰਦਾਂ ਹਾਂ
ਚਮਚੜਿਕ ਵਾਂਗ
ਡਾਲਰਾਂ ਨੂੰ ਚਿੰਬੜ ਜਾਂਦਾ ਹਾਂ
ਬਗ਼ਲੇ ਵਾਂਗ
ਮਚਲਾ ਹੋ ਕੇ ਕਲਾਈਂਟ-ਮੱਛੀਆਂ ਲਪਕਦਾਂ ਹਾਂ
ਸੱਪ ਬਣ ਕੇ
ਦੂਹਲੇ ਕਮਿਸ਼ਨ ਦੇ ਦਰਿਆ ਪੀ ਜਾਂਦਾ ਹਾਂ
ਮੈਂ ਲੂੰਬੜ, ਇੱਲ, ਕਾਂ
ਜਾਣੀ ਬੰਦੇ ਨੂੰ ਛੱਡ ਕੇ
ਸਭ-ਕੁੱਝ ਹੀ ਹਾਂ

ਕੰਪਨੀ ਨੂੰ ਹੁਣ, ਬੰਦਿਆਂ ਦੀ ਲੋੜ ਨਹੀਂ
ਏਸੇ ਕਰਕੇ, ਦਫ਼ਤਰ 'ਚ ਮੇਰੀ ਬਹੁਤ ਡਿਮਾਂਡ ਹੈ
ਮੈਂ ਹਰ ਕਿਰਦਾਰ 'ਚ ਨਿਪੁੰਨ ਹਾਂ
ਕੰਪਨੀ ਦਾ ਸਟਾਕ ਅਤੇ ਮੇਰਾ ਭਵਿੱਖ
ਦੋਵੇਂ ਬਰਾਈਟ ਨੇ

ਵਲੈਤ-ਪੁਣਾ

ਬਾਹਰਲੇ ਮੁਲਕਾਂ ਦੇ ਕਾਨੂੰਨ ਅਤੇ ਕਾਇਦਾ-ਪਸੰਦ ਲੋਕਾਂ 'ਚ ਰਹਿ ਕੇ ਪਰਵਾਸੀ ਨੂੰ ਵੀ ਲਾਗ ਲੱਗ ਜਾਂਦੀ ਹੈ। ਛੁੱਟੀ ਆਇਆ ਪਰਵਾਸੀ, ਜੋ ਕਦੇ ਆਪਣੇ ਪਿੰਡ ਦਾ ਰਿੰਗ-ਲੀਡਰ ਹੁੰਦਾ ਸੀ, ਪਿੰਡ ਆ ਕੇ ਅਜਨਬੀ ਜਿਹਾ ਮਹਿਸੂਸ ਕਰਦਾ ਹੈ। ਪੱਛਮ ਵਿਚ ਸਿੱਖੀਆਂ ਚੰਗੀਆਂ ਆਦਤਾਂ ਤੇ ਅਨੁਸ਼ਾਸਨ ਦੇ ਮੈਡਲ ਲਾ ਕੇ ਛੁੱਟੀ ਗਿਆ ਪਰਵਾਸੀ, ਪਿੰਡ 'ਚ ਸੱਜ-ਧੱਜ ਕੇ ਚੰਡਾ ਹੋ-ਹੋ ਫਿਰਦਾ ਤਾਂ ਹੈ, ਪਰ ਪੂਰੀ ਤਰ੍ਹਾਂ ਢਾਣੀਆਂ, ਮੰਡਲੀਆਂ ਅਤੇ ਜੁੰਡਲੀਆਂ 'ਚ ਫਿੱਟ ਨਹੀਂ ਹੁੰਦਾ..

ਅਲਮਸਤ ਟ੍ਰੈਫਿਕ
ਪਰਵਾਸੀ ਖੜ੍ਹਾ ਉਡੀਕੇ
ਹਰੀ ਬੱਤੀ

ਠੰਢ ਦੀ ਬੱਲੇ-ਬੱਲੇ...
ਟਹੁਰ-ਟਹੁਰ 'ਚ ਪਰਵਾਸੀ
ਫਸਿਆ ਨਲਕੇ ਥੱਲੇ

ਪੱਗ ਲੈਣ ਗਿਆ ਬਜ਼ਾਰ
ਬਜਾਜੀ ਵਾਲ਼ੇ ਵੇਚਤੀ
ਪਟਿਆਲ਼ਾ ਸਲਵਾਰ

ਪਰਵਾਸੀ ਹੱਥ ਦਵਾਈ
ਚਾਹ ਦੇ ਕੱਪ 'ਚ ਬੇਬੇ
ਖੰਡ ਦੀ ਕੜਛੀ ਪਾਈ

ਟੁੱਨ ਹੋਇਆ ਪਰਵਾਸੀ
ਬੋਲ 'ਗਰੇਜੀ'
ਤਰਜ਼ ਪੰਜਾਬੀ

ਪਿੰਡ ਪਰਤ ਕੇ...

ਵਿਸ਼ਵੀਕਰਨ ਅਤੇ ਸੰਚਾਰ ਸਾਧਨ ਵਧਣ ਨਾਲ ਪਰਵਾਸ ਸੁੰਗੜ ਵੀ ਗਿਆ ਹੈ ਅਤੇ ਫੈਲ ਵੀ। ਪਰ ਅਜੇ ਵੀ ਬਹੁਤੇ ਪਰਵਾਸੀਆਂ ਲਈ ਵਤਨ ਨੂੰ ਰੱਬ-ਸਬੱਬੀ ਛੁੱਟੀ ਆਉਣਾ ਅਤਿ ਮੁਬਾਰਕ ਘੜੀ ਹੁੰਦੀ ਹੈ। ਕਾਰਨ ਕੋਈ ਵੀ ਹੋਵੇ, ਮੁਲਕ ਪਰਤਣ ਦਾ ਹਰ ਅੰਦਾਜ਼ ਗੂੜ੍ਹੇ ਭਾਵਨਾਤਮਕ ਰੰਗਾਂ ਨਾਲ ਤ੍ਰਿਪਤ ਹੁੰਦਾ ਹੈ। ਏਅਰਪੋਰਟ ਤੋਂ ਘਰ ਜਾਂਦਿਆਂ ਉਨੀਂਦਰਾ ਹੋਇਆ ਵੀ ਉਹ ਤੇਜ਼ ਰਫ਼ਤਾਰ ਗੱਡੀ 'ਚੋਂ ਵਤਨ ਦੀ ਮਨਮੋਹਕ ਦ੍ਰਿਸ਼ਾਵਲੀ ਅਤੇ ਸੁੱਚੀ ਕਾਇਨਾਤ ਨੂੰ ਸਹਿਜ ਨਾਲ ਮਾਣ ਰਿਹਾ ਹੁੰਦਾ ਹੈ। ਵਰ੍ਹਿਆਂ ਬਾਦ ਉਹਦੇ ਹਿਰਦੇ ਦੀ ਖ਼ੁਸ਼ਕਤਾ ਜਾਣੀ-ਪਛਾਣੀ ਹਵਾ ਦੀ ਸਿਲ੍ਹ ਨਾਲ ਤਰੋ-ਤਾਜ਼ੀ ਹੋ ਜਾਂਦੀ ਹੈ। ਪਿੰਡ ਛੱਡਣ ਤੋਂ ਬਾਦ ਵਿੱਛੜੀਆਂ ਆਤਮਾਵਾਂ, ਦ੍ਰਿਸ਼ਾਂ ਅਤੇ ਅਲੋਪ ਹੋਈਆਂ ਰਸਮਾਂ ਦੀ ਘਾਟ ਉਹਨੂੰ ਪਲ ਕੁ ਲਈ ਅੰਤਰਮੁਖੀ ਵੀ ਕਰ ਦਿੰਦੀ ਹੈ। ਸੁੱਕੇ ਖੂਹਾਂ ਤੇ ਨਲਕਿਆਂ ਨੂੰ ਵੇਖ ਉਹਦੀ ਪਿੰਡ ਪ੍ਰਤੀ ਤਰੇਹ ਹੋਰ ਵਧ ਜਾਂਦੀ ਹੈ। ਉਹ ਗੁਆਚੇ ਵਰ੍ਹਿਆਂ ਨੂੰ ਇਸ ਛੁੱਟੀ 'ਚ ਵਸੂਲ ਲੈਣਾ ਲੋਚਦਾ ਹੈ। ਕੁਝ ਕੁ ਦਿਨਾਂ ਲਈ ਉਹਨੂੰ ਪਰਵਾਸ ਵਿਚਲੇ ਸਭ ਝਮੇਲੇ, ਫ਼ੋਨ-ਨੰਬਰ ਅਤੇ ਪਤੇ ਭੁੱਲ-ਭੁਲਾ ਜਾਂਦੇ ਹਨ। ਉਹ ਹਰ ਵੀਹੀ, ਮੋੜ 'ਤੇ ਢਾਣੀ 'ਚ ਖਲੋ ਕੇ ਹਾਜ਼ਰੀ ਭਰਦਾ ਨਹੀਂ ਥੱਕਦਾ। ਵੱਟਾਂ-ਬੰਨਿਆਂ 'ਤੇ ਗੋਹਰਾਂ 'ਚੋਂ ਗੁਜ਼ਰਦਿਆਂ ਬਚਪਨ ਦੀਆਂ ਪੈੜਾਂ 'ਚ ਮਨੋਂ-ਮਨੀਂ ਪੈਰ ਧਰਦਾ ਰਹਿੰਦਾ ਹੈ। ਪੱਕੀ ਹੋ ਚੁੱਕੀ ਫਿਰਨੀ ਹੇਠਾਂ ਦੱਬ ਗਈਆਂ ਸਾਈਕਲ ਦੀਆਂ ਲੀਹਾਂ 'ਚੋਂ ਵਿੱਛੜੇ ਮਿੱਤਰਾਂ ਨਾਲ ਲਾਈਆਂ ਰੇਸਾਂ ਨੂੰ ਚੇਤੇ ਕਰਦਾ ਹੈ। ਘਰ ਵਾਲੇ ਉਸ ਨੂੰ ਰੋਟੀ ਖਾਣ ਲਈ ਉਡੀਕਦੇ ਰਹਿੰਦੇ ਹਨ ਪਰ ਉਹ ਪਿੰਡ ਦੀਆਂ ਪੱਤੀਆਂ 'ਚ ਉੱਠਦਾ-ਬਹਿੰਦਾ ਰੂਹ ਦੀ ਖ਼ੁਰਾਕ ਦਾ ਸੇਵਨ ਕਰਦਾ ਰਹਿੰਦਾ ਹੈ। ਜੁਆਕਾਂ 'ਚ ਜੁਆਕ ਅਤੇ ਖਿਡਾਰੀਆਂ ਨਾਲ ਖਿਡਾਰੀ ਬਣ ਕੇ ਬਿੰਦ-ਝੱਟ ਅਤੀਤ ਦੇ ਪੰਛੀ ਫੜਦਾ ਹੈ ਪਰ ਸੁਫ਼ਨੋ-ਸੁਫ਼ਨੀਂ ਹੋਏ ਪਰਵਾਸੀ ਦੀ ਤਿੰਨ ਹਫ਼ਤੇ ਦੀ ਛੁੱਟੀ ਥਾਲੀ 'ਚ ਮਾਂ ਵੱਲੋਂ ਰੱਖੇ ਸ਼ੱਕਰ-ਘਿਓ ਵਾਂਗ ਝੱਟ ਮੁੱਕ ਜਾਂਦੀ ਹੈ। "ਛੇਤੀ ਆਵਾਂਗਾ" ਆਖਦਾ-ਆਖਦਾ ਉਹ ਮੁੜ ਪਰਦੇਸਣ ਹਵਾ 'ਚ ਹਵਾ ਹੋ ਜਾਂਦਾ ਹੈ...

ਖੁੰਝਿਆ ਵੇਲਾ–
ਮਿੱਟੀ 'ਚੋਂ ਲੱਭ ਰਹੀ ਬਾਪ
ਪਰਵਾਸੀ ਧੀ

ਬਰੜ 'ਚ ਉੱਗੇ ਅਮਲਤਾਸ/72

ਪਿੰਡ ਘੁੰਮਦਾ ਪਰਵਾਸੀ
ਨਵੇਂ ਚਿਹਰੇ 'ਚੋਂ ਲੱਭੇ
ਗੁਜ਼ਰੇ ਜੀਅ ਦੇ ਨਕਸ਼

ਜਾਕਟ ਜਾ ਉਤਾਰੀ
ਪਿੰਡ ਪਰਤ ਕੇ ਬਾਪੂ
ਖੇਸ ਦੀ ਬੁੱਕਲ ਮਾਰੀ

ਕੋਠੀਆਂ ਦੀ ਭੀੜ
ਪਰਵਾਸੀ ਲੱਭਦਾ ਫਿਰੇ
ਦਾਣਿਆਂ ਦੀ ਭੱਠੀ

ਅੱਪੜ ਕੇ ਵੀ
ਨਾ ਲੱਭਾ
ਆਪਣਾ ਪਿੰਡ

ਦੁਨੀਆ ਦੇ ਹਰ ਨਿੱਕੇ ਵੱਡੇ ਸ਼ਹਿਰ 'ਚ ਕੋਈ ਨਾ ਕੋਈ ਸਕਾ ਸੰਬੰਧੀ ਵੱਸਿਆ ਹੋਇਆ ਹੈ। ਮੈਂ ਅਕਸਰ ਕੰਮ ਦੇ ਟੂਰ 'ਤੇ ਗਿਆ ਹੀ ਮੇਲੇ-ਗੇਲੇ ਕਰ ਲੈਂਦਾ ਹਾਂ। ਪਰ ਦਿੱਲੀ ਏਅਰਪੋਰਟ ਤੋਂ ਮੈਨੂੰ ਕੌਣ ਲੈਣ ਆਵੇਗਾ? ਘਰ ਵੀ ਮੈਨੂੰ ਉਡੀਕਦਾ ਥੱਕ ਗਿਆ ਹੋਵੇਗਾ। ਸੁਣਿਆ ਦਿੱਲੀ ਏਅਰਪੋਰਟ ਤੋਂ ਪੰਜਾਬ ਨੂੰ ਸਿੱਧੀਆਂ ਬੱਸਾਂ ਚੱਲਦੀਆਂ ਹਨ। ਨਾਲੇ ਉਹ ਕੋਈ ਨਾ ਕੋਈ ਹੋਟਲ ਲੱਭਣ 'ਚ ਵੀ ਮਦਦ ਕਰ ਦਿੰਦੇ ਨੇ, ਉਂਜ ਸਾਰੇ ਦੋਸਤ ਵੀ ਤਾਂ ਵਾਰ-ਵਾਰ ਤਾਕੀਦ ਕਰਦੇ ਨੇ ਕਿ ਇਸ ਛੁੱਟੀ 'ਚ ਮੈਂ ਉਨ੍ਹਾਂ ਦੇ ਘਰ ਰਹਾਂ। ਚਲੋ ਕਿਤੇ ਨਾ ਕਿਤੇ ਛੁੱਟੀ ਕੱਟ ਲਵਾਂਗਾ। ਵਕਤ ਮਿਲਿਆ ਤਾਂ ਦਿਨੇ-ਦਿਨੇ ਪਿੰਡ ਵੀ ਹੋ ਆਵਾਂਗਾ। ਕਈ ਜਣਿਆਂ ਨਾਲ ਅਫ਼ਸੋਸ ਵੀ ਕਰਨ ਵਾਲੇ ਹਨ। ਗੁਰਦੁਆਰੇ ਵੀ ਮੱਥਾ ਟੇਕ ਆਵਾਂਗਾ। ਮੋਹਣੇ ਦਾ ਵੀ ਫ਼ੋਨ ਵੀ ਆਇਆ ਸੀ ਪਈ ਪਰੂੰ-ਪਰਾਰ ਦਾ ਜ਼ਮੀਨ ਦਾ ਠੇਕਾ ਜਮ੍ਹਾਂ ਹੋਇਆ ਪਿਆ। ਚਲੋ ਵਕਤ ਹੋਇਆ ਤਾਂ ਏਸੇ ਬਹਾਨੇ ਘਰ ਖੋਲ੍ਹ ਕੇ ਹਵਾ ਵੀ ਲੂਆ ਦੇਵਾਂਗਾ।

ਦੱਸ ਵੇ ਮਨਾਂ...
ਤੈਨੂੰ ਕੀਕਣ ਦਿਆਂ ਧਰਵਾਸ

ਜਿੰਦਰੇ ਦਾ ਜੰਗਾਲ਼ ਪੁਰਾਣਾ
ਸਰਦਲ ਭਈ ਉਦਾਸ

ਟੁੱਟਣ ਦੀ ਏ ਰੀਤ ਕਦੀਮੀ
ਕਦੇ ਜੁੜਾਂ ਤਾਂ ਤੁਰਨ ਸਵਾਸ

ਰਿਜ਼ਕ ਦੇ ਉਡਣ-ਖਟੋਲੇ ਚੜ੍ਹਿਆ
ਮੇਰਾ ਅੰਨ-ਜਲ ਟੱਪਰੀਵਾਸ

ਵਿੱਸਰ ਗਏ ਸੰਦੂਕ ਸਕੀਰੀ
ਮੁੱਕਾ ਸਫ਼ਰ ਨਾ ਸਾਸ ਗਰਾਸ

ਔਲਾਦ ਮੇਰੀ ਦੀ ਜੰਮਣ ਭੋਂਇਂ ਨੂੰ
ਸਹੁਰਾ ਦਿਲ ਆਖੇ ਪਰਵਾਸ

ਸਾਹਾਂ ਦਿਆ ਮੁਸਾਫ਼ਰ ਬੰਦਿਆ
ਕੁੱਲ ਜੱਗ ਹੈ ਬਣਵਾਸ

ਦੱਸ ਵੇ ਮਨਾਂ...
ਤੈਨੂੰ ਕੀਕਣ ਦਿਆਂ ਧਰਵਾਸ

ਚਿੱਠੀ ਆਈ ਹੈ

ਵੀਹਵੀਂ ਸਦੀ ਵਿਚ ਪਰਵਾਸ ਅਤੇ ਖ਼ਤਾਂ ਦਾ ਨਹੁੰ ਅਤੇ ਮਾਸ ਵਾਲ਼ਾ ਰਿਸ਼ਤਾ ਹੁੰਦਾ ਸੀ। ਖ਼ਤ ਦੀ ਉਡੀਕ 'ਚ ਅਰਦਾਸਾਂ ਹੋਣੀਆਂ, ਖ਼ਤ ਆਉਣ 'ਤੇ ਲੱਡੂ ਪ੍ਰਸ਼ਾਦ ਵੰਡਣੇ। ਪਾੜ੍ਹਿਆਂ ਨੇ ਬਜ਼ੁਰਗਾਂ ਨੂੰ ਦੀਵਿਆਂ ਦੀ ਲੋਇ ਬਹਿ ਕੇ ਚਿੱਠੀਆਂ ਸੁਣਾਉਣੀਆਂ ਅਤੇ ਜਵਾਬ ਲਿਖਣੇ। ਕਦੇ ਕੋਈ ਖ਼ਾਸ ਖ਼ਤ ਆਉਣਾ ਤਾਂ ਡਾਕੀਏ ਦੀਆਂ ਵੀ ਮੌਜਾਂ ਲੱਗ ਜਾਣੀਆਂ। ਕਈ ਵਾਰ ਖ਼ਤਾਂ ਦੇ ਅਸਰਾਰ ਹਵਾ 'ਚ ਖਿੱਲਰ ਜਾਣੇ। ਆਂਢ-ਗੁਆਂਢ ਦੀਆਂ ਸਮੀਕਰਨਾਂ ਅਸੰਤੁਲਿਤ ਹੋ ਜਾਣੀਆਂ। ਚਿੱਠੀ ਲਿਖਣ ਪਿੱਛੋਂ ਜਾਂਦੇ-ਜਾਂਦੇ ਖੂੰਜੇ 'ਚ ਘਸੋੜ ਦੇਣੇ ਕੁਝ ਹੋਰ ਲਫ਼ਜ਼ ਅਤੇ ਸੁਨੇਹੇ। ਡਾਕੀਆ ਹੀ ਲਿਆਉਂਦਾ ਸੀ ਚੰਨ

ਦੀਆਂ ਨਰਮ ਰਿਸ਼ਮਾਂ ਨਾਲ ਭਿੱਜੇ ਉਹਦੇ ਹਰ ਸਵਾਲ ਦਾ ਜਵਾਬ, ਜਿਹਦੇ ਸਿਰ ਦਾ ਸਾਂਈਂ ਸਜ-ਵਿਆਹੀ ਦੀ ਮਹਿੰਦੀ ਫਿੱਕੀ ਪੈਣ ਤੋਂ ਪਹਿਲਾਂ ਹੀ ਵਿਦੇਸ਼ ਤੁਰ ਜਾਂਦਾ ਸੀ। ਕੱਚੇ ਪਰਵਾਸੀ ਦੀ ਚਿੱਠੀ ਪੜ੍ਹ ਕੇ ਗਰੀਨ-ਕਾਰਡ ਦੀ ਉਡੀਕ 'ਚ ਪਿੰਡ ਬੈਠੀ ਉਹਦੀ ਧਰਮ ਪਤਨੀ ਨੂੰ ਹਰ ਸੁਨੇਹੇ ਦਾ ਜਵਾਬ ਮਿਲ ਜਾਂਦਾ ਜਿਹੜਾ ਉਹ ਚੜ੍ਹਦੇ ਦੀ ਲਾਲੀ ਨਾਲ ਲਿਪ ਕੇ ਘੱਲਦੀ। ਵਿਆਹ ਤੋਂ ਹਫ਼ਤੇ ਬਾਦ ਹੀ ਵਿੱਛੜੇ ਖ਼ਾਵੰਦ ਦਾ ਖ਼ਤ, ਜੋ ਡਾਕੀਆ ਟੱਲੀਆਂ ਵਜਾਉਂਦਾ-ਵਜਾਉਂਦਾ ਵਿਹੜੇ ਸੁੱਟ ਕੇ ਜਾਂਦਾ, ਉਹ ਸ਼ਾਮ ਦੇ ਘੁਸਮੁਸੇ ਵਿਚ ਚੁੱਲ੍ਹਾ-ਚੌਂਕਾ ਕਰਦੀ-ਕਰਦੀ ਲੁਕ-ਲੁਕ ਪੜ੍ਹਦੀ।

ਹੁਣ ਝੁਰਮਟ ਨਹੀਂ ਪਾਉਂਦੇ ਬੱਚੇ

ਚੁੱਪ ਚਾਪ ਆਕੇ ਮੁੜ ਜਾਂਦਾ ਡਾਕੀਆ

ਮੈਂ ਅਕਸਰ ਉਹਨੂੰ

'ਬੋਨਜੁਰ' ਕਹਿ ਛੱਡਦਾ

ਅਜੇ ਵੀ ਆਸ ਰਹਿੰਦੀ

ਕਿਤੋਂ ਆਵੇ ਸ਼ਾਇਦ

ਹੱਥ ਲਿਖਤ ਖ਼ਤ

ਮੈਂ ਪੜ੍ਹਾਂ

ਸਾਰਾ ਟੱਬਰ ਬਹਿ ਸੁਣੇ

ਹਰ ਸੱਤਰ ਤੋਂ ਬਾਦ

ਵਾਹਿਗੁਰੂ-ਵਾਹਿਗੁਰੂ ਕਰਦੀ ਬੇਬੇ

ਰਾਜ਼ੀ-ਖ਼ੁਸ਼ੀ ਦਾ ਮੱਥਾ ਟੇਕੇ

ਪਰਦੇਸੋਂ ਆਇਆ ਖ਼ਤ

ਬਾਪੂ ਦੇ ਕੁੜਤੇ ਦੀ ਖੱਬੀ ਜੇਬ 'ਚ

ਧੜਕਣਾਂ ਸੁਣਦਾ-ਸੁਣਦਾ

ਹੋ ਜਾਵੇ 'ਆਰਕਾਈਵ' (Archive)

ਜਨਮ ਅਸਥਾਨ

ਹਰ ਵਾਰ ਜਦੋਂ ਵੱਛੜਾ-ਵੱਛੜੀ ਪੰਜ ਸੱਤ ਮਹੀਨਿਆਂ ਦੇ ਹੁੰਦੇ ਤਾਂ ਕੋਈ ਨਾ ਕੋਈ ਜ਼ਿਮੀਂਦਾਰ ਉਨ੍ਹਾਂ ਨੂੰ ਲੈ ਜਾਂਦਾ।

ਬਰਫ਼ 'ਚ ਉੱਗੇ ਅਮਲਤਾਸ/75

ਮਮਤਾ ਦਾ ਵਿਰਾਟ ਸਮੁੰਦਰ ਉਨ੍ਹਾਂ ਦੀ ਮਾਂ ਦੇ ਨੈਣੀਂ ਵਹਿ ਤੁਰਦਾ। ਕਈ-ਕਈ ਦਿਨ ਗਾਂ ਵਿੱਛੋੜੇ 'ਚ ਲੰਮੇ ਸਾਹ ਭਰਦੀ ਤੇ ਚਾਰੇ ਵੱਲੋਂ ਮੂੰਹ ਫੇਰ ਲੈਂਦੀ। ਲਗਾਤਾਰ ਹਵੇਲੀ ਦੇ ਵੱਡੇ ਗੇਟ ਵੱਲ ਟਿਕਟਿਕੀ ਲਾ ਕੇ ਵੇਖਦੀ, ਸ਼ਾਇਦ ਉਸ ਨੂੰ ਆਪਣੇ ਜਾਏ ਦੇ ਮੁੜ ਪਰਤਣ ਦੀ ਹੁੜਕ ਉੱਠਦੀ ਰਹਿੰਦੀ। ਵਗਦੀ ਪੌਣ ਗਾਂ ਦੀ ਮਮਤਾ ਦਾ ਪਲੰਦਾ ਆਪਣੇ ਕਲਾਵੇ ਲੈ ਕੇ ਗਾਂ ਦੇ ਜਿਗਰ ਦੇ ਟੋਟਿਆਂ ਤੱਕ ਪੁੱਜਦਾ ਕਰਦੀ ਰਹਿੰਦੀ। ਸਾਰੀ ਦੀ ਸਾਰੀ ਕਾਇਨਾਤ ਗਾਂ ਦਾ ਚਿੱਤ ਰਾਜ਼ੀ ਕਰਨ ਲਈ ਰਲ਼ਗੱਡ ਹੋ ਜਾਂਦੀ। ਕੁਝ ਕੁ ਦਿਨਾਂ ਦੇ ਵਿਗੋਚੇ ਤੋਂ ਬਾਅਦ ਆਖ਼ਰ ਗਾਂ ਆਪਣੇ ਬੱਚੇ ਦੀ ਖ਼ੈਰੀਅਤ ਕੁਦਰਤ ਦੇ ਸਪੁਰਦ ਕਰਕੇ ਸੁਰਖਰੂ ਹੋ ਜਾਂਦੀ। ਦਾਦੀ ਉਹਦੇ ਸਿਰ 'ਤੇ ਹੱਥ ਫੇਰਦੀ, ਪਲ਼ੋਸਦੀ, ਪੁਚਕਾਰਦੀ ਅਤੇ ਦੁੱਖ-ਸੁੱਖ ਕਰਦੀ ਰਹਿੰਦੀ। ਬਹੁਤ ਭੋਤੀ ਅਤੇ ਨਾਜ਼ਕ ਪਰ ਅਤਿ ਦਲੇਰ ਹੁੰਦੀ ਹੈ ਇਹ "ਮਾਂਵਾਂ ਦੀ ਜਾਤ"। ਬੁੱਝ ਲੈਂਦੀਆਂ ਨੇ ਇਹ ਕਲੇਜੇ ਦੀ ਚੀਸ। ਆਉਂਦੇ ਨੇ ਇਨ੍ਹਾਂ ਨੂੰ ਦੁਖਦੇ ਕਾਲਜੇ ਉੱਤੇ ਮੋਹ, ਪਿਆਰ, ਸਬਰ ਤੇ ਹੌਸਲਿਆਂ ਦੇ ਫੇਹੇ ਲਾਉਣੇ। ਸ਼ਾਇਦ ਏਸੇ ਕਰਕੇ ਮੇਰੀ ਦਾਦੀ ਦੇ ਮਨਾਇਆਂ ਥੋੜ੍ਹੇ ਦਿਨਾਂ ਦੀ ਨਿਰਾਸਤਾ ਤੋਂ ਬਾਅਦ ਆਖ਼ਰ ਮਨ ਹੀ ਜਾਂਦੀ ਸੀ ਇਹ ਜਿਉਣ ਜੋਗੀ।

ਸੁਲੱਖਣੀ ਗਾਂ ਸਾਡੀ ਰਸੋਈ ਦੀ ਬਰਕਤ ਅਤੇ ਘਰ ਦਾ ਬੇਸ਼ਕੀਮਤੀ ਹਿੱਸਾ ਸੀ। ਉਹਦਾ ਸੁਹੱਪਣ ਲੰਘਦੇ ਵੜਦੇ ਨੂੰ ਖੁੱਲ੍ਹੇ-ਡੁੱਲ੍ਹੇ ਘਰ ਵੱਲੋਂ ਜੀ-ਆਇਆਂ ਆਖਦਾ। ਵਿਹੜੇ 'ਚ ਖੇਡਦੇ ਬਾਲਾਂ ਨੂੰ ਵੇਖਦੀ ਤਾਂ ਉਹਦੇ ਥਣ ਮੋਹ-ਮਮਤਾ ਭਰੇ ਮਿੱਠੜੇ ਦੁੱਧ ਨਾਲ ਲੱਬ-ਲੱਬ ਭਰ ਜਾਂਦੇ।

ਇਸ ਵਾਰ ਗਾਂ ਨੇ ਪੰਜਵੇਂ ਸੂਏ ਡੱਬ-ਖੜੱਬਾ ਵੱਛਾ ਦਿੱਤਾ। ਠੰਢ ਵਾਹਵਾ ਸੀ ਅਤੇ ਬਾਪੂ ਜੀ ਨੇ ਆਪਣਾ ਫ਼ੌਜ ਵਾਲਾ ਪੁਰਾਣਾ ਕੰਬਲ ਰਿਟਾਇਰ ਕਰ ਕੇ ਵੱਛੇ 'ਤੇ ਪਾ ਦਿੱਤਾ। ਟੱਬਰ ਨੇ ਰੱਜ-ਰੱਜ ਛੇਰੜਾ 'ਤੇ ਬਹੁਲੀ ਖਾਧੀ। ਦੁੱਧ ਘਿਓ ਛਕਣ ਦੀਆਂ ਮੌਜਾਂ ਲੱਗ ਗਈਆਂ। ਬਾਪੂ ਜੀ ਪਚਾਸੀਆਂ ਨੂੰ ਟੱਪ ਚੁੱਕੇ ਸਨ ਪਰ ਫ਼ੌਜ ਵਾਲੀ ਸਰੀਰਿਕ ਬਣਤਰ ਅਤੇ ਨਿੱਤਨੇਮ ਪੂਰੀ ਤਰ੍ਹਾਂ ਕਾਇਮ ਸੀ। ਲੌਢੇ ਕੁ ਵੇਲੇ ਦੀ ਚਾਹ ਤੋਂ ਪਹਿਲਾਂ ਉਹ ਜਦੋਂ ਡੰਗਰਾਂ ਨੂੰ ਖਲ ਵੜੇਵੇਂ ਚਾਰਨ ਲਈ ਖ਼ੁਰਲੀ 'ਤੇ ਲਿਆਉਣ ਲੱਗੇ ਤਾਂ ਵੱਛੇ ਨੇ ਸਿਰ ਮਾਰ ਕੇ ਅਚਨਚੇਤ ਉਨ੍ਹਾਂ ਨੂੰ ਸੁੱਟ ਦਿੱਤਾ। ਸੁੱਖ ਨਾਲ ਕੋਈ ਗੰਭੀਰ ਚੋਟ ਨਹੀਂ ਆਈ। ਮੇਰੇ ਚਾਚੇ ਨੇ ਸ਼ਾਮ ਨੂੰ ਹੀ ਗੁਆਂਢੀ ਜੋਰੇ ਨੂੰ ਵੱਛਾ ਲੈ ਜਾਣ ਦੀ ਤਾਕੀਦ ਕੀਤੀ। ਜੋਰਾ ਬਲਦਾਂ ਦੀਆਂ ਦੌੜਾਂ ਲਈ ਇਲਾਕੇ ਦਾ ਮੋਹਰੀ ਸੀ। ਉਹ ਬੜੇ ਚਾਅ ਨਾਲ ਵੱਛੇ ਪਾਲਦਾ ਤੇ ਮੇਲਿਆਂ 'ਚ ਆਪਣੀ ਚੰਦੀ ਮਨਾਉਂਦਾ। ਉਹ ਦੂਜੇ ਦਿਨ ਸਵੱਖਤੇ ਹੀ ਗੁਰਦੁਆਰੇ ਭੋਗ ਪੈਣ ਤੋਂ ਬਾਅਦ ਸਿੱਧਾ ਹਵੇਲੀ ਆ ਗਿਆ। ਮੇਰੀ ਦਾਦੀ ਗਾਂ ਨੂੰ ਧੀਆਂ ਵਾਂਗ ਸਮਝਦੀ

ਸੀ। ਉਹ ਉਹਦੇ ਵਿਛੋੜੇ ਦੇ ਦੁੱਖ ਨੂੰ ਭੋਰਾ ਕੁ ਠੱਲ੍ਹ ਪਾਉਣ ਲਈ ਕੋਲ ਹੋ ਕੇ ਖਲੋ ਗਈ। ਸਾਰਾ ਟੱਬਰ ਇਹ ਮੰਜ਼ਰ ਦੇਖ ਕੇ ਹੱਕਾ-ਬੱਕਾ ਰਹਿ ਗਿਆ ਕਿ ਗਾਂ ਨੇ ਇਸ ਵਾਰ ਭੋਰਾ ਰੋਸਾ ਨਾ ਕੀਤਾ। ਵੱਛੇ ਨੇ ਬਥੇਰੇ ਖੁਰ ਫਸਾਏ ਪਰ ਜੋਰਾ ਉਹਨੂੰ ਹੱਕ-ਹੁੱਕ ਕੇ ਲੈ ਗਿਆ।

ਇਹ ਵਰਤਾਰਾ ਬਹੁਤ ਅਚੰਭੇ ਵਾਲ਼ਾ ਸੀ ਕਿ ਗਾਂ ਨੇ ਇਸ ਵਾਰ ਕੋਈ ਸੋਗ ਨਹੀਂ ਮਨਾਇਆ। ਸ਼ਾਇਦ ਬਾਪੂ ਜੀ ਦੇ ਡਿੱਗਣ ਦੀ ਪੀੜ ਉਨ੍ਹਾਂ ਤੋਂ ਵੱਧ ਗਾਂ ਨੂੰ ਹੋਈ ਹੋਵੇਗੀ, ਕੋਈ ਅੰਦਾਜ਼ਾ ਨਹੀਂ ਸੀ ਲਾ ਸਕਿਆ। ਗਾਂ ਪ੍ਰਤੀ ਪਰਿਵਾਰ ਦਾ ਤੇਹ 'ਤੇ ਜ਼ਿੰਮੇਵਾਰੀ ਵੱਧ ਕੇ ਦੂਣੇ-ਚੌਣੇ ਹੋ ਗਏ। ਕੁਝ ਚਿਰ ਪਹਿਲਾਂ ਘਰ ਵਿਚ ਹੋਈ ਤੂੰ-ਤੂੰ, ਮੈਂ-ਮੈਂ ਤੋਂ ਬਾਪੂ ਜੀ ਅਕਸਰ ਬਿਹਬਲ ਰਹਿੰਦੇ। ਪਰ ਅੱਜ ਦੀ ਘਟਨਾ ਤੋਂ ਬਾਦ ਉਨ੍ਹਾਂ ਨੂੰ ਜ਼ਿੰਦਗੀ ਦਾ ਨਵਾਂ ਤੇ ਮੁਕੱਦਸ ਮਕਸਦ ਮਿਲ ਗਿਆ ਸੀ। ਮਿਲਦਾ ਵੀ ਕਿਉਂ ਨਾ? ਗਾਂ ਬੜੀ ਨਿਮਾਣੀ ਅਤੇ ਸਿਆਣੀ ਸੀ। ਉਹਦੇ ਸਹਿਜ ਨੂੰ ਵੇਖ ਕੇ ਲੱਗਦਾ ਕਿ ਜਿਵੇਂ ਉਹ ਵੀ ਐਨੇ ਸਾਲ ਬਾਪੂ ਜੀ ਦੇ ਨਾਲ-ਨਾਲ ਰੇਡੀਓ ਤੋਂ ਆਉਂਦਾ ਗੁਰਬਾਣੀ ਵਿਚਾਰ ਸੁਣਦੀ ਰਹੀ ਹੋਵੇ। ਜਦੋਂ ਉਹ ਅਲੌਕਿਕ ਅਨੰਦ ਵਿਚ ਹੁੰਦੀ ਤਾਂ ਉਹਨੂੰ ਰਤਾ ਵੀ ਫ਼ਰਕ ਨਾ ਪੈਂਦਾ ਜੇ ਕੋਈ ਜਨੌਰ ਚਾਣਚੱਕ ਉਹਦੀ ਪਿੱਠ 'ਤੇ ਆ ਬਹਿੰਦਾ। ਉਂਝ ਉਹ ਚੋਟੀ ਦੀ ਨਖਰੇਲੋ ਸੀ ਅਤੇ ਮੱਖੀ ਮੱਛਰ 'ਤੇ ਨਿਸ਼ਾਨਾ ਬਿੰਨ੍ਹ ਕੇ ਪੂਛ ਮਾਰਦੀ।

ਕਈ ਵਰ੍ਹੇ ਬੀਤ ਗਏ। ਦਾਦੀ ਦੇ ਗੁਜ਼ਰਨ ਤੋਂ ਬਾਦ ਜਲਦੀ ਹੀ ਬਾਪੂ ਜੀ ਨੂੰ ਸਟਰੋਕ ਹੋ ਗਿਆ। ਮੇਰੇ ਮਾਤਾ ਪਿਤਾ ਜੀ ਬਾਪੂ ਜੀ ਦੀ ਸੇਵਾ 'ਚ ਰੁੱਝ ਗਏ। ਪਿਤਾ ਜੀ ਨੂੰ ਬਾਹਰ ਆਉਣਾ ਜਾਣਾ ਪੈਂਦਾ ਤਾਂ ਗਾਂ ਦੀ ਦੇਖ-ਰੇਖ ਕਰਨੀ ਮੁਸ਼ਕਲ ਹੋ ਗਈ। ਕਹਿਣ ਕਹਾਉਣ 'ਤੇ ਉਨ੍ਹਾਂ ਗਾਂ ਪਿੰਡ 'ਚ ਹੀ ਕਿਸੇ ਨੂੰ ਦੇ ਦਿੱਤੀ।

ਗਾਂ ਨੇ ਬੇਗਾਨੇ ਘਰ ਜਾ ਕੇ ਖਾਣਾ ਪੀਣਾ ਤਿਆਗ ਦਿੱਤਾ। ਅਜੇ ਦੋ ਦਿਨ ਹੀ ਹੋਏ ਸਨ ਕਿ ਉਹ ਗਾਂ ਨੂੰ ਵਾਪਸ ਸਾਡੀ ਹਵੇਲੀ ਬੰਨ੍ਹ ਗਏ। ਇਹ ਉਹਦਾ ਜਨਮ ਅਸਥਾਨ ਸੀ। ਉਹਨੇ ਵਰਤ ਤੋੜਿਆ ਤਾਂ ਸਭ ਨੂੰ ਸੁੱਖ ਦਾ ਸਾਹ ਆਇਆ। ਜਦੋਂ ਪਿਤਾ ਜੀ ਬਾਪੂ ਜੀ ਨੂੰ ਸਹਾਰਾ ਦੇ ਕੇ ਵਿਹੜੇ 'ਚ ਸੈਰ ਕਰਾਉਂਦੇ ਤਾਂ ਗਾਂ ਚੁੱਪ-ਚੁਪੀਤੇ ਉਨ੍ਹਾਂ ਨਾਲ ਗੱਲਾਂ ਕਰਦੀ ਤੇ ਇੱਕ-ਟੱਕ ਵਿਹੰਦੀ ਰਹਿੰਦੀ ਜਿਵੇਂ ਤੰਦਰੁਸਤੀ ਦੀਆਂ ਅਰਦਾਸਾਂ ਕਰਦੀ ਹੋਵੇ। ਫਿਰ ਤਰਾਨਵੇਂ ਸਾਲ ਦੀ ਅਦਬ-ਹਜਤ ਯਾਤਰਾ ਤੋਂ ਬਾਦ ਬਾਪੂ ਜੀ ਸਭ ਨੂੰ ਅਲਵਿਦਾ ਆਖ ਗਏ। ਦੂਜੀ ਸੰਸਾਰ ਜੰਗ ਦੇ ਦੋਸਤ ਮਿੱਤਰ, ਸਕੇ-ਸੰਬੰਧੀ, ਆਲੇ ਦੁਆਲੇ ਦੇ ਪਿੰਡਾਂ ਤੋਂ ਆਏ ਹਮਦਰਦਾਂ ਨੇ ਉਨ੍ਹਾਂ ਨੂੰ ਸਿੱਲ੍ਹੀਆਂ ਅੱਖਾਂ ਨਾਲ ਵਿਦਾ

ਕੀਤਾ। ਗਾਂ ਨੂੰ ਵੀ ਸ਼ਾਇਦ ਇਲਹਾਮ ਹੋ ਗਿਆ ਸੀ। ਉਹਦੀਆਂ ਅੱਖਾਂ ਨਮ ਸਨ 'ਤੇ ਭੁੱਖ ਮਰ ਚੁੱਕੀ ਸੀ।

ਦੋ ਕੁ ਸਾਲ ਬਾਦ ਮੇਰੇ ਮਾਤਾ ਪਿਤਾ ਜੀ ਨੂੰ ਬੌਸਟਨ ਆਉਣਾ ਪੈ ਗਿਆ। ਉਹ ਇਹ ਜਾਣਦੇ ਸਨ ਕਿ ਗਾਂ ਦਾ ਘਰ ਤੋਂ ਬਾਹਰ ਰਹਿਣਾ ਔਖਾ ਹੈ। ਸਾਰਿਆਂ ਦੇ ਜ਼ੋਰ ਪਾਉਣ 'ਤੇ ਉਹ ਫਲਾਈਟ ਫੜਨ ਤੋਂ ਇੱਕ ਦਿਨ ਪਹਿਲਾਂ ਬਾਪੂ ਜੀ ਤੇ ਦਾਦੀ ਦੀ ਧੀ-ਧਿਆਣੀ ਨੂੰ ਬੰਗੇ ਗਊਸ਼ਾਲਾ ਵਿਚ ਛੱਡ ਆਏ। ਗਊਸ਼ਾਲਾ ਵਾਲਿਆਂ ਨੇ ਭਰੋਸਾ ਦਿੱਤਾ ਕਿ ਇੱਥੇ ਆ ਕੇ ਗਊਆਂ ਅਕਸਰ ਆਪਸ ਵਿਚ ਘੁਲ ਮਿਲ ਜਾਂਦੀਆਂ। ਬੌਸਟਨ ਪਹੁੰਚਿਆਂ ਨੂੰ ਅਜੇ ਹਫ਼ਤਾ ਵੀ ਨਹੀਂ ਸੀ ਹੋਇਆ ਕਿ ਗਾਂ ਦੇ ਤੁਰ ਜਾਣ ਦਾ ਫ਼ੋਨ ਆ ਗਿਆ। ਇਹ ਦੱਸਣ ਦੀ ਲੋੜ ਨਹੀਂ ਪਈ ਕਿ ਗਾਂ ਨੇ ਗਊਸ਼ਾਲਾ ਵਿਚ ਕੁਝ ਵੀ ਨਹੀਂ ਖਾਦਾ ਪੀਤਾ। ਉਹ ਦੂਜੀਆਂ ਗਊਆਂ ਨਾਲ ਵੀ ਨਵੇਂ ਰਿਸ਼ਤੇ ਨਾ ਬਣਾ ਸਕੀ। ਆਖ਼ਰੀ ਸਾਹ ਤੀਕ ਉਹਨੇ ਘਰ ਨੂੰ ਪਰਤਣ ਦੀ ਆਸ ਨਾ ਛੱਡੀ। ਕੀ ਪਤਾ ਸੀ ਉਹਨੂੰ ਕਿ ਉਹ ਤਾਂ ਇਸ ਵਾਰ ਪੱਕੇ ਘਰ ਜਾ ਰਹੀ ਹੈ...।

ਅਮਰੀਕਾ ਤੋਂ ਵਾਪਸ ਜਾ ਕੇ ਮੇਰੇ ਮਾਤਾ ਪਿਤਾ ਨੇ ਭਾਵੇਂ ਘਰ ਦੇ ਬਜ਼ੁਰਗਾਂ ਵਾਂਗ ਗਾਂ ਦੀ ਮਿੱਠੀ ਯਾਦ ਵਿਚ ਗੁਰਬਾਣੀ ਪਾਠ ਕਰਾਏ, ਪਰ ਅੱਜ ਬਾਈ ਸਾਲ ਬਾਦ ਵੀ ਉਹ ਇਸ ਧਾਰਨਾ ਤੋਂ ਮੁਕਤੀ ਨਹੀਂ ਪਾ ਸਕੇ ਕਿ ਗਾਂ ਨੇ ਇਕੱਲ ਦਿਲ ਨੂੰ ਲਾ ਲਿਆ। ਪਰਿਵਾਰਕ ਇਕੱਠ ਹੋਵੇ ਜਾਂ ਕੋਈ ਖ਼ਾਸ ਦਿਨ-ਸੁਦ, ਬਜ਼ੁਰਗਾਂ ਨੂੰ ਯਾਦ ਕਰਦਿਆਂ ਗਾਂ ਦੇ ਮੋਹ ਦੀ ਗਾਥਾ ਭਾਵਨਾਵਾਂ ਦਾ ਹੜ੍ਹ ਲੈ ਆਉਂਦੀ ਹੈ। ਆਸ ਹੈ ਕਿ ਗਾਂ ਸਾਡੇ ਵਿਹੜੇ 'ਚ ਨਵੇਂ ਉੱਗੇ ਬਿਰਖਾਂ 'ਚੋਂ ਹੀ ਇੱਕ ਬਿਰਖ ਹੈ ਤੇ ਆਪਣੇ ਜਨਮ ਅਸਥਾਨ 'ਤੇ ਹੀ ਸਸ਼ੋਭਿਤ ਹੈ।

ਗਿਆਨ

ਕੁੱਕੜ ਬਾਂਗਾ ਜਗਾਵੰਦੀ
ਸੁੱਤਾ ਆਲਮ ਘੂਕ
ਕਾਂ ਕੁਲਾਵੇ 'ਵਾ ਭਰੇ
ਰਿਸ਼ਤਿਆਂ ਰੱਜੀ ਭੂਰ

ਕੀੜੀਆਂ ਦਾਨੇ ਢੋਂਦੀਆਂ
ਧਰਤੀ ਜਿੱਡਾ ਬੋਹਲ
ਮੱਕੜੀ ਜਾਲ਼ਾ ਬੁਣ ਰਹੀ
ਇੰਟਰਨੈੱਟ ਦੇ ਕੋਲ਼

ਗਾਂ ਦੀਆਂ ਅੱਖਾਂ ਭਿੱਜੀਆਂ
ਬਾਪੂ ਲਈ ਅਰਦਾਸ
ਅੰਧਾ ਹੋਇ ਇਕੱਲੜਾ
ਡੱਬੂ ਦਏ ਧਰਵਾਸ

ਡੋਬੇ ਨਗਰ ਸੁਨਾਮੀਆਂ
ਕੁੰਚਰ ਬੁੱਝੇ ਚਾਲ
ਕੁੰਜਾਂ ਬਣ ਪ੍ਰਦੇਸਣਾਂ
ਬਚਰੇ ਠਾਕਰ ਨਾਲ

ਮੇਂਡਕ ਸੱਪ ਕੁੱਲ ਬਚ ਰਹੇ
ਬਾਦ 'ਚ ਆਇਆ ਭੁਚਾਲ
ਕੁੱਤਾ ਰਾਤੀਂ ਰੋਵਿਆ
ਸਿਵਾ ਸਵੇਰੇ ਲਾਲ

ਤਜੁ ਸਿਆਣਪ ਰਾਮ ਕੀ
ਗ਼ਾਫ਼ਲ ਮੇਰਾ ਧਿਆਨ
ਮਸ਼ੀਨ ਹੋਇ ਮਨ ਲੋਚਦਾ
ਅਹੁੰ-ਬਣਾਉਟੀ ਗਿਆਨ (Artfiicial Intelligence)

ਨਿਸ਼ਾਨੀਆਂ

ਸਰਗਵਾਸੀ ਦਾਦੀ ਬਾਬੇ ਦੀਆਂ ਚੰਦ ਨਿਸ਼ਾਨੀਆਂ: ਛੰਨਾ, ਕੰਗਣੀ ਵਾਲ਼ਾ ਗਲਾਸ, ਫ਼ੌਜ ਵਾਲੀ ਫੋਟੋ, ਕੋਲ, ਆਦਿ, ਜੋ ਪਰਵਾਸੀ ਕਦੇ ਅਟੈਚੀ 'ਚ ਪਾ ਕੇ ਲੈ ਆਇਆ ਸੀ,

ਬਰਫ਼ 'ਚ ਉੱਗੇ ਅਮਲਤਾਸ/79

ਨੂੰ ਛੁੱਟੀ ਵਾਲੇ ਦਿਨ ਲਿਸ਼ਕਾਉਂਦਾ ਰਹਿੰਦਾ ਹੈ। ਮਨ ਹੀ ਮਨ ਵਰ੍ਹਿਆਂ ਪੁਰਾਣੇ ਇਕੱਠਾਂ, ਜੋੜ ਮੇਲਿਆਂ ਤੇ ਵਿਆਹਾਂ ਆਦਿ ਨਾਲ ਗੱਲਾਂ ਕਰਦਾ-ਕਰਦਾ ਕੋਹਾਂ-ਕੋਹ ਤੁਰਿਆ ਰਹਿੰਦਾ ਹੈ।

ਸਿਟੀਜ਼ਨਸ਼ਿਪ ਸੈਰੇਮਨੀ

ਪਰਵਾਸੀ ਗਾਵੇ "ਓ ਕੈ..ਨੇ..ਡਾ"

ਸੋਚੇ ਜਨ ਗਣ ਮਨ

ਚਰਚ ਦੀ ਘੰਟੀ 'ਚੋਂ ਠਾਕਰਦੁਆਰੇ ਦੀ ਘੜਿਆਲ, ਇੱਕੋ ਜਿਹੇ ਘਰਾਂ ਦੀ ਕਤਾਰ 'ਚੋਂ ਚੰਡੀਗੜ੍ਹ, ਪੇਪਰ ਪਲੇਟ 'ਚੋਂ ਡੂਨਾ, ਸਨੋਅ 'ਚੋਂ ਕੱਲਰ ਵਾਲਾ ਖੇਤ, ਗੁਆਂਢੀਆਂ ਦੇ ਪੁਲ 'ਚੋਂ ਬੰਬੀ ਦਾ ਚੱਲ੍ਹਾ, ਆਦਿ, ਅਕਸਰ ਉਹਨੂੰ ਯਾਦਦਿਹਾਨੀ ਕਰਾਉਂਦੇ ਰਹਿੰਦੇ ਹਨ । ਰੱਬ ਜਾਣੇ ਘਰ ਦੀਆਂ ਪੁਰਾਤਨ ਵਸਤੂਆਂ ਨੂੰ ਆਦਰ ਸਹਿਤ ਆਪਣੀ ਮਾਰਫ਼ਤ 'ਚ ਸ਼ਾਮਲ ਕਰਨਾ ਪਰਵਾਸ ਦਾ ਪ੍ਰਤੀਫਲ ਹੈ ਜਾਂ ਉਮਰ ਦਾ ਸਬੱਬ, ਪਰ ਕੁਝ ਵਸਤੂਆਂ ਅਲੋਪ ਹੋਣ ਤੋਂ ਬਾਦ ਵੀ ਮਨ-ਮੰਦਰ 'ਚ ਬਹੁਤ ਡੂੰਘਾ ਵਾਸਾ ਕਰ ਜਾਂਦੀਆਂ ਹਨ। ਪੱਛਮੀ ਦੁਨੀਆ ਦੇ ਇਕੱਲ-ਪੁਣੇ 'ਚ, ਵੇਦਨਾ-ਮਈ ਮਨ ਇਨ੍ਹਾਂ ਵਾਰਤਾਲਾਪਾਂ ਨਾਲ ਯਾਦਾਂ ਦੇ ਸੰਦੂਕ ਫ਼ਰੋਲਦਾ ਰਹਿੰਦਾ ਹੈ...

ਬਾਪੂ ਦਾ ਸੈਕਲ (ਸਾਈਕਲ)

ਘਰ ਦੇ ਡਰਾਈਵ-ਵੇ 'ਚ ਖੜੀਆਂ

ਕਾਰਾਂ ਦੇ ਝੁਰਮਟ ਵਿਚ

ਅਕਸਰ ਪਰਗਟ ਹੁੰਦਾ

ਬਾਪੂ ਦੇ ਸੈਕਲ ਦਾ ਪਰਛਾਂਵਾਂ

ਬਾਪੂ ਦਾ ਇਹ ਸੈਕਲ

ਨਿਮਾਣਾ ਹੋ ਕੇ ਵਗਦਾ

ਕਦੇ ਨਾ ਮੰਗਦਾ

ਗੌਰਜਾਂ, ਸੜਕਾਂ ਪੱਕੀਆਂ

ਵੱਟਾਂ, ਬੰਨ੍ਹਿਆਂ ਉੱਤੇ

ਸਰਕਸਾਂ ਕਰਦਾ, ਭੱਜਦਾ

ਬਰਫ਼ 'ਚ ਉੱਗੇ ਅਮਲਤਾਸ/80

ਬਾਪੂ ਜਦੋਂ ਭਜਾਉਂਦਾ
ਬਾਹਲ਼ਾ ਸੱਜਦਾ
ਥੋਰਾ ਹਵਾ ਜਿਹੀ ਛਕ ਕੇ
ਸੈਕਲ ਹਵਾ 'ਚ ਉੱਡਦਾ
ਕਦੇ ਨਾ ਕਰਦਾ
ਕਿਸ਼ਤ ਵਧੀਕੀਆਂ
ਨਾ ਹੀ ਮਾਰਦਾ ਧੂੰਆਂ
ਕਦੇ ਨਾ ਟਿਕਟਾਂ ਛਕਦਾ

ਸਾਊ ਬਣ ਕੇ
ਸਭ ਦੇ ਸੋਦੇ ਢੋਂਦਾ
ਖਲ਼ ਵੜੇਵੇਂ ਲੈ ਬਾਪੂ ਮੁੜਦਾ
ਗਾਂਈਆਂ ਮੱਝਾਂ
ਨੀਂਝਾਂ ਲਾ-ਲਾ ਤੱਕਣ
ਸੈਕਲ ਜਦੋਂ ਖਲੋਂਦਾ
ਸੈਕਲ ਖਚਰਾ-ਖਚਰਾ ਹੱਸਦਾ
ਜਵਾਨ ਦਿਲਾਂ ਵਿਚ ਵੱਸਦਾ
ਕਦੇ-ਕਦੇ ਬਣ ਸ਼ਰਾਰਤੀ
ਜਵਾਨਾਂ ਵਿਚ ਰਲ਼ੇਂਦਾ
ਚੋਰੀ-ਚੋਰੀ ਬਾਪੂ ਕੋਲੋਂ
ਅੱਲੂੜ-ਪੁਣੇ ਵਿਚ ਰਸਦਾ
ਮਾਰਦਾ ਟੱਲੀਆਂ

ਪੁੱਤਾਂ ਵਾਂਗਰ ਬਾਪੂ ਰੱਖਦਾ
ਸੈਕਲ ਮੋਢੇ ਚੁੱਕ ਕੇ
ਵੇਈਂ ਪਾਰ ਕਰਾਉਂਦਾ
ਨਿੱਕੇ-ਨਿੱਕੇ ਨਖ਼ਰੇ ਝੱਲਦਾ
ਫਸਿਆ ਪਹੁੰਚਾ ਕੱਢਦਾ
ਗਰੀਸ ਛੁਹਾ ਕੇ

ਇਹਨੂੰ ਚੁੱਪ ਕਰਾਉਂਦਾ
ਪਰਦੇ ਕੱਜਦਾ
ਬਾਪੂ ਰਿਜ਼ਕ ਕਮਾਉਂਦਾ
ਸਿੰਦਰ ਫ਼ੌਜੀ ਕੋਲੋਂ
ਪੰਚਰ ਜਾ ਲਗਾਉਂਦਾ

ਮੇਰੇ ਬਾਲਾਂ ਨਾਲੋਂ
ਸੈਕਲ ਵੱਧ ਜਾਣਦਾ
ਮਿੱਠੇ ਕੌੜੇ ਰਿਸ਼ਤੇ
ਹਮਸਫ਼ਰਾਂ ਦੇ ਰਸਤੇ
ਦੌੜਾ ਜਾਂਦਾ
ਅਫ਼ਸੋਸ, ਵਿਆਹੀਂ
ਸਭ ਨੂੰ ਮਿਲ ਕੇ ਆਉਂਦਾ
ਦੁੱਖ ਸੁੱਖ ਸਭ ਹੰਢਾਉਂਦਾ
ਮੈਨੂੰ ਗ਼ੁੱਸਾ ਚੜਦਾ, ਛੱਡ ਸਕੂਲੇ ਮੈਨੂੰ
ਬਾਪੂ ਦੇ ਨਾਲ ਸ਼ਹਿਰ ਨੂੰ ਵਗਦਾ
ਮੈਥੋਂ ਵੱਧ ਗੁਰਬਾਣੀ ਸੁਣਦਾ
ਸਫ਼ਰ ਕਰਦਿਆਂ ਅਕਸਰ
ਬਾਪੂ ਸੁਖਮਨੀ ਗਾਉਂਦਾ
ਟਾਇਰ-ਟਾਇਰ
ਪਰਿਕਰਮਾ ਕਰਦਾ
ਘੁੰਮ-ਘੁੰਮ ਰੱਬ ਧਿਆਉਂਦਾ
ਸੈਕਲ ਅਦਬ ਸਿਖਾਉਂਦਾ

ਕਦੇ-ਕਦੇ ਬਾਪੂ ਦੇ ਸੰਗ
ਬਰਸਾਤਾਂ ਵਿਚ ਨਹਾਉਂਦਾ
ਕਦੇ ਨਾ ਪੈਰ ਰਗੜਦਾ
ਧੁੰਦਾਂ ਕੋਹਰੇ ਲੂਆਂ ਸਾਹਵੇਂ
ਚੌੜਾ ਹੋ-ਹੋ ਖੜਦਾ

ਸਭ ਚੜ੍ਹਾਈਆਂ ਚੜ੍ਹਦਾ
ਸੈਕਲ, ਕਦੇ ਨਾ ਅੰਦਰ ਵੜਦਾ

ਬਾਪੂ ਦੇ ਸੈਕਲ ਦਾ ਪਰਛਾਂਵਾਂ
ਕਾਰਾਂ ਦੇ ਝੁਰਮਟ ਵਿਚ
ਅਕਸਰ ਪਰਗਟ ਹੁੰਦਾ
ਪਿੱਤਰਾਂ ਵਾਂਗੂ ਜਾਪੇ
ਨਿਰਾ ਹੀ ਲੱਗਦਾ
ਸਮਾਧ ਜਿਹਾ
ਇਹ ਤਿੰਨ ਪੁਸ਼ਤਾਂ ਦਾ ਸਾਖੀ
ਖ਼ਲਕਤ ਵਿਚ ਸਮਾਉਂਦਾ
ਹੁਣ ਵੀ
ਨਜ਼ਮਾਂ ਆਣ ਲਿਖਾਉਂਦਾ

ਪਤੰਗ

ਪਰਵਾਸੀ ਹੋਣ ਦੀ ਜੁਸਤਜੂ ਨੇ ਸੰਸਾਰ ਦੀਆਂ ਵੱਖ-ਵੱਖ ਕੌਮਾਂ ਨੂੰ ਵੱਖ-ਵੱਖ ਹੱਦ ਤੀਕਰ ਮੁਤਾਸਿਰ ਕੀਤਾ ਹੈ। ਹੋ ਸਕਦਾ ਹੈ ਇਹਦਾ ਕਾਰਨ ਜੱਦੀ-ਪੁਸ਼ਤੀ ਹੋਵੇ ਜਾਂ ਆਰਥਿਕ, ਧਾਰਮਿਕ, ਫ਼ਿਰਕੂ ਜਾਂ ਫਿਰ ਰਾਜਸੀ। ਪਰ ਪਰਵਾਸੀਆਂ ਨੇ ਅਕਸਰ ਪਿੱਛੇ ਨਾਲ ਕਈ ਪੁਸ਼ਤਾਂ ਤੀਕਰ ਤੰਦਾਂ ਜੋੜੀ ਰੱਖੀਆਂ। ਇੱਥੋਂ ਤੱਕ ਕਿ ਪਰਵਾਸ 'ਚੋਂ ਕਈ ਸੁਤੰਤਰਤਾ ਸੰਗਰਾਮ, ਰਾਜ-ਪਲਟੇ, ਵਿਦਰੋਹ, ਆਰਥਿਕ ਵਿਕਲਪ, ਸਮਾਜਿਕ ਬਦਲਾਅ, ਆਦਿ, ਸਮੇਂ-ਸਮੇਂ ਅਨੁਸਾਰ ਜਨਮਦੇ ਰਹੇ। ਇਹ ਵਤਨ ਨਾਲ ਜੁੜੇ ਰਹਿਣ ਦੀ ਤੀਖਣ ਸੱਧਰ ਹੀ ਹੈ ਜੋ ਹਰ ਪਰਵਾਸੀ ਦੇ ਅਵਚੇਤਨ ਦੀਆਂ ਝਰੀਆਂ 'ਚ ਕਈ ਪੁਸ਼ਤਾਂ ਤੀਕਰ ਪ੍ਰਬਲ ਰਹਿੰਦੀ ਹੈ। ਪਦਾਰਥਵਾਦ ਦੀ ਗ਼ੁਲਾਮੀ ਨਾਲ ਨਿੱਤ ਖਹਿੰਦੀ ਅਤੇ ਮਨੋਂ-ਮਨੀਂ ਸੁਲਗਦੀ ਰਹਿੰਦੀ ਇਸ ਹਸਰਤ ਨੂੰ ਕੋਈ ਕਿੰਨੀ ਕੁ ਪੂਰੀ ਕਰ ਸਕਦਾ ਹੈ, ਕਈ ਗੱਲਾਂ 'ਤੇ ਨਿਰਭਰ ਕਰਦਾ ਹੈ। ਫਿਰ ਵੀ ਜੰਮਣ ਭੋਂਇੰ ਦੀ ਸ਼ਦੀਦ ਖਿੱਚ ਹਰ ਪਰਵਾਸੀ ਨੂੰ ਆਖ਼ਰੀ ਸਾਹ ਤੀਕਰ ਅਕਸਰ ਸੁਪਨੰਤਰ ਹੁੰਦੀ ਰਹਿੰਦੀ ਹੈ...

ਮੈਂ ਪਰਵਾਸੀ ਕੰਮ ਤੋਂ ਆਇਆ
ਨੀਂਦਰ ਰਾਤੀਂ ਘੂਕ ਸੁਆਇਆ

ਬਰਫ਼ 'ਚ ਉੱਗੇ ਅਮਲਤਾਸ/83

ਅੰਬਰ ਜਮਾ ਹੀ ਰਹਿ ਗਿਆ ਦੰਗ
ਸੁਫਨੇ 'ਚ ਮੈਂ ਬਣ ਗਿਆ ਪਤੰਗ

ਨਿੱਕੂ ਤਣ-ਤਣ ਤੁਣਕੇ ਮਾਰੇ
ਤੀਲਾਂ, ਪੂਛਲ ਹਿੱਲਣ ਸਾਰੇ
ਛੱਡੀ ਉਹਨੇ ਡੋਰ ਕੁਵੱਲੀ
ਹਵਾ ਵੀ ਖਿੱਚੇ ਮੱਲੋ-ਮੱਲੀ

ਉੱਡਿਆ ਝੀਲ-ਸਮੁੰਦਰਾਂ ਉੱਤੇ
ਮਾੜੀ ਚੰਗੀ ਆਰਥਿਕ ਰੁੱਤੇ
ਉੱਡਿਆ ਮਾਰਸ ਮਿਸ਼ਨਾਂ ਨੇੜੇ
ਲੈਬਾਂ, ਜੰਤਰ ਚੁੱਕ ਘਨੇੜੇ

ਨਿੱਕੂ ਦਿਸਣੋਂ ਹੋਇਆ ਬੰਦ
ਕੰਬਣ ਮੇਰੇ ਬੱਤੀ ਦੰਦ
ਗੁਰੂਤਾ ਖਿੱਚ ਹੋ ਗਈ ਜ਼ੀਰੋ
ਮੈਂ ਅੱਭੜਵਾਹੇ ਜਾਗਿਆ ਵੀਰੋ…

ਮੁੜ ਕੇ ਜਮਾ ਹੀ ਨੀਂਦ ਨਾ ਆਈ
ਖਿੱਦੋ-ਖੁੰਡੀ, ਲੁਕਣ-ਮਿਚਾਈ
ਬਚਪਨ ਦੀ ਖੁੱਲ ਗਈ ਪਟਾਰੀ
ਪਿਕਸਲ (Pixel) ਪਰਤੇ ਵਾਰੋ ਵਾਰੀ
ਉੱਠ ਸਵੱਖਤੇ ਟਿਕਟ ਕਟਾਈ
ਉੱਡਿਆ ਜੰਬੋ ਜੈੱਟ ਹਵਾਈ
ਪਿੰਡ ਪਹੁੰਚ ਕੇ ਬੁੱਕਲ ਮਾਰੀ
ਥਕਾਵਟ ਝੱਟਪਟ ਗਈ ਉਤਾਰੀ

ਤੜਕੇ ਸੁਣ ਕੇ ਭਾਈ ਦਾ ਬੋਲ
ਪਹੁੰਚਾ ਸਾਇੰਸ ਮਾਸਟਰ ਕੋਲ

ਬਰਫ਼ 'ਚ ਉੱਗੇ ਅਮਲਤਾਸ/84

ਜੀਹਦਾ ਮੇਰੇ ਸਿਰ 'ਤੇ ਕਰਜ਼ਾ
ਮੇਰੇ ਦਿਲ ਵਿਚ ਵੱਡਾ ਦਰਜਾ

ਉਹਨੇ ਮੇਰਾ ਇਲਮ ਵਧਾਇਆ
ਨਾਲੇ ਅੰਬਰਾਂ ਤਾਈਂ ਪਹੁੰਚਾਇਆ
ਉੱਡ-ਉੱਡ ਕੇ ਹੁਣ ਮੈਂ ਹਾਂ ਥੱਕਾ
ਮਾਸਟਰ ਰਹਿ ਗਿਆ ਹੱਕਾ-ਬੱਕਾ

ਮੈਨੂੰ ਆਪਣੇ ਚਰਨੀ ਲਾਓ
ਮੁੜ ਤੋਂ ਪਹਿਲਾ ਪਾਠ ਪੜ੍ਹਾਓ
ਪਤੰਗ ਬਣਾਓ ਭਾਵੇਂ ਹੋਰ
ਵਸੀਵੇਂ ਤਾਈਂ ਹੀ ਛੱਡਿਓ ਡੋਰ

ਡਿੱਗਾਂ ਜੇ ਆਪਣੇ ਖੇਤਾਂ ਅੰਦਰ
ਮੇਰੀ ਮਿੱਟੀ ਲੱਗੇ ਮਸਜਦ ਮੰਦਰ
ਨਿੱਕੂ ਮੇਰੀ ਡੋਰ ਉਠਾਵੇ
ਨਿੱਤ ਨਵਾਂ ਪਤੰਗ ਚੜ੍ਹਾਵੇ

ਘਰ ਅਤੇ ਮੈਂ

1990 'ਚ ਗੁਰੂ ਨਾਨਕ ਦੇਵ ਯੂਨੀਵਰਸਿਟੀ ਦਾ ਯੂਥ ਫੈਸਟੀਵਲ ਡੀ.ਏ.ਵੀ. ਕਾਲਜ ਜਲੰਧਰ ਦੇ ਆਡੀਟੋਰੀਅਮ 'ਚ ਮਹਿਕ ਰਿਹਾ ਸੀ। ਰਾਤ ਗੁਰਪ੍ਰੀਤ ਘੁੱਗੀ ਦੇ ਘਰ ਠਹਿਰੇ ਤੇ ਦੂਜੇ ਦਿਨ ਸਵਖ਼ਤੇ ਹੀ ਸੁਖਵਿੰਦਰ ਆਂਟੀ ਜੀ ਨੇ ਮੋਹ ਨਾਲ ਗੁੰਨ੍ਹੇ ਆਲੂ ਵਾਲੇ ਪਰੌਂਠਿਆਂ ਨਾਲ ਨਾਸ਼ਤਾ ਪਰੋਸ ਦਿੱਤਾ। ਕਿਤੇ ਮੱਖਣ ਪਿਘਲ ਹੀ ਨਾ ਜਾਵੇ, ਅਸੀਂ ਮੂੰਹ ਡਰਾਈਕਲੀਨ ਕਰ ਕੇ ਸਪੀੜਾਂ ਚੱਕ ਦਿੱਤੀਆਂ। ਪਰ ਆਂਟੀ ਜੀ ਨੇ ਥਾਲ਼ੀ ਖਾਲੀ ਨਾ ਹੋਣ ਦਿੱਤੀ। ਏਨੇ ਨੂੰ ਗੁਰਪ੍ਰੀਤ ਦੇ ਪਿਤਾ ਜੀ, ਸ. ਗੁਰਨਾਮ ਸਿੰਘ ਬਾਹਰੋਂ 'ਅਕਾਲੀ ਪੱਤ੍ਰਿਕਾ' ਤੇ ਕੁਝ ਹੋਰ ਅਖਬਾਰਾਂ ਲੈ ਕੇ ਆ ਧਮਕੇ। ਉਨ੍ਹਾਂ ਮਿੰਟਾਂ 'ਚ ਹੀ ਅਖਬਾਰਾਂ ਦੇ ਸਾਰੇ ਮਜ਼ਾਹੀਆ ਕਾਲਮ ਤੇ ਲਤੀਫ਼ੇ ਸੁਣਾ-ਸੁਣਾ ਕੇ ਸਾਡੇ ਪਰੌਂਠੇ ਹਜ਼ਮ ਕਰ ਦਿੱਤੇ। ਹੱਸਦੇ ਹਸਾਉਂਦਿਆਂ ਉਨ੍ਹਾਂ ਕਈ ਕਟਾਖਸ਼ ਕੱਸੇ, ਅੱਜ ਦੇ ਟਿੱਕ-ਟੌਕ ਵਰਗੇ ਨਿੱਕੇ-ਨਿੱਕੇ ਗੋਸ਼ਟ ਕੀਤੇ ਤੇ ਅਦਬੀ ਟੂਕਾਂ ਵੀ ਸੁਣਾਈਆਂ। ਅੱਜ ਤਿੰਨ ਦਹਾਕਿਆਂ ਬਾਦ ਮੈਂ ਉਸ

ਘਰ ਦੇ ਵਾਰੇ-ਵਾਰੇ ਜਾਂਦਾ ਹਾਂ ਜਿਸ ਦੀ ਹਰ ਅਦਾ ਨੇ ਗੁਰਪ੍ਰੀਤ ਘੁੱਗੀ ਦੀ ਕਲਾਤਮਕ ਉਡਾਰੀ ਨੂੰ ਖੰਭ ਦਿੱਤੇ। ਵਿਹੜੇ ਨੇ ਖੁੱਲ੍ਹ ਕੇ ਹੱਸਣ-ਹਸਾਉਣ ਦੀ ਦਾਤ ਬਖ਼ਸ਼ੀ। ਘਰ ਦੀਆਂ ਸੁਲੱਖਣੀਆਂ ਕੰਧਾਂ ਦੀ ਗੂੰਜ ਨੇ ਦਰਸ਼ਕਾਂ ਦੇ ਤਾੜੀਆਂ ਮਾਰਨ ਵਰਗਾ ਰੋਲ ਕੀਤਾ। ਘਰ ਦੀ ਖੁਸ਼-ਮਿਜ਼ਾਜ ਕੈਮਿਸਟਰੀ ਗੁਰਪ੍ਰੀਤ ਘੁੱਗੀ ਦੀ ਸਰਵੋਤਮ ਅਧਿਆਪਕ ਵੀ ਬਣੀ। ਰਜਾਈਆਂ-ਗਧੋਲਿਆਂ 'ਚ ਪਾਈਆਂ ਬਾਤਾਂ ਇੱਕ ਦਿਨ 'ਘੁੱਗੀ' ਬਣ ਕੇ ਮਨੋਰੰਜਨ ਕੌਰ ਪੰਜਾਬੋ ਦੇ ਹਾਸਿਆਂ ਦੀ ਤਾਸੀਰ ਬਦਲਣਗੀਆਂ, ਅਸਾਂ ਨਹੀਂ ਸੀ ਸੋਚਿਆ।

ਫਿਰ ਦਿਨ, ਮਹੀਨੇ ਤੇ ਸਾਲ ਫ਼ਿਰਕੀ ਵਾਂਗ ਘੁੰਮਣ ਲੱਗੇ। ਵਣਜੀ ਚੱਕਰਵਾਤਾਂ ਦੇ ਘਮੇਟੇ 'ਚ ਪਏ ਰਿਸ਼ਤਿਆਂ ਦੇ ਸਿਰਾਂ ਤੋਂ ਹੁਣ ਕਦੇ-ਕਦੇ ਛੱਤਾਂ ਵੀ ਉੱਡ ਜਾਂਦੀਆਂ ਹਨ। ਨੇੜੇ ਦੇ ਸਾਕ ਵੀ ਰਸਮੀ-ਪੁਣੇ ਕਰਕੇ ਫਿੱਕੇ ਪੈ ਜਾਂਦੇ ਹਨ। ਕਈ ਸਾਲ ਪਹਿਲਾਂ ਛੋਟੇ ਘਰ ਦੇ ਵੱਡੇ ਵਿਹੜੇ 'ਚੋਂ ਤੁਰ ਕੇ ਵੱਡੇ ਘਰ ਦੇ ਛੋਟੇ ਵਿਹੜੇ 'ਚ ਆ ਪਹੁੰਚਾ ਸਾਂ। ਇਸ ਆਲੀਸ਼ਾਨ ਘਰ 'ਚ ਸਭ-ਕੁੱਝ ਹੈ। ਆਏ ਗਏ ਲਈ ਮੰਜੇ-ਬਿਸਤਰੇ ਮੰਗਣ ਦੀ ਲੋੜ ਵੀ ਨਹੀਂ ਪੈਂਦੀ। ਰਿਜ਼ਕ ਦੀ ਕੋਈ ਤੋਟ ਨਹੀਂ। ਹਾਂ, ਪਹਿਲਾਂ ਪਹਿਲ ਨੌਕਰੀ-ਧੰਦੇ ਦੀ ਤੇਜ਼ ਰਫ਼ਤਾਰ 'ਤੇ ਭੱਜਦਾ-ਭੱਜਦਾ ਮੈਂ ਕਈ ਟੇਸ਼ਣਾਂ 'ਤੇ ਰੁਕਣਾ ਭੁੱਲ ਜਾਂਦਾ ਸਾਂ। ਮੇਰੇ ਵਾਂਗ ਬੱਚੇ ਵੀ ਇੰਡੀਪੈਂਡੈਂਟ ਹੋ ਰਹੇ ਹਨ। ਹੁਣ ਉਹ ਮੇਰੇ ਟੇਸ਼ਣ 'ਤੇ ਬਰੇਕ ਨਹੀਂ ਮਾਰਦੇ। ਫ਼ਾਦਰਜ਼-ਡੇ ਦਾ ਇੰਤਜ਼ਾਰ ਕਰਦੇ-ਕਰਦੇ ਸਾਲ ਕੱਢ ਦਿੰਦੇ ਹਨ। ਮੈਂ ਗਾਰੇ 'ਚ ਫਸੇ ਟ੍ਰੈਕਟਰ ਵਾਂਗ ਜ਼ੋਰ ਲਾ-ਲਾ ਕੇ ਹੋਰ ਡੂੰਘਾ ਧਸਦਾ ਜਾ ਰਿਹਾ ਹਾਂ। ਮਕਾਨ 'ਚੋਂ ਘਰ ਅਤੇ ਘਰ 'ਚੋਂ ਮਕਸਦ ਲੱਭਦਾ-ਲੱਭਦਾ ਮੈਂ ਅੰਤ ਨੂੰ ਹੁਣ ਬੇਬੇ ਬਾਪੂ ਦੇ ਨਿਮਾਣੇ ਜੀਵਨ ਪੰਥ 'ਚੋਂ ਰਤਨ, ਜਵਾਹਰ, ਮਾਣਕ..ਵੇਖ ਤਾਂ ਸਕਦਾ ਹਾਂ...ਪਰ ਚੁਗਣ ਵੇਲੇ ਥਿੜਕ ਜਾਂਦਾ ਹਾਂ...

ਜੁਮੈਟਰੀ, ਜੁਗਰਾਫ਼ੀਆ
ਬਾਂਹਾਂ ਫੈਲਾ ਕੇ ਆਖਦੇ
"ਗੁਰਿੰਦਰਜੀਤ, ਬਹੁਤ ਵੱਡਾ ਹੈ ਤੇਰਾ ਘਰ"

ਅਲਜਬਰਾ
ਪੌੜੀਆਂ ਚੜ੍ਹਦਾ-ਉੱਤਰਦਾ, "ਜੇਕਰ, ਜੇਕਰ" ਕਰਦਾ,
ਵਣਜਾਰਨ ਸਮੀਕਰਨ 'ਚ, "x,y" ਦਾ ਮੁੱਲ ਭਰਦਾ

ਸੂਰਜ ਕਰੇ ਉਜੀਆਰਾ
'ਸਮਾਈਲੀ ਫੇਸ' ਬਣਾ ਕੇ ਆਖੇ:
"ਮੈਂ ਤੇਰੇ ਘਰ ਨੂੰ ਸਭ ਤੋਂ ਪਹਿਲਾਂ 'ਗੁੱਡ-ਮਾਰਨਿੰਗ' ਆਖਦਾ ਹਾਂ"

'ਵਾ ਸੁਰੰਗੜੀ
ਘਾਹ, ਪੱਤਿਆਂ ਦੀਆਂ ਸਰਗਮਾਂ ਛੂੰਹਦੀ,
ਹਰਿਆ ਹੁੰਦਾ ਵਿਹੜਾ, ਗਲ਼ ਧੀਆ-ਤੋਰੀਆਂ ਦੀ ਤਸਬੀ

ਪਾਣੀ ਪਿਤਾ
ਬਾਲਾਂ ਦੇ ਖੇਡਣ ਲਈ
ਸਨੋਅ ਬਣ ਜਾਂਦਾ

ਭਿੰਨੀ ਰੈਣ ਆਉਂਦੀ
ਪਹਿਨ ਗਹਿਣੇ ਟਟਹਿਣੇ, ਮੱਥੇ ਟਿੱਕਾ ਚੰਨ
ਤਾਰਿਆਂ ਦੀ ਬੁੱਕਲ਼ 'ਚ ਨਿੱਘੀਆਂ ਬਾਤਾਂ ਪਾਉਂਦੀ

ਜੀ.ਪੀ.ਐੱਸ. ਹੱਸਦਾ ਨਾਲ਼ੇ ਮੈਨੂੰ ਦੱਸਦਾ
ਕਿ ਮੈਥੋਂ ਇਲਾਵਾ, ਮੇਰਾ ਘਰ ਸਭਨਾਂ ਦੇ ਨਜ਼ਦੀਕ ਹੈ
ਯਾਨੀ ਸ਼ਾਪਿੰਗ ਮਾਲ, ਸਕੂਲ, ਗੁਰਦੁਆਰਾ, ਦਫ਼ਤਰ, ਮੰਦਰ ਅਤੇ ਠਾਕਰਦੁਆਰਾ

ਅਰਦਾਸ ਹੌਸਲਾ ਦਿੰਦੀ,
"ਜ਼ਰੂਰ ਹੋ ਜਾਵੇਗਾ ਇੱਕ ਦਿਨ ਸ਼ਾਇਦ ਇਹ ਘਰ, ਤੇਰੀ ਵੀ ਰੂਹ ਦੇ ਕੋਲ
ਟੈਲੀਫ਼ੁਨ ਦੀ ਮਸ਼ੀਨ 'ਚ ਭਰੀ ਤੇਰੀ ਅਵਾਜ਼ ਦੀ ਬਜਾਏ ਜੇਕਰ ਤੂੰ ਖ਼ੁਦ ਬੋਲੇਂਗਾ
ਦੋਸਤਾਂ, ਮਿੱਤਰਾਂ, ਰਿਸ਼ਤੇਦਾਰਾਂ ਲਈ ਢੋਏ ਬੂਹੇ ਖੋਲੇਂਗਾ…"

ਮੈਂ-
ਮਨ ਮੰਦਰ ਬਜ਼ਾਰ 'ਚ
ਸ਼ਾਪਿੰਗ ਕਰਦਾ, ਢੰਡੋਲਦਾ,
"ਅੰਜਨ ਮਾਹਿ ਨਿਰੰਜਨਿ"

ਬਰਫ਼ 'ਚ ਉੱਗੇ ਅਮਲਤਾਸ/87

ਮੋਦੀਖ਼ਾਨੇ ਵਾਲ਼ੇ ਆਰਕੀਟੈਕਟ ਦਾ ਪਤਾ,

ਜਾਂ

'ਤੇਰਾ-ਤੇਰਾ' ਵਾਲ਼ੇ ਬੈਂਕ ਤੋਂ ਮਾਰਗੇਜ਼

ਸਤਲੁਜ ਅਤੇ ਬਿਆਸ

ਸਾਡੇ ਪੰਜਾਂ ਦਰਿਆਵਾਂ ਦਾ ਬਚਪਨ ਹਿਮਾਲਾ ਦੇ ਸਖ਼ਤ ਮੌਸਮਾਂ ਨਾਲ ਜੁਝਦਿਆਂ ਅਤੇ ਉੱਚੀਆਂ-ਨੀਵੀਆਂ ਟੱਕਰਾਂ ਮਾਰ-ਮਾਰ ਗੁਜ਼ਰਦਾ ਹੈ। ਕਹਿਰ ਦੀ ਠੰਢ 'ਚ ਕੈਦੀ ਦਰਿਆਵਾਂ ਦੇ ਰੰਗ ਚਿੱਟੇ ਤੇ ਸੁਰਤ ਸੁੰਨ ਹੋ ਜਾਂਦੀ ਹੈ। ਆਪਣੇ ਪਾਣੀਆਂ 'ਚ ਜੰਮੇ ਜੀਅ ਜੰਤ ਦੇ ਅਥਾਹ ਦੁੱਖ 'ਚ ਡੁੱਬੇ ਬੇਜ਼ੁਬਾਨ ਬੁੱਤ ਹੋਏ ਪਾਣੀ ਰੋ ਤੱਕ ਨਹੀਂ ਸਕਦੇ। ਇਨ੍ਹਾਂ ਦੀ ਪੀੜਾ ਵੇਖ ਕੇ ਕਦੇ-ਕਦੇ ਸੂਰਜ ਦਾ ਦਿਲ ਦਹਿਲਦਾ ਹੈ ਤਾਂ ਹਮਦਰਦ ਧੁੱਪ ਨਾਲ ਇਨ੍ਹਾਂ ਦੀਆਂ ਅੱਖਾਂ ਤਰ ਹੋ ਜਾਂਦੀਆਂ ਹਨ। ਪਿਘਲ ਰਹੀ ਹਰ ਬੂੰਦ 'ਚੋਂ ਇਹ ਨਵਾਂ ਜੀਵਨ ਤੇ ਰਵਾਨੀ ਲੋਚਦੇ ਹਨ। ਸੂਰਜ ਵੀ ਮਨ ਮਰਜ਼ੀ ਦਾ ਮਾਲਕ ਹੈ। ਕਦੇ-ਕਦੇ ਉਹ ਮਨੁੱਖ ਦੀਆਂ ਅਣਗਹਿਲੀਆਂ ਦਾ ਗ਼ੁੱਸਾ ਕੱਢਦਾ-ਕੱਢਦਾ ਜੰਮੇ ਪਾਣੀਆਂ ਦਾ ਦਰਦ ਘਟਾਉਣ ਦੀ ਬਜਾਏ ਚੌਗੁਣਾ ਕਰ ਦਿੰਦਾ ਹੈ। ਦਰਿਆਵਾਂ ਸਿਰ ਹੜ੍ਹਾਂ ਦੇ ਇਲਜ਼ਾਮ ਲੱਗਦੇ ਹਨ। ਆਪਣੇ ਹੱਥੋਂ ਆਪਣੇ ਹੀ ਜਾਇਆਂ ਦੇ ਹੁੰਦੇ ਉਜਾੜੇ ਨੂੰ ਵੇਖ ਇਨ੍ਹਾਂ ਦੇ ਜਲ ਦੀ ਜ਼ਮੀਰ ਸਵੈ ਨੂੰ ਦੋਸ਼ੀ ਮੰਨਣ ਲਗ ਜਾਂਦੀ ਹੈ। ਉਹ ਮਿੱਟੀ 'ਚ ਘੁਲ ਕੇ ਮੂੰਹ ਛੁਪਾਉਂਦਾ ਫਿਰਦਾ ਹੈ ਤੇ ਗਾਰੇ 'ਚ ਫਸ ਕੇ ਰਹਿ ਜਾਂਦਾ ਹੈ। ਦੁਨੀਆ ਉਹਨੂੰ ਕਟਹਿਰੇ 'ਚ ਖੜ੍ਹਾ ਕਰਦੀ ਹੈ ਤੇ ਡੈਮ ਰੂਪੀ ਟੋਭਿਆਂ 'ਚ ਕੈਦ ਕਰ ਦਿੰਦੀ ਹੈ। ਪਹਿਲਾਂ ਪਹਿਲ ਤਾਂ ਇਹਨੂੰ ਜੇਲੂ ਖ਼ੁਬਸੂਰਤ ਝੀਲ ਵਰਗੀ ਲੱਗਦੀ ਹੈ ਪਰ ਜਲਦ ਹੀ ਅਹਿਸਾਸ ਹੋ ਜਾਂਦਾ ਹੈ ਕਿ ਕਸਾਈ ਦੀ ਦੁਕਾਨ 'ਤੇ ਅੜੂੰਗੇ ਮੁਰਗੇ ਵਾਂਗ ਵਾਰੀ ਦੀ ਉਡੀਕ 'ਚ ਹੈ ਤੇ ਟਰਬਾਈਨਾਂ ਦੇ ਜਬਰ ਤੋਂ ਨਹੀਂ ਬਚ ਸਕੇਗਾ।

ਆਖ਼ਰ ਪੰਜਾਬ ਦੀ ਗੋਦ 'ਚ ਆ ਕੇ ਦਰਿਆ ਆਨੰਦ ਮਹਿਸੂਸ ਕਰਦੇ ਹਨ। ਇਨ੍ਹਾਂ ਦੀ ਮਿੱਠੀ ਚਾਲ 'ਚ ਸੱਜਰੇ ਸੰਗੀਤ ਦੇ ਸੁਰ ਸੁਰੰਗਲੇ ਹੋ ਜਾਂਦੇ ਹਨ। ਇਨ੍ਹਾਂ ਦੀ ਰਵਾਨੀ 'ਚ ਇਸ਼ਕ ਦਾ ਇਤਿਹਾਸ ਪਨਪਦਾ ਹੈ ਤੇ ਕੁੱਖ 'ਚੋਂ ਬੇਅੰਤ ਕਲਮਾਂ ਉੱਗਦੀਆਂ ਹਨ। ਇਨ੍ਹਾਂ ਦੀ ਅੰਮ੍ਰਿਤੀ ਸਿਆਹੀ ਨਾਲ ਸੋਨ ਰੰਗੇ ਰੇਤਲੇ ਕੈਨਵਸ 'ਤੇ ਕੁਦਰਤ ਦੇ ਮੋਹ ਦੀ ਕਵਿਤਾ ਵਾਹੀ ਜਾਂਦੀ ਹੈ। ਛੱਲਾਂ ਸਾਜ਼ ਦੀਆਂ ਤਾਰਾਂ ਬਣ ਜਾਂਦੀਆਂ ਹਨ। ਇਨ੍ਹਾਂ ਦੀ ਧੁਨੀ ਦੀ ਨਕਲ ਕਰਦਿਆਂ ਮੇਰੀ ਜ਼ੁਬਾਨ 'ਚੋਂ ਜ਼ਹਿਰੀ ਬੋਲ ਮਨਫ਼ੀ ਹੋ ਜਾਂਦੇ ਹਨ। ਇਨ੍ਹਾਂ ਵੱਲੋਂ ਵਿਛਾਈ ਜ਼ਰਖੇਜ਼ ਚਾਦਰ ਪਥਰੀਲੀ ਧਰਤ ਦੇ ਖਰੂਵੇਪਣ ਨੂੰ ਹਰਿਆਵਲ

ਨਾਲ ਢਕ ਦਿੰਦੀ ਹੈ। ਰਾਜਨੀਤਿਕ ਬਾਰਡਰਾਂ ਨੂੰ ਇਹ ਆਪਣੇ ਪਾਣੀਆਂ 'ਚ ਲੀਕ ਤੱਕ ਨਹੀਂ ਮਾਰਨ ਦਿੰਦੇ।

ਜੀਵਨ ਸਫ਼ਰ ਦੇ ਅੰਤਲੇ ਪੜਾਅ 'ਚ ਪਹੁੰਚਦਿਆਂ-ਪਹੁੰਚਦਿਆਂ ਇਹ ਸੰਯੋਗ-ਵਿਯੋਗ ਦੀ ਦੁਬਿਧਾ 'ਚ ਅੰਤਰ-ਮੁਖੀ ਹੋ ਜਾਂਦੇ ਹਨ। ਕਦੇ ਇਨ੍ਹਾਂ ਦਾ ਚਿੱਤ ਦਰਿਆ ਰੂਪ 'ਚ ਹੀ ਜਿਊਣਾ-ਮਰਨਾ ਲੋਚਦਾ ਹੈ ਤੇ ਕਦੇ ਚਿੱਤ ਕਰਦਾ ਹੈ ਕਿ ਸਭ-ਕੁੱਝ ਤਿਆਗ ਕੇ ਭਵਸਾਗਰ 'ਚ ਸਮੋਅ ਜਾਣ। ਕੁਝ ਸਾਗਰ ਦੇ ਵਸਲ 'ਚ ਲੀਨ ਹੋ ਕੇ ਸਾਗਰ ਹੋ ਜਾਂਦੇ ਹਨ। ਪਰ ਜੋ ਜਨਮਾਂ-ਜਨਮਾਂ ਤੀਕ ਪੰਜ-ਆਬੀ ਹੋਣਾ ਲੋਚਦੇ ਹਨ ਉਹ ਹਰ ਵਾਰ ਮੌਨਸੂਨ ਦੇ ਉਡਣ-ਖਟੋਲੇ 'ਤੇ ਚੜ੍ਹ ਘਰ ਪਰਤ ਆਉਂਦੇ ਹਨ।

ਮੇਰੇ ਵਾਂਗ ਦੁਬਿਧਾ 'ਚ ਘਿਰੇ ਪਾਣੀ ਸਾਗਰ ਕਿਨਾਰਿਆਂ ਦੀਆਂ ਛੱਲਾਂ ਬਣ ਸਾਰੀ ਉਮਰ ਮੁੜ ਧਰਤੀ ਵੱਲ ਪਰਤਣ ਲਈ ਝੂਰਦੇ ਰਹਿੰਦੇ ਹਨ। ਮੈਂ ਬੀਚ 'ਤੇ ਬਹਿ ਕੇ ਅਕਸਰ ਘੰਟਿਆਂ ਬੱਧੀ ਉਦਾਸ ਪਾਣੀਆਂ ਦੀਆਂ ਬਾਤਾਂ ਸੁਣਦਾ ਰਹਿੰਦਾ ਹਾਂ। ਅਸੀਂ ਦੋਵੇਂ ਪਰਵਾਸੀ ਰੇਤ ਦੇ ਘਰਾਂ 'ਚ ਗੁਆਚੇ, ਪਲ-ਪਲ ਬਣਦੇ ਤੇ ਖੁਰਦੇ ਰਹਿੰਦੇ ਹਾਂ। ਘਰ ਪਰਤਣ ਦੀ ਕਾਮਨਾ ਕਰਦੇ-ਕਰਦੇ ਕਈ ਜਨਮ ਬੀਤ ਚੁੱਕੇ ਹਨ। ਨਿੱਕੇ-ਨਿੱਕੇ ਜਵਾਰ-ਭਾਟਿਆਂ ਤੋਂ ਕੀ ਆਸ ਕੀਤੀ ਜਾ ਸਕਦੀ ਹੈ ਹੁਣ ਤਾਂ ਕੋਈ ਸੁਨਾਮੀ ਹੀ ਸਾਨੂੰ ਘਰ ਪਹੁੰਚਾ ਸਕਦਾ ਹੈ।

ਦੋਵੇਂ ਅੱਖਾਂ 'ਚੋਂ
ਟਪਕਦੇ ਹੰਝੂਆਂ ਦੀਆਂ ਡਾਰਾਂ
ਹਰ ਰੋਜ਼
ਸਤਲੁਜ ਅਤੇ ਬਿਆਸ ਬਣ
ਵਿਚਾਲੇ ਘਿਰੇ ਮੇਰੇ ਮਸਤਕ ਉੱਤੇ
ਦੁਆਬੇ ਦਾ ਨਕਸ਼ਾ ਘੜਦੀਆਂ ਨੇ

ਹਰ ਰੋਜ਼ ਹੀ
ਮੈਂ ਢੱਕ ਦਿੰਦਾ ਹਾਂ
ਮੱਥੇ ਦੀਆਂ ਇਹ ਉਦਾਸ ਲਕੀਰਾਂ
ਵਿਦੇਸ਼ੀ ਨਾਗਰਿਕਤਾ ਦੇ ਸਟਿੱਕਰ ਲਾ ਕੇ

ਸੁੱਕ ਜਾਣ ਚਿਹਰੇ ਤੋਂ
ਇਹ ਵਗਦੇ ਦਰਿਆ ਇੱਕ ਰੋਜ਼
ਮਾਣਦਾ ਫਿਰਾਂ ਮੈਂ ਵੀ
ਪਰਵਾਸੀ ਬਹਾਰਾਂ ਹਰ ਰੋਜ਼

'ਦਾ ਫੈਸਟੀਵਲਜ਼'

ਪਰਵਾਸ 'ਚ ਪਹਿਲਾਂ-ਪਹਿਲ ਹਰ ਦਿਨ-ਦਿਹਾਰ ਨਵੇਂ ਰੰਗ ਅਤੇ ਰਸਮਾਂ ਨਾਲ
ਦਸਤਕ ਦਿੰਦਾ ਹੈ। ਨਵੇਂ ਜਹਾਨ ਦੇ ਨਵੇਂ ਤਿਉਹਾਰਾਂ ਨੂੰ ਪਰਵਾਸੀ ਜ਼ਿਆਦਾਤਰ ਪਿੱਛੇ
ਰਹਿ ਗਏ ਰਵਾਇਤੀ ਤਿਉਹਾਰਾਂ ਦੀ ਪਿੱਠ-ਭੂਮੀ 'ਚੋਂ ਚਿਤਰਦਾ ਰਹਿੰਦਾ ਹੈ।

ਅਪਰੈਲ: ਲਾਂਗ ਵੀਕ-ਐਂਡ
ਬੱਚਿਆਂ ਦਾ ਈਸਟਰ
ਮੇਰੀ ਵਿਸਾਖੀ

ਆਪਣੀ ਜਨਮ-ਭੂਮੀ ਦੇ ਪ੍ਰਚਲਿਤ ਦਿਨਾਂ ਨਾਲ ਮੇਲ ਖਾਂਦੇ ਪਰਵਾਸੀ ਤਿਉਹਾਰ
ਉਹਦੀਆਂ ਮਨੌਤਾਂ 'ਚ ਆਪ-ਮੁਹਾਰੇ ਜੁੜ ਜਾਂਦੇ ਹਨ। ਪਰ ਕੁਝ ਕੁ ਉਹਦੀ
ਅੰਤਰ-ਆਤਮਾ ਨਾਲ ਜੁੜਦੇ ਵੀ ਰਹਿੰਦੇ ਹਨ।

ਝੱਖੜ ਮੀਂਹ 'ਨ੍ਹੇਰੀ
ਅਣ-ਵਿਕੇ ਮਦਰਜ਼-ਡੇ ਗੁਲਾਬ
ਸੰਭਾਲ਼ ਰਹੀ ਬਿਰਧ ਔਰਤ

ਕੁਝ ਪਰਦੇਸੀ ਤਿਉਹਾਰਾਂ ਦੀ ਚਮਕ ਦਮਕ 'ਚ ਉਲਝਿਆ ਪਰਵਾਸੀ ਦੋਸ਼ੀ-ਜ਼ਮੀਰ
ਨਾਲ ਜੁੜਦਾ ਰਹਿੰਦਾ ਹੈ। ਨਿਰੰਤਰ ਚੱਲਦਾ ਇਹ ਅੰਤਰ-ਆਤਮਿਕ ਯੁੱਧ ਸਾਲਾਂ ਦੇ
ਗੁਜ਼ਰਨ ਨਾਲ ਹੋਰ ਵੀ ਮਘਣ ਲੱਗਦਾ ਹੈ।

ਮੈਰੀ ਕ੍ਰਿਸਮਸ ਐਂਡ ਹੈਪੀ ਨਿਊ ਯੀਅਰ

ਕ੍ਰਿਸਮਸ ਦੇ ਰੰਗ ਲੜੀਆਂ
ਬੱਚਿਆਂ ਦੇ ਦਿਲਾਂ 'ਚ ਵੜੀਆਂ

ਬਰਫ਼ 'ਚ ਉੱਗੇ ਅਮਲਤਾਸ/90

ਗਿਫ਼ਟ-ਗੁਫ਼ਟ ਦੀਆਂ ਕੜੀਆਂ
ਬੱਚਿਆਂ ਦੇ ਦਿਲਾਂ 'ਚ ਵੜੀਆਂ

ਜਗਮਗ-ਜਗਮਗ ਕਰਨ ਬਨੇਰੇ
ਸੁੱਤੇ ਰਾਤੀਂ ਸਭ ਹਨੇਰੇ
ਨੱਚਣ ਸ਼ਾਪਿੰਗ ਸੈਂਟਰ ਵਾਲ਼ੇ
ਸਕੂਲ ਦਫ਼ਤਰੀਂ ਲੱਗੇ ਤਾਲੇ
ਛੁੱਟੀਆਂ ਹੋਈਆਂ ਤੋਹਫ਼ੇ ਆਏ
ਜੁਆਕਾਂ ਕ੍ਰਿਸਮਸ-ਟ੍ਰੀ ਸਜਾਏ
ਆਂਢ ਗੁਆਂਢ ਤੋਂ ਵਾਜਾਂ ਆਵਣ
ਹਵਾਵਾਂ ਮੈਰੀ-ਕ੍ਰਿਸਮਸ ਗਾਵਣ
ਕੁਝ ਦਿਨ ਨਵੇਂ ਸਾਲ ਨੂੰ ਬਾਕੀ
ਕੁਝ ਹੋਏ ਮੁਗਧ ਮੁਖ਼ਾਤਬ ਸਾਕੀ
ਮੈਂ ਵੀ ਸੋਚਾਂ ਰਲ਼ ਮਿਲ਼ ਜਾਵਾਂ
ਗਾਣੇ ਗਾਵਾਂ ਕੁੱਕੀਆਂ ਖਾਵਾਂ
ਕਿਉਂ ਨਾ ਮੇਰੇ ਨਿਕਲ਼ਣ ਬੋਲ
ਸਾਰੇ ਆਖਣ ਦਿਲ ਤਾਂ ਖੋਲ਼

ਦਿਲ ਵਿਚ ਖ਼ੂਨੀ ਇੱਟਾਂ ਚਿਣੀਆਂ
ਜਬਰ ਦੇ ਫ਼ੀਤੇ ਨਾਲ ਜੋ ਮਿਣੀਆਂ
ਦਿਲ ਦੇ ਅੰਦਰ ਦਾਦੀ ਸੋਈ
ਠੰਢੇ ਬੁਰਜ ਦੀ ਲੈ ਕੇ ਲੋਈ
ਦਿਲ ਤਾਂ ਗਾਵੇ ਸ਼ਬਦ ਹਜ਼ਾਰੇ
ਚਮਕੌਰ ਸੁਣੇ ਰਣਜੀਤ ਨਗਾਰੇ
ਰੁੱਖਾ ਹੋਇਆ ਦਿਲ ਭੂ-ਸਹਿਰਾ
ਦੁੱਧ ਵਰਤਾਉਂਦਾ ਮੋਤੀ ਮਹਿਰਾ
ਦਿਲ ਵਿਚ ਸੁੱਤਾ ਪੀਰ ਜਗਾਵਾਂ
ਕੰਡਿਆਂ ਵਾਲ਼ੀ ਸੇਜ ਹਟਾਵਾਂ

ਗੁਰੂ-ਲਲਾਰੀ ਰੰਗਤ ਚਾੜ੍ਹੇ
ਮੇਰੇ ਲਿਖੇ ਬੇਦਾਵੇ ਪਾੜੇ
ਤਾਂ ਸਾਲ ਮਨਾਵਾਂ ਨਵਾਂ ਨਿਕੋਰ
ਮੈਂ ਵੀ ਨੱਚਾਂ ਪਾਵਾਂ ਸ਼ੋਰ

ਸਨੋਅ-ਸਟੌਰਮ

ਫ਼ਰਿੱਜ ਤੋਂ ਪਹਿਲਾਂ ਪਿੰਡਾਂ 'ਚ ਆਈਸ-ਬਾਕਸ ਪਧਾਰੇ। ਜੇਠ-ਹਾੜ ਦਾ ਪਾਰਾ ਚੜ੍ਹਦਾ ਤਾਂ ਬਰਫ਼ ਦੀਆਂ ਸਿੱਲੀਆਂ ਲੱਦ ਕੇ ਆਏ ਠੰਡੇ-ਠਾਰ ਟੈਂਪੂ ਦੀ ਪੌਂ-ਪੌਂ ਸੁਣ ਕੇ ਜੁਆਕ ਭਾਨ ਖੜਕਾਉਂਦੇ ਮੂਹਰੇ ਹੋ-ਹੋ ਖੜ੍ਹਦੇ। ਬਰਫ਼ ਦੇ ਖਰੀਦੇ ਟੁਕੜੇ ਨਾਲ ਵਾਧੂ-ਘਾਟੂ ਸਬਜ਼ੀ, ਗੁੱਝੇ ਆਟੇ ਤੇ ਮੱਖਣ, ਆਦਿ ਦੀ ਮਿਆਦ ਰਤਾ ਕੁ ਵਧ ਜਾਂਦੀ। ਮੁਲਕ ਛੱਡਣ ਵੇਲੇ ਪਹਿਲਾਂ ਏਅਰਪੋਰਟ ਦੇ ਏ.ਸੀ. ਨੇ ਅਤੇ ਬਾਦ 'ਚ ਫਲਾਈਟ 'ਚ ਵਰਤੇ ਠੰਡੇ ਔਰੇਂਜ ਜੂਸ ਨੇ ਕਈ ਵਰ੍ਹਿਆਂ ਦੀ ਗਰਮੀ ਮਿੰਟੋ-ਮਿੰਟੀ ਚੂਸ ਲਈ। ਲੈਂਡ ਹੋਇਆ ਤਾਂ ਮੈਨੂੰ ਜਾਪਿਆ ਜਿਵੇਂ ਇੰਮੀਗਰੇਸ਼ਨ ਅਫਸਰ ਅੱਖਾਂ-ਅੱਖਾਂ 'ਚ ਆਖ ਰਿਹਾ ਹੋਵੇ ਕਿ ਇੱਥੇ ਤੈਨੂੰ ਬਰਫ਼ ਵਾਲਾ ਟੈਂਪੂ ਉਡੀਕਣ ਦੀ ਲੋੜ ਨਹੀਂ ਪੈਣੀ। ਤੇਰੀ ਰਿਹਾਇਸ਼ ਹੀ ਆਈਸ ਬਾਕਸ ਵਿਚ ਹੋਵੇਗੀ। ਵਾਕਈ ਕਨੇਡਾ ਜਿੱਡਾ ਇਹ ਆਈਸ ਬਾਕਸ ਕਮਾਲ ਦਾ ਹੈ। ਗਰਮੀਆਂ 'ਚ ਸਾਗ ਤੇ ਸਰਦੀਆਂ 'ਚ ਭਿੰਡੀਆਂ ਪਰੋਸਦਾ ਹੈ। ਸਾਲਾਂ ਬੱਧੀ ਵਸਤਾਂ ਨੂੰ ਫ਼ਰਿੱਜ ਕਰ ਸਕਦਾ ਹੈ। ਇੱਥੇ ਕਈ-ਕਈ ਮਾਹ ਜੰਮੇ ਰਹਿੰਦੇ ਹਨ ਰਿਸ਼ਤਿਆਂ ਦੇ ਦਰਿਆ ਤੇ ਉਤਪਤੀ ਦੇ ਵੀਰਜ।

ਬੇਬੇ ਕੱਤੇ ਪੂਣੀਆਂ
ਬਾਪੂ ਲੋਚੇ ਧੂਣੀਆਂ
ਰਾਹਵਾਂ ਨੇ ਸਲੂਣੀਆਂ

ਸਨੋਅ ਮੈਨ ਹੱਸਦਾ
ਦਿਲਾਂ ਵਿਚ ਵੱਸਦਾ
ਧੁੱਪ ਚੜ੍ਹੇ ਨੱਸਦਾ

ਪਹਾੜਾਂ ਦੀਆਂ ਟੀਸੀਆਂ
ਖੰਡਾਂ ਜਿਵੇਂ ਪੀਸੀਆਂ
ਬੱਚੇ ਕਰਨ ਘੀਸੀਆਂ
ਬਰਫ਼ 'ਚ ਉੱਗੇ ਅਮਲਤਾਸ/92

ਰਾਹ ਹੋਏ ਕੱਚ ਦੇ
ਵੇਲ੍ਹੇ ਵੀ ਨੱਚਦੇ
ਫ਼ਾਇਰ ਪਲੇਸ ਮੱਚਦੇ

ਠੰਢ ਵੀ ਵਧੀਕ ਏ
ਟੇਪਾ ਅੱਖਾਂ ਤੀਕ ਏ
ਨਾਸਾਂ ਲੀਕੋ-ਲੀਕ ਏ

ਲੱਕ ਸਹੁਰਾ ਜਾਮ ਏ
ਚੁਹੀ ਪਰੇਸ਼ਾਨ ਏ
ਮੂੰਹ ਵਿਚ ਰਾਮ ਏ

ਝੁਲੇ ਪੀਂਘਾਂ ਜੰਮੀਆਂ
ਪਾਰਕਾਂ ਇਕੱਲੀਆਂ
ਡੈਣਾਂ ਆਣ ਮੱਲੀਆਂ

ਹੀਟ ਕੰਮ ਚੁੱਕਿਆ
'ਵਾ 'ਚੋਂ ਜਲ ਮੁੱਕਿਆ
ਚੰਮ ਮੇਰਾ ਸੁੱਕਿਆ

ਸੂਰਜ ਤੇਰੇ ਘਰ ਦਾ
ਟੈਮ ਪਾਸ ਕਰਦਾ
ਆਪੂੰ ਛੇ ਮਾਂਹ ਠਰਦਾ

ਬੱਤਖਾਂ ਨੂੰ ਵਰ ਦੇ
ਸਹੇ ਨਿੱਘੇ ਕਰ ਦੇ
ਕਾਟੋ ਘਰ ਭਰ ਦੇ

ਬਰਫ਼ 'ਚ ਉੱਗੇ ਅਮਲਤਾਸ/93

ਬਸੰਤ ਮੁੜ ਆਵੇਗੀ
ਹਰਿਆਲੀਆਂ ਲਿਆਵੇਗੀ
ਕਾਇਨਾਤ ਗਾਵੇਗੀ

ਸਿਆਲ਼ ਜੋ ਪਿਆਰ ਦਾ
ਠਾਰ ਕੇ ਵੀ ਸਾੜਦਾ
ਬਣਿਆ ਵਿਗਾੜਦਾ

ਰਿਸ਼ਤੇ ਸੰਭਾਲ਼ ਲੈ
ਮੁਹੱਬਤਾਂ ਦੀ ਢਾਲ਼ ਲੈ
ਭਵਾਂ ਨਿੱਘ ਪੂਰਾ ਸਾਲ ਲੈ

ਵਸੀਂਵੇਂ

ਮੁਲਕ ਦਾ ਬਾਰਡਰ, ਜੋ ਘਸਰ ਕੇ ਵਸੀਂਵੇਂ ਕੋਲ਼ ਆ ਗਿਆ ਸੀ, ਹੁਣ ਘਰ ਨੂੰ ਚਾਰੋ
ਪਾਸਿਉਂ ਘੇਰ ਚੁੱਕਾ ਹੈ। ਉੱਤਰ ਵਿਚ ਫ੍ਰੈਂਚੀਆਂ ਦਾ ਘਰ ਹੈ। 'ਕੱਲੀ ਜਨਾਨੀ ਰਹਿੰਦੀ
ਹੈ ਕਦੇ-ਕਦੇ ਕੁੜੀ ਆਉਂਦੀ ਹੈ ਮਾਂ ਨੂੰ ਮਿਲਣ। ਬਾਪ ਬਾਹਰੋਂ ਹੀ ਧੀ ਨੂੰ ਛੱਡ ਕੇ ਮੁੜ
ਜਾਂਦੈ। ਦੱਖਣ ਵਾਲੇ ਪਾਸੇ ਮੋਰਾਕੋ ਵਾਲੇ ਮੀਟ ਭੁੰਨ ਰਹੇ ਹਨ। ਕੁਰਬਲ-ਕੁਰਬਲ ਹੋ
ਰਹੀ ਹੈ। ਅਜੇ ਕੱਲ੍ਹ ਹੀ ਆਪੋ 'ਚ ਖਹਿਬੜ ਰਹੇ ਸਨ, ਅੱਜ ਲੱਗਦਾ ਵੀਕੈਂਡ
(weekend) ਕਰਕੇ ਛੁੱਟੀ ਹੈ। ਚੜੂਦੇ ਪਾਸੇ ਵਾਲੀ ਕੰਧ ਨਾਲ ਕੰਧ ਖਹਿੰਦੀ ਹੈ,
ਗਰੀਕੀਆਂ ਦੀ। ਇਨ੍ਹਾਂ ਦਾ ਬੁੱਢਾ ਸਾਰਾ ਦਿਨ ਬਗੀਚੀ ਦੀਆਂ ਚੀਰਨੀਆਂ ਕੱਢਦਾ
ਰਹਿੰਦੈ। ਪੱਤਿਆਂ ਨੂੰ ਵੀ ਭੁੰਜੇ ਡਿੱਗਣ ਤੋਂ ਪਹਿਲੋਂ ਹੀ ਬੋਚ ਲੈਂਦਾ। ਬੋਰਡ ਦੇ
ਇਮਤਿਹਾਨ 'ਚ ਬੈਠੇ ਨਿਆਣਿਆਂ ਵਾਂਗ ਘਾਹ ਨੂੰ ਧੌਣ ਨਹੀਂ ਚੁੱਕਣ ਦਿੰਦਾ।

ਗੁਆਂਢੀ ਦੀ ਬਗੀਚੀ
ਮਨ ਉਤਾਵਲਾ
ਅੰਦਰ-ਗਤੀ ਮੁਕਾਬਲਾ

ਇਨ੍ਹਾਂ ਦਿਨੀਂ ਅਕਸਰ ਨ੍ਹੇਰੀ ਚੱਲਦੀ ਹੈ ਤਾਂ ਸਾਡੇ ਪੱਤੇ ਛੜੱਪੇ ਮਾਰਦੇ ਗੁਆਂਢੀ ਦੇ ਸਾਫ਼
ਕੀਤੇ ਘਾਹ 'ਤੇ ਜਾ ਡੇਰਾ ਲਾਉਂਦੇ। ਉਹ ਮੈਨੂੰ ਲੰਘਦੇ ਵੜਦੇ ਨੂੰ ਸਮਾਈਲ ਦਿੰਦਾ ਤੇ
ਸ਼ਾਇਦ ਭੀਤਰੋ-ਭੀਤਰ ਸੋਚਦਾ ਕਿ ਇਹ ਬੰਦਾ ਕਿੰਨਾ ਨਿਕੰਮਾ!! ਉਹਦੀ ਸਫ਼ਾਈ ਨੂੰ

ਵੇਖ ਕੇ ਜਗਜੀਤ ਵੀ ਅਕਸਰ ਪਿੱਛੇ ਪੈ ਜਾਂਦੀ ਹੈ..! "ਜੀ ਪੱਤੇ ਰੋਜ਼ ਦੀ ਰੋਜ਼ 'ਕੱਠੇ ਕਰ ਲਿਆ ਕਰੋ".. ਵੇਖੋ ਫ਼ਰੈਂਕ ਵਾਲਾ ਪਾਸਾ ਕਿੰਨਾ ਸਾਫ਼ ਐ!

ਪਰ ਸੱਚੀਂ ਦੱਸਾਂ, ਮੇਰਾ ਭੋਰਾ ਜੀਅ ਨੀ ਕਰਦਾ ਪੱਤਿਆਂ ਨੂੰ ਅਲਵਿਦਾ ਆਖਣ ਨੂੰ..!

ਅਕਤੂਬਰ ਸ਼ੁਰੂ ਹੁੰਦਿਆਂ

ਬਿਰਖ਼ ਪ੍ਰਾਹੁਣਿਆਂ ਵਾਂਗੂ ਸਜ ਗਏ

ਝੜ ਕੇ ਵੀ

ਸਤਰੰਗਾ ਗਲੀਚਾ ਬਣ ਕੇ ਵਿਛ ਗਏ

ਅਦਬੀ ਪੱਤੇ, ਬਿਰਖ਼ ਦੇ ਮੁੱਢ ਦੁਆਲੇ

ਮਿੱਟੀ ਹੋ ਜਾਣ ਲਈ ਤਿਆਰ-ਬਰ-ਤਿਆਰ

ਪੁਲਸੀਏ ਜਹੀ ਛੂਕਦੀ, ਖਘੂਰੇ ਮਾਰਦੀ 'ਵਾ ਚੱਲੀ

ਮਖਾਂ ਬਰਫ਼ ਦੇ ਥੱਲੇ ਈ ਨ ਦੱਬੇ ਜਾਣ..

ਮੈਂ 'ਕੱਠੇ ਕਰ-ਕਰ

ਰੀਸਾਈਕਲ ਥੈਲਿਆਂ 'ਚ ਭਰਦਾ..

ਸੋਚਦਾ..

ਕਿ ਪੱਤੇ..

ਛਾਂ ਵੰਡਣ – ਤਾਂ ਵੀ 'ਕੱਠੇ

ਝੱਖੜ ਝੱਲਣ – ਤਾਂ ਵੀ 'ਕੱਠੇ

ਪੁੰਗਰਨ – ਤਾਂ ਵੀ 'ਕੱਠੇ

ਵਿਛੜਨ – ਤਾਂ ਵੀ 'ਕੱਠੇ

ਇੱਕ ਆਹ ਬੰਦਾ...

ਆਉਂਦਾ ਵੀ – 'ਕੱਲਾ

ਜਾਂਦਾ ਵੀ – 'ਕੱਲਾ

ਕਿਸੇ ਵੀ ਰੁੱਤੇ

ਬਿਨ ਦੱਸੇ

ਉਂਝ ਪੱਤਿਆਂ ਵਾਂਗਰ ਹੀ ਰਲ਼ ਮਿਲ਼ ਕੇ ਰਹਿੰਦਾ ਹੈ ਤੇ ਖਾਓ-ਪੀਓ ਵੇਲੇ 'ਕੱਠਾ ਹੋ ਕੇ ਬਹਿੰਦਾ ਹੈ ਸਾਡਾ ਇਹ ਗੁਆਂਢੀ ਪਰਿਵਾਰ, ਸਿਕੰਦਰ ਦਾ ਰਿਸ਼ਤੇਦਾਰ।

ਬਰਫ਼ 'ਚ ਉੱਗੇ ਅਮਲਤਾਸ/95

ਆਹ ਲਹਿੰਦੇ ਪਾਸੇ ਵੱਡੇ ਘਰ ਵਿਚ ਗੋਰੀ ਬਜ਼ੁਰਗ ਮਾਤਾ ਵੱਸਦੀ ਹੈ। ਗੱਲ-ਬਾਤ ਵੀ ਘੱਟ ਵੱਧ ਹੀ ਕਰਦੀ ਹੈ। ਇਹਦੇ ਇੱਕ ਇੱਕ ਪੁੱਤ ਨੇ ਸਪੈਨਿਸ਼ ਕੁੜੀ ਨਾਲ ਵਿਆਹ ਕਰਾ ਲਿਆ ਸੀ। ਉਹਦੇ ਮਗਰ-ਮਗਰ ਹੀ ਦੱਖਣੀ ਅਮਰੀਕਾ 'ਚ ਕਿਤੇ ਜਾ ਕੇ ਬਹਿ ਗਿਆ। ਮੁੜ ਕੇ ਕਦੇ ਨਹੀਂ ਆਇਆ।

ਉਦਾਸ ਗੁਆਂਢਣ ਦੀ ਫੈਂਸ (ਵਾੜ)

ਸਾਡੇ ਵਿਹੜੇ ਵੱਲ ਨੂੰ ਟੱਪਿਆ

ਗੁਲਾਬ ਦਾ ਫੁੱਲ

ਸਾਂਝ ਅਤੇ ਸਬਰ ਦੀ ਦੁਨੀਆ ਨੂੰ ਬੇਦਾਵਾ ਦੇ ਕੇ ਵਪਾਰਿਕ ਜਗਤ ਦੇ ਕੁੱਛੜ ਬੈਠੇ ਵਿਵਹਾਰਾਂ 'ਚੋਂ ਜੰਮ ਪੈਂਦੇ ਨੇ ਨਵੇਂ ਸਰੋਕਾਰ। ਘਸ ਚੁੱਕੇ ਸਮਾਜ ਦੇ ਪੈਮਾਨਿਆਂ ਉੱਤੇ ਹਰ ਕੋਈ ਆਪਣੇ ਹਿਸਾਬ ਨਾਲ ਨਵੀਆਂ ਨਿਸ਼ਾਨੀਆਂ ਉੱਕਰਨ ਲੱਗ ਜਾਂਦਾ ਹੈ। ਪਰਵਾਸ 'ਚ ਜਦੋਂ ਚਾਰ ਲਾਵਾਂ ਦੀ ਗੰਢ ਦਿਨ-ਬ-ਦਿਨ ਢਿੱਲੀ ਪੈਣੀ ਸ਼ੁਰੂ ਹੋ ਜਾਵੇ ਤਾਂ ਪੱਛਮੀ ਰਹਿਣ-ਸਹਿਣ ਦਾ ਸੇਕ ਅਸਹਿ ਹੋ ਜਾਂਦਾ ਹੈ।

ਗਲੋਬਲ ਵਾਰਮਿੰਗ ਵਾਲਿਓ

ਕਦੋਂ ਰਿੱਝੇਗੀ ਮੇਰੀ ਕੋਕਤੂਆਂ ਭਰੀ ਦਾਲ਼?

ਕਦੋਂ ਮੁੱਕੇਗਾ ਮੇਰੇ ਰਿਸ਼ਤਿਆਂ ਦਾ ਸਿਆਲ਼?

ਕਦੇ ਵਾਪਸ ਵੀ ਪਰਤੇਗਾ...

ਮੁੜ ਦਾਦੀ ਦੀ ਗਲ਼ਵੱਕੜੀ 'ਚ ਡੇ-ਕੇਅਰ ਘੱਲਿਆ ਬਾਲ?

ਪਰਵਾਸ ਦਾ ਪੰਧ ਬਹੁਤ ਕਠਨ ਹੈ। ਨਵੀਂ ਮਿੱਟੀ 'ਚ ਜੜ੍ਹ ਤੁਰਨ ਤੋਂ ਝਕਦੀ ਹੈ ਅਤੇ ਨਵੇਂ ਮੌਸਮਾਂ ਦੀਆਂ ਬਦਕਲਾਮੀਆਂ ਨਾਲ ਜੂਝਦੀ ਹੈ। ਨਵੇਂ ਵਾਤਾਵਰਨ ਦੀ ਖਿੱਚ-ਧੂਹ ਕਰਕੇ ਮਾਇਆ ਜਾਲ਼ ਵਿਚ ਫਸੇ ਰਿਸ਼ਤੇ ਅਤੇ ਕਿਰਦਾਰ ਨਵੇਂ ਰਾਹ ਇਖਤਿਆਰ ਕਰਦੇ ਹਨ...

ਧੀਆਂ ਹੋਈਆਂ 'ਕੱਲੀਆਂ

ਪਰਵਾਸ ਸ਼ਰਾਰਤ-ਬਾਜ਼

ਕਦਮ ਕਦਮ 'ਤੇ ਤਿਲਕਣਾਂ

ਵਕਤ ਨਾ ਕਰੇ ਲਿਹਾਜ਼

ਆਪੂੰ ਦੀ ਖਿੱਚੋ-ਤਾਣ ਬੇਤੁਕੀ ਤੇ ਬੇਸੁਰੀ ਹੋ ਜਾਂਦੀ ਹੈ...

ਮੈਂ ਤੇਰੇ ਬੱਚਿਆਂ ਦੀ ਮਾਂ
ਤੂੰ ਮਦਰਜ਼-ਡੇ ਕੇਵਲ
ਮੇਰੇ ਨਾਲ ਹੀ ਮਨਾ

ਅੰਟਾਰਕਟਿਕਾ ਤੋਂ ਆਈ ਠੰਢੀ ਪੌਣ ਨਾਲ ਰਿਸ਼ਤੇ ਜੰਮ ਚੁੱਕੇ ਹਨ ਪਰ ਮਨੁੱਖੀ ਮਸ਼ੀਨਾਂ ਸਿਰ ਮੂੰਹ ਲਕੋਈ ਗਿੜਦੀਆਂ ਰਹਿੰਦੀਆਂ ਹਨ।   ਚੁੱਪ-ਗੜੁੱਪ ਬੂਹੇ ਬਸੰਤ ਆਉਣ ਤੱਕ ਬਰਫ਼ ਦੇ ਢੇਰ ਵੱਲ ਝਾਕਦੇ ਰਹਿੰਦੇ ਹਨ। ਬਰਫ਼ ਨਾਲ ਕੱਜੀਆਂ ਬਾਰੀਆਂ ਛੇ-ਛੇ ਮਹੀਨੇ ਖੁੱਲ੍ਹਣਾ ਵੀ ਭੁੱਲ ਜਾਂਦੀਆਂ ਹਨ। ਬੇਚੈਨ ਪਰਵਾਸੀ ਮਨੋਂ-ਮਨੀਂ ਕੰਬਲ ਦੀ ਬੁੱਕਲ਼ ਮਾਰੀ ਚੁੱਲ੍ਹੇ ਅੱਗੇ ਪੀੜ੍ਹੀ ਡਾਹ ਕੇ ਬੈਠਾ ਹੱਥ ਸੇਕ ਰਿਹਾ ਹੈ। ਕਦੇ-ਕਦੇ ਚੇਤਿਆਂ 'ਚ ਗਿੱਲੇ ਗੋਹਟੇ ਮਘਾ ਰਿਹਾ ਹੁੰਦਾ ਹੈ। ਗੱਲ-ਗੱਲ 'ਚ ਉਹਦੇ ਬੱਚੇ ਕਈ ਵਾਰ ਜ਼ਮੀਨਾਂ ਵਾਂਗ ਵੰਡੇ ਜਾਂਦੇ ਹਨ। ਬੈੱਡ-ਰੂਮਾਂ ਦੇ ਬਾਰਡਰਾਂ ਦੀ ਹਉਮੈ ਨੇ ਘਰ 'ਚ ਕਈ ਨਵੇਂ ਮੁਲਕ ਜੰਮ ਛੱਡੇ ਹਨ। ਘਰ ਦੀ ਆਪ-ਹੁਦਰੀ ਜੁਮੈਟਰੀ ਅਤੇ ਸੁਆਰਥੀ ਅਲਜਬਰੇ ਦੀਆਂ ਹਰਕਤਾਂ ਨਾਲ ਜੁੜਦਿਆਂ ਉਹਦੀ ਪੱਗ ਦੀ ਨੋਕ ਅਤੇ ਪੇਚ ਢਿੱਲੇ ਪੈ ਜਾਂਦੇ ਹਨ। ਪਲ ਕੁ ਲਈ ਉਹ ਬੇਟੀ ਦੇ ਵਿਆਹ ਦੀ ਸੋਚ 'ਚ ਗੁੰਮ ਕੀ ਹੋਇਆ ਕਿ ਚੁੱਲ੍ਹੇ ਦੀ ਅੱਗ ਵੀ ਸੌਂ ਗਈ। ਅੰਟਾਰਕਟਿਕਾ ਧੁਰ ਚੌਂਕੇ 'ਚ ਵੜ ਆਇਆ। ਸ਼ਗਨ ਦੇ ਲੱਡੂ ਉਸ ਵੱਲ ਘੁਰ-ਘੁਰ ਕੇ ਵੇਖ ਰਹੇ ਹਨ। ਬਦਾਨਾ ਮੁੱਠ 'ਚੋਂ ਕਿਰ ਕੇ ਪੈਰਾਂ ਹੇਠ ਮਿੱਧਿਆ ਗਿਆ ਹੈ...

ਉਹ ਬੇਟੀ ਦੇ ਵਿਆਹ ਵਿਚ
ਮਾਵੇ ਵਾਲ਼ੀ ਪੱਗ ਬੰਨ੍ਹੇ ਬਗ਼ੈਰ ਬਾਕੀ ਪ੍ਰਾਹੁਣਿਆਂ ਵਾਂਗ
ਖੂੰਜੇ ਵਾਲ਼ੇ ਟੇਬਲ ਤੇ, 'ਕੱਲਾ ਬੈਠਾ
ਆਪਣੀ ਧੀ ਦੇ ਬਚਪਨ 'ਚ ਘੁੰਮਦਾ ਰਿਹਾ

ਡਬਲ ਜੌਬ, ਪ੍ਰਾਈਵੇਟ ਸਕੂਲ 'ਚ ਬੇਟੀ ਨੂੰ ਪੜ੍ਹਾਉਣ ਦੀ ਹਿੰਮਤ
ਯੂਨੀਵਰਸਿਟੀ, ਪੀ.ਐੱਚ.ਡੀ. ਵਕਤ ਇੰਨੀ ਤੇਜ਼ ਭੱਜਿਆ
ਪਤਾ ਹੀ ਨਾ ਲੱਗਾ
ਕਦੋਂ ਬੱਚੇ ਵੱਡੇ ਹੋ ਗਏ
ਕਦੋਂ ਪਾਰਦਰਸ਼ੀ ਦੀਵਾਰਾਂ ਬਣ ਗਈਆਂ
ਬਰਫ਼ 'ਚ ਉੱਗੇ ਅਮਲਤਾਸ/97

ਕਦੋਂ ਵਿਚਾਰ ਨਾਰਥ-ਸਾਊਥ ਹੋ ਗਏ
ਕਦੋਂ ਬੱਚਿਆਂ ਦੀ ਨਜ਼ਰੇ ਉਹ ਅਨਪੜ੍ਹ ਹੋ ਗਿਆ

ਵਿਆਹ 'ਚ ਸਭ ਜਸ਼ਨ ਮਨਾ ਰਹੇ ਨੇ
ਉਹਦੀ ਧੀ, ਸ਼ੈਂਪੇਨ, ਕੇਕ, ਆਦਿ, ਨਾਲ ਘੋਰ ਪੱਛਮੀ ਸ਼ਗਨਾਂ 'ਚ ਮੁਗਧ ਹੈ
ਉਹ ਖੂੰਜੇ ਵਾਲੇ ਟੇਬਲ 'ਤੇ ਬੈਠਾ ਸੁਰਗਵਾਸੀ ਮਾਂ ਨੂੰ ਆਖ ਰਿਹੈ
"ਮਾਂ...ਤੂੰ ਮੈਨੂੰ ਸੂਰਜ ਬਣਾ ਕੇ ਪੂਰਬ 'ਚ ਜਨਮਿਆ ਸੀ
ਵੇਖ ਮਾਂ...ਮੈਂ ਪੱਛਮ 'ਚ ਡੁੱਬ ਰਿਹਾਂ
ਅਗਲੀ ਵਾਰ, ਮੈਨੂੰ ਸੂਰਜ ਨਾ ਬਣਾਈਂ
ਪੁੱਤ ਹੀ ਰਹਿਣ ਦੇਈਂ... ਮਾਂ
ਮੈਂ ਵਾਰ-ਵਾਰ...
ਪੱਛਮ ਵਿਚ ਨਹੀਂ ਡੁੱਬਣਾ"

ਆਸ਼ੀਰਵਾਦ

ਸਾਡੇ ਸਕੂਲ ਦੀ ਹਾਕੀ ਟੀਮ ਦੇ ਕਪਤਾਨ ਕੁਲਦੀਪ ਦਾ ਪਿਤਾ, ਬੋਲਾ ਦੇਵ, ਜੁੱਤੀਆਂ ਗੰਢ ਕੇ ਟੱਬਰ ਪਾਲਦਾ ਸੀ। ਪੁਰਾਣਾ ਪੜ੍ਹਿਆ ਲਿਖਿਆ ਸੀ ਪਰ ਨੌਕਰੀ ਨਾ ਮਿਲੀ। ਕੁਲਦੀਪ ਬਹੁਤ ਮਜ਼ਾਕੀਆ ਅਤੇ ਜ਼ਿੰਦਾ-ਦਿਲ ਇਨਸਾਨ ਸੀ। ਆਪਣੇ ਆਪ, ਜਾਤ ਅਤੇ ਪਿਤਾ ਦੇ ਬੋਲੇਪਣ ਤੇ ਸ਼ੁਗਲ ਕਰਦਾ ਰਹਿੰਦਾ। ਦੋਵੇਂ ਪਿਓ-ਪੁੱਤ ਰੱਜ-ਰੱਜ ਹੱਸਦੇ ਹਸਾਉਂਦੇ। ਕੁਲਦੀਪ ਸਕੂਲ 'ਚ ਪੜ੍ਹਦੇ-ਪੜ੍ਹਦੇ ਵਿਆਹਾਂ ਸ਼ਾਦੀਆਂ 'ਚ ਵਾਜਾ ਵਜਾਉਣ ਲੱਗ ਗਿਆ। ਜਨੇਤੀ ਗਏ ਨੂੰ ਜਦੋਂ ਉਹਨੂੰ ਪਹਿਲੀ ਵਾਰ ਪਤਾ ਲੱਗਾ ਕਿ ਮਸ਼ੀਨ ਵਾਲੀ ਕੌਫੀ ਦੀ ਝੱਗ ਨੂੰ ਪੀਣ ਤੋਂ ਪਹਿਲਾਂ ਫੂਕ ਮਾਰਨੀ ਪੈਂਦੀ ਹੈ ਤਾਂ ਉਹਨੇ ਪਿੰਡ ਆਕੇ ਇਹ ਵਰਤਾਰਾ ਸਾਰਿਆਂ ਨੂੰ ਹੱਸ-ਹੱਸ ਸੁਣਾਇਆ। ਕਦੇ-ਕਦੇ ਮਸ਼ਹੂਰ ਗਾਇਕ ਦੇ ਨਾਲ ਬੈਂਜੋ ਵਜਾਉਣ ਜਾਂਦਾ ਤਾਂ ਅਸੀਂ ਪਾਰਟੀ ਮੰਗਣ ਲੱਗ ਜਾਂਦੇ। ਉਹ ਸਿਰਕੱਢ ਸੰਗੀਤਕਾਰ ਬਣਿਆ। ਮੈਂ ਹਰ ਸਾਲ ਜਦੋਂ ਫੋਰਬਜ਼ ਵੱਲੋਂ ਛਪਦੀ ਸਭ ਤੋਂ ਅਮੀਰ ਬੰਦਿਆਂ ਦੀ ਸੂਚੀ ਵੇਖਦਾ ਹਾਂ ਤਾਂ ਮੈਨੂੰ ਇੱਕੋ ਸਮੇਂ ਹਾਸਾ ਅਤੇ ਰੋਣਾ ਆਉਂਦਾ ਹੈ। ਕੁਲਦੀਪ ਅਤੇ ਉਹਦੇ ਪਿਤਾ ਜੀ ਦੀ ਅਮੀਰੀ ਪਛਾਣਨ ਲਈ ਮੈਨੂੰ ਖੁਦ ਵੀ ਪਰਵਾਸੀ ਹੋਣਾ ਪਿਆ...

ਮੈਂ ਉਨ੍ਹਾਂ 'ਤੇ ਤਨਜ਼ਾਂ ਕੱਸਦਾ ਰਿਹਾ
ਪੱਥਰ ਦੰਦ ਕੱਢ-ਕੱਢ ਹੱਸਦਾ ਰਿਹਾ

ਜਾਂ ਫਿਰ
ਉਨ੍ਹਾਂ "ਵਿਚਾਰਿਆਂ", "ਕਿਸਮਤ ਦਿਆਂ ਮਾਰਿਆਂ" 'ਤੇ
ਮੈਂ ਗੱਲੀਂ-ਬਾਤੀਂ ਤਰਸ ਕਰਦਾ ਰਿਹਾ
ਦਇਆ-ਦੁਆ ਦੇ ਕਾਗਤੀ ਲਿਫ਼ਾਫ਼ੇ ਭਰਦਾ ਰਿਹਾ

ਰਾਤੀਂ ਸੁਫ਼ਨੇ ਵਿਚ ਇਹ ਸਭ ਪਤਵੰਤੇ
ਮੇਰੀ ਅੰਤਿਮ ਅਰਦਾਸ 'ਚ ਸ਼ਾਮਲ ਹੋਏ
ਮੇਰੇ ਤੁਰ ਜਾਣ ਤੇ
ਭੁੱਬਾਂ ਮਾਰ-ਮਾਰ ਰੋਏ...
ਬਾਂਹ ਟੁੱਟੀ ਸੀਬੋ
ਬੋਲ਼ਾ ਦੇਵ
ਅੱਡੀ ਚੁੱਕੋ ਰਾਓ
ਕਾਣਾ ਸਾਇੰਸੀਆ
ਥੱਬਾ ਪੱਪੂ
ਬਾਜੀ ਅਮਰੋ
ਅੰਨ੍ਹੀ ਤਾਰੋ
ਗੁੰਗਾ ਦੀਪਾ
ਟੁੰਡਾ ਭਾਗੂ
ਲੰਙੀ ਧਰਮੋ
ਗਿਠਮੁਠੀਆ ਸੇਮਾ
ਸ਼ਿੰਦਾ ਸ਼ੁਦਾਈ
ਦਾਂਦੋ ਬਿਸ਼ਨੀ
ਮਿੰਧਾ ਵੈਲੀ

ਪਹੁ-ਫੁਟਾਲ਼ੇ ਦੀ ਦਸਤਕ
ਮੇਰਾ ਸੁਫ਼ਨਾ ਟੁੱਟਿਆ
ਮੈਂ ਜਿਉਂਦਾ-ਜਾਗਦਾ ਉੱਠਿਆ
ਭਰੇ ਮਨ ਨਾਲ, ਸੈਰ ਕਰਨ ਬਹਾਨੇ
ਉਗਣਵਹੁ ਵੱਲ ਤੁਰ ਪਿਆ

ਬਰਫ਼ 'ਚ ਉੱਗੇ ਅਮਲਤਾਸ/99

ਇਨ੍ਹਾਂ ਸਾਰਿਆਂ ਨੂੰ, ਰੱਬੀ ਤਾਰਿਆਂ ਨੂੰ
ਮਰਹੂਮ, ਸੁਖਵੰਤੇ, ਧੰਨਵੰਤੇ ਪਿਆਰਿਆਂ ਨੂੰ
ਕਾਇਨਾਤ 'ਚੋਂ ਲੱਭਣ ਲਈ

ਥੋੜ੍ਹਾ ਜਿਹਾ ਨਿਭ ਕੇ ਜਦੋਂ ਹੀ ਲੰਘਿਆ
ਪਾਈਨ, ਓਕ, ਸਪਰੂਸ ਅਤੇ ਮੇਪਲ ਹੇਠੋਂ (ਕਨੇਡਾ 'ਚ ਮਿਲਣ ਵਾਲੇ ਬਿਰਖ਼)
ਚੌਰ ਕਰਦੇ ਇਨ੍ਹਾਂ ਪਿੱਤਰਾਂ ਦੇ ਪੱਤੇ ਤੇ ਟਾਹਣੀਆਂ
ਮਲਕੜੇ ਜਿਹੇ
ਲਚਕ ਕੇ ਧਰ ਗਏ, ਮੇਰੇ ਬੋਝਲ ਸਿਰ 'ਤੇ
ਬਖ਼ਰਤੇ ਮੋਹ ਦੀ ਪੰਡ
ਇਹ ਸੁਰਗਵਾਸੀ ਬਜ਼ੁਰਗ
ਮੇਰੇ ਮਾਫ਼ੀ-ਨਾਮੇ ਲਈ ਨਹੀਂ
ਅਸ਼ੀਰਵਾਦ ਦੇਣ ਲਈ ਉਤਾਵਲੇ ਰਹਿੰਦੇ ਹਨ

ਫੇਰੀ

ਕਸੁੰਭੇ ਦੇ ਰੰਗ ਵਰਗਾ ਹੈ ਮਾਇਆ ਦਾ ਰੰਗ ਅਤੇ ਹਰ ਪੱਖੋਂ ਉਸੇ ਸ਼ੋਖ ਰੰਗ ਵਿਚ ਗੜੁੱਚ ਹੋ ਹੀ ਜਾਂਦਾ ਹੈ ਪਰਵਾਸੀ! ਹਰ ਪੱਖੋਂ ਸੰਪੂਰਨ ਹੋ ਕੇ ਫਿਰ ਕਦੇ-ਕਦੇ ਅਚਾਨਕ ਖ਼ਾਲੀ-ਖ਼ਾਲੀ ਮਹਿਸੂਸ ਕਰਨ ਲਗਦਾ ਹੈ। ਸਭ-ਕੁੱਝ ਤਾਂ ਕਰ ਲਿਆ, ਜੋੜ ਲਿਆ, ਸੰਜੋਅ ਲਿਆ ਤੇ ਖੱਟ ਲਿਆ ਹੁਣ ਹੋਰ ਕੀ ਸਿੱਧ ਕਰਨਾ ਬਾਕੀ ਹੈ ਕੁਝ ਨਹੀਂ! ਹੋਰ ਨਹੀਂ! ਹੁਣ ਤਾਂ ਬੱਸ ਅੰਤਰ-ਝਾਤ ਬਾਕੀ ਹੈ,...ਪ੍ਰਭੂ ਸਿਰਜੀ ਪ੍ਰਕਿਰਤੀ ਉੱਤੇ ਕੇਂਦਰਿਤ ਹੋਣਾ ਬਾਕੀ ਹੈ, ਕਾਇਨਾਤ ਦਾ ਸ਼ੁਕਰਾਨਾ ਬਾਕੀ ਹੈ ਤੇ ਬ੍ਰਹਿਮੰਡ ਦੀ ਧੁਨੀ ਵਿਚ ਪਰਵਾਸੀ ਦਾ ਲੀਨ ਹੋਣਾ ਬਾਕੀ ਹੈ। ਉਸ ਸਾਹਿਬ ਦਾ ਪ੍ਰਕਾਸ਼ ਹਰ ਪਾਸੇ ਸਾਖਿਆਤ ਹੈ, ਉਹਦੇ ਰੰਗ ਵਿਚ ਖ਼ਾਕ ਹੋਣਾ ਬਾਕੀ ਹੈ...

ਬੇਰੁਜ਼ਗਾਰੀ, ਰਿਸ਼ਵਤਖ਼ੋਰੀ
ਖ਼ਾਨਾ-ਜੰਗੀ, ਦੰਗੋ-ਦੰਗੀ
ਧੱਕੇਸ਼ਾਹੀ, ਤਾਨਾਸ਼ਾਹੀ
ਕੁਰੱਪਸ਼ਨ, ਪ੍ਰਦੂਸ਼ਣ
ਸਰਕਾਰੀ ਕਰਬਲਾ
ਬਰਫ਼ 'ਚ ਉੱਗੇ ਅਮਲਤਾਸ/100

ਝੂਠਾ ਪੁਲਿਸ ਮੁਕਾਬਲਾ
ਛੜਯੰਤਰ, ਬਗ਼ਲਾ ਲੋਕਤੰਤਰ
ਮੈਂ ਮੰਗਿਆ ਦੇਸ ਨਿਕਾਲਾ
ਪਰਦੇਸ ਨੇ ਬਖ਼ਸ਼ਿਆ,
ਰੁਜ਼ਗਾਰ ਬੇਸ਼ੁਮਾਰ
ਇੱਜ਼ਤ ਦਾ ਇਕਰਾਰ
ਮਿਹਰਬਾਨੀ ਕਦਰਦਾਨੀ
ਸ਼ੁੱਧ ਹਵਾ ਅਤੇ ਪਾਣੀ,
ਨਿਰੰਤਰ ਸੁਤੰਤਰ ਲੋਕਤੰਤਰ

ਪਰ ਹੁਣ ਕਦੇ-ਕਦੇ...
ਇਨ੍ਹਾਂ ਸਭ ਨੂੰ ਨਿਗ਼ਲ ਜਾਂਦਾ ਹੈ,
ਵਡੇਰਿਆਂ ਦੀ ਫੇਰੀ ਤੋਂ ਲੱਖਾਂ ਮੀਲ ਦੂਰ ਬਣਿਆ
ਕਮਰਸ਼ਲ ਫਿਊਨਰਲ ਹੋਮ,
ਅਤੇ ਉਸ 'ਚ ਫੈਲੀ ਤਨਹਾਈ
ਉਦਾਸੀਆਂ ਤੋਂ ਬਾਦ
ਪੈਲੀ ਵਾਹੁੰਦੇ ਨਾਨਕ ਦਾ ਧਿਆਨ ਧਰ
ਮੈਂ ਅਕਾਦਮਿਕ ਚਿੰਤਨ 'ਚ ਡੁੱਬ ਜਾਂਦਾ ਹਾਂ
ਸੈਮਨ (Salmon) ਮੱਛੀ ਵੀ ਸਲਲ ਤੋਂ ਪਾਰ ਅੱਪੜ ਗਈ ਹੈ

ਉਂਜ ਵੱਸਦੇ-ਰਸਦੇ ਟੱਬਰ 'ਚ ਮੂੰਹ ਵੱਟੀ ਬੈਠਾ ਮਨੁੱਖ ਘਰ ਬੈਠਾ ਹੀ ਪਰਵਾਸ ਹੰਢਾਉਂਦਾ ਅਤੇ ਉਸ ਨਾਲੋਂ ਬਿਹਤਰ ਹੁੰਦਾ ਹੈ ਪਰਦੇਸ 'ਚ ਵਿਚਰਦਿਆਂ ਹੋਇਆਂ ਵੀ ਦੇਸ-ਪ੍ਰੇਮ ਦੀ ਧਾਰਾ 'ਚ ਵਗਦੇ ਰਹਿਣਾ। ਜਨਮ-ਭੌਂਇ ਨਾਲ ਜੁੜਨ ਦੀ ਤੜਫਣ ਚੁੰਬਕੀ ਹੈ। ਅਕਸਰ ਦੇਰ ਹੋ ਜਾਂਦੀ ਹੈ ਇਹ ਇਲਹਾਮ ਹੁੰਦੇ-ਹੁੰਦੇ ਕਿ ਜੀਵਨ ਕੇਵਲ ਜਨਮ ਅਤੇ ਮੌਤ ਦੇ ਦੋ ਮੀਲ-ਪੱਥਰਾਂ ਵਿਚਾਲੇ ਗੁਜ਼ਰੇ ਸਾਲਾਂ ਦਾ ਲੇਖਾ-ਜੋਖਾ ਹੀ ਨਹੀਂ ਹੁੰਦਾ। ਇਹ ਤਾਂ ਜਨਮਾਂ-ਜਨਮਾਂ ਦਾ ਸਫ਼ਰ ਹੈ। ਇਹਨੂੰ ਭਾਵੇਂ ਪੁਨਰਜਨਮ ਦੀ ਦੂਰਬੀਨ ਨਾਲ ਤੱਕੀਏ ਜਾਂ ਡਾਰਵਿਨ ਦੇ ਉਤਪਤੀ-ਸਿਧਾਂਤਾਂ ਅਨੁਸਾਰ ਅਤੇ ਜਾਂ ਫਿਰ ਡੀ.ਐੱਨ.ਏ. ਦੀ ਸੁਹਜ ਬਣਤਰ ਦੇ ਮੁਖੜੇ ਤੋਂ! ਮਨੁੱਖ, ਬਨਸਪਤੀ, ਜੀਵ-ਜੰਤ ਮੁੱਢ ਕਦੀਮ ਤੋਂ ਹੀ ਪਰਵਾਸ 'ਚ ਨੇ।

ਕਿਹੜੇ ਗ਼ਮ ਦੀ ਉਦਾਸੀ ਏ
ਪਾਣੀ ਦਿਆ ਬੁਲਬੁਲਿਆ
ਕਣ-ਕਣ ਪਰਵਾਸੀ ਏ

ਜੱਦੀ ਘਰ ਕਿਸ ਨੂੰ ਆਖੀਏ? ਇਸ ਧਰਤ ਨੂੰ ਜਾਂ ਇਸ ਅਪਰੰਪਰ ਬ੍ਰਹਿਮੰਡ ਨੂੰ ਜਾਂ ਫਿਰ ਉਸ ਸੰਸਾਰ ਨੂੰ ਜਿਹੜਾ ਅਸੀਂ ਅਜੇ ਖੋਜਣਾ ਹੈ। ਸਵਾਸ ਭਾਵੇਂ ਸਹਿਜੇ-ਸਹਿਜੇ ਮੁੱਕ ਜਾਣਗੇ, ਜੀਵਨ ਦੀ ਕਿਤਾਬ ਵਿਚ ਪਰਵਾਸ ਦਾ ਅਧਿਆਇ ਜਾਰੀ ਰਹੇਗਾ। ਜੁਗ ਪਲਟਣਗੇ, ਪਰਾਤਲ ਬਦਲਣਗੇ ਤੇ ਬਨਸਪਤੀ ਦੇ ਪਰਵਾਸ 'ਚੋਂ ਜਹਾਨ ਤੱਕੇਗਾ,

ਬਰਫ਼ 'ਚ ਉੱਗੇ ਅਮਲਤਾਸ...

੪ – ਬਰਫ਼ 'ਚ ਉੱਗੇ ਅਮਲਤਾਸ

ਮੱਛੀਆਂ ਸੜਕ ਉੱਤੇ ਦੌੜ ਰਹੀਆਂ ਹਨ। ਰੇਤ 'ਚ ਝੋਨਾ ਲਹਿਲਹਾ ਰਿਹਾ ਹੈ। ਮੇਪਲ ਸਿਰਪ (ਅਰਕ) ਨਾਲ ਭਿਉਂ ਕੇ ਬੱਚੇ ਮਾਹਲ-ਪੂੜੇ ਖਾ ਰਹੇ ਹਨ। ਠੰਢ ਤੋਂ ਡਰਦਾ ਨਿੰਬੂ ਦਾ ਬੂਟਾ ਸੋਲੇਰੀਅਮ 'ਚ ਰੱਖੇ ਗਮਲੇ 'ਚ ਹੀ ਸੰਤੁਸ਼ਟ ਹੈ। ਕੰਡੇ ਅਤੇ ਤੁੱਕੇ ਵਿਸਾਰ ਕੇ ਕਿੱਕਰ ਕ੍ਰਿਸਮਸ-ਟਰੀ ਬਣੀ ਖੜੋਤੀ ਹੈ। ਬੱਚੀ ਸ਼ਿਆਮਾਲਾ ਗੋਪਾਲਨ ਮਦਰਾਸ ਤੋਂ ਅਤੇ ਡੌਨਲਡ ਹੈਰਿਸ ਜਮਾਇਕਾ ਟਾਪੂ ਤੋਂ ਅਮਰੀਕਾ ਪੜ੍ਹਨ ਲਈ ਘਰੋਂ ਤੁਰ ਪਏ ਹਨ। ਮਦਰਾਸ ਅਤੇ ਜਮਾਇਕਾ ਦੇ ਇਸ਼ਕ 'ਚੋਂ ਪੈਦਾ ਹੋਈ ਕਮਲਾ ਹੈਰਿਸ ਅਮਰੀਕਾ ਦੀ ਉਪ-ਰਾਸ਼ਟਰਪਤੀ ਬਣ ਗਈ ਹੈ। ਬਰਫ਼ ਦੀ ਕੁੱਖ ਦੇ ਨਿੱਘ 'ਚੋਂ ਅਮਲਤਾਸ ਦੇ ਪੁੰਗਰਨ ਨਾਲ ਪਰਵਾਸ ਮੌਲਿਆ ਹੈ।

ਨੰਨ੍ਹੇ ਅਮਲਤਾਸ ਦੇ ਪਰਵਾਸੀ ਮਾਪਿਆਂ ਨੂੰ ਆਪਣੇ ਬਜ਼ੁਰਗਾਂ ਦੀਆਂ ਗੱਲਾਂ ਚੇਤੇ ਆ ਰਹੀਆਂ ਹਨ। ਕੁਝ ਕੁ ਸਾਲ, ਉਨ੍ਹਾਂ ਵੱਲੋਂ ਬੱਚਿਆਂ ਉੱਤੇ ਕਦਰਾਂ-ਕੀਮਤਾਂ ਦਾ ਮੁਲੰਮਾ ਚਾੜ੍ਹਨ ਦੀ ਮਿਹਨਤ ਚੰਗੇ ਨਤੀਜੇ ਦਿਖਾਉਂਦੀ ਹ। ਪਰ ਅਚਾਨਕ ਹਾਈ ਸਕੂਲ ਵਿਚ ਅਮਲਤਾਸ ਦੇ ਪੱਤਿਆਂ ਦੇ ਰੰਗ 'ਚ ਬਦਲਾਅ ਆਉਂਦਾ ਹੈ ਅਤੇ ਇਨ੍ਹਾਂ ਨਾਲ ਝੁਲਦੀ ਪੌਣ ਵੀ ਪੱਛਮੀ ਰੰਗਾਂ ਦੀ ਲੀਲ੍ਹਾ 'ਚ ਮੁਗਧ ਹੋ ਜਾਂਦੀ ਹੈ...

ਮਹਿਲ ਬਣਦੇ ਨੇ ਨੀਂਹਾਂ ਤੇ

ਮਾਪੇ ਬੇਚੈਨ ਹੋ ਗਏ

ਬੱਚੇ ਤੁਰਨ ਨਾ ਲੀਹਾਂ ਤੇ

ਬੱਚੇ ਤੁਰਨ ਕਿਉਂ ਲੀਹਾਂ ਤੇ?

ਨਵੀਂਆਂ ਨਿਕੋਰ ਸੱਧਰਾਂ

ਨਵੇਂ ਬੁਲਬੁਲੇ ਮੀਂਹਾਂ ਦੇ

ਸੰਗੀਤ ਦੀ ਜਮਾਤ

ਪਰਵਾਸੀ ਮੁਲਕ 'ਚ ਜੰਮੇ ਪਹਿਲੀ ਪੀੜ੍ਹੀ ਦੇ ਬੱਚਿਆਂ ਦੀ ਜ਼ਿੰਦਗੀ ਦਾ ਰੇਖਾ-ਚਿੱਤਰ ਅਣਗਿਣਤ ਹਾਲਤਾਂ 'ਤੇ ਨਿਰਭਰ ਕਰਦਾ ਹੈ। ਬੱਚਿਆਂ ਨੂੰ ਮੂਲ ਨਾਲ ਜੋੜਨ ਲਈ ਮਾਪੇ ਸਮਾਜਿਕ, ਸੱਭਿਆਚਾਰਕ ਤੇ ਧਾਰਮਿਕ ਸੰਸਥਾਵਾਂ ਦਾ ਸਹਾਰਾ ਭਾਲਦੇ ਹਨ। ਪਰ ਕਈ ਪਰਵਾਸੀ ਪਰਿਵਾਰ ਵਿਦੇਸ਼ੀ ਵਹਾਅ 'ਚ ਇੱਕ-ਮਿੱਕ ਹੋ ਕੇ ਵੀ ਵਗੀ ਤੁਰੇ ਜਾਂਦੇ ਹਨ। ਉਂਜ ਸ਼ੁਰੂ-ਸ਼ੁਰੂ ਵਿਚ ਪਰਵਾਸੀ ਬੱਚਿਆਂ ਦਾ ਕਵਿਤਾ, ਕੀਰਤਨ ਤੇ

ਪੁਰਾਤਨ ਸਾਜ਼ਾਂ ਪ੍ਰਤੀ ਮੋਹ ਮਾਪਿਆਂ ਦੇ ਸੁਫ਼ਨੇ ਸਾਕਾਰ ਕਰਨ 'ਚ ਵਧੀਆ ਭੂਮਿਕਾ
ਨਿਭਾਉਂਦਾ ਹੈ..

ਨਿੱਕੇ-ਨਿੱਕੇ ਬਾਲ
ਸੰਗੀਤ ਦੀ ਜਮਾਤ 'ਚ
ਵੱਖ-ਵੱਖ ਸੁਰਾਂ 'ਤੇ ਚੜ੍ਹਨ, ਉੱਤਰਨ
ਸਾ ਤੋਂ ਪਾ ਤੀਕਰ ਮਾਰਨ ਟਪੂਸੀਆਂ
ਟੀਚਰ ਟਿਕਾਅ-ਟਿਕਾਅ ਬਿਠਾਏ
ਪੌੜੀ-ਪੌੜੀ ਗਾ-ਗਾ ਸੁਰ ਸਿਖਾਏ

"ਸੁਰ" ਨੂੰ ਬਾਲ ਮਨਮੋਹਣੇ ਲੱਗਣ
ਉਹ ਸੰਗੀਤ ਦੇ ਨਿਜ਼ਾਮ ਨੂੰ ਤਿਆਗ
ਟੀਚਰ ਤੋਂ ਕੰਨੀ ਕਤਰਾ
ਬਾਲਾਂ ਦੀ ਤੋਤਲੀ ਧੁਨ 'ਚ
ਪੁੱਠੀਆਂ ਬਾਜ਼ੀਆਂ ਪਾਵੇ
ਰਚ ਮਿਚ ਜਾਵੇ

ਛੁੱਟੀ ਹੋਵੇ, ਬਾਲ ਬਿਰਖ ਥੱਲੇ ਖੇਡਣ
ਸੁਰ ਟਾਹਣੀ 'ਤੇ ਬਹਿ ਝੂਮੇ
ਟਾਹਣੀ ਸਹਿਜ ਹੁਲਾਰੇ ਖਾਵੇ
ਸੁਰ ਦੀ ਰੀਸ ਲਾਉਂਦੀਆਂ ਚਿੜੀਆਂ
ਕਾਟੋ ਵੀ ਗੋਡੇ 'ਤੇ ਗੋਡਾ ਲਾਵੇ
ਸਾਰੀ ਪਾਰਕ ਗਾਵੇ
ਬਾਲਾਂ ਦਾ ਹੋਮ-ਵਰਕ ਕਰਾਵੇ
ਸੁਰ, ਬਾਲ ਤੇ ਪੌਣ ਇਲਾਹੀ
ਖੇਡਣ ਛੁਹਣ ਛੁਹਾਈ
ਬੱਦਲੀ ਦੀ ਵੀ ਉੱਡੇ ਚੁੰਨੀ

ਬਾਲ ਮੁੜ-ਮੁੜ ਅੱਡੀਆਂ ਚੁੱਕਣ
ਫ਼ਲਕ ਨੂੰ ਨੇੜੇ ਹੋ-ਹੋ ਤੱਕਣ
ਸੁਰ ਸਤਰੰਗੀ ਪੀਂਘ ਹੋ ਜਾਵੇ
ਅੰਬਰ ਪੀਂਘ 'ਤੇ ਬਹਿ
ਘਸਰ-ਘਸਰ ਕੇ
ਬਾਲਾਂ ਸੰਗ ਆ ਜਾਵੇ
ਬੱਦਲਾਂ 'ਚ ਮਿਟ ਜਾਣ
ਦੁਮੇਲਾਂ, ਦਿਸਹੱਦੇ

ਮਾਪੇ ਕੰਮੀ ਕਾਰੀ ਰੁੱਝੇ
ਸਕੂਲੇ ਛੱਡਣ, ਸਕੂਲੋਂ ਚੁੱਕਣ
"ਬੱਚਿਆਂ" ਦੇ ਫ਼ਿਕਰ 'ਚ ਉਲਝੇ
ਮਹਿਤਾ ਕਾਲੂ ਵਾਂਗ

ਸਾਨੂੰ ਪੰਜਾਬੀ ਸਿਖਾਓ

ਪਰਵਾਸ 'ਚ ਮਾਂ-ਬੋਲੀ ਪੜ੍ਹਨੀ ਲਿਖਣੀ ਸਿਖਾਉਣ ਲਈ ਮਾਪਿਆਂ ਨੂੰ ਕਈ ਹੀਲੇ ਵਰਤਣੇ ਪੈਂਦੇ ਹਨ। ਆਪਣੀ ਸੁਝ ਮੁਤਾਬਕ ਕਈ ਮਾਪੇ ਫ਼ਿਲਮਾਂ ਜਾਂ ਟੀ.ਵੀ. ਸੀਰੀਅਲਾਂ ਥਾਣੀਂ ਮਾਂ-ਬੋਲੀ ਦਾ ਪ੍ਰਚਾਰ ਕਰਦੇ ਹਨ। ਕਈ ਧਾਰਮਿਕ ਸਥਾਨਾਂ 'ਚ ਲੱਗਦੇ ਕੈਂਪਾਂ ਦੇ ਜ਼ਰੀਏ ਬੱਚਿਆਂ ਨੂੰ ਜੜ੍ਹ ਨਾਲ ਜੋੜੀ ਰੱਖਣ ਦਾ ਉੱਦਮ ਕਰਦੇ ਹਨ। ਕਈ ਮਾਪੇ ਬੋਲੀ ਨਾਲ ਨੇੜਤਾ ਕਰਾਉਣ ਲਈ, ਸੰਗੀਤ, ਨਾਚ, ਕਵਿਤਾ, ਆਦਿਕ, ਦਾ ਸਹਾਰਾ ਲੈਂਦੇ ਹਨ। ਬਾਲ-ਕਵਿਤਾਵਾਂ ਜਦੋਂ ਇਹ ਬੱਚੇ ਤੋਤਲੀ ਮਾਂ-ਬੋਲੀ ਪੰਜਾਬੀ 'ਚ ਗਾਉਂਦੇ ਹਨ ਤਾਂ ਉਨ੍ਹਾਂ ਦਾ ਪਰਵਾਸ-ਰੰਗਾ ਉਚਾਰਨ ਹਵਾ 'ਚ ਮਿਸਰੀ ਘੋਲ ਦਿੰਦਾ ਹੈ।

ਮਈ ਲਾਂਗ ਵੀਕੈਂਡ ਨੂੰ ਮਾਂਟਰੀਅਲ 'ਚ ਹਰ ਸਾਲ ਨਗਰ-ਕੀਰਤਨ ਦਾ ਪ੍ਰੋਗਰਾਮ ਹੁੰਦਾ। ਇੱਦਣ ਹਜ਼ਾਰਾਂ ਹੀ ਸੰਗਤਾਂ ਕਿਊਬਕ ਨੂੰ ਨੀਲੇ ਤੇ ਕੇਸਰੀ ਰੰਗਾਂ 'ਚ ਰੰਗਦੀਆਂ। ਨਿਆਣੇ ਸਾਲ-ਭਰ ਨਗਰ-ਕੀਰਤਨ ਨੂੰ ਉਡੀਕਦੇ। ਖਾਣ-ਪੀਣ ਦੀਆਂ ਬਾਹਲੀਆਂ ਮੌਜਾਂ ਲੱਗਦੀਆਂ। ਪੰਜਾਬੀ ਹੈਰੀਟੇਜ ਫ਼ਾਊਂਡੇਸ਼ਨ ਔਟਵਾ ਤੋਂ ਸਾਡੇ ਪੰਜਾਬੀ ਹਾਇਕੂ ਦੇ ਅਲੰਬਰਦਾਰ ਪਿਆਰੇ ਅਮਰਜੀਤ ਸਾਥੀ ਜੀ ਦਾ ਸੱਦਾ ਆਇਆ ਕਿ ਕਨੇਡਾ ਦੀ ਰਾਜਧਾਨੀ 'ਚ ਉੱਤਰੀ ਅਮਰੀਕਾ 'ਚੋਂ ਸੁਲਝੇ ਸਾਹਿਤਕਾਰ, ਕਵੀ ਤੇ

ਵਿਦਵਾਨ ਪੰਜਾਬੀ ਭਾਸ਼ਾ ਦੀ ਕਾਨਫਰੰਸ 'ਚ ਸ਼ਿਰਕਤ ਕਰਨ ਲਈ ਪਹੁੰਚ ਰਹੇ ਨੇ। ਇਨ੍ਹਾਂ ਦਿਨਾਂ 'ਚ ਔਟਵਾ, ਟਿਊਲਿਪ ਫੁੱਲਾਂ ਨਾਲ ਲੱਦਿਆ, ਭਰ ਜੋਬਨ 'ਚ ਹੁੰਦਾ। ਸ਼ਾਮ ਨੂੰ ਨੀਟਾ ਬਲਵਿੰਦਰ ਨੇ ਮੰਚ ਬੰਨ੍ਹਿਆ ਤੇ ਨਾਮਵਰ ਕਵੀ ਨਜ਼ਮੋ-ਨਜ਼ਮੀ ਹੋ ਉੱਠੇ। ਨਾਲ-ਨਾਲ ਗੀਤ-ਗ਼ਜ਼ਲ ਤੇ ਹਾਇਕੂ-ਹਾਇਕੂ ਵੀ ਹੋਈ। ਮਨਸੀਰਤ ਲਈ ਇਹ ਕਵਿਤਾ, "ਸਾਨੂੰ ਪੰਜਾਬੀ ਪੜ੍ਹਾਓ", ਮੈਂ ਅਜੇ ਤਾਜ਼ੀ-ਤਾਜ਼ੀ ਹੀ ਲਿਖੀ ਸੀ। ਬੜੀ ਕੋਸ਼ਿਸ਼ ਕਰ ਕੇ ਵੀ ਉਸ ਕੋਲੋਂ "ਪੜ੍ਹਾਓ" ਦਾ ਉਚਾਰਨ ਲੋਟ ਨਹੀਂ ਸੀ ਆ ਰਿਹਾ। ਉਹਨੇ ਇਹ ਨਜ਼ਮ "ਸਾਨੂੰ ਪੰਜਾਬੀ ਸਿਖਾਓ" ਕਹਿ ਕੇ ਪੜ੍ਹੀ। ਸਭ ਨੇ ਵਾਹਵਾ ਪਸੰਦ ਕੀਤੀ।

ਸ਼੍ਰੋਮਣੀ ਸਾਹਿਤਕਾਰ ਸ. ਵਰਿਆਮ ਸੰਧੂ ਜੀ ਆਡੀਟੋਰੀਅਮ 'ਚ ਸਾਡੇ ਤੋਂ ਮਗਰਲੀ ਕਤਾਰ 'ਚ ਬਿਲਕੁਲ ਕੋਲ ਹੀ ਬੈਠੇ ਸਨ। ਉਨ੍ਹਾਂ ਦੀ ਤੇਜ-ਤਰਾਰ ਨਿਗ੍ਹਾ ਕਵਿਤਾ ਵਾਲੇ ਪੇਪਰ 'ਤੇ ਪਈ! ਪੰਜਾਬੀ ਸਿਖਾਓ ਦਾ ਹੋਕਾ ਦੇਣ ਵਾਲੀ ਕਵਿਤਾ ਨੂੰ ਰੋਮਨ ਅੱਖਰਾਂ 'ਚ ਲਿਖੀ ਵੇਖ ਕੇ ਉਨ੍ਹਾਂ ਤੋਂ ਰਿਹਾ ਨਾ ਗਿਆ। ਉਨ੍ਹਾਂ ਦੀ ਇਸ ਵਿਅੰਗਮਈ ਟਿੱਪਣੀ ਤੋਂ ਬਾਅਦ ਮਨਸੀਰਤ ਨੂੰ ਪੰਜਾਬੀ ਲਿਖਣੀ ਪੜ੍ਹਨੀ ਧੂਅ ਦੇ ਕੇ ਆ ਗਈ। ਭਵਿੱਖ 'ਚ ਉਹਨੇ ਕਵਿਤਾ ਤੇ ਕੀਰਤਨ ਵੇਲੇ ਗੁਰਮੁਖੀ ਸਕਰਿਪਟ ਹੀ ਵਰਤੀ। ਤਾੜੀਆਂ ਦੀ ਵਾਹ-ਵਾਹ ਉਸ ਵੇਲੇ ਦਿਲ ਵਧਾਉ ਤਾਂ ਸੀ ਪਰ ਸੰਧੂ ਸਾਹਿਬ ਦੀ ਟਿੱਪਣੀ ਨੇ ਅੱਠ ਸਾਲ ਦੀ ਮਨਸੀਰਤ ਨੂੰ ਸਦਾ ਲਈ ਪੰਜਾਬੀ ਭਾਸ਼ਾ ਨਾਲ ਜੋੜ ਦਿੱਤਾ...

ਫੁਲਕੇ ਛੱਡ ਭਾਵੇਂ ਬਰਗਰ ਖਾਓ

ਬਾਟਾ ਦੀ ਥਾਂ ਨਾਈਕੀ (Nike) ਪਾਓ

ਪਰ ਸਾਨੂੰ ਪੰਜਾਬੀ ਸਿਖਾਓ

ਮੰਨਿਆਂ ਟਾਈਮ ਦੀ ਕਮੀ ਹੈ ਸਾਰੀ

ਘਰ ਦੀ ਕਿਸ਼ਤ ਵੀ ਹੈ ਕੁਝ ਭਾਰੀ

ਸ਼ਾਪਿੰਗ ਭਾਵੇਂ ਘੱਟ ਕਰਾਓ

ਪਰ ਸਾਨੂੰ ਪੰਜਾਬੀ ਸਿਖਾਓ

ਮੰਮੀ ਪਾਪਾ ਅੰਗਰੇਜ਼ੀ ਬੋਲਣ

ਟੀਚਰ ਫ਼ੈਂਚ ਦੀਆਂ ਗੰਢਾਂ ਖੋਲ੍ਹਣ

ਯਮਲੇ ਦਾ ਕੋਈ ਗੀਤ ਸੁਣਾਓ

ਸਾਨੂੰ ਪੰਜਾਬੀ ਸਿਖਾਓ

ਸੋਹਣਾ ਸੂਟ-ਬੂਟ, ਸੋਹਣਾ ਘਰ-ਬਾਰ

ਜੇਬ ਤੋਂ ਵੀ ਵੱਡੀ, ਹੋਵੇ ਮੇਰੀ ਕਾਰ

ਰੇਸਾਂ ਭਾਵੇਂ ਘੱਟ ਲਗਾਓ

ਪਰ ਸਾਨੂੰ ਪੰਜਾਬੀ ਸਿਖਾਓ

ਬਾਣੀ ਦੇ ਮਿੱਠ-ਬੋਲ ਪੰਜਾਬੀ

ਦਿਲ ਦੇ ਬਹੁਤ ਹੀ ਕੋਲ਼ ਪੰਜਾਬੀ

ਬੋਲਣ ਤੋਂ ਇਹਨੂੰ ਨਾ ਸ਼ਰਮਾਓ

ਸਾਨੂੰ ਪੰਜਾਬੀ ਸਿਖਾਓ

ਫੁਲਕੇ ਛੱਡ ਭਾਵੇਂ ਬਰਗਰ ਖਾਓ

ਬਾਟਾ ਦੀ ਥਾਂ ਨਾਈਕੀ ਪਾਓ

ਪਰ ਸਾਨੂੰ ਪੰਜਾਬੀ ਸਿਖਾਓ

ਉਮਰੋਂ ਵੱਡੀ

ਹਰ ਨਿੱਕੇ-ਵੱਡੇ ਪ੍ਰੋਜੈਕਟ ਅੰਤਰਗਤ ਟੀਮ ਵਿਚ ਜਦੋਂ ਕੋਈ ਨਵਾਂ ਕਰਮਚਾਰੀ ਸ਼ਾਮਲ ਹੁੰਦਾ ਹੈ ਤਾਂ ਸਹਿਕਰਮੀਆਂ 'ਚ ਹਲਚਲ ਮੱਚ ਜਾਂਦੀ ਹੈ। ਬੇਸ਼ੱਕ ਕਿਸੇ ਵੀ ਸੰਸਥਾਗਤ ਸੱਭਿਆਚਾਰ ਲਈ ਇਕਸਾਰਤਾ, ਵਿਭਿੰਨਤਾ ਅਤੇ ਸ਼ਮੂਲੀਅਤ ਕਾਮਯਾਬੀ ਦੇ ਤਿੰਨ ਥੰਮ੍ਹ ਹਨ ਪਰ ਨਵੇਂ ਸਹਿਕਰਮੀ ਨਾਲ ਭਿੱਜਦਿਆਂ ਸਮਾਂ ਤਾਂ ਲੱਗਦਾ ਹੀ ਹੈ। ਸਮੂਹਿਕ ਸ਼ਮੂਲੀਅਤ ਦੀਆਂ ਕਦਰਾਂ-ਕੀਮਤਾਂ ਨੂੰ ਕਾਇਮ ਰੱਖਣ ਲਈ ਸੰਸਥਾ ਦੀ ਵਚਨਬੱਧਤਾ ਛੇਤੀ ਹੀ ਰੰਗ ਲਿਆਉਂਦੀ ਹੈ, ਨਵੇਂ ਸੰਬੰਧ ਸਿਰਜੇ ਜਾਂਦੇ ਹਨ, ਸਮਾਂ-ਪ੍ਰਣਾਲੀ ਵਿਚ ਰਹਿ ਕੇ ਪ੍ਰੋਜੈਕਟ ਦੀ ਕਾਰਗੁਜ਼ਾਰੀ 'ਚ ਇਜ਼ਾਫਾ ਹੁੰਦਾ ਹੈ ਅਤੇ ਛੋਟੇ-ਵੱਡੇ ਪ੍ਰੋਜੈਕਟ ਮਾਲਕ ਦੇ ਪ੍ਰਵਾਨ ਚੜ੍ਹਦੇ ਹਨ।

ਪਰਿਵਾਰ 'ਚ ਨਵੀਂ ਨੂੰਹ, ਜੁਆਈ ਦੇ ਆਉਣ ਨਾਲ ਵੀ ਕਈ ਕੁਝ ਬਦਲ ਜਾਂਦਾ ਹੈ। ਉਨ੍ਹਾਂ ਵੇਲ਼ਿਆਂ 'ਚ ਤਾਜ਼ਾ-ਤਾਜ਼ਾ ਸਹੁਰਾ ਬਣਿਆ ਬਾਪੂ ਸੁੱਖਾਂ ਲੱਦੀ ਨਵੀਂ ਨੂੰਹ ਦੇ ਆਗਮਨ ਨਾਲ ਸਵੇਰ-ਸ਼ਾਮ ਖੰਘੂਰੇ ਮਾਰਨੋਂ ਨਹੀਂ ਸੀ ਹਟਦਾ ਹੁੰਦਾ ਤਾਂ ਜੋ ਨਵ ਵਿਆਹੀ ਚਾਣਚੱਕ ਉਹਨੂੰ ਦੇਖ ਕੇ ਤ੍ਰਭਕ ਹੀ ਨਾ ਜਾਵੇ। ਦੂਜੇ ਪਾਸੇ ਨਵੀਂ-ਨਵੀਂ ਸੱਸ

ਬਣੀਂ ਬੇਬੇ ਜਵਾਈ-ਭਾਈ ਮੂਹਰੇ ਸਿਰ ਤੋਂ ਦੁਪੱਟਾ ਸੁਆਰਦੀ ਨਹੀਂ ਸੀ ਹੰਢਦੀ। ਵਕਤ ਨੇ ਪਾਸਾ ਲਿਆ, ਪਰਵਾਸ 'ਚ ਭਾਈਚਾਰੇ ਦਾ "ਸਾਈਜ਼" ਬਹੁਤ ਸੁੰਗੜ ਗਿਆ। ਜੀਵਨ ਦੇ ਹਰ ਪੜਾਅ 'ਚ ਨਵੇਂ ਅਹਿਸਾਸ ਜ਼ਰੂਰਤਾਂ ਵਾਂਗ ਪੈਦਾ ਹੋਣ ਲੱਗੇ। ਜਿਹੜੀਆਂ ਜ਼ਿੰਮੇਵਾਰੀਆਂ ਆਂਢ-ਗੁਆਂਢ ਅਤੇ ਸੱਜਣ-ਮਿੱਤਰ ਮੁਫ਼ਤ 'ਚ ਨਿਭਾ ਦਿਆ ਕਰਦੇ ਸਨ, ਪਰਵਾਸ 'ਚ ਉਹ ਪੈਸੇ ਦੇ ਕੇ ਵੀ ਨਹੀਂ ਖਰੀਦੀਆਂ ਜਾ ਸਕਦੀਆਂ। ਸਾਨੂੰ ਵੀ ਅੰਵਾਣੇ ਮਾਪਿਆਂ ਨੂੰ ਪਤਾ ਹੀ ਨਾ ਲੱਗਾ ਕਿ ਕਦੋਂ ਸਾਡੀ ਤਿੰਨਾਂ ਵਰ੍ਹਿਆਂ ਦੀ ਨੰਨ੍ਹੀ ਪਰੀ ਮਨਸੀਰਤ ਫੁੱਲ-ਕਿਆਰੀਆਂ, ਸਤਰੰਗੀ ਪੀਂਘਾਂ ਅਤੇ ਤਿਤਲੀ-ਖੰਭਾਂ ਵੱਲੋਂ ਉਸਾਰੀ ਸਮਾਂ-ਰੇਖਾ ਚੁੱਪ-ਚੁਪੀਤੇ ਫ਼ਰਲਾਂਗ ਕੇ ਨਵੀਂ ਬੇਬੀ ਨਿਮਰਤ ਦੀ ਵੱਡੀ ਭੈਣ ਬਣ ਗਈ। ਅਚਾਨਕ ਘਰ ਵਿਚ ਬਹੁਤ ਕੁਝ ਬਦਲ ਗਿਆ...

ਚਾਈਂ-ਚਾਈਂ
ਤਿੰਨ ਵਰ੍ਹਿਆਂ ਦੀ ਨਿੱਕੀ
ਨਵ-ਜੰਮੀ ਭੈਣ ਨੂੰ
ਹਸਪਤਾਲੋਂ ਘਰ ਲੈ ਆਈ

ਛੂਟੇ-ਮਾਟੇ ਝਾਤੇ-ਮਾਤੇ ਕਰਦੀ
ਹਵਾ 'ਚ ਨਗ਼ਮੇ ਭਰਦੀ
ਮੰਮੀ ਪਾਪਾ ਦੇ ਹੱਥ ਬਣਕੇ
ਸੀਰੀਅਸ ਫੇਸ ਬਣਾ ਕੇ
ਤੁਰਦੀ ਫਿਰਦੀ, ਛੋਟੇ-ਮੋਟੇ ਸੱਭੇ ਕੰਮ ਕਰਦੀ

ਇਹ ਤਿੰਨ ਸਾਲਾਂ ਦੀ ਨਿੱਕੀ
ਨਵ-ਜੰਮੀ ਦੀ ਵੱਡੀ ਭੈਣ
ਸ਼ਾਮੀਂ ਥੱਕ ਕੇ ਸੌਂ ਗਈ
ਰਾਤੋ ਰਾਤ, ਮਾਪਿਆਂ ਨਜ਼ਰੇ
ਉਮਰੋਂ ਵੱਡੀ ਹੋ ਗਈ

ਕਦੇ-ਕਦੇ ਉਹ ਖਾਂਦੀ ਝਿੜਕਾਂ
ਰੁਕ ਜਾਂਦੀ ਖੇਡਾਂ ਕਰਦੀ

ਛੋਟੀ ਨੂੰ ਮਮਤਾ ਵਰਤਾਉਂਦੀ
ਸਿਆਣ-ਪੁਣੇ ਜਿਹੇ ਪਿੰਜਰੇ ਅੰਦਰ
ਸ਼ਰਾਰਤ ਕਰਨੋਂ ਡਰਦੀ

ਛੋਟੀ ਹੋਈ ਦਸ ਵਰ੍ਹਿਆਂ ਦੀ
ਅਜੇ ਵੀ, ਬਾਲ-ਪੁਣੇ ਵਿਚ ਰਹਿੰਦੀ
ਇੱਲਤ ਮਿਜਾਜ਼ੀ ਕਰਦੀ
ਨਿੱਕੀ, ਹਲਕਾ ਹਲਕਾ ਹੱਸਦੀ
ਉਹਨੂੰ ਕੁਝ ਨਾ ਕਹਿੰਦੀ

ਛੋਟੇ ਬੱਚੇ ਤਿੜ-ਫਿੜ ਕਰਦੇ
ਸਾਰੀ ਉਮਰ ਜਤਾਉਂਦੇ
"ਉੱਚੇ ਝੱਗੇ, ਰਿਟਾਇਰ ਖਿਡੌਣੇ
ਕਿਉਂ ਸਾਡੇ ਈ ਹਿੱਸੇ ਆਉਂਦੇ?"

"ਨਿੱਕੀ"... ਕਦੇ ਨਾ ਪੁੱਛਦੀ
ਕੌਣ ਨਿਗਲ ਗਿਆ ਉਹਦਾ "ਨਿੱਕੀ" ਹੋਣਾ
ਭੁੱਲ ਗਿਆ ਮੰਮੀ ਪਾਪਾ ਨੂੰ ਵੀ ਉਹਦਾ
ਨਿੱਕੀ ਵਾਂਗੂ ਹੱਸਣਾ
ਨਿੱਕੀ ਵਾਂਗੂ ਰੋਣਾ

ਬੱਚੇ ਹੁੰਦੇ ਫੁੱਲਾਂ ਵਰਗੇ
ਪੌਣ ਸੁਗੰਧੀਆਂ ਭਰਦੇ
ਮਾਪੇ ਰੁੱਝੇ ਕੰਮੀਂ ਕਾਰੀਂ
ਮਸਰੂਫ਼ ਸਮੁੰਦਰ ਤਰਦੇ

ਪਲੂਟੋ ਤੋਂ ਅੱਗੇ

ਅੱਜ ਮਨਸੀਰਤ ਦੀ ਕਿੰਡਰਗਰਟਨ ਵਾਲੀ ਅਧਿਆਪਕਾ, ਸਟੈਫਨੀ, ਨੇ ਗਲੋਬ ਨਾਲ ਬੱਚਿਆਂ ਨੂੰ ਸਾਰੇ ਜਹਾਨ ਦੀ ਯਾਤਰਾ ਕਰਾਈ ਹੈ। ਸਨਿੱਚਰਵਾਰ ਦੀ ਛੁੱਟੀ ਹੈ ਤੇ

ਸਾਝਰੇ ਹੀ ਬੇਟੀ ਮਨਸੀਰਤ ਮੇਰੇ ਪਿੱਛੇ-ਪਿੱਛੇ ਗਲੋਬ ਫੜ ਕੇ ਘੁੰਮਣ ਲੱਗੀ। ਚਾਹ-ਪਾਣੀ ਤੋਂ ਪਹਿਲਾਂ ਹੀ ਮੈਂ ਤੇ ਉਹ ਗਲੋਬ ਦੁਆਲੇ ਹੋ ਗਏ ਹਾਂ। ਮਨਸੀਰਤ ਦੇ ਸਵਾਲ ਦਗਦੇ ਸੂਰਜ ਦੇ ਚੜ੍ਹਾਅ ਵਾਂਗ ਦਸਤਕ ਦੇ ਰਹੇ ਹਨ। ਮੇਰੇ ਜਵਾਬ ਨਮੋਸ਼ੀ 'ਚ ਸੁੰਗੜ ਰਹੇ ਹਨ। ਅੱਜ ਮੈਨੂੰ ਪਹਿਲੀ ਵਾਰ ਅਗਾਧ ਦਾ ਅਹਿਸਾਸ ਜਿਹਾ ਹੋ ਰਿਹਾ ਹੈ...

ਮੈਂ ਪੌੜੀਆਂ ਚੜ੍ਹ
ਘਰ ਹੋਮ-ਆਫਿਸ ਵਾਲੇ ਕਮਰੇ ਵੱਲ ਜਾਂਦਾਂ
ਨਿੱਕੀ ਗਲੋਬ ਚੁੱਕੀ ਮੇਰੇ ਪਿੱਛੇ-2 ਭੱਜਦੀ ਹੈ
"ਪਾਧਾ...ਪਾਧਾ..."
"ਮਾਰਸ ਤੋਂ ਅੱਗੇ ਕੀ ਹੈ?, ਜੁਪੀਟਰ
"ਜੁਪੀਟਰ ਤੋਂ ਅੱਗੇ?" ਸਾਟਰਨ,
"ਉਸ ਤੋਂ ਅੱਗੇ?"
ਯੂਰੇਨਸ, ਨੈਪਚੂਨ ਤੇ ਪਲੂਟੋ ...
ਕਹਿੰਦਾ-ਕਹਿੰਦਾ
ਮੈਂ ਅੱਧੀ ਪੌੜੀ ਚੜ੍ਹ ਚੁੱਕਾਂ ਹਾਂ

"ਪਾਧਾ, ਪਲੂਟੋ ਤੋਂ ਅੱਗੇ?"
"ਪਾਧਾ, ਪਲੂਟੋ ਤੋਂ ਅੱਗੇ ਕੀ...?"
ਉਹਨੇ ਰਟ ਲਾ ਲਈ...
ਮੈਂ ਫੋਨ ਤੇ ਈ-ਮੇਲਾਂ ਪੜ੍ਹਦਾ-ਪੜ੍ਹਦਾ, ਪਹੁੰਚ ਗਿਆ
ਹੋਮ-ਆਫਿਸ

ਨਿੱਕੀ..
ਪੋਲੇ ਪੋਲੇ ਪੱਬ ਧਰਦੀ,
ਪਲੂਟੋ-ਪਲੂਟੋ ਕਰਦੀ, ਜਾ ਪਹੁੰਚੀ
ਜਪੁ ਜੀ ਕੋਲ...

ਸਟੋਰੀ-ਟਾਈਮ

ਕਹਾਣੀ ਪੜ੍ਹਨ ਦਾ ਸਫ਼ਰ ਕਹਾਣੀ ਦੀ ਲੰਬਾਈ ਤੋਂ ਕਿਤੇ ਵਧੀਕ ਹੁੰਦਾ ਹੈ। ਸ਼ੁਰੂ 'ਚ ਕਹਾਣੀ, ਪੜ੍ਹਨ ਵਾਲੇ ਲਈ ਕੁਝ ਸਫ਼ਿਆਂ ਦੀ ਲਿਖਤ ਹੁੰਦੀ ਹੈ ਤੇ ਵਿਚ ਐਵੀਂ-ਮੁੱਚੀ ਦੇ ਪਾਤਰ ਹੁੰਦੇ ਹਨ। ਮੱਧ 'ਚ ਜਾ ਕੇ ਇਨ੍ਹਾਂ ਪਾਤਰਾਂ ਤੇ ਘਟਨਾਵਾਂ ਨਾਲ ਸਾਡੇ ਰਿਸ਼ਤੇ ਜੁੜਨੇ ਸ਼ੁਰੂ ਹੋ ਜਾਂਦੇ ਹਨ। ਅੰਤਲੇ ਸਫ਼ਿਆਂ ਤੇ ਪਹੁੰਚਦੇ-ਪਹੁੰਚਦੇ ਅਸੀਂ ਵੀ ਕਥਾ ਦੇ ਪਾਤਰ ਬਣ ਜਾਂਦੇ ਹਾਂ। ਇੰਜ ਬਦਲ ਸਕਦੀ ਹੈ ਸਮਾਜ ਨੂੰ, ਇੱਕ ਕਹਾਣੀ। ਪਰ ਪੜ੍ਹਨ ਦੀ ਬਜਾਏ ਰਾਤ ਨੂੰ ਕੋਠੇ ਤੇ ਸੌਂਦੇ ਵੇਲੇ, ਤਾਰਿਆਂ ਵੱਲ ਤੱਕਦਿਆਂ ਬੇਬੇ ਦੀ ਬੁੱਕਲ 'ਚ ਸੁਣੀ ਕਹਾਣੀ ਕਈ-ਕਈ ਪੁਸ਼ਤਾਂ ਬਦਲ ਸਕਦੀ ਹੈ ਤੇ ਦੂਜੇ ਗ੍ਰਹਿਆਂ ਤੇ ਵੱਸਦੇ ਸੰਸਾਰ ਵੱਲ ਜਾਂਦਾ ਰਾਹ ਰੁਸ਼ਨਾ ਸਕਦੀ ਹੈ...

ਸਿਟੀ ਲਾਇਬ੍ਰੇਰੀ 'ਚ ਹਰ ਹਫ਼ਤੇ
ਬੇਟੀ ਨਿਮਰਤ ਨਾਲ ਸਟੋਰੀ-ਟਾਈਮ 'ਤੇ ਜਾਂਦਾ ਹਾਂ
ਟੀਚਰ ਮੱਧਮ ਰੌਸ਼ਨੀ 'ਚ ਅਵਾਜ਼ਾਂ ਬਦਲ-ਬਦਲ ਕੇ
ਮਿੱਠੀ ਕਹਾਣੀ ਸੁਣਾਉਂਦੀ ਹੈ

ਘਰ ਪਰਤਦੇ ਵੇਲੇ
ਚੌਰਾਹੇ 'ਚ ਹਰੀ ਬੱਤੀ ਦੀ ਉਡੀਕ ਕਰਦਾ
ਅਚਾਨਕ ਮਨ ਹੀ ਮਨ, ਮੈਂ
ਵਾਪਸ ਸਟੋਰੀ-ਟਾਈਮ 'ਚ ਪਹੁੰਚ ਜਾਂਦਾ ਹਾਂ
ਇੱਕ ਵੱਖਰੇ ਸਟੋਰੀ-ਟਾਈਮ 'ਚ

ਸਾਂਝੇ ਵਿਹੜੇ 'ਚ ਮੰਜਿਆਂ ਦੀ ਡਾਰ
ਛਣਕ ਰਹੇ ਪੱਖੀਆਂ ਦੇ ਘੁੰਗਰੂ
ਟਟਹਿਣਿਆਂ ਦਾ ਅੱਖ-ਮਟੱਕਾ
'ਤੇ ਤਾਰਿਆਂ ਦੀ ਖੇਸੀ ਹੇਠਾਂ
ਮੈਂ ਤਾਈ ਬਚਨੀ ਤੋਂ
ਰਾਜੇ ਰਾਣੀ ਵਾਲੀ ਬਾਤ ਸੁਣਦਾ ਹਾਂ...
ਫਿਰ ਟਪੂਸੀ ਮਾਰ ਕੇ
ਦਾਦੀ ਦੇ ਮੰਜੇ 'ਤੇ ਜਾਣ ਲੱਗਦਾ ਹਾਂ

ਤਾਂ ਪਿੱਛੋਂ ਹਾਰਨ ਵੱਜਦਾ ਹੈ...
ਚੌਕ ਦੀ ਬੱਤੀ ਹਰੀ ਹੋ ਗਈ ਹੈ

ਅਗਲੇ ਸ਼ਨੀਵਾਰ,
ਬਾਲਾਂ ਲਈ, ਨਵੀਂ ਟੀਚਰ
ਇੱਕ ਨਵੀਂ ਸਟੋਰੀ ਲੈ ਕੇ ਆਵੇਗੀ
ਪਰ ਤਾਈ ਬਚਨੀ ਹੁਣ ਮੈਨੂੰ
ਹੋਰ ਬਾਤਾਂ ਨਹੀਂ ਸੁਣਾਵੇਗੀ

ਬਾਤ ਨੂੰ 'ਕੱਲੀ ਛੱਡ
ਉਹ ਜਦੋਂ ਦੀ ਸੁਰਗਵਾਸ ਹੋਈ ਐ
ਬਾਤ ਸਾਂਝੇ ਵਿਹੜੇ 'ਚੋਂ ਉੱਡ ਕੇ
ਲਾਇਬ੍ਰੇਰੀ 'ਚ ਆ ਗਈ ਹੈ
ਉਹ ਘਰ ਵਾਪਸ ਨਹੀਂ ਜਾਵੇਗੀ
ਉਹਨੂੰ ਬਾਤ ਨਾਲੋਂ ਸਟੋਰੀ ਅਖਵਾਉਣਾ
ਮਾਡਰਨ ਲੱਗਦਾ ਹੈ
ਨਿਮਰਤ ਨੂੰ ਵੀ, ਸਟੋਰੀ
ਬਹੁਤ ਸੋਹਣੀ ਲੱਗਦੀ ਹੈ

ਮਾਂ–ਬੋਲੀ(ਆਂ)

ਬਹੁ-ਭਾਸ਼ੀ ਸਮਾਜਿਕ ਮਾਹੌਲ 'ਚ ਬੱਚੇ ਹਰ ਮਾਧਿਅਮ ਦਾ ਰੱਜ ਕੇ ਫ਼ਾਇਦਾ ਲੈਂਦੇ ਹਨ। ਸਕੂਲ ਵਿਚ ਬੱਚਿਆਂ ਦਾ ਦੇਸ਼ ਦੀ ਮੁੱਖ ਭਾਸ਼ਾ ਤੋਂ ਇਲਾਵਾ ਕਈ ਹੋਰ ਮੁਲਕਾਂ ਦੇ ਪਰਵਾਸੀ ਬੱਚਿਆਂ ਅਤੇ ਅਧਿਆਪਕਾਂ ਨਾਲ ਮੇਲ ਹੁੰਦਾ ਹੈ। ਉਨ੍ਹਾਂ ਦੀ ਜੀਭ ਦੀਆਂ ਮਾਸ-ਪੇਸ਼ੀਆਂ ਦੀ ਵਾਹਵਾ ਕਸਰਤ ਹੁੰਦੀ ਹੈ। ਬਹੁ-ਸੱਭਿਆਚਾਰਕ ਮੇਲ-ਜੋਲ ਵਧਣ ਨਾਲ ਦਿਮਾਗ਼ੀ ਵਿਕਾਸ ਵਧੀਆ ਹੁੰਦਾ ਹੈ ਅਤੇ ਮਾਨਵ ਰਿਸ਼ਤਿਆਂ ਦੀ ਤਬੀਅਤ ਰਿਸ਼ਟ-ਪੁਸ਼ਟ ਰਹਿੰਦੀ ਹੈ। ਪਰ ਸ਼ਰਤ ਇਹ ਕਿ ਪਰਵਾਸੀ ਬੱਚੇ ਪੁਰਖਿਆਂ ਦੀ ਬੋਲੀ ਨਾਲ ਵੀ ਦੱਬ ਕੇ ਤੇਹ ਰੱਖਣ। ਆਪਣੀ ਜੇਬ ਵਿਚਲਾ ਰੁਪਈਆ ਸਾਂਭ ਕੇ ਰੱਖਣ।

ਭਰੂਣ ਅਵਸਥਾ ਤੋਂ ਲੈ ਕੇ ਜਨਮ ਤੀਕਰ ਸੁਣੀ ਭਾਸ਼ਾ ਦਾ ਨਾੜੂਆ ਟੁੱਟ ਜਾਵੇ ਤਾਂ ਜੀਵਨ ਦੀ ਕਵਿਤਾ ਨੂੰ ਵੀ ਖ਼ੁਰਾਕ ਨਹੀਂ ਪਹੁੰਚਦੀ ਤੇ ਉਹ ਜੜ੍ਹੋਂ ਕਮਜ਼ੋਰ ਪੈ ਜਾਂਦੀ ਹੈ।

ਮਾਂ-ਬੋਲੀ ਦੇ ਸ਼ਬਦ-ਕੂਪ 'ਚੋਂ
ਖ਼ਾਲੀ ਪਰਤ ਆਈਆਂ ਨੇ ਟਿੰਡਾਂ
ਗੁਜ਼ਾਰੇ ਜੋਗੇ ਦੋ ਲਫ਼ਜ਼ ਵੀ ਨਾ ਅਹੁੜੇ
ਬੰਜਰ ਦਿਲ ਦੀ ਧਰਤ 'ਤੇ ਕਵਿਤਾ ਜੰਮਣ ਲਈ
ਮੈਂ ਦੂਣਾ-ਚੌਣਾ ਵਿਆਜ ਭਰ
ਉਧਾਰ ਫੜੀ ਭਾਸ਼ਾ ਦੇ 'ਔਰਗੈਨਿਕ-ਬੀਅ' ਖਿਲਾਰਾਂ
ਵਟਾਈ 'ਤੇ ਲਏ ਬੇਗਾਨੇ ਖੱਤੇ 'ਚ
ਕਦੇ ਦੇਵਾਂ ਪਨੀਰੀ ਨੂੰ ਛੰਦ ਤਰਤੀਬਾਂ
ਕਦੇ ਛਿੜਕਾਂ ਆਕਸਫੋਰਡ ਦੀਆਂ ਖਾਦਾਂ
ਕਦੇ ਗੱਡਾਂ ਵਲਾਇਤੀ ਗਰਾਮਰ ਦੇ ਡਰਨੇ
ਸੁੰਵੇ ਦਿਲਗੀਰ ਸਿਆੜਾਂ ਵੱਲ ਤੱਕਦੀ
ਵੱਟਾਂ ਬੰਨਿਆਂ ਉੱਤੇ ਬੈਠੀ ਰਹਿੰਦੀ
ਕਵਿਤਾ ਮੂੰਹ ਵੱਟ ਕੇ
ਭੁੱਖੀ ਤਿਹਾਈ
ਜੇ ਕਦੇ ਬੋਲਦੀ ਵੀ, ਤਾਂ ਆਖ ਛੱਡਦੀ
"ਕੇਰਾਂ ਛੱਡ ਆ ਮੈਨੂੰ ਛੱਜੂ ਦੇ ਚੁਬਾਰੇ"

ਪਰ ਬਹੁ-ਭਾਸ਼ੀ ਮਾਹੌਲ ਵਿਚ ਅਗਾਂਹਵਧੂ ਸਿੱਖਿਆਤਮਿਕ ਸੋਚ ਨਾਲ ਘਰ 'ਚ ਸਿੱਖੀ ਭਾਸ਼ਾ ਦੇ ਦੂਜੀਆਂ ਭਾਸ਼ਾਵਾਂ ਨਾਲ ਨਵੇਂ ਪੁਲ ਵੀ ਸਿਰਜੇ ਜਾ ਸਕਦੇ ਹਨ। ਕਵਿਤਾ ਦੀ ਬੁੱਕਲ 'ਚ ਵੀ ਨਵੇਂ ਪਾਤਰ, ਸ਼ੈਲੀਆਂ, ਧੁਨਾਂ, ਅਲੰਕਾਰ, ਆਦਿ, ਸ਼ਾਮਲ ਹੋ ਜਾਂਦੇ ਹਨ। ਇਨ੍ਹਾਂ ਹਾਲਤਾਂ ਵਿਚ ਮਾਂ-ਬੋਲੀ ਦੀ ਪਰਿਭਾਸ਼ਾ ਦਾ ਵਿਹੜਾ ਹੋਰ ਵੀ ਵਸੀਹ ਹੋ ਜਾਂਦਾ ਹੈ ਅਤੇ ਬਹੁ-ਭਾਸ਼ੀ ਕਾਵਿ-ਸੰਗਤ 'ਚੋਂ ਦਿਲਚਸਪ ਕੈਮਿਸਟਰੀ ਉਮੜਦੀ ਹੈ। ਭਾਸ਼ਾ ਦੇ ਵਸੀਵੇਂ ਤਾਂ ਕੁਝ ਕੁ ਮੀਲਾਂ ਤੇ ਹੀ ਮੁੱਕ ਜਾਂਦੇ ਨੇ, ਪਰ ਹਰ ਸ਼ਬਦ ਦਾ ਆਪਣਾ ਵਿਸ਼ਵ-ਵਿਆਪੀ ਪਰਿਵਾਰ ਹੁੰਦਾ ਹੈ। ਸ਼ਬਦ ਦੇ ਪਿੱਤਰਾਂ ਨੂੰ ਜਾਣ ਕੇ ਪਤਾ ਲੱਗਦਾ ਹੈ ਕਿ ਹਰ ਸ਼ਬਦ ਨੇ ਕਿੰਨਾ ਕੁ ਪਰਵਾਸ ਹੰਢਾਇਆ ਤੇ ਨਵੇਂ ਸਾਕ ਸਿਰਜੇ ਹਨ...

ਪਰਵਾਸ ਬਹਿਸਦਾ ਹੈ -

"ਮਾਂ-ਬੋਲੀ ਕੇਵਲ ਮਾਪਿਆਂ ਵੱਲੋਂ ਪ੍ਰਥਾਈ ਬੋਲੀ ਹੀ ਨਹੀਂ ਹੁੰਦੀ

ਇਹ ਪੁਰਖਿਆਂ ਦੀ ਬੋਲੀ ਦੇ ਨਾਲ-ਨਾਲ

ਰੰਗ-ਬਿਰੰਗੀ ਦੁਨੀਆ 'ਚ

ਰਚ-ਮਿਚ ਸਕਣ ਦੀ ਬੋਲੀ ਵੀ ਹੁੰਦੀ ਹੈ

ਬੋਲੀਆਂ ਦੇ ਸੌੜੇ ਬਾਰਡਰਾਂ ਨਾਲ

ਸਿੱਝ ਸਕਣ ਦੀ ਬੋਲੀ ਵੀ ਹੁੰਦੀ ਹੈ

ਸਕੇ ਸੰਬੰਧੀਆਂ, ਯਾਰਾਂ-ਬੇਲੀਆਂ

ਤੇ ਗਾਇਕਾਂ ਦੀ ਬੋਲੀ ਵੀ ਹੁੰਦੀ ਹੈ

ਇਹ ਮੁਰਸ਼ਦਾਂ, ਅਧਿਆਪਕਾਂ, ਕੋਚਾਂ,

ਤੇ ਨਾਇਕਾਂ ਦੀ ਬੋਲੀ ਵੀ ਹੁੰਦੀ ਹੈ

ਮਾਂ-ਬੋਲੀ ਕੇਵਲ ਮਾਪਿਆਂ ਵੱਲੋਂ ਪ੍ਰਥਾਈ ਬੋਲੀ ਹੀ ਨਹੀਂ ਹੁੰਦੀ"

ਪਰਵਾਸ ਕੱਟਦੀ-ਕੱਟਦੀ ਮਾਂ-ਬੋਲੀ

ਨਾ ਚਾਹੁੰਦਿਆਂ ਵੀ, ਘਸ-ਘਸ ਕੇ

ਬਹੁ-ਵਚਨ ਜਿਹੀ ਹੋ ਜਾਂਦੀ ਹੈ

ਹੈਲੋ-ਬੌਨਜੂਰ

ਸੰਨੀ(2 ਸਾਲ) ਨੇ ਆਪਣੀ ਭੈਣ ਸਵੀਟੀ (5 ਸਾਲ) ਕੋਲੋਂ ਬੈਠਣ ਵਾਲੀ ਪੀੜ੍ਹੀ ਖੋਹ ਲਈ। ਸਵੀਟੀ ਰੋਂਦੀ ਰੋਂਦੀ ਆਪਣੇ ਪਾਪਾ ਕੋਲ ਆਈ ਤੇ ਆਖਣ ਲੱਗੀ, "ਪਾਪਾ ਲੁੱਕ, ਸੰਨੀ ਹਿਮਸੈਲਫ ਪੀੜ੍ਹੀ (ਪੀੜ੍ਹੀ) 'ਤੇ ਬਹਿ ਗਿਆ, ਐਂਡ ਹੀ ਗੇਵ ਮੀ ਭੁੰਜਾ" (ਮੈਨੂੰ "ਭੁੰਜਾ" ਦੇ ਦਿੱਤਾ)।

ਪਰਵਾਸੀਆਂ ਦੇ ਬੱਚਿਆਂ ਦੀ ਬੋਲੀ ਦਾ ਮਿਲਗੋਭਾ ਅਤੇ ਦਿਲਚਸਪ ਅਨੁਵਾਦ ਓਨਾ ਹੀ ਖ਼ੁਬਸੂਰਤ ਲੱਗਦਾ ਹੈ ਜਿੰਨਾ ਪਰਵਾਸ 'ਚ ਆਏ ਬਜ਼ੁਰਗਾਂ ਦੀ ਪੰਗਰੇਜ਼ੀ ਸੁਣ ਕੇ ("ਮੇਰੇ ਪੈਰ 'ਚ ਹੈਡਕ ਨਹੀਂ ਹਟਦੀ")। ਕਦੀ ਕਦੀ ਬੱਚੇ ਤੇ ਬਜ਼ੁਰਗ ਇੱਕ ਦੂਜੇ ਦੀਆਂ ਨਕਲਾਂ ਲਾ-ਲਾ ਕੇ ਦਿਲ ਪਰਚਾ ਲੈਂਦੇ ਹਨ। ਬੱਚਿਆਂ ਦੀਆਂ ਡਾਇਰੀਆਂ, ਸਕਿੱਟਾਂ, ਟਿਕ-ਟੌਕਾਂ, ਕਵਿਤਾਵਾਂ, ਆਦਿ, 'ਚੋਂ ਮਜ਼ਾਹੀਆ ਉਚਾਰਨ, ਪਿੰਗਲਿਸ਼, ਰਾਜਨੀਤਿਕ ਤਨਜ਼ਾਂ, ਬਜ਼ੁਰਗਾਂ ਦੀਆਂ ਕੁਝ ਖ਼ਾਸ ਆਦਤਾਂ, ਆਦਿ, ਦੇ ਕਟਾਖਸ਼-ਮੋਹ ਭਰੇ ਵਰਤਾਰੇ

ਨਾਲ ਪਰਵਾਸੀ ਪਰਿਵਾਰਕ ਮਾਹੌਲ ਜ਼ਾਇਕੇਦਾਰ ਬਣਿਆ ਰਹਿੰਦਾ ਹੈ।

ਪਰਵਾਸੀ ਬੱਚੇ ਬਹੁ-ਭਾਸ਼ੀ ਹੋਣ ਦੀ ਬਦੌਲਤ ਰੰਗ ਬਰੰਗੇ ਲੋਕਾਂ ਨਾਲ ਅਜਿਹੇ ਪੁਲ ਬਣਾਉਂਦੇ ਹਨ ਕਿ ਉਨ੍ਹਾਂ ਦੁਆਲੇ ਜੁੜਿਆ ਵਿਸ਼ਾਲ ਸੰਸਾਰ ਜਮਾ ਹੀ ਆਪਣਾ ਪਿੰਡ ਜਾਪਣ ਲੱਗਦਾ ਹੈ। ਖ਼ੁਸ਼ੀਆਂ-ਗ਼ਮੀਆਂ ਦੀ ਸਾਂਝ ਹਰ ਸਾਹ ਵਿਚ ਤੇਰਾ-ਤੇਰਾ ਭਰ ਦਿੰਦੀ ਹੈ। ਕੁਝ ਵੀ ਪਰਾਇਆ ਨਹੀਂ ਲੱਗਦਾ। ਘਰ, ਪਰਿਵਾਰ ਅਤੇ ਸੁਚੱਜੇ ਸਮਾਜ ਨਾਲ ਜੁੜੇ ਰਹਿਣ ਵਾਲੇ ਪਰਵਾਸੀ ਬੱਚੇ ਦੁਬਿਧਾਵਾਂ 'ਚੋਂ ਬਹਾਦਰੀ ਨਾਲ ਸਫ਼ਲ ਪੂਰਵਕ ਗੁਜ਼ਰਦੇ ਹਨ। ਵੱਖਰੀ ਦਿੱਖ ਦਾ ਰਾਹ ਰੋਕੀ ਖਲੋਤੇ ਤੰਗ-ਦਿਲੀ ਦੇ ਪਹਾੜ ਚੀਰਦੇ ਇਹ ਬੱਚੇ ਕੇਵਲ ਆਪਣੀ ਜਗ੍ਹਾ ਹੀ ਨਹੀਂ ਬਣਾਉਂਦੇ ਸਗੋਂ ਭਾਈ ਘਨੱਈਆ ਅਤੇ ਭਗਤ ਪੂਰਨ ਸਿੰਘ ਦੇ ਜ਼ਾਮਨ ਬਣਕੇ, ਸਰਬੱਤ ਦੇ ਭਲੇ ਨੂੰ ਅਰਦਾਸ ਦੀਆਂ ਫਾਰਮੈਲਟੀਆਂ ਤੋਂ ਚੁੱਕ ਕੇ, ਗੁਰੂ ਦੇ ਕਹੇ ਅਨੁਸਾਰ, ਚਾਰ ਦਿਸ਼ਾਵਾਂ 'ਚ ਨਿਰੰਤਰ ਵਰਤਾਉਂਦੇ ਵੀ ਹਨ...

ਕੋਈ ਹੈਲੋ, ਕੋਈ ਬੋਂਜੂ (Bonjour) ਕੋਈ ਬੁਲਾਵੇ ਸਤਿ ਸ੍ਰੀ ਅਕਾਲ
ਮੈਂ ਤਾਂ ਘਿਰ ਗਈ ਵਿਚ ਵਿਚਾਲੇ, ਕਿੰਜ ਸੁਣਾਵਾਂ ਹਾਲ?

ਹੋਮ-ਵਰਕ ਨੇ ਕੀਤਾ 'ਨੇਰਾ, ਏਡੀ ਜਲਦੀ ਹੋਇਆ ਸਵੇਰਾ?
ਦਸਤਾਨੇ ਟੋਪੇ ਜਾਕਟ ਅੰਦਰ, ਲੁਕਿਆ ਛੁਪਿਆ ਸਭ ਦਾ ਚਿਹਰਾ
ਸਰਦੀਆਂ ਦੇ ਵਿਚ ਗਰਮੀ ਲੋਚਾਂ, ਗਰਮੀਆਂ ਵਿਚ ਸਿਆਲ
ਮੈਂ ਤਾਂ ਘਿਰ ਗਈ ਵਿਚ ਵਿਚਾਲੇ, ਕਿੰਜ ਸੁਣਾਵਾਂ ਹਾਲ...

ਫਰੋਜ਼ਨ ਨਾਨ ਖੁਆਣ 'ਤੇ ਆਈਆਂ 'ਇੰਡੋ-ਕੈਨੇਡੀਅਨ' ਮਾਂਵਾਂ
ਪੀਜ਼ੇ, ਬਰਗਾਰ, ਡੋਨਟ-ਸ਼ੋਨਟ, ਤੁਰਦੀ ਫਿਰਦੀ ਖਾਵਾਂ
ਮੇਪਲ ਸਿਰਪ 'ਚ ਘੁਲ ਗਈ, ਕਾਲ਼ੀ ਮਾਂਹ ਦੀ ਦਾਲ਼
ਮੈਂ ਤਾਂ ਘਿਰ ਗਈ ਵਿਚ ਵਿਚਾਲੇ, ਕਿੰਜ ਸੁਣਾਵਾਂ ਹਾਲ...

ਅੱਵਲ ਅੱਲ੍ਹਾ ਨੂਰ ਉਪਾਇਆ, ਕੁਦਰਤ ਦੇ ਸਭ ਬੰਦੇ
"ਗੋਰੀਆਂ, ਕਾਲੀਆਂ ਨਾਲ ਨਾ ਖੇਡੀਂ, ਇਹ ਬੱਚੇ ਨਹੀਂ ਚੰਗੇ"
ਕਿੰਜ ਸੁਣਾਵਾਂ ਗੀਤ ਪੰਜਾਬੀ, ਇੰਗਲਿਸ਼ ਧੁੰਨ ਦੇ ਨਾਲ
ਮੈਂ ਤਾਂ ਘਿਰ ਗਈ ਵਿਚ ਵਿਚਾਲੇ, ਕਿੰਜ ਸੁਣਾਵਾਂ ਹਾਲ...

ਕੋਈ ਹੈਲੋ, ਕੋਈ ਬੌਨਜੂਰ ਕੋਈ ਬੁਲਾਵੇ ਸਤਿ ਸ੍ਰੀ ਅਕਾਲ
ਮੈਂ ਤਾਂ ਘਿਰ ਗਈ ਵਿਚ ਵਿਚਾਲੇ, ਕਿੰਜ ਸੁਣਾਵਾਂ ਹਾਲ...

ਸੋ ਕਿਉ ਮੰਦਾ ਆਖੀਐ

ਪਰਦੇਸੀ ਮੁਲਕ ਦੀਆਂ ਚੰਗੀਆਂ ਗੱਲਾਂ ਪੁਰਾਣੀਆਂ ਆਦਤਾਂ ਨੂੰ ਬਦਲਣ 'ਚ ਸਹਾਈ ਹੁੰਦੀਆਂ ਹਨ। ਪਰਵਾਸੀਆਂ ਨੂੰ ਉਨ੍ਹਾਂ ਦੇ ਨਿਸ਼ੰਗ ਬੱਚੇ ਵੀ ਅਕਸਰ ਟੋਕ-ਟੋਕ ਕੇ ਦਰੁਸਤ ਕਰ ਦਿੰਦੇ ਹਨ, ਜਿਵੇਂ: ਚੁਗਲੀਆਂ ਤੋਂ ਵਰਜਣਾ, ਡਕਾਰ "ਆਦਿ" ਦੀ ਮਨਾਹੀ, ਸਮੇਂ ਸਿਰ ਪਹੁੰਚਣ ਲਈ ਜ਼ੋਰ, "ਚਾਹ ਸੜ੍ਹਕਾ ਮਾਰ ਕੇ ਨਹੀਂ ਪੀਣੀ", "ਦੂਜਿਆਂ ਵੱਲ ਟਿਕਟਿਕੀ ਲਾ ਕੇ ਨਹੀਂ ਝਾਕਣਾ", ਆਦਿ। ਬੱਚਿਆਂ ਦੀ ਇਸ ਟਰੇਨਿੰਗ ਤੋਂ ਬਾਦ ਅਗਰ ਕੂੜੇਦਾਨ ਨਾ ਲੱਭੇ ਤਾਂ ਪਰਵਾਸੀ ਮਾਪੇ ਮੂੰਗਫਲੀ ਜਾਂ ਕੇਲੇ ਸੰਤਰਿਆਂ ਦੇ ਛਿੱਲੜ ਵੀ ਜੇਬਾਂ 'ਚ ਪਾਉਣ ਲੱਗ ਜਾਂਦੇ ਹਨ। ਨਜ਼ਰੀਆ ਹੌਲੀ-ਹੌਲੀ ਬਦਲ ਜਾਂਦਾ ਹੈ। ਬੱਚਿਆਂ ਦੀ ਬਦੌਲਤ, ਸੋਚ ਵਿਚ ਆਉਣ ਵਾਲੀਆਂ ਇਹ ਤਬਦੀਲੀਆਂ ਕਈ ਵਾਰ ਧਾਰਮਿਕ ਰਹੁ ਰੀਤਾਂ ਅਤੇ ਸਵੀਕਾਰਤ ਪਰ ਮਿਲਾਵਟੀ ਮਰਿਆਦਾਵਾਂ ਨੂੰ ਵੀ ਵੰਗਾਰਨ ਲੱਗਦੀਆਂ ਹਨ...

ਮੇਰੀ ਸੁਸਤੀ ਸੀ ਜਾਂ ਸਬੱਬ
ਗੱਡੀ 'ਚ ਵੱਜਦੀ ਰਹੀ
ਮਹੀਨਾ-ਦਰ-ਮਹੀਨਾ
ਇੱਕੋ ਕੀਰਤਨ ਸੀ. ਡੀ.

ਜਿਸ ਦਿਨ ਹੋਈ ਬੰਦ
ਬੇਬੀ ਸੀਟ 'ਚ ਜਕੜੀ
ਸਵਾ ਦੋ ਸਾਲ ਦੀ ਨਿੱਕੀ
ਪਹਿਲੀ ਵਾਰ, ਤੋਤਲੇ ਬੋਲਾਂ 'ਚ ਗੁਣਗੁਣਾਈ
"ਤੂੰ ਮੇਰਾ ਪਿਤਾ...ਤੂੰ ਹੈ ਮੇਰਾ ਮਾਤਾ..."

ਹੌਲੀ-ਹੌਲੀ ਉਹਦੀ ਸੁਰ ਨੂੰ
ਰਾਗਾਂ ਸਾਧਿਆ, ਤਾਲਾਂ ਤਹਿਜ਼ੀਬ ਦਿੱਤੀ
ਬੁੱਕਮਾਰਕਾਂ 'ਚ ਆ ਬਿਰਾਜੇ

ਸਲੋਕ, ਸਵਈਏ, ਬਾਰਾਂਮਾਹ
ਸਕੂਲ ਇਮਤਿਹਾਨ ਵੇਲੇ
ਇੰਟਰਨੈੱਟ ਰੇਡੀਓ 'ਚੋਂ ਬਾਣੀ ਦਾ ਪ੍ਰਵਾਹ
ਛੁੱਟੀਆਂ 'ਚ ਨਵਾਂ ਸ਼ਬਦ ਸਿੱਖਣ ਦਾ ਚਾਅ
ਉਹਨੂੰ ਚੰਗਾ ਲੱਗਦਾ

ਨਾਨਕ ਦੇ ਕੋਰੇ-ਕਰਾਰੇ ਸਵਾਲਾਂ ਨੂੰ ਸਲਾਹੁੰਦੀ
ਸਿੱਖਨੈੱਟ ਸਾਖੀਆਂ ਸੁਣ ਰੂਹ ਪਰਚਾਉਂਦੀ
ਕਦੇ-ਕਦਾਈਂ ਆਪਣੇ ਕੈਥੋਲਿਕ (Catholic) ਸਕੂਲ 'ਚੋਂ
ਸਿੱਖ-ਇਸਾਈ ਧਰਮਾਂ 'ਚ
ਰਲ਼ਵੀਂਆ ਗੱਲਾਂ ਖੋਜ ਲਿਆਉਂਦੀ
ਉਹਦੀ ਉਤਸੁਕਤਾ ਕਦੇ ਨਾ ਰੁਕਦੀ
ਮੁਸ਼ਕਲ ਗੱਲਾਂ ਪੁੱਛਣੋਂ ਵੀ ਕਦੇ ਨਾ ਝਕਦੀ
ਪਰ ਮੈਂ ਪੈਰ ਰਗੜਦਾ...
ਅਕਸਰ ਟਾਲ਼ ਛੱਡਦਾ
ਵਿਵਾਦੀ ਕਲੰਡਰਾਂ ਅਤੇ ਮਰਿਆਦਾਵਾਂ
ਗੰਧਲ਼ੀਆਂ ਤਨਖ਼ਾਹਾਂ ਤੇ ਮਾਫ਼ੀਆਂ
ਇਤਿਹਾਸ 'ਤੇ ਚੜੀ ਧੁੱਦਲ਼
ਆਦਿਕ, ਆਦਿਕ,... ਦੀ ਝਾੜ-ਝੰਬ

ਕੁਝ ਪਲਾਂ ਲਈ ਬੰਦ ਕਰ ਛੱਡਦਾ
ਦਰਬਾਰ ਸਾਹਿਬ ਤੋਂ ਸਿੱਧਾ ਪ੍ਰਸਾਰਨ
ਰਾਗੀ "ਸਿੰਘ" ਦਾ ਗਾਇਨ
"ਸੋ ਕਿਉਂ ਮੰਦਾ ਆਖੀਐ..."
ਮੈਨੂੰ ਡਰ ਲੱਗਦਾ
ਨਿੱਤ-ਨਿੱਤ ਮਰਦ ਅਵਾਜ਼ ਸੁਣ
ਉਹ ਇੱਕ ਦਿਨ
ਬਾਗ਼ੀ ਸਵਾਲ ਕਰੇਗੀ
"ਰਾਗੀ ਝੂਠੀ-ਮੂਠੀ ਕਿਉਂ ਕਹਿ ਰਿਹੈ

ਨਾਨਕ ਇਹਨੂੰ ਟੇਕਦੇ ਕਿਉਂ ਨਹੀਂ?"
ਜਵਾਬ ਭਾਲ਼ਦੀ-ਭਾਲ਼ਦੀ
ਮਰਿਆਦਾਵਾਂ ਟੱਪ ਕੇ
ਸਾਢੇ ਪੰਜ ਸੌ ਸਾਲ ਦੇ
ਸਫ਼ਰ 'ਤੇ ਤੁਰ ਪਵੇਗੀ
ਆਪਣੇ ਗੁਰੂ ਦੀ ਭਾਲ਼ ਵਿਚ

ਅੱਜ ਫੇਰ ਮੈਂ ਕੁਝ ਕੁ ਮਿੰਟਾਂ ਲਈ
ਬੰਦ ਕਰ ਦਿੱਤਾ, ਸਿੱਧਾ ਪ੍ਰਸਾਰਨ
ਮਖ਼ਾਂ ਤਿੜਕ ਹੀ ਨਾ ਜਾਵੇ
ਮੇਰੀ ਧੀ ਦੀ ਸਰਧਾ
ਗੁਰੂ ਘਰ ਤੋਂ

ਭੁਰ ਰਿਹਾ ਪਰਿਵਾਰ

ਮਾਪੇ ਨਵੇਂ ਮੁਲਕ 'ਚ ਪੈਰ ਜਮਾਉਣ ਲਈ ਅਨਦਿਨ ਨੌਕਰੀਆਂ ਦੀਆਂ ਸ਼ਿਫ਼ਟਾਂ ਲਾਉਂਦੇ ਹਨ। ਬੱਚੇ ਡੇ-ਕੇਅਰਾਂ, ਵੀਡੀਓ-ਗੇਮਾਂ, ਕਾਰਟੂਨ-ਸ਼ੋਆਂ ਤੇ ਫ਼ਿਲਮਾਂ, ਆਦਿ, 'ਚ ਮਸਤ ਹੋ ਜਾਂਦੇ ਹਨ ਅਤੇ ਸੁਭਾਵਿਕ ਤੌਰ 'ਤੇ ਹੀ ਆਪਣੀ ਜਨਮ-ਭੂਮੀ ਦੀ ਤਰਜ਼ 'ਤੇ ਵਧਣ ਫੁੱਲਣ-ਲੱਗਦੇ ਹਨ। ਸਕੂਲ ਤੋਂ ਬਾਦ ਕਾਲਜ ਦਾ ਗੇੜ ਸ਼ੁਰੂ ਹੁੰਦਾ ਹੈ। ਪੜ੍ਹਾਈ ਦਾ ਜ਼ੋਰ ਤੇ ਦੋਸਤਾਂ-ਮਿੱਤਰਾਂ ਦੀ ਮੁਲਾਹਜ਼ੇਦਾਰੀ 'ਚ ਖੁਭ ਜਾਣ ਕਰਕੇ ਬਹੁਤੇ ਬੱਚੇ ਘਰ ਵਿਚ ਪ੍ਰਚਾਰੇ ਜਾਂਦੇ ਧਰਮ ਅਤੇ ਸੱਭਿਆਚਾਰ ਨੂੰ ਹੌਲੀ-ਹੌਲੀ ਆਪਣੇ ਏਜੰਡੇ 'ਚੋਂ ਖ਼ਾਰਜ ਕਰ ਦਿੰਦੇ ਹਨ।

ਬੱਚੇ ਹੋਏ ਇਕੱਲੇ
ਮੰਮੀ ਕੰਮ ਤੋਂ ਆਈ
ਡੈਡੀ ਦਫ਼ਤਰ ਚੱਲੇ

ਮਾਪਿਆਂ 'ਚ ਤਲਖ਼ੀ
ਬਾਲ ਗੁਣ-ਗੁਣਾਵੇ
ਡੇ-ਕੇਅਰ ਵਾਲ਼ਾ ਗੀਤ

ਨਿਆਣੇ ਗੁਆਂਢ ਬਿਠਾ
ਖਾਅ ਪੀਅ ਕੇ ਮਾਪੇ
ਨੱਚਣ ਵਿਚ ਵਿਆਹ

ਅੱਜ ਫਿਰ ਉਹੀ ਦਾਲ਼?
ਡਾਈਨਿੰਗ ਟੇਬਲ 'ਤੇ ਬੈਠਦਿਆਂ
ਨਿੱਕੀ ਦਾ ਸਵਾਲ

ਰੱਬ-ਸਬੱਬੀ ਘਰ 'ਚ ਦੋ-ਚਾਰ ਪਰਿਵਾਰ ਇਕੱਠੇ ਹੋ ਵੀ ਜਾਣ, ਤਾਂ ਬੱਚੇ ਹਲਕੀ ਜਿਹੀ
ਫ਼ਤਿਹ ਬੁਲਾ ਕੇ ਖੁਹ ਵਰਗੀ 'ਬੇਸਮੈਂਟ' 'ਚ ਖਿਸਕ ਜਾਂਦੇ ਹਨ। ਬੱਚਿਆਂ ਦੇ ਪੱਖ ਤੋਂ
ਵੇਖਿਆ ਜਾਵੇ ਤਾਂ ਪਤਾ ਲੱਗਦਾ ਹੈ ਕਿ ਅਜਿਹੇ ਇਕੱਠਾਂ ਦਾ ਟੈਂਪਲੇਟ ਜ਼ਿਆਦਾਤਰ
ਘਸਿਆ ਪਿੱਟਿਆ ਹੀ ਹੁੰਦਾ। ਦਾਰੂ ਦੇ ਦੌਰ 'ਚ ਪੰਜਾਬ ਦੀ ਰਾਜਨੀਤੀ ਜਾਂ ਧਰਮ ਬਾਰੇ
ਬਹਿਸ ਕਰਦਿਆਂ, ਬੀਬੀਆਂ ਦਾੜੀਆਂ ਵਾਲੇ ਸਿਆਣੇ ਕਈ ਵਾਰ ਗਾਲ਼ਾਂ 'ਤੇ ਵੀ
ਉੱਤਰ ਆਉਂਦੇ ਹਨ। ਬੱਚਿਆਂ ਅਤੇ ਮਾਪਿਆਂ ਵਿਚਾਲੇ ਗੱਲ-ਬਾਤ ਘਟਦੀ-ਘਟਦੀ
ਦੋ-ਚਾਰ ਕੁ ਗੱਲਾਂ ਤੱਕ ਹੀ ਸੀਮਿਤ ਹੋ ਕੇ ਰਹਿ ਜਾਂਦੀ ਹੈ। "ਕਿੰਨੀਆਂ ਰੋਟੀਆਂ?",
"ਸ਼ਾਮ ਨੂੰ ਕਿੰਨੇ ਵਜੇ ਪਿੱਕ ਕਰਾਂ?", "ਡੋਰ ਲੌਕ ਕਰ ਤਾ?", "ਹਾਏ", "ਬਾਏ"…!
ਪਰਵਾਸ 'ਚ ਹਵੇਲੀ ਦੀ ਗ਼ੈਰਹਾਜ਼ਰੀ ਅਤੇ ਢਾਂਗੂ ਵਾਲੇ ਵਿਹਲੇ ਬਾਬੇ ਦੀ ਕੋਈ ਵਕੈਂਸੀ
(vacancy) ਨਾ ਹੋਣ ਕਰਕੇ ਵਪਾਰਿਕ ਸੀਨੀਅਰ ਘਰਾਂ 'ਚ ਰੌਣਕਾਂ ਵੱਧ ਜਾਂਦੀਆਂ
ਹਨ।

ਗੂਗਲ ਕਿਵੇਂ ਲੱਭੇ
ਬੇਬੇ ਦੇ ਚਿਹਰੇ ਦੀਆਂ ਝੁਰੜੀਆਂ 'ਚ ਛੁਪੇ
ਨਿੱਕੇ-ਨਿੱਕੇ ਡਾਟਾਬੇਸ

ਕਿੰਡਲ ਕਿਵੇਂ ਪੜ੍ਹਾਏ
ਬਾਪੂ ਦੇ ਹਰ ਧੌਲੇ ਦੇ ਡੀ. ਐੱਨ. ਏ. (D.N.A.) 'ਚ ਲਿਖੀ
ਉਹਦੀ ਆਤਮ-ਕਥਾ

ਐਮਾਜ਼ਨ ਕਿਵੇਂ ਸੁਲਝਾਏ
ਦਾਣਿਆਂ ਵੱਟੇ ਵਿਕਦੇ ਅੰਬ
ਤੇ ਭੱਠੀ ਵਾਲ਼ੀ ਮਾਈ ਦਾ ਭਾੜਾ

ਗੂਗਲ, ਕਿੰਡਲ, ਐਮਾਜ਼ਨ 'ਚ
ਗੁਆਚੇ ਬਾਲਾਂ ਨੂੰ ਕਿਵੇਂ ਲੱਭਣ
ਬੇਬੇ, ਬਾਪੂ, ਤੇ ਭੱਠੀ ਵਾਲ਼ੀ ਮਾਈ

ਢਾਬੇ ਵਾਲ਼ਾ ਨਿੱਕੂ

ਪਰਵਾਸ ਦਾ ਪਹਿਲਾ ਪੜਾਅ ਦੌੜ-ਭੱਜ ਦੇ ਲੇਖੇ ਲੱਗ ਜਾਂਦਾ ਹੈ। ਦੂਜੇ ਪੜਾਅ 'ਚ ਸਰੀਰਿਕ ਚਲੋ-ਚਲਾਈ ਨੂੰ ਤਾਂ ਠੱਲ੍ਹ ਪੈ ਜਾਂਦੀ ਹੈ ਪਰ ਔਲਾਦ ਦਾ ਸਫ਼ਰ ਬਹੁ-ਦਿਸ਼ਾਈ ਅਤੇ ਅਨਿਸ਼ਚਿਤ ਹੋ ਜਾਣ ਕਰਕੇ ਮਾਪੇ ਖੁੰਝੀ ਬੱਸ ਦੀ ਸਵਾਰੀ ਵਾਂਗ ਮਨੋਂ-ਮਨੀਂ ਜਲਦੀ-ਜਲਦੀ ਅੱਕਣ-ਥੱਕਣ ਲੱਗ ਜਾਂਦੇ ਹਨ। ਮਾਪਿਆਂ ਨੂੰ ਸਮੇਂ ਦੀ ਸੁਰ ਮੁਤਾਬਕ ਹਰ ਸੈਂਚੇ 'ਚ ਫਿੱਟ ਹੋਣਾ ਪੈਂਦਾ ਹੈ। ਜੇ ਨਾ ਹੋਣ ਤਾਂ ਇੱਕ-ਦੋ ਦਿਨਾਂ 'ਚ ਹੀ ਸਿੱਟਾ ਮਿਲ ਜਾਂਦਾ। ਜਿਹੜੇ ਜੁਆਕ ਦੋਹਾਂ ਸੱਭਿਆਚਾਰਾਂ ਦੀਆਂ ਕਦਰਾਂ-ਕੀਮਤਾਂ 'ਚੋਂ ਵਧੀਆ ਰਤਨ ਚੁਗ ਲੈਣ ਉਹ ਮੋਖ-ਦੁਆਰ ਪਾਰ ਕਰ ਜਾਂਦੇ ਹਨ। ਦ੍ਰਿਸ਼ਟੀਕੋਣਾਂ ਦੀ ਤੂੰ-ਤੂੰ, ਮੈਂ-ਮੈਂ 'ਵੀ ਘਰ 'ਚ ਕਈ ਕੁਝ ਬਦਲ ਦਿੰਦੀ ਹੈ। ਕਈ ਪਰਵਾਸੀ ਮਾਪੇ ਵੀ ਦੇਸੀ ਫਾਰਮੂਲੇ ਵਰਤਦੇ-ਵਰਤਦੇ ਘਰੇਲੂ ਝਗੜਿਆਂ ਨਾਲ ਸੰਬੰਧਿਤ ਸਥਾਨਕ ਕਾਨੂੰਨਾਂ ਦੇ ਸ਼ਕੰਜੇ 'ਚ ਫਸ ਜਾਂਦੇ ਹਨ। ਇਨ੍ਹਾਂ ਹਾਲਤਾਂ 'ਚ ਕਈ ਵਾਰ ਤਾਂ ਨਾਬਾਲ਼ਗ ਤੇ ਲੈਰਾ ਬਚਪਨ ਸਰਕਾਰੀ ਭਲਾਈ ਕੇਂਦਰਾਂ 'ਚ ਪੱਥਰ ਹੋ ਜਾਂਦਾ ਹੈ। ਕੁਝ ਕੁ ਆਪ-ਹੁਦਰੇ ਜੁਆਕ ਮਾਪਿਆਂ ਦੀਆਂ ਮਜਬੂਰੀਆਂ ਦਾ ਜੰਮ ਕੇ ਨਾਜਾਇਜ਼ ਫ਼ਾਇਦਾ ਉਠਾਉਂਦੇ ਰਹਿੰਦੇ ਹਨ। ਉਨ੍ਹਾਂ ਲਈ ਮਾਪਿਆਂ ਵੱਲੋਂ ਕੀਤੀ ਘਾਲਣਾ ਦਾ ਕੋਈ ਬਹੁਤਾ ਅਰਥ ਨਹੀਂ ਹੁੰਦਾ। ਵਿਗੜੀ ਔਲਾਦ ਦੇ ਉਦਾਸੇ ਮਾਪਿਆਂ ਨੂੰ ਫਿਰ ਅਤੀਤ ਦੇ ਤਮਾਮ "ਬੇਗਾਨੇ" ਜੁਆਕ ਚੇਤੇ ਆਉਂਦੇ ਹਨ ਜਿਨ੍ਹਾਂ ਦੇ ਬਚਪਨ ਨੂੰ ਮਿੱਧ ਕੇ ਉਹ ਤਰੱਕੀਆਂ-ਸ਼ਰੱਕੀਆਂ ਦੇ ਪਿੱਛੇ ਭੱਜੇ ਸਨ...

ਢਾਬਿਆਂ ਉੱਤੇ ਵੱਸਦਾ
ਟੱਪਦਾ-ਨੱਚਦਾ, ਆਰਡਰ ਲੈ-ਲੈ ਭੱਜਦਾ
ਭੱਜ-ਭੱਜ "ਚਾਹਾਂ" ਵਰਤਾਉਂਦਾ
ਬਿਸਕੁਟ, ਮੱਠੀਆਂ ਵੰਡਦਾ

ਕਦੇ ਨਾ ਅੱਕਦਾ
ਨੌਂ ਵਰ੍ਹਿਆਂ ਦਾ ਨਿੱਕੂ
ਜਮਾ ਨਾ ਥੱਕਦਾ

ਤਿਲਕਣ-ਬਾਜ ਕੜਾਹੇ, ਨਿੱਕੂ
ਬਹਿ ਕੇ ਵਿਚ ਰਗੜਦਾ
ਖੁਦ ਹੋ ਜਾਂਦਾ ਹਲਦੀ ਰੰਗਾ
ਬਰਤਨ ਫੁੱਲ ਚਮਕਾਉਂਦਾ
ਇੰਜ ਖਿੜਦਾ, ਜਿਉਂ
ਮਾਣਕ ਕਲੀਆਂ ਗਾਉਂਦਾ
ਥੱਕ-ਟੁੱਟ ਕੇ ਸੌਂਦਾ ਗੂੜ੍ਹੀ ਨੀਂਦੇ,
ਬੈਂਚ 'ਤੇ ਝਾੜ ਵਿਛਾ ਕੇ
ਲੁੰਗੀ ਟਾਕੀਆਂ ਵਾਲ਼ੀ
ਸੁਫ਼ਨੋ-ਸੁਫ਼ਨੀਂ ਜਹਾਜ਼ ਉਡਾਉਂਦਾ,
ਟਾਈ ਲਗਾ ਕੇ, ਕੋਟ ਪੈਂਟ ਵੀ ਪਾਉਂਦਾ,
ਤ੍ਰਭਕ ਕੇ ਉੱਠਦਾ,
ਜਦ ਮਾਲਕ ਦਾ ਥੱਪੜ ਵੱਜਦਾ
...ਓਧਰ "ਸੂਰਜ" ਚੜ੍ਹਦਾ

ਭਾਰਤ ਦੇਸ਼ 'ਚ ਅਕਸਰ, ਮੈਂ ਸਫ਼ਰ 'ਚ ਰਹਿੰਦਾ
ਹਰ ਸ਼ਹਿਰ ਵਿਚ ਫਿਰ ਮਿਲ਼ ਜਾਂਦਾ ਨਿੱਕੂ
ਹਰ-ਦਮ ਪਾਣੀ ਭਰਦਾ, ਦਬਕੇ ਜਰਦਾ
ਦੋ ਟੁੱਕੜਾਂ ਖ਼ਾਤਰ, ਭੱਜ-ਭੱਜ "ਸੇਵਾ" ਕਰਦਾ
ਮਾਲਕ ਦੇ ਜੁਆਕ, ਟਿਕ-ਟਿਕੀ ਲਾ ਉਡੀਕਦੇ
ਟਿਫ਼ਨ ਉਠਾ ਕੇ, ਕਾਹਲ਼ੀ-ਕਾਹਲ਼ੀ
ਦੌੜਾ ਜਾਂਦਾ ਨਿੱਕੂ, ਅੱਧੀ-ਛੁੱਟੀ ਵੇਲ਼ੇ
ਮੁੜਦਾ-ਮੁੜਦਾ, ਸਕੂਲ ਦੁਆਲ਼ਿਓਂ, 'ਕੱਠੇ ਕਰਦਾ
ਪਾਟੇ ਝੀਟੇ ਅਖਬਾਰਾਂ ਦੇ ਟੋਟੇ, ਰੰਗ-ਰੰਗੀਲੇ
ਐਪਰ ਉਹਦੇ ਹੱਥੋਂ ਹਵਾ 'ਚ ਉੱਡ-ਪੁੱਡ ਜਾਂਦਾ

ਸੰਵਿਧਾਨ ਵਾਲ਼ਾ ਬੋਦਾ ਵਰਕਾ

ਰਿਜ਼ਕ ਦੀ ਖ਼ਾਤਰ
ਮੈਂ ਪੱਛਮੀਂ-ਮੁਲਕੀਂ ਵੱਸਿਆ
ਸ਼ਹਿਰ-ਸ਼ਹਿਰ ਮੈਂ ਉੱਡਿਆ, ਘੁੰਮਿਆ
ਰੈਸਟੋਰੈਂਟਾਂ, ਕੈਫਿਆਂ ਉੱਤੇ
ਵਿੱਚ ਕਨੇਡਾ, ਕਦੇ ਨਾ ਮੈਨੂੰ ਲੱਭਾ
ਪੱਕੀਆਂ ਛੱਡ ਕਿਤਾਬਾਂ, ਚਾਹ ਵਰਤਾਉਂਦਾ
ਨੌਂ ਵਰ੍ਹਿਆਂ ਦਾ ਨਿੱਕੂ...

ਜਿਸ ਦਿਨ ਦਾ ਮੈਂ ਲਾਇਆ ਚਸ਼ਮਾ
ਤੱਕਿਆ, ਨਿੱਕੂ ਇੱਕ ਦਿਨ ਸਕੂਲ ਬੱਸ ਵਿਚ ਬੈਠਾ
ਸੋਹਣੇ ਬਸਤਰ ਪਾਕੇ ਉਹ ਪੂਰਾ ਹਫ਼ਤਾ ਪੜ੍ਹਦਾ
ਵੀਕ-ਐਂਡ ਦੇ ਕੁਝ ਕੁ ਘੰਟੇ
'ਸਟਾਰਬਕਸ' (Starbucks) 'ਚ, ਗ਼ੱਲੇ ਉੱਤੇ
ਖੜ੍ਹਾ, ਮਾਲਕ ਵਾਂਗਰ ਫਬਦਾ
ਫ਼ੰਡ-ਰੇਜ਼ਿੰਗਾ (Fund raising) ਕਰਦਾ
ਨਾਲ਼ੇ, ਗੋਲਕ ਆਪਣੀ ਵਿਚੋਂ
ਕੱਪੜੇ ਅਤੇ ਕਿਤਾਬਾਂ
ਪਿੰਡ ਸਕੂਲੇ ਘੱਲਦਾ
ਨਿੱਕੂ ਅੰਦਰ ਨਾਨਕ ਵੱਸਦਾ

ਬੀਚ-ਵੈਡਿੰਗ

ਖ਼ੁਸ਼ਕਿਸਮਤ ਪਰਵਾਸੀ ਪਰਿਵਾਰ ਅਣਗਿਣਤ ਆਰਥਿਕ ਅਤੇ ਘਰੇਲੂ ਮੁਸ਼ਕਲਾਂ 'ਚੋਂ ਗੁਜ਼ਰ ਕੇ ਬੱਚਿਆਂ ਦੇ ਵਿਆਹਾਂ-ਸ਼ਾਦੀਆਂ ਅਤੇ ਸਹਿਜ-ਭਈ ਗ੍ਰਿਹਸਥੀ ਨਿਭਾਉਂਦਿਆਂ ਅਗਲੇ ਪੜਾਅ 'ਚ ਪ੍ਰਵੇਸ਼ ਕਰਦੇ ਹਨ। ਬਹੁਤੇ ਨੌਜਵਾਨ ਮੁਟਿਆਰਾਂ ਆਪਣਾ ਜੀਵਨ-ਸਾਥੀ ਆਪ ਹੀ ਲੱਭ ਲੈਂਦੇ ਹਨ। ਮਨੂੰ ਸਿਮ੍ਰਿਤੀ ਦੀ ਅਵੱਗਿਆ ਕਰ ਕੇ ਕਈ ਬਾਰ ਅੰਦਰ-ਗਤੀ ਨਮੋਸ਼ੀ, ਖਿਚ-ਧੂਹ ਅਤੇ ਗਰਮਾ-ਗਰਮੀ ਵੀ ਹੁੰਦੀ ਹੈ। ਪਰ

ਮਾਂ-ਬਾਪ ਅਕਸਰ ਚੁੱਪ-ਚੁਪੀਤੇ ਮੋਹਰ ਲਾ ਕੇ ਰਾਹ ਪੱਧਰਾ ਕਰ ਹੀ ਦਿੰਦੇ ਹਨ। ਵਿਆਹਾਂ ਦੇ ਖਰਚੇ ਅਤੇ ਯੋਜਨਾਬੰਦੀ ਲਈ ਵੀ ਇਹ ਬੱਚੇ ਮਾਪਿਆਂ ਨੂੰ ਬਹੁਤੀ ਸਰਪੰਚੀ ਨਹੀਂ ਝਾੜਨ ਦਿੰਦੇ। 'ਡੈਸਟੀਨੇਸ਼ਨ-ਵਿਆਹਾਂ' ਦਾ ਰਿਵਾਜ ਵੀ ਪਰਵਾਸੀਆਂ ਦੇ ਜੁਆਕਾਂ ਤੋਂ ਹੀ ਸ਼ੁਰੂ ਹੋਇਆ...

ਉਨ੍ਹਾਂ ਬੀਚ 'ਤੇ ਵਿਆਹ ਕੀਤਾ
ਮਾਂ ਧਰਤ ਨੇ ਪਾਣੀ ਵਾਰਿਆ
ਬਾਪੂ ਸੂਰਜ ਨੇ ਝਾਅ ਕੀਤਾ

ਸਿੱਠਣੀਆਂ ਗਾਉਣ ਮੱਛੀਆਂ
ਚਾਦਰਿਆਂ, ਲਹਿੰਗਿਆਂ ਨੇ ਵੀ ਅੱਜ
ਪਹਿਨ ਲਈਆਂ ਕੱਛੇ, ਕੱਛੀਆਂ

ਚੰਨ ਨੱਚਦਾ, ਨੁਹਾਉਂਦਾ ਏ
ਛੱਲਾਂ ਰਲ ਪਾਉਣ ਬੋਲੀਆਂ
ਸਾਗਰ ਢੋਲਕੀ ਵਜਾਉਂਦਾ ਏ

ਘੋਗੇ, ਸਿੱਪੀਆਂ ਦੇ ਹਾਰ ਸੋਹਣੇ
ਜਾਂਵੀਆਂ ਦੇ ਵੈੱਲਕਮ ਨੂੰ
ਗਹਿਣੇ ਰੇਤ ਪਹਿਨੇ ਮਨ-ਮੋਹਣੇ

ਜੰਬੋ-ਜੈੱਟ ਜੰਝ ਬਹਿ ਗਈ
ਬੱਦਲਾਂ ਬੁਲਾਏ ਬੱਕਰੇ
ਜਾਂਵੀਆਂ ਦੀ ਚੜ੍ਹੀ ਲਹਿ ਗਈ

ਚਿੜੀਆਂ ਦਾ ਚੰਬਾ

ਕਈ ਵਾਰ ਬਹੁ-ਮੰਜ਼ਲੇ ਘਰਾਂ ਦੇ ਅਕਾਸ਼, ਪਤਾਲ ਵਿਚ ਗੁਆਚੇ ਬੱਚੇ ਖੂਨ ਦੀ ਰਿਸ਼ਤੇਦਾਰੀ ਦੀ ਹਾਮੀ ਭਰਨ ਤੋਂ ਮੁਨਕਰ ਹੋ ਜਾਂਦੇ ਹਨ। ਪਰ ਜਿਹੜੇ ਮਾਪੇ ਪਰਵਾਸੀ ਮੁਲਕ ਦੀ ਹਵਾ ਅਤੇ ਫੌਜ਼ਿ 'ਚੋਂ ਅਪਣੱਤ ਚੱਖ ਲੈਂਦੇ ਹਨ ਉਨ੍ਹਾਂ ਦੇ ਦਿਨ-ਸੁਦ

ਮੋਹ-ਮੁਹੱਬਤਾਂ ਨਾਲ ਨੇਪਰੇ ਚੜ੍ਹਦੇ ਹਨ। ਪੁੱਤਾਂ-ਧੀਆਂ ਦਾ ਤੇਹ ਵੀ ਬਰਕਰਾਰ ਰਹਿੰਦਾ ਹੈ। ਮਨੋਵਿਗਿਆਨ ਵੀ ਤਾਂ ਆਖਦਾ ਹੈ ਕਿ ਜੁਆਕਾਂ ਨੂੰ ਸੈਂਚੇ 'ਚ ਫਿੱਟ ਕਰਨ ਦੀ ਬਜਾਏ ਖੁੱਲ੍ਹੇ ਛੱਡ ਦਿਓ। ਲੱਗਣ ਦਿਓ ਰਗੜੇ ਤੇ ਸੁਲਝਾਉਣ ਦਿਓ ਝਗੜੇ। ਫਿਰ ਤੱਕੋ ਉਨ੍ਹਾਂ ਦੀਆਂ ਘਾੜਤਾਂ ਦੇ ਨਵੇਂ ਰੰਗ, ਅਕਾਰ ਤੇ ਗੋਲਾਈਆਂ। ਮਾਣੋ ਉਨ੍ਹਾਂ ਦੀ ਉਡਾਣ ਦੇ ਕਰਿਸ਼ਮੇ। ਜੇ ਰਤਾ ਕੁ ਗੱਲ ਪੁੱਠੀ ਪੈ ਵੀ ਜਾਏ ਤਾਂ ਉਨ੍ਹਾਂ ਦੇ ਹੱਥ ਫੜੋ, ਕੰਨ ਨਹੀਂ।

ਸਾਹ ਜੀਵਨ ਦੀ ਸਭ ਤੋਂ ਨਿੱਕੀ ਇਕਾਈ ਹੈ। ਸਾਹ ਜੁੜ ਕੇ ਜੀਵਨ ਬਣਦਾ ਹੈ। ਪਹਿਲੇ ਤੇ ਸੱਜਰੇ ਸਾਹ ਦੀ ਤਾਰੀਖ਼ ਜਿਸ ਘਰ ਨੂੰ ਵੀ ਮੁਬਾਰਕ ਹੁੰਦੀ ਹੈ, ਉੱਥੇ ਕਰਤਾਰ ਆਪ ਵੱਸਦਾ ਹੈ। ਨਿੱਕੀਆਂ-ਮੋਟੀਆਂ ਕਿੰਨੀਆਂ ਹੀ ਤਾਰੀਖ਼ਾਂ ਬਾਦ ਇੱਕ ਦਿਨ ਸ਼ਗਨਾਂ ਦੀ ਮਹਿਕ ਉਪਜਦੀ ਹੈ। ਆਪ-ਮੁਹਾਰੇ ਅਸੀਸਾਂ ਦਾ ਸੰਗੀਤ ਸਿਰਜਦਾ ਹੈ। ਦੁੱਧ ਧੋਤੀ ਧਰਤੀ ਸੂਰਜ ਦੀ ਪਹਿਲੀ ਕਿਰਨ ਨਾਲ ਜਦੋਂ ਸੱਜ-ਧੱਜ ਕੇ ਤਿਆਰ ਹੁੰਦੀ ਹੈ, ਤਾਂ ਫਿਰ ਲਿਖੀ ਜਾਂਦੀ ਹੈ ਜੁੱਗਾਂ-ਜੁੱਗਾਂਤਰਾਂ ਤੀਕ ਵੱਸਦੇ-ਹੱਸਦੇ ਰਹਿਣ ਦੀ ਤਾਰੀਖ਼, ਸਾਹਿਬ ਨਾਲ ਸੁੱਚੇ ਸੰਜੋਗ ਦੀ ਤਾਰੀਖ਼ ਅਤੇ ਧਰਤੀ ਵੱਲੋਂ ਸੂਰਜ ਦੇ ਨਾਂ ਘੱਲੀ ਸਾਹੇ ਦੀ ਤਾਰੀਖ਼। ਇਹ ਸੁਭਾਗ ਭਰੀ ਤਾਰੀਖ਼ ਬਣ ਜਾਂਦੀ ਹੈ ਦੋ ਘਰਾਂ ਦਾ ਸੰਗੀਤ। ਜਿਸ ਨੂੰ ਸੁਣਕੇ ਗਾ ਉੱਠਦੇ ਹਨ ਕੁੱਲ ਆਲਮ ਦੇ ਪੰਛੀ, ਤਾਈਆਂ-ਚਾਚੀਆਂ ਦੀਆਂ ਸਿੱਠਣੀਆਂ, ਭਾਬੀਆਂ ਦੀਆਂ ਟਕੋਰਾਂ ਅਤੇ ਵਣਜਾਰੇ ਦੀਆਂ ਗੋੜੀਆਂ।

ਜਸਲੀਨ ਯੂਨੀਵਰਸਿਟੀ ਪਾਸ ਕਰਕੇ ਦਬਾ ਸੱਟ ਮੈਨੇਜਰ ਵੀ ਬਣ ਗਈ। ਉਹਦੀਆਂ ਬਹੁਤੀਆਂ ਸਹੇਲੀਆਂ ਨੇ ਸੱਜਾ-ਖੱਬਾ "ਸਕੈਨ" ਕਰ ਕੇ ਜੀਵਨ ਸਾਥੀ ਲੱਭ ਲਏ। ਪਰ ਜਸਲੀਨ ਦੇ ਮਾਪਿਆਂ ਨੇ ਵੀ ਆਪਣਾ ਹੋਮ-ਵਰਕ ਵਧੀਆ ਤਰੀਕੇ ਨਾਲ ਕੀਤਾ। ਸਾਹਾ-ਚਿੱਠੀਆਂ ਦੇ ਆਦਾਨ-ਪ੍ਰਦਾਨ, ਮਿਲਣੀਆਂ ਅਤੇ ਆਨੰਦ ਕਾਰਜ ਉਪਰੰਤ, ਕਨੇਡਾ ਦੀ ਜੰਮ-ਪਲ ਜਸਲੀਨ ਨੇ ਆਪਣੀ ਰਿਸੈਪਸ਼ਨ 'ਤੇ ਪੰਜਾਬੀ ਨਜ਼ਮ ਪੜ੍ਹ ਕੇ ਬਰਾਤੀਆਂ ਨੂੰ ਹੈਰਾਨ ਕਰ ਦਿੱਤਾ...

ਜਦੋਂ ਮੈਂ ਪਹਿਲਾ ਕਦਮ ਪੁੱਟਿਆ

ਤੂੰ ਖਿੜ-ਖਿੜਾ ਹੱਸੀ

ਕੈਮਰਾ ਚੁੱਕਣ ਨੱਸੀ

ਡੈਡ ਨੇ ਉਂਗਲ ਫੜੀ

ਮੈਂ ਪਰਬਤ ਜਾ ਚੜੀ

ਜਿਸ ਦਿਨ ਮੈਂ

ਟਿੱਕੀ ਤੋਂ ਪੂਰੀ ਰੋਟੀ ਬਣਾਈ
ਤੂੰ ਪੰਜਾਂ ਪੌੜੀਆਂ ਦਾ ਪਾਠ ਕੀਤਾ
ਮੇਰੇ ਲਈ ਸੋਹਣਾ ਸੂਟ ਸੀਤਾ
ਨਵਾਂ ਸੂਟ ਪਾ
ਮਾਮੀ ਦੀਆਂ ਐਨਕਾਂ ਲਾ
ਮੈਂ ਖਿੜ-ਖਿੜ ਹੱਸਦੀ
ਮੈਂ ਜਿੰਨੇ ਕਦਮ ਵੀ ਘਰੋਂ ਬਾਹਰ ਜਾਂਦੀ
ਓਨੇ ਕਦਮ ਹੀ ਵਾਪਸ ਆਉਂਦੀ
ਜਿਨ੍ਹਾਂ ਬਾਂਹਾਂ ਨੇ
ਮੈਨੂੰ ਚੁੱਕ-ਚੁੱਕ ਖਿਡਾਇਆ
ਅੰਬਰਾਂ ਤੀਕ ਪਹੁੰਚਾਇਆ
ਮੈਂ ਡੈਡ ਦੀ ਰਿਟਾਇਰਮੈਂਟ ਤੋਂ ਪਹਿਲਾਂ
ਉਹ ਬਾਂਹਾਂ ਬਣਨਾ ਚਾਹਿਆ
ਏਸੇ ਲਈ ਹੀ ਮੈਨੂੰ ਨੌਕਰੀ ਲਈ
ਦੂਜੇ ਸ਼ਹਿਰ ਜਾਣ ਦਾ ਸੁਫ਼ਨਾ ਆਇਆ
ਮੈਂ ਚਿੜੀਆਂ ਦੇ ਚੰਬੇ ਦਾ ਗੀਤ ਗਾਇਆ
ਤੂੰ ਉਦਾਸ ਹੋ ਗਈ
ਮੈਂ ਹੱਸ ਕੇ ਕਿਹਾ
"ਮਾਮ, 'ਰਿਹਰਸਲ' ਕਰ ਰਹੀ ਏਂ?"
ਮੈਂ ਤਾਂ 'ਫਰਾਈਡੇਆ' ਆ ਜਾਣਾ
'ਵੀਕੈਂਡ' ਤੇਰੇ ਨਾਲ ਬਿਤਾਉਣਾ
ਤੂੰ ਹੱਸ ਪਈ
ਤੈਨੂੰ ਪਤਾ ਸੀ ਸ਼ਾਇਦ
ਨੌਕਰੀ 'ਤੇ ਹੀ ਗਈ ਹਾਂ
ਵਿਦਾ ਨਹੀਂ ਸਾਂ ਹੋਈ
ਪਰ ਅੱਜ ਹੋ ਰਹੀ ਹਾਂ
ਵਿਦਾ...
ਜਿਵੇਂ ਤੂੰ ਹੋਈ ਸੀ ... ਨਾਨੀ ਤੋਂ
ਨਾਨੀ ਪੜਨਾਨੀ ਤੋਂ...

ਬਰਫ਼ 'ਚ ਉੱਗੇ ਅਮਲਤਾਸ/126

ਫਿਰ ਮੈਂ ਕਿਵੇਂ ਨ ਹੋਵਾਂ

ਇਹ ਰੀਤ ਜੋ ਹੋਈ..

ਜੇ ਨਾ ਹੁੰਦੀ ਇਹ ਰੀਤ

ਤੂੰ ਕਿਵੇਂ ਮਿਲਦੀ ਡੈਡ ਨੂੰ

ਕਿਵੇਂ ਕਹਾਉਂਦੀ

ਮੇਰੀ ਭੈਣ ਦੀ ਮੰਮੀ

ਤੇ ਜੀਜੇ ਦੀ ਸੱਸ

ਮਾਮ... ਚੱਲ ਉੱਠ ਖੜੋ

ਤਕੜੀ ਹੋ

ਵੇਸਣ ਵਾਲੀ ਕੜਾਹੀ ਧੋ

ਅਦਰਕ ਲਸਣ ਦਾ ਤੜਕਾ ਲਾ

ਡੈਡ ਨੂੰ ਅੱਜ ਸਾਗ ਖੁਆ

ਉੱਠ ਕੇ ਮੇਰਾ ਫੋਨ ਉਠਾ

ਮੇਰੇ ਪੇਕਿਆਂ ਦੀ ਕੋਈ ਗੱਲ ਸੁਣਾ

ਵਿਗੜਿਆਂ-ਤਿਗੜਿਆਂ ਨੂੰ ਛੱਡ ਕੇ ਪਰਵਾਸੀਆਂ ਦੇ ਇਹ ਸੋਭਾਵੰਤੀ ਬੱਚੇ ਨਸਲੀ ਭੇਦ-ਭਾਵ ਦੀਆਂ ਝਰੀਟਾਂ ਲੁਆ ਕੇ ਵੀ ਸਮਾਜ ਦੇ ਮੁਹਤਬਰ ਅਹੁਦਿਆਂ 'ਤੇ ਜਾ ਬਿਰਾਜਦੇ ਹਨ। ਬਰਫ਼ 'ਚ ਪੁੰਗਰੇ ਅਤੇ ਜਵਾਨ ਹੋਏ ਇਹ ਸੁਘੜ ਸੁਜਾਨ ਅਮਲਤਾਸ, ਬਹੁ-ਸੱਭਿਆਚਾਰੀ ਅਤੇ ਬਹੁਲਵਾਦੀ ਸਮਾਜ 'ਚ ਸੱਚੇ ਦਿਲੋਂ ਸਰਬੱਤ ਦੇ ਭਲੇ ਦੀ ਚੌਰ ਝੁਲਾਉਂਦੇ ਨੇ। ਰੰਗ, ਨਸਲ ਅਤੇ ਫ਼ਿਰਕੂਪੁਣੇ ਦੇ ਕੋਹਰਿਆਂ-ਕੱਕਰਾਂ ਨਾਲ ਖਹਿੰਦੇ-ਖਹਿੰਦੇ ਇਨ੍ਹਾਂ ਦੇ ਚਿਹਰੇ ਦਾ ਜਲੌਅ ਰੂਹਾਨੀ ਹੋ ਜਾਂਦਾ ਹੈ। ਅੰਦਰੋਂ-ਅੰਦਰੀਂ ਸੱਚ ਦੇ ਸੂਰਜ ਦਾ ਅਟੁੱਟ ਪਰਗਾਸ ਹੋਣ ਕਰ ਕੇ ਇਹ ਧਾਰਮਿਕ ਅਡੰਬਰਾਂ ਅਤੇ ਵਿਖਾਵਿਆਂ ਤੋਂ ਅਕਸਰ ਅਲਿਪਤ ਹੁੰਦੇ ਹਨ। ਮਾਪਿਆਂ ਦੇ ਮੁਕਾਬਲਤਨ ਜੱਦੀਪਨ ਦੇ ਲੋਭ, ਮੋਹ ਅਤੇ ਮਾਣ ਤੋਂ ਹੌਲੀ-ਹੌਲੀ ਨਿਰਲੇਪ ਹੋ ਜਾਂਦੇ ਹਨ। ਭਾਵੇਂ ਏਸੇ ਹੀ ਮੁਲਕ 'ਚ ਪੈਦਾ ਹੋਏ ਹਨ ਪਰ ਫਿਰ ਵੀ ਰੰਗ ਅਤੇ ਨਸਲ ਕਰ ਕੇ ਸਥਾਨਕ ਬਾਸ਼ਿੰਦੇ ਆਪਣੇ ਇਨ੍ਹਾਂ ਵਤਨ ਵਾਸੀਆਂ ਨੂੰ ਮਨੋਂ-ਮਨੀਂ ਪਰਵਾਸੀ ਹੀ ਸਮਝਦੇ ਹਨ। ਪਿੱਛੇ ਜੱਦੀ ਪਿੰਡ ਵਾਲਿਆਂ ਲਈ ਤਾਂ ਇਹ ਬੱਚੇ ਹੈ ਹੀ "ਬਾਹਰਲੇ"। ਸ਼ਾਇਦ ਏਸੇ ਕਰ ਕੇ ਹੀ ਇਹ ਜੀਵਨ ਨੂੰ ਵੱਧ ਤੋਂ ਵੱਧ ਮਾਣਦੇ ਹਨ ਅਤੇ ਮੌਤ ਦੀ ਵਾਸਤਵਿਕਤਾ ਨੂੰ ਮਾਪਿਆਂ ਤੋਂ ਵੱਧ ਸਿਆਣਦੇ ਹਨ। ਇਹ ਜਾਣਦੇ ਹਨ ਕਿ ਹਰ ਪ੍ਰਾਣੀ ਲਗਾਤਾਰ ਪਰਵਾਸ 'ਚ ਹੈ।

ਇਨ੍ਹਾਂ ਦੇ ਜੀਵਨ ਦੀ ਕਵਿਤਾ ਨਾਨਕ ਦੀਆਂ ਉਦਾਸੀਆਂ ਦੀ ਪੈੜ 'ਤੇ ਮੁਲਕ-ਮੁਲਕ ਘੁੰਮਦੀ ਹੈ ਅਤੇ ਬੋਲੀ-ਬੋਲੀ 'ਚ ਪ੍ਰੰਗਰਦੀ ਹੈ। ਬਰਫ਼ 'ਚ ਉੱਗੇ ਅਮਲਤਾਸਾਂ ਦੇ ਇਸ ਅੰਬਰ ਜੇਡੇ ਬਹੁ-ਭਾਸ਼ੀ ਕਾਵਿ, ਵਾਦ, ਸੰਵਾਦ ਅਤੇ ਅਨੁਵਾਦ ਨੂੰ ਭਲਾ ਕੀ ਨਾਮ ਦਿੱਤਾ ਜਾਵੇ? **ਕਾਵਿਆਲੋਜੀ?**

ਪ – ਕਾਵਿਆਲੋਜੀ

ਮਾਂ ਲਿਖੀ ਕਵਿਤਾ, ਮੈਂ ਅੱਖਾਂ ਖੋਲੀਆਂ

ਬਾਪੂ ਲਿਖੀ ਕਵਿਤਾ, ਰਿਜ਼ਕ ਦਾ ਸੂਰਜ ਚੜ੍ਹਿਆ

ਘਰਵਾਲੀ ਲਿਖੀ ਕਵਿਤਾ, ਧੀਆਂ ਜੰਮੀਆਂ

ਧੀਆਂ ਲਿਖੀ ਕਵਿਤਾ, ਮੈਂ ਵਰ੍ਹਿਆਂ ਬਾਦ ਮੁੜ ਪੱਗ ਬੰਨ੍ਹੀ

ਅੱਖਾਂ ਲਿਖੀ ਕਵਿਤਾ, ਕਾਗ਼ਦ ਨਮ ਹੋਇਆ

ਸਾਹਾਂ ਲਿਖੀ ਕਵਿਤਾ, "ਬਿਸਰਿ ਗਈ ਸਭ ਤਾਤਿ ਪਰਾਈ॥"

ਬੁੱਲ੍ਹਾਂ ਲਿਖੀ ਕਵਿਤਾ, ਗੁਲਾਬ ਗੁਲਕੰਦ ਹੋਇਆ

ਢਿੱਡ ਲਿਖੀ ਕਵਿਤਾ, ਲੰਗਰ ਚੱਲੇ

ਕੰਨਾਂ ਲਿਖੀ ਕਵਿਤਾ, ਕੀੜੀ ਦੀ ਚੀਖ਼ ਸੁਣੀ

ਪੈਰਾਂ ਲਿਖੀ ਕਵਿਤਾ, ਉਦਾਸੀਆਂ ਹੋਈਆਂ, ਪਰਵਾਸ ਬਣਿਆ

"ਮੈਂ" ਲਿਖੀ ਕਵਿਤਾ, ਕਾਗ਼ਜ਼ ਸਿਆਹ ਹੋਏ

ਮਨੁੱਖ ਦੇ ਬੋਲਣ ਅਤੇ ਭਾਸ਼ਾ ਦੇ ਪੈਦਾ ਹੋਣ 'ਚ ਸ਼ਾਇਦ ਹਜ਼ਾਰਾਂ ਸਦੀਆਂ ਦਾ ਵਕਫ਼ਾ ਹੈ। ਇਕ ਸਿਧਾਂਤ ਮੁਤਾਬਕ ਮਨੁੱਖ ਨੇ ਪਹਿਲਾਂ ਕੁਦਰਤੀ ਧੁਨੀਆਂ ਦੀ ਨਕਲ ਕਰਨੀ ਸ਼ੁਰੂ ਕੀਤੀ। ਕੋਈ ਬੋਲੀ ਦੇ ਵਿਕਾਸ ਦਾ ਕਾਰਨ ਮਨੁੱਖ ਦੀਆਂ ਸਮਾਜਿਕ ਲੋੜਾਂ ਨੂੰ ਮੰਨਦਾ ਹੈ। ਇਕ ਹੋਰ ਰਾਏ ਅਨੁਸਾਰ ਬੋਲੀ ਦਾ ਜਨਮ ਇਸ਼ਕ-ਮਿਜ਼ਾਜੀ 'ਚੋਂ ਹੋਇਆ। ਕਾਰਨ ਸ਼ਾਇਦ ਇਕ ਤੋਂ ਜ਼ਿਆਦਾ ਹੋਣਗੇ, ਪਰ ਬੋਲੀ ਦੇ ਖ਼ੂਬਸੂਰਤ ਪਸਾਰੇ 'ਚੋਂ ਹਜ਼ਾਰਾਂ ਬੋਲੀਆਂ ਅਤੇ ਲੱਖਾਂ ਉਪ-ਬੋਲੀਆਂ ਜਨਮੀਆਂ। ਹਰ ਬੋਲੀ ਨੇ ਆਪਣਾ ਸਾਹਿਤ ਸਿਰਜਿਆ। ਬੋਲੀਆਂ ਦੇ ਬਿਰਖ ਦੀਆਂ ਟਾਹਣੀਆਂ ਦਾ ਫ਼ੈਲਾਅ ਕਈ ਧਰਤੀਆਂ ਟੱਪ ਗਿਆ। ਕਈ ਵਖਰੇਵੇਂ ਵੀ ਪੈਦਾ ਹੋਏ। ਰਾਜਨੀਤੀ ਵੀ ਮੁਤਾਸਿਰ ਹੋਈ। ਐਪਰ, ਬੋਲੀਆਂ ਦਾ ਡੀ.ਐਨ.ਏ. ਇੱਕ ਹੋਣ ਕਰ ਕੇ ਸਾਂਝ ਬਰਕਰਾਰ ਰਹੀ। ਅੰਤਰ-ਭਾਸ਼ੀ ਮੇਲ-ਜੋਲ 'ਚੋਂ ਪੁਰਾਤਨ ਰਿਸ਼ਤਿਆਂ ਦਾ ਅਹਿਸਾਸ ਹੋਇਆ। ਮਨੁੱਖ ਵੱਲੋਂ ਸ਼ਬਦ, ਅਲੰਕਾਰ, ਬਿੰਬ ਤੇ ਪ੍ਰਤੀਕ, ਆਦਿ, ਦੀ ਵਰਤੋਂ ਨਾਲ ਬੋਲੀ ਨੇ ਮੁੱਢਲੀਆਂ ਲੋੜਾਂ ਹੀ ਪੂਰੀਆਂ ਨਹੀਂ ਕੀਤੀਆਂ ਸਗੋਂ ਬੌਧਿਕ ਅਤੇ ਸਦਾਚਾਰਕ ਵਿਸ਼ਿਆਂ ਨੂੰ ਕਾਵਿ ਮਾਲਾ 'ਚ ਪਰੋਇਆ ਅਤੇ ਕੁਦਰਤ ਦੀ ਅਦਿੱਸਟਤਾ ਨੂੰ ਲਫ਼ਜ਼ੋਂ-ਲਫ਼ਜ਼ੀ ਦ੍ਰਿਸ਼ਟ ਕਰਨ ਦੀ ਬਾਕਮਾਲ ਅਤੇ ਸੁਰੀਲੀ ਕੋਸ਼ਿਸ਼ ਵੀ ਕੀਤੀ।

ਪਰਵਾਸ, ਬੋਲੀ ਅਤੇ ਕਵਿਤਾ ਦੀ ਕੈਮਿਸਟਰੀ ਬਹੁਤ ਦਿਲਚਸਪ ਹੈ। ਪਰਵਾਸੀ ਦੀ ਦਿੱਖ ਅਤੇ ਉਚਾਰਨ ਸਦਕਾ ਨਵੇਂ ਮੁਲਕ ਦਾ ਸਿਸਟਮ ਅਕਸਰ ਉਹਨੂੰ ਮਿਲਦਾ ਹੱਕ ਨਹੀਂ ਦਿੰਦਾ। ਸ਼ੁਰੂ 'ਚ ਅੰਗਰੇਜ਼ੀ ਬੋਲਣ ਤੋਂ ਪਹਿਲਾਂ ਨਵਾਂ ਪਰਵਾਸੀ ਅੰਦਰਗਤੀ

ਮਾਂ-ਬੋਲੀ 'ਚ ਅਨੁਵਾਦ ਕਰਦਾ ਹੈ ਅਤੇ ਖਿੱਚ ਧੂਹ ਕੇ ਵਲੈਤੀ ਵਿਆਕਰਨ ਅਤੇ ਉਚਾਰਨ ਦਾ ਪਹੁੰਚਾ ਫੜਨ ਦੀ ਕੋਸ਼ਿਸ਼ ਕਰਦਾ ਹੈ। ਫਿਰ ਪਰਵਾਸ ਦੀਆਂ ਸ਼ਿਫ਼ਟਾਂ 'ਚ ਘਸ ਪਿੱਟ ਕੇ ਅੰਗਰੇਜ਼ੀ, ਫ਼ੈਂਚ, ਆਦਿ, ਤਾਂ ਪਾਣੀ ਵਾਂਗ ਵਗਣ ਲੱਗ ਜਾਂਦੀਆਂ ਹਨ ਪਰ ਆਪਣੀ ਮਾਂ-ਬੋਲੀ 'ਚੋਂ ਕਈ ਸ਼ਬਦ ਦਹਾਕਿਆਂ ਬੱਧੀ ਮੂਕ ਹੋ ਜਾਂਦੇ ਹਨ। ਰਸੋਈ ਦੇ ਭਾਂਡੇ ਵੀ ਅੰਗਰੇਜ਼ੀ 'ਚ ਹੀ ਖੜਕਦੇ ਹਨ। ਨਵੇਂ ਮੁਲਕ ਦੀ ਭੀੜ 'ਚ ਅਲੱਗ ਦਿਸਣ ਨਾਲੋਂ ਗੁਆਚ ਜਾਣਾ ਅਗਾਂਹਵਧੂ ਲੱਗਦਾ ਹੈ। ਪਰਵਾਸ 'ਚ ਜੰਮੇ ਬੱਚੇ ਵੀ ਬੇਬੇ ਬਾਪੁ ਦੇ ਨਵੇਂ ਭਾਸ਼ਾ-ਸਫ਼ਰ ਦੀ ਰਫ਼ਤਾਰ ਵਧਾ ਦਿੰਦੇ ਹਨ। ਜਿਵੇਂ-ਜਿਵੇਂ ਪਰਵਾਸ ਲੰਮਾ ਹੁੰਦਾ ਜਾਂਦਾ ਹੈ, ਮਾਂ-ਬੋਲੀ ਖ਼ੁਸ਼ਕ ਤੇ ਬਿਹਬਲ ਚਮੜੀ ਦੇ ਖਰੇਪੜਾਂ ਵਾਂਗ ਪੱਤਰਾ-ਪੱਤਰਾ ਝੜਦੀ ਰਹਿੰਦੀ ਹੈ।

ਅਕਾਲ ਭਾਸ਼ਾ

ਕਵਿਤਾ ਅਕਸਰ ਮੇਰੇ ਕੰਨ ਮਰੋੜਦੀ ਰਹਿੰਦੀ ਹੈ। ਤੜਕੇ ਮੇਰੇ ਤੋਂ ਵੀ ਬਹੁਤ ਪਹਿਲਾਂ ਉੱਠ ਖਲੋਂਦੀ ਹੈ। ਫਿਰ ਸਾਰਾ ਦਿਨ ਮੇਰੇ ਮੁਹਰੇ ਨਿੱਕੇ-ਨਿੱਕੇ ਮੀਲ-ਪੱਥਰ ਧਰਦੀ ਰਹਿੰਦੀ ਹੈ। ਜਿਵੇਂ ਮਾਂ ਨਿੱਕੇ ਜੁਆਕ ਨੂੰ ਤੁਰਨਾ ਸਿਖਾਉਣ ਲਈ ਦੂਰੋਂ ਵਾਜਾਂ ਮਾਰਦੀ ਹੋਵੇ ਅਤੇ ਉਹਨੂੰ ਛੂਹਣ ਲਈ ਪ੍ਰੇਰਦੀ ਹੋਵੇ। ਕਵਿਤਾ ਨਾਲ ਮੁਖਾਤਬ ਹੋਣ ਵੇਲੇ, ਤੁਰਨਾ ਸਿਖ ਰਹੇ ਨਿੱਕੂ ਦੇ ਥਿੜਕਦੇ ਕਦਮਾਂ ਵਾਂਗ, ਮੇਰੇ ਕੋਲ ਮਾਂ-ਬੋਲੀ ਦੇ ਲਫ਼ਜ਼ ਥੁੜ ਜਿਹੇ ਜਾਂਦੇ ਹਨ। ਮੈਂ ਵਾਰ-ਵਾਰ ਗੁਗਲ-ਟਰਾਂਸਲੇਟਰ ਤੇ ਜਾ ਕੇ ਅੰਗਰੇਜ਼ੀ ਲਫ਼ਜ਼ ਦੇ ਹਾਣ ਦਾ ਗੁਰਮੁਖੀ-ਲਫ਼ਜ਼ ਲੱਭਦਾ ਰਹਿੰਦਾ ਹਾਂ। ਕਈ ਲਫ਼ਜ਼ ਵੇਖ ਕੇ ਤਾਂ ਇੰਜ ਲੱਗਦਾ ਹੈ, ਜਿਵੇਂ ਵਰ੍ਹਿਆਂ ਤੋਂ ਵਿੱਛੜਿਆ ਪੱਗ-ਵੱਟ ਯਾਰ ਮਿਲ ਗਿਆ ਹੋਵੇ। ਜਿਵੇਂ ਕੋਈ ਅੰਮ੍ਰਿਤਸਰੋਂ ਲਾਹੌਰ ਜਾ ਕੇ ਆਪਣੀ ਵਿੱਛੜੀ ਹਵੇਲੀ ਦੀਆਂ ਇੱਟਾਂ 'ਚੋਂ ਅਤੀਤ ਲੱਭ ਰਿਹਾ ਹੋਵੇ। ਭੁੱਲੇ ਵਿੱਸਰੇ ਹਰ ਲਫ਼ਜ਼ ਦੇ ਮੁੜ ਸੰਜੋਗ 'ਚੋਂ ਕਈ ਰਿਸ਼ਤੇ ਪੁਨਰਜਨਮ ਲੈਂਦੇ ਹਨ। ਉਨ੍ਹਾਂ ਨਾਲ ਜੁੜੀਆਂ ਹੱਡ-ਬੀਤੀਆਂ ਚੇਤਿਆਂ 'ਚ ਪਰਤ ਆਉਂਦੀਆਂ ਹਨ। ਵਰ੍ਹਿਆਂ ਬਾਦ ਹੋਈ ਲਫ਼ਜ਼ਾਂ ਦੀ ਇਸ ਮਿਲਣੀ 'ਚ ਗੁਜ਼ਰੇ ਜੀਆਂ ਨਾਲ ਗੱਲਾਂ ਕੀਤੀਆਂ ਜਾ ਸਕਦੀਆਂ ਹਨ। ਮਹਿਜ਼ ਇੱਕ ਲਫ਼ਜ਼ ਵੱਲੋਂ ਵਿੱਸਰੇ ਪਲਾਂ ਦੀਆਂ ਸੈਂਕੜੇ ਟੁੱਟੀਆਂ ਕੜੀਆਂ ਨੂੰ ਆਪੋ 'ਚ ਜੋੜ ਦੇਣਾ, ਸੂਰਜ ਉਦੇ ਹੋਣ ਵਾਂਗ ਜਾਪਦਾ ਹੈ। ਲਫ਼ਜ਼-ਲਫ਼ਜ਼ ਕੱਜਦੀ ਇਹ ਜੰਮਣਹਾਰੀ ਕਵਿਤਾ ਪਰਵਾਸੀ ਦੀਆਂ ਫੱਟੀਆਂ ਤੇ ਕਾਇਦਿਆਂ 'ਚ ਬਾਤਾਂ ਦੀ ਫਿੱਕੀ ਹੋ ਚੁੱਕੀ ਸਿਆਹੀ 'ਚ ਨਵੇਂ ਰੰਗ ਭਰਦੀ ਰਹਿੰਦੀ ਹੈ। ਮੈਂ ਕਵਿਤਾ ਦਾ ਹੋਰ ਵੀ ਕਾਇਲ ਹੋ ਜਾਂਦਾ ਹਾਂ।

ਹਰ ਬੋਲੀ ਦਾ ਆਪਣਾ ਇਤਿਹਾਸ ਹੈ। ਉਹਦੇ ਹਰ ਲਫ਼ਜ਼ ਤੇ ਧੁਨੀ ਦਾ ਜੀਵਨ ਸਫ਼ਰ ਵੀ ਨਿਹਾਇਤ ਦਿਲਚਸਪ ਹੈ। ਉਹ ਨਦੀ ਵਾਂਗ ਜਿੱਥੋਂ ਵੀ ਗੁਜ਼ਰਦੀ ਹੈ ਕੁਝ ਨਾ ਕੁਝ ਲੈਣ ਦੇਣ ਕਰਦੀ ਰਹਿੰਦੀ ਹੈ। ਕੁਦਰਤ ਦੇ ਅਨੰਤ ਪਰਿਵਰਤਨ ਦੀ ਲੈਅ 'ਚ ਸਹਿਜੇ-ਸਹਿਜ ਵਗਦੀ ਹੈ। ਦਿਨ ਚੜ੍ਹਦਾ ਹੈ ਤਾਂ ਨਵੇਂ ਲਫ਼ਜ਼ ਪਹਿਲਾ ਸਾਹ ਲੈਂਦੇ ਹਨ। ਕਈ ਲਫ਼ਜ਼ ਲੰਮੀ ਰਾਤ 'ਚ ਮੁਕ ਵੀ ਹੋ ਜਾਂਦੇ ਹਨ। ਮਾਂ-ਬੋਲੀ ਦੇ ਲਫ਼ਜ਼, ਪੀੜ੍ਹੀ-ਬਦਲਾਅ ਦੀ ਬਸੰਤ ਅਤੇ ਪੱਤਝੜ ਵੀ ਪਰਵਾਸੀ ਦੇ ਨਾਲ-ਨਾਲ ਹੀ ਹੰਢਾਉਂਦੇ ਹਨ। ਬੋਲੀਆਂ ਦੀ ਆਪੋ 'ਚ ਹੈਲੋ-ਝੈਲੋ ਵਧਣ ਨਾਲ ਸਾਡਾ ਪਰਦੇਸੀ ਬੋਲੀਆਂ ਸਿੱਖਣ ਤੇ ਬੋਲਣ ਦਾ ਪੰਥ ਥੋੜ੍ਹਾ ਸੁਖਾਲਾ ਹੋ ਜਾਂਦਾ ਹੈ।

ਸਾਡਾ ਆਲਮ ਵਰਨਮਾਲ਼ਾਵਾਂ ਦਾ
ਸੋਹਣੇ ਨਾਵਾਂ ਤੇ ਪੜਨਾਂਵਾਂ ਦਾ
ਤੇਰੀ ਅਜ਼ਮਤ ਭਰੇ ਵਿਸ਼ੇਸ਼ਣਾਂ ਦਾ
ਅਜ਼ਲ ਫ਼ਜ਼ਲ ਕਿਰਿਆਵਾਂ ਦਾ

ਇਹ ਜੱਗ ਵਿਸਮਿਕ ਰੁੱਤਾਂ ਦਾ
ਗੀਤਾਂ ਜਿਹੇ ਧੀਆਂ ਪੁੱਤਾਂ ਦਾ
ਕਦੀ ਸਤਰੰਗੇ ਅਨੁਵਾਦਾਂ ਦਾ
ਉਪ ਭਾਸ਼ੀ ਸੁਰਾਂ ਸੁਆਦਾਂ ਦਾ
ਬੱਦਲਾਂ ਵੱਲੋਂ ਰਚੀਆਂ ਸਤਰਾਂ ਦਾ
ਬਿਰਖਾਂ ਵੱਲੋਂ ਘੱਲੇ ਪੱਤਰਾਂ ਦਾ
ਇਹ ਸਹਿਜ ਭਏ ਵਿਸ਼ਰਾਮਾਂ ਦਾ
ਮਾਂ-ਬੋਲੀ ਦੇ ਸੰਗਰਾਮਾਂ ਦਾ
ਸਾਡਾ ਆਲਮ ਵਰਨਮਾਲ਼ਾਵਾਂ ਦਾ...

ਕਿਤੇ ਲਿੰਗ-ਪੁਲਿੰਗੀ ਝਗੜਿਆਂ ਦਾ
ਕਿਤੇ ਮੁਲਕ ਵਿਝੋਦੀ ਰਗੜਿਆਂ ਦਾ
ਕਿਤੇ ਬੋਲੀਆਂ 'ਚ ਪਏ ਕਲੇਸ਼ ਦਾ
ਵਾਕਾਂ 'ਚੋਂ ਗੁਆਚੇ ਦਰਵੇਸ਼ ਦਾ
ਕਿਤੇ ਵਿਸ਼ੇਸ਼ਣ ਖ਼ੁਸ਼ਾਮਦ ਖ਼ੋਰਿਆਂ ਦਾ

ਕਿਤੇ ਕਾਇਦਾ ਕਾਗਦ ਕੋਰਿਆਂ ਦਾ
ਕਿਤੇ ਨਿੱਜ ਵਾਚਕ ਪੜਨਾਂਵਾਂ ਦਾ
ਕਿਤੇ ਵਸਤ ਵਾਚਕੀ ਨਾਵਾਂ ਦਾ
ਸਾਡਾ ਆਲਮ ਵਰਨਮਾਲਾਵਾਂ ਦਾ...

ਕਦੇ ਮੱਧ-ਕਾਲੀਨ ਰਬਾਬ ਜਿਹਾ
ਕਦੇ ਆਦਿ ਕਾਲ਼ ਦੇ ਕਾਵਿ ਜਿਹਾ
ਕਦੇ ਅੰਤਰ-ਭਾਸ਼ੀ ਸਾਕ ਜਿਹਾ
ਕਦੇ ਬਾਣੀ ਦੇ ਮੁੱਖ-ਵਾਕ ਜਿਹਾ
ਕਦੇ ਗੁਰਮੁਖੀ ਦੀ ਕੁੱਖ ਜਿਹਾ
ਕਦੇ ਗੁਰਬਾਣੀ ਦੇ ਰੁੱਖ ਜਿਹਾ
ਕਦੇ ਸੂਫੀ ਵੀਰ ਧਾਰਾਵਾਂ ਦਾ
ਕਦੇ ਪਉੜੀ ਛੰਦ ਵਿਧਾਵਾਂ ਦਾ

ਸਾਡਾ ਆਲਮ ਵਰਨਮਾਲਾਵਾਂ ਦਾ
ਸੋਹਣੇ ਨਾਵਾਂ ਤੇ ਪੜਨਾਂਵਾਂ ਦਾ
ਤੇਰੀ ਅਜ਼ਮਤ ਭਰੇ ਵਿਸ਼ੇਸ਼ਣਾਂ ਦਾ
ਅਜ਼ਲ ਫ਼ਜ਼ਲ ਕਿਰਿਆਵਾਂ ਦਾ

ਅਨੁਵਾਦ ਸੰਵਾਦ ਤੇ ਪਰਵਾਸ

ਕਵਿਤਾ ਜਾਣਦੀ ਹੈ ਕਿ ਅਨੁਵਾਦ ਦਾ ਸਫ਼ਰ ਮਹਿਜ਼ ਲਫ਼ਜ਼ੀ ਅਨੁਵਾਦ ਨਾਲ਼ੋਂ ਬਹੁਤ ਵਸੀਹ ਹੈ। ਲੱਖ ਕੋਸ਼ਿਸ਼ਾਂ ਨਾਲ ਵੀ ਕਵੀ ਪੂਰੀ ਕਵਿਤਾ ਨੂੰ ਅੱਖਰਾਂ 'ਚ ਨਹੀਂ ਉਤਾਰ ਸਕਦਾ। ਕੁਝ ਕੁ ਉਹਦੇ ਚਿਹਰੇ 'ਤੇ ਛਪੀ ਹੁੰਦੀ ਹੈ। ਕੁਝ ਉਹਦੇ ਸਾਹ ਦੀ ਰਫ਼ਤਾਰ ਨਾਲ ਵਗਦੀ ਹੈ। ਬਾਕੀ ਦਿਲ ਦੀ ਤਰਜ਼ 'ਤੇ ਬੋਲਦੀ ਹੈ। ਕਵੀ ਦੇ ਬੋਲਣ ਦਾ ਲਹਿਜ਼ਾ ਵੀ ਕਵਿਤਾ ਨੂੰ ਬਹੁ-ਰੂਪਾਂ 'ਚ ਬਦਲ ਦਿੰਦਾ ਹੈ। ਕਵੀ ਦੀ ਰੂਹ ਫੰਡੋਲੇ ਬਗੈਰ ਉਹਦੀ ਨਜ਼ਮ ਦਾ ਤਰਜਮਾ ਸੰਪੂਰਨ ਕਿਵੇਂ ਹੋ ਸਕਦਾ ਹੈ? ਤਕਨਾਲੋਜੀ ਨੇ ਕਵੀ ਤੇ ਅਨੁਵਾਦਕ ਦਾ ਆਪਸੀ ਤਾਲਮੇਲ ਵਧਾਉਣ ਲਈ ਨਵੇਂ ਜੰਤਰ ਬਖਸ਼ੇ ਹਨ ਤੇ ਇਸ ਮੇਲ-ਜੋਲ਼ ਨਾਲ ਅਨੁਵਾਦ ਪ੍ਰਕਿਰਿਆ ਹੋਰ ਸੁਚੱਜੀ ਹੋ ਰਹੀ ਹੈ। ਜੇ ਆਪਣੀ ਕਾਵਿ ਕਿਰਤ ਦਾ ਅਨੁਵਾਦ ਕਰਦਿਆਂ ਕਵੀ ਦੂਜੀ ਭਾਸ਼ਾ ਤੇ ਨਾਲ ਜੁੜੀਆਂ ਸਮਾਜਿਕ ਅਤੇ ਸੱਭਿਆਚਾਰਕ

ਰਹੁ ਰੀਤਾਂ ਦਾ ਪੂਰਾ ਵਾਕਫ਼ ਹੈ ਤਾਂ ਉਹ ਅਨੁਵਾਦ ਵੇਲੇ ਆਪਣੇ ਅਣਲਿਖੇ ਖ਼ਿਆਲਾਂ ਅਤੇ ਭਾਵਾਂ ਨੂੰ ਵੀ ਨਾਲ-ਨਾਲ ਤੋਰਦਾ ਹੈ। ਪਰ ਜ਼ਿਆਦਾਤਰ ਇੰਝ ਨਹੀਂ ਹੁੰਦਾ। ਕਵਿਤਾ ਨੂੰ ਮੂਲ ਭਾਸ਼ਾ ਤੋਂ ਕਿਸੇ ਹੋਰ ਭਾਸ਼ਾ(ਵਾਂ) 'ਚ ਲਿਖਣਾ, ਕਈ ਰਾਹ ਇਖ਼ਤਿਆਰ ਕਰਦਾ ਹੈ ਤੇ ਲੰਮਾ ਸਫ਼ਰ ਹੈ।

ਸ਼ਾਬਦਿਕ ਅਨੁਵਾਦ ਕਵਿਤਾ ਦੇ ਮੂਲ ਭਾਸ਼ਾ ਤੋਂ ਨਵੀਂ ਭਾਸ਼ਾ ਦੀ ਆਤਮਾ ਤੀਕਰ ਪਹੁੰਚਣ ਦੀ ਪ੍ਰਕਿਰਿਆ ਦਾ ਪਹਿਲਾ ਪੌੜਾ ਹੀ ਹੈ। ਕੇਵਲ ਅੱਖਰਾਂ ਦੇ ਗੇੜ 'ਚ ਪਿਆ ਅਨੁਵਾਦ ਤਾਂ ਕਈ ਵਾਰ ਰਿੱਝੀ ਹੋਈ ਖੀਰ 'ਚ ਅਚਾਨਕ ਡੁੱਲ੍ਹੇ ਪਾਣੀ ਵਾਂਗ ਬੌਂਦਲਿਆ ਜਿਹਾ ਜਾਪਦਾ ਹੈ। ਵੱਖ-ਵੱਖ ਵਿਦਵਾਨਾਂ ਨੇ ਅਨੁਵਾਦ ਦੀਆਂ ਕਿਸਮਾਂ ਨੂੰ ਪਰਿਭਾਸ਼ਿਤ ਵੀ ਕੀਤਾ ਹੈ ਜਿਵੇਂ ਭਾਵ ਅਨੁਵਾਦ ਤੇ ਛਾਇਆ ਅਨੁਵਾਦ, ਆਦਿ। ਕੀ ਨਵੀਂ ਭਾਸ਼ਾ ਤੀਕਰ ਪਹੁੰਚੀ ਇਹ ਕਵਿਤਾ ਅਸਲ ਕਵਿਤਾ ਦਾ ਹੂ-ਬਹੂ ਰੂਪ ਹੈ ਜਾਂ ਉਹਦੀ ਨਵੀਂ ਸ਼ਾਖਾ ਹੈ? ਹੋ ਸਕਦਾ ਨਵੀਂ ਨਿਕੋਰ ਨਜ਼ਮ ਦੇ ਨੈਣ ਨਕਸ਼ ਪੁਰਾਣੀ ਤੋਂ ਬਿਲਕੁਲ ਹੀ ਅੱਡ ਹੋਣ। ਤਜਰਬੇ ਦੇ ਨਾਲ-ਨਾਲ ਕਵਿਤਾ ਦਾ ਵਿਸ਼ਾ ਵਸਤੂ ਅਤੇ ਨਵੀਂ ਭਾਸ਼ਾ ਦਾ ਖਿੱਤਾ, ਸੱਭਿਆਚਾਰ ਤੇ ਮੌਸਮ, ਆਦਿ, ਵੀ ਬਹੁਤ ਵੱਡਾ ਰੋਲ ਅਦਾ ਕਰਦੇ ਹਨ। ਪਰਵਾਸ 'ਚ ਕਵਿਤਾ ਦਾ ਵਿਦੇਸ਼ੀ ਭਾਸ਼ਾ 'ਚ ਅਨੁਵਾਦ ਕਰਦਿਆਂ ਕਈ ਨਵੇਂ ਅਨੁਭਵ ਹੁੰਦੇ ਹਨ। ਅਨੁਵਾਦ ਕਰਨ ਵਾਲਾ ਕਿੱਥੇ ਜੰਮਿਆ ਤੇ ਵੱਡਾ ਹੋਇਆ, ਵੀ ਬਹੁਤ ਅਹਿਮ ਹੈ। ਲੱਖ ਅੰਗਰੇਜ਼ੀ ਪੜ੍ਹਨ ਤੋਂ ਬਾਦ ਅਜੇ ਵੀ ਮੇਰੇ ਵਰਗੇ ਤੱਪੜ-ਬੋਰੀ ਸਕੂਲ ਦੇ ਗ੍ਰੈਜੁਏਟ ਨੂੰ ਸੁਫ਼ਨਾ ਹਮੇਸ਼ਾਂ ਪੰਜਾਬੀ 'ਚ ਹੀ ਆਉਂਦਾ ਹੈ। ਸੋ ਮੇਰੇ ਵੱਲੋਂ ਕੀਤਾ ਅਨੁਵਾਦ ਸੇਂਟ ਮੇਰੀ ਜਾਂ ਸੇਂਟ ਜੋਸਫ ਵਾਲੇ ਗ੍ਰੈਜੁਏਟ ਵੱਲੋਂ ਕੀਤੇ ਅਨੁਵਾਦ ਨਾਲੋਂ ਵੱਖਰਾ ਹੀ ਹੋਵੇਗਾ। ਅਨੁਵਾਦਕ ਦਾ ਰਾਜਨੀਤਿਕ ਤੇ ਧਾਰਮਿਕ ਨਜ਼ਰੀਆ, ਵਿਚਾਰਧਾਰਾ ਤੇ ਸੁਭਾਅ, ਆਦਿ, ਵੀ ਸਭ ਕਾਸੇ ਨੂੰ ਪ੍ਰਭਾਵਿਤ ਕਰਦੇ ਹਨ। ਪਰਵਾਸੀਆਂ ਦੀਆਂ ਆਉਣ ਵਾਲੀਆਂ ਪੀੜ੍ਹੀਆਂ ਵੱਲੋਂ ਕੀਤੇ ਜਾਣ ਵਾਲਾ ਅਨੁਵਾਦ ਸ਼ਾਇਦ ਹੋਰ ਵੀ ਨਵੇਂ ਪਹਿਲੂ ਉਜਾਗਰ ਕਰੇ ਤੇ ਪੰਜਾਬੀ ਕਵਿਤਾ ਨਾਲ ਨਵੇਂ ਸਾਕ ਸਿਰਜੇ।

ਅਨੁਵਾਦ ਦੇ ਵਿਸ਼ੇ ਨੇ ਬੌਧਿਕ, ਤੰਤੂ ਤੇ ਮਨੋਵਿਗਿਆਨ ਦੇ ਗਿਆਨੀਆਂ ਦੀਆਂ ਵੀ ਗੋਡਣੀਆਂ ਲੁਆ ਛੱਡੀਆਂ ਨੇ। ਅਜੇ ਤੱਕ ਉਹ ਉਤਲੀਆਂ ਪਰਤਾਂ ਦੁਆਲੇ ਹੀ ਘੁੰਮ-ਫਿਰ ਰਹੇ ਹਨ। ਅੱਜ ਕੱਲ੍ਹ ਤਕਨਾਲੋਜੀ ਦੀ ਚਲਾਈ ਬਣਾਉਟੀ ਬੁੱਧੀ (ਆਰਟੀਫ਼ੀਸ਼ੀਅਲ ਇੰਟੈਲੀਜੈਂਸ) ਨਾਲ ਰੋਬੋਟ ਸਰਜਰੀਆਂ ਕਰ ਰਹੇ ਹਨ ਤੇ ਫ਼ੈਕਟਰੀ 'ਚ ਪੁਰਜ਼ਾ ਪੁਰਜ਼ ਗੱਡੀਆਂ ਬਣਾ ਰਹੇ ਹਨ। ਡਰੈਵਰਾਂ ਤੋਂ ਬਗ਼ੈਰ ਹੀ ਕਾਰਾਂ ਤੇ ਟਰੱਕ ਭੱਜੇ ਫਿਰਦੇ ਹਨ। ਸਟਾਕ ਮਾਰਕੀਟ 'ਚ ਨਿਵੇਸ਼ ਲਈ ਬਰੋਕਰ ਦੀ ਲੋੜ ਨਹੀਂ। ਪਰ

ਕਵਿਤਾ ਅਨੁਵਾਦ ਦੇ ਮਾਮਲੇ 'ਚ ਵਿਚਾਰਾ ਪੜ੍ਹਾਕੂ ਰੋਬੋਟ ਅਜੇ ਤੱਕ ਕੱਚੀ ਜਮਾਤ ਵੀ ਪਾਸ ਨੀ ਕਰ ਸਕਿਆ। ਅਨੁਵਾਦ ਲਈ ਆਨਲਾਈਨ ਟਰਾਂਸਲੇਟਰਾਂ ਤੇ ਸ਼ਬਦ-ਕੋਸ਼ਾਂ ਨੇ ਬਟਨ ਦੇ ਕਲਿੱਕ ਨਾਲ ਸ਼ਬਦ ਭੰਡਾਰਾਂ ਦਾ ਬੂਹਾ ਖੋਲ੍ਹਿਆ ਅਤੇ ਸ਼ਬਦ ਖੋਜ ਨੇ ਮੁੱਢਲੀ ਮਦਦ ਵੀ ਮੁਹੱਈਆ ਕਰਾਈ ਹੈ। ਮਾਈਕਰਿਸੌਫਟ ਦੀ 'ਚਾਟ-ਜੀਪੀਟੀ' (Chat GPT) ਨੇ ਕਵਿਤਾ ਸਿਰਜਣ 'ਚ ਨਵੀਂਆਂ ਪੁੰਮਾਂ ਜ਼ਰੂਰ ਪਾਈਆਂ ਹਨ ਅਤੇ ਅਨੁਵਾਦ ਦੇ ਸਾਗਰ 'ਚ ਵੀ ਚੁੱਭੀਆਂ ਮਾਰਨ ਦੀਆਂ ਕੋਸ਼ਿਸ਼ਾਂ 'ਚ ਹੈ। ਪਰ ਇਹ ਮਸ਼ੀਨੀ ਕਵਿਤਾ ਬਨਾਉਟੀ ਫੁੱਲਾਂ ਜਿੰਨੀ ਹੀ ਮਹਿਕ ਸਕਦੀ ਹੈ ਤੇ ਸ਼ਾਪਿੰਗ ਸੈਂਟਰ 'ਚ ਸੋਹਣੇ ਲੀੜੇ ਪਾਈ ਖੜੋਤੀ ਪਲਾਸਟਿਕ ਦੀ ਗੁੱਡੀ ਵਾਂਗ ਹੀ ਮੁਸਕਰਾ ਸਕਦੀ ਹੈ। ਇਸ 'ਚੋਂ ਸੱਸੀ ਦੀ ਹੂਕ ਤੇ ਮਿਰਜ਼ੇ ਦੀ ਹੇਕ ਨਹੀਂ ਸੁਣਦੀ।

ਦਿਮਾਗੀ ਵਿਗਿਆਨ ਮੁਤਾਬਕ ਕਵਿਤਾ, ਪੜ੍ਹਨ ਜਾਂ ਸੁਣਨ ਵਾਲੇ ਦੇ ਕਰੋੜਾਂ ਤੰਤੂ ਉਜਾਗਰ ਕਰਦੀ ਹੈ। ਇਸ ਪ੍ਰਕਿਰਿਆ 'ਚ ਦਿਮਾਗ 'ਚ ਤੰਤੂਆਂ ਵੱਲੋਂ ਕਵਿਤਾ ਵਿਚਲੇ ਲਫ਼ਜ਼ਾਂ ਨਾਲ ਲਿੰਕ ਬਣਾਉਣਾ ਤਾਂ ਸਧਾਰਨ ਜਿਹਾ ਕੰਮ ਹੀ ਹੈ। ਅਸਲ 'ਚ ਦਿਮਾਗ ਇਸ ਵੇਲੇ ਆਪਣੇ ਤੰਤੂ ਡਾਟਾਬੇਸ 'ਚੋਂ ਪੁਰਾਣੇ ਬਿੰਬ, ਘਟਨਾਵਾਂ, ਅਮਲ ਤੇ ਵਿਸ਼ਵਾਸ, ਆਦਿ, ਦੀਆਂ ਬੌਧਿਕ ਅੱਖਾਂ ਨਾਲ ਕਵਿਤਾ ਦੇ ਸਰੂਪ, ਆਤਮਾ, ਜ਼ਮੀਰ ਤੇ ਅਨੰਤ ਸਰੋਕਾਰਾਂ ਦਾ ਸੁਚੇਤ ਅਤੇ ਅਚੇਤ ਵਿਸ਼ਲੇਸ਼ਣ ਕਰ ਰਿਹਾ ਹੁੰਦਾ ਹੈ। ਏਸੇ 'ਚ ਹੀ ਦਿਮਾਗ ਦੀ ਸਭ ਤੋਂ ਵੱਧ ਊਰਜਾ ਖ਼ਰਚ ਹੁੰਦੀ ਹੈ। ਬੌਧਿਕ ਕਿਰਿਆ ਆਮ ਜਾਣਕਾਰੀ ਲੱਭਣ (Like for Like) ਨਾਲੋਂ ਬਹੁਤ ਗੁੰਝਲਦਾਰ ਤੇ ਅਲੱਗ ਹੈ। ਇਹ ਦਿਮਾਗ 'ਚ ਮੌਜੂਦ ਜਾਣਕਾਰੀ ਤੇ ਤਜਰਬੇ 'ਚੋਂ ਨਵੇਂ ਨਿਕੋਰ ਭਾਵ ਤੇ ਵਲਵਲਿਆਂ ਦੀ ਸਿਰਜਣਾ ਕਰਦੀ ਹੈ। ਸਗੋਂ ਅਨੁਵਾਦ ਕਰਨ ਵੇਲੇ ਤਾਂ ਇਹ ਸਰਗਰਮੀ ਹੋਰ ਵੀ ਡੂੰਘੀ ਤੇ ਵਿਸ਼ਾਲ ਹੋ ਜਾਂਦੀ ਹੈ। ਇੱਥੋਂ ਤੱਕ ਕਿ ਅਨੁਵਾਦ ਕਰਨ ਵਾਲੇ ਦਾ ਵਾਤਾਵਰਨ ਤੇ ਉਸ ਨਾਲ ਜੁੜਿਆ ਹਰ ਤੱਤ ਤੇ ਸੱਚ ਆਪਣਾ-ਆਪਣਾ ਰੋਲ ਅਦਾ ਕਰਦੇ ਹਨ। ਏਸੇ ਕਰ ਕੇ ਹੀ ਅਨੁਵਾਦ ਵੇਲੇ ਦਿਮਾਗ 'ਚ ਹੁੰਦੇ ਇਸ ਗਹਿਰੇ ਕਾਰਜ ਦਾ ਮਸ਼ੀਨੀਕਰਨ ਅਜੇ ਤੱਕ ਨਿਰਾਸ਼ਾ ਭਰਿਆ ਹੀ ਰਿਹਾ। ਕਵਿਤਾ 'ਚ ਅਲੰਕਾਰਾਂ ਦੇ ਤਰਜਮੇ ਵੇਲੇ ਦਿਮਾਗ ਦੇ ਵੱਖਰੇ ਹਿੱਸੇ ਕਿਰਿਆਸ਼ੀਲ ਹੁੰਦੇ ਹਨ। ਹਰ ਅਲੰਕਾਰ ਦਾ ਅਲੱਗ ਸੰਸਾਰ ਹੁੰਦਾ ਹੈ ਜਿਸ ਨੂੰ ਵੱਖਰੇ ਸੱਭਿਆਚਾਰ ਤੇ ਸਰੋਕਾਰਾਂ ਦੀ ਸੰਚਾਰਿਕ ਭਾਸ਼ਾ 'ਚ ਬਦਲਣਾ ਅੱਖਰੀ ਅਨੁਵਾਦ ਦੀ ਉਡਾਰੀ ਤੋਂ ਬਹੁਤ ਉੱਚਾ ਹੈ। ਇਸ ਸਫ਼ਰ ਦੀ ਕੋਈ ਹੱਦ ਕਿਵੇਂ ਮਿੱਥੀ ਜਾ ਸਕਦੀ ਹੈ? ਇਸ ਸ਼ੁਭ ਕਾਰਜ ਦੀ ਕੋਈ ਕਾਬਲੀਅਤ ਵੀ ਕਿਵੇਂ ਨਿਰਧਾਰਿਤ ਹੋ ਸਕਦੀ ਹੈ? ਇਸ ਕਿਰਿਆ ਦੀ ਉਪਜ ਨੂੰ ਸੰਪੂਰਨ ਆਖਣਾ ਹੀ ਬੇਸਮਝੀ ਹੈ। ਨਾਲੇ ਗੱਲ ਸਿਰਫ਼ ਅਨੁਵਾਦ ਹੋਣ ਤੱਕ ਹੀ ਸੀਮਤ ਨਹੀਂ। ਅਨੁਵਾਦਿਤ ਰਚਨਾ ਦਾ ਜਨ

ਸਧਾਰਨ 'ਤੇ ਕੀ ਅਸਰ ਪੈਂਦਾ ਹੈ? ਅਨੁਵਾਦ ਦੀਆਂ ਤਰੁੱਟੀਆਂ ਦਾ ਸੰਸਾਰ ਨੂੰ ਕੀ ਮੁੱਲ ਲਾਹੁਣਾ ਪੈਂਦਾ ਹੈ? ਖ਼ਾਸ ਕਰ ਕੇ ਧਾਰਮਿਕ ਗ੍ਰੰਥਾਂ ਦੇ ਗ਼ੈਰ ਜ਼ਿੰਮੇਵਾਰ ਅਨੁਵਾਦ ਨਾਲ ਕਰੋੜਾਂ ਸ਼ਰਧਾਲੂ ਮੂਲ ਇਸ਼ਟ ਤੋਂ ਨਿੱਖੜ ਜਾਂਦੇ ਹਨ। ਅਨੁਵਾਦ ਦੀ ਮਿਲਾਵਟ ਨੇ ਅਸਲ ਮਕਸਦ ਨੂੰ ਅਗਵਾ ਹੀ ਨਹੀਂ ਕੀਤਾ ਸਗੋਂ ਅਵਾਮ ਦੀ ਸ਼ਰਧਾ ਅਤੇ ਭਰੋਸੇ ਨੂੰ ਅੰਨ੍ਹੇ ਤੇ ਬੋਲੇ ਵੀ ਕਰ ਛੱਡਿਆ। ਜਾਣੇ ਅਨਜਾਣੇ 'ਚ ਕੀਤਾ ਗ਼ਲਤ ਅਨੁਵਾਦ ਸਮਾਜਿਕ, ਆਰਥਕ ਅਤੇ ਮਨੋਵਿਗਿਆਨਿਕ, ਆਦਿ, ਜੀਵਨ ਦੇ ਹਰ ਪਹਿਲੂ ਨੂੰ ਹੀ ਡੰਗਦਾ ਹੈ।

ਪਰਵਾਸ 'ਚ ਭਾਂਤ-ਭਾਂਤ ਦੀ ਦੁਨੀਆ ਨਾਲ ਵਿਚਰਨ ਦਾ ਸੁਭਾਗ ਮਿਲਦਾ ਹੈ। ਕਵੀ ਦੀ ਕੋਸ਼ਿਸ਼ ਹੁੰਦੀ ਹੈ ਕਿ ਉਹਦੇ ਪਾਠਕਾਂ ਦਾ ਘੇਰਾ ਵਸੀਂਵੇ ਟੱਪੇ। ਇਸ ਮਕਸਦ ਨਾਲ ਮੈਂ ਆਪਣੀਆਂ ਕੁਝ ਨਜ਼ਮਾਂ ਦੇ ਅਨੁਵਾਦ ਲਈ ਹੇਠ ਲਿਖੇ ਹਲਕੇ-ਫੁਲਕੇ ਤਜਰਬੇ ਕੀਤੇ। ਮੈਂ ਨਾ ਹੀ ਕਿਸੇ ਭਾਸ਼ਾ ਦਾ ਮਾਹਿਰ ਹਾਂ ਤੇ ਨਾ ਹੀ ਮੇਰੇ ਕੋਲ ਅਨੁਵਾਦ ਦੀ ਬਹੁਤੀ ਲਿਆਕਤ ਹੈ। ਪਰ ਮੈਨੂੰ ਉਮੀਦ ਹੈ ਇਸ ਨਾਲ ਅਨੁਵਾਦ-ਸੰਵਾਦ ਰਤਾ ਕੁ ਅੱਗੇ ਤੁਰੇਗਾ।

ਮੂਲ ਕਵਿਤਾ: ਮੇਰੀ ਪੱਤਝੜ

ਕੁਝ ਕੁ ਕਵਿਤਾਵਾਂ ਦਾ ਅਨੁਵਾਦ ਕਰਦਿਆਂ ਕਈ ਤਰ੍ਹਾਂ ਦੀ ਅਦਲਾ ਬਦਲੀ ਤੇ ਸਿਰਜਨ ਪ੍ਰਕਿਰਿਆ ਆਪ-ਮੁਹਾਰੇ ਪਰਗਟ ਹੋਈ। "ਮੇਰੀ ਪੱਤਝੜ" ਨਜ਼ਮ ਭਾਵੇਂ ਪਰਵਾਸ 'ਚ ਹੀ ਲਿਖੀ ਸੀ ਪਰ ਇਹਦਾ ਅੰਗਰੇਜ਼ੀ ਰੂਪ, My Fall ਆਪਣੇ ਨਾਲ ਕਨੇਡਾ ਦੇ ਹੋਰ ਸਥਾਨਕ ਬਿੰਬ ਲੈ ਕੇ ਪੇਸ਼ ਹੋਇਆ।

ਮੈਂ ਪਹਿਲੀ ਵਾਰ ਘਰੋਂ ਨਿਕਲਿਆ
ਕਲਾਵੇ 'ਚ ਕੁੱਲ ਆਲਮ ਆ ਵੱਸਿਆ
ਵਸੀਂਵਾਂ ਫੈਲ ਅਨੰਤ ਹੋ ਗਿਆ
ਫੇਫੜੇ ਆਕਸੀਜਨ ਨਾਲ ਭਰ ਗਏ
ਬੇਗਾਨਗੀ ਭਾਫ਼ ਹੋ ਗਈ

ਵਰ੍ਹਿਆਂ ਤੀਕਰ
ਪਰਵਾਸ ਦੀਆਂ ਤਕਾਲ਼ਾਂ ਨੂੰ

ਫ਼ਲਦੇ ਸੂਰਜ ਦੀਆਂ ਤਿਰਛੀਆਂ ਕਿਰਨਾਂ ਨਾਲ
ਬੁਣੀ ਤੁਰੀ ਗਿਆ ਟਾਈਮ-ਪੀਸ ਵਰਗੇ ਡਿਜੀਟਲ ਜਾਲ਼ੇ
ਮੈਂ, ਜਿਵੇਂ ਆਹਰੀ ਮੱਕੜੀ

ਹੁਣ ਨਿੱਕੀ ਦੀਆਂ ਬਾਤਾਂ ਸਹਿਮ ਜਾਂਦੀਆਂ ਹਨ
ਗੀਤ ਮੌਨ ਧਾਰ ਲੈਂਦੇ ਨੇ
ਜਦ ਬਿਨ ਬੂਹਾ ਖੜਕਾਏ
ਮੇਰੀ ਰਸੋਈ ਤੇ ਬੈੱਡ-ਰੂਮ ਤੀਕ ਘੁਸ ਆਉਂਦਾ ਹੈ
ਮੇਰਾ ਦਫਤਰ

ਮੈਂ ਵੀਕ-ਡੇਅ ਵਿਚ ਜਾਲ਼ੇ ਬੁਣਦਾ
ਹਰ ਵੀਕ-ਐਂਡ ਨੂੰ ਜਾਲ਼ੇ ਝਾੜਦਾ
ਟਾਈਮ-ਪੀਸ ਵਾਂਗ
ਵਕਤ, ਗੋਲ਼ਾਈ ਅਤੇ ਗਤੀ ਦਾ ਮੁਥਾਜ

ਹਰ ਅਕਤੂਬਰ-ਨਵੰਬਰ, ਸਿਆਲ਼ ਹੱਥੋਂ
ਮੈਂ ਬਰਫ਼ ਦੀ ਮੂਰਤੀ ਬਣ ਮੋਕਸ਼ ਭਾਲ਼ਦਾ
ਅਕਸਰ ਟਿੱਚਰਾਂ ਕਰ ਕੇ ਲੰਘ ਜਾਂਦੇ
ਘਰੀਂ ਪਰਤ ਰਹੇ ਪਰਵਾਸੀ ਪੰਛੀ
ਮੇਰੇ ਸਫ਼ਰ ਦੇ ਥੀਸਿਸ 'ਚੋਂ ਉੱਡ ਕੇ
ਇਨ੍ਹਾਂ ਪੰਛੀਆਂ ਦੀ ਰੀਸੋ-ਰੀਸੀ
ਅਕਸਰ ਹਵਾ ਹੋ ਜਾਂਦੇ
ਅੰਤਿਕਾ ਦੇ ਕੁਝ ਕਮਲ਼ੇ ਵਰਕੇ

ਬਹੁਤੇ ਭਾਵਾਂ ਨੂੰ ਮੈਂ ਪੰਜਾਬੀ ਵਰਸ਼ਨ (Version) ਵਾਂਗ ਸੰਖੇਪ ਨਾ ਰੱਖ ਸਕਿਆ। ਪਰ ਸਥਾਨਕ ਰਹਿਣ-ਸਹਿਣ ਨਾਲ ਜੁੜੇ ਨਵੇਂ ਬਿੰਬਾਂ ਤੇ ਅਲੰਕਾਰਾਂ ਨੇ ਮੂਲ ਭਾਵ ਨੂੰ ਹੋਰ ਵਿਸ਼ਾਲ ਵੀ ਕੀਤਾ। ਜਿਵੇਂ ਫ਼ਰਿੱਜ 'ਚ ਧਨੀਏ ਦੀ ਪੱਤਝੜ, ਰਸੋਈ ਦਾ ਥੱਕ ਚੁੱਕਾ ਪੱਖਾ, ਆਦਿ। ਅਨੁਵਾਦ ਦੀ ਪਿੱਠ ਭੂਮੀ 'ਚ ਅੰਗਰੇਜ਼ੀ ਨਜ਼ਮ ਦੇ ਨਵੇਂ ਉੱਠਰੇ ਬਿੰਬਾਂ ਨੂੰ ਮੂਲ ਨਜ਼ਮ ਨੇ ਆਪਣੇ ਕਲਾਵੇ 'ਚ ਲੈਣ ਦੀ ਮੇਰੀ ਅਰਜ਼ ਨਾ-ਮਨਜ਼ੂਰ ਕਰ ਦਿੱਤੀ।

ਦੋਵੇਂ ਜਣੀਆਂ ਕਿਸੇ ਦਿਨ ਤਾਂ ਮਾਂਵਾਂ-ਧੀਆਂ ਵਾਂਗ ਰਲ ਕੇ ਨਵਾਂ ਸਵੈਟਰ ਬੁਣਦੀਆਂ, ਪਰ ਕਿਸੇ ਕਿਸੇ ਦਿਨ ਨੂੰਹ-ਸੱਸ ਬਣ ਕੇ ਖਹਿਬੜਦੀਆਂ।

ਅਨੁਵਾਦਿਤ ਕਵਿਤਾ: My Fall

From my village, I took flight,
Feeling the Earth's mighty bosom, pink and bright.
Inside the plane, day and night pulsed in a cycle,
Fresh, foreign oxygen saturating every breath, every particle.
Deep-embedded rituals and tales, my lungs expelled,
As I bid farewell to playmates, soulmates, once held.
Travel light, a west-bound journey's plight,
Allows one to carry only memories, soft and light.

For years, like a digital spider, I spun
And wove my evenings with the auroras of the setting sun.
My biological clock and I age in tandem
As swift as a fleeting moment.
A slave to time, speed, and money-ways,
I knit stitch n weave on the weekdays.
Unraveling spiderwebs over the weekend
Back on the job coming Monday, I tran$cend

The pinkish artistries of my little one are greying out,
Her songs' deafening silence soars in my ears, aloud,
Without a tap, the spotless glass door opens,
Announces the home office in the cozy kitchen,
Meetings run longer, 'til rice is overcooked
Pulses beat and escape the pressure cooker, overlooked
yet no daal for dinner...

the fan surrenders to the cauliflower burned,
Coriander leaves shrivel in fancy sub-zero fridge, lessons
learned.
Another fall silently blankets the kitchen garden, too.

Every fall, I seek liberation and solitude,
Crafty winter makes an ice sculpture of my subdued mood.
As if devotees will flock, light candles in the night,
And pray for my salvation, a hopeful plight.
Instead, the rowdy snow truck comes,
Bullying my tranquil paths, beating its drums.
Backyard friends mask in hibernation, my neighbour unseen,
Migrant birds laugh at my conscious, wings frozen and lean.
Some sentimental pages of my thesis fly away South,
Until entrapped in the gallows of a bare tree, no sprout.
Here comes the poetry, holding my hand,
And with it, the euphoric arrival of spring, so grand.

ਇੱਕ ਗੱਲ ਅਚੰਭੇ ਵਾਲ਼ੀ ਰਹੀ ਕਿ ਅੰਗਰੇਜ਼ੀ ਰੂਪ 'ਚ ਕਵਿਤਾ ਪਰਵਾਸ ਦੀ ਨਿਰਾਸ਼ਾ ਨੂੰ ਬਸੰਤ ਦੀ ਆਸ ਵੱਲ ਲੈ ਗਈ ਜੋ ਖ਼ਿਆਲ ਮੂਲ ਕਵਿਤਾ ਦੀ ਸਿਰਜਨਾ ਵੇਲੇ ਕਦੀ ਨਹੀਂ ਸੀ ਟਪਕਿਆ। ਸ਼ਾਇਦ ਅੰਗਰੇਜ਼ੀ ਤਰਜ਼ 'ਚ ਸੁਰਲੀਨ ਹੋਈ ਨਜ਼ਮ ਪਰਵਾਸੀ ਦੇ ਦਰਦ ਨੂੰ ਸਮਝ ਤਾਂ ਰਹੀ ਹੈ ਪਰ ਨਾਲ-ਨਾਲ ਪਰਵਾਸ ਨੂੰ ਸਵੀਕਾਰਨ ਲਈ ਵੀ ਪ੍ਰੇਰ ਰਹੀ ਹੈ। ਮੈਂ ਇਸ ਦਿਲਚਸਪ ਵਰਤਾਰੇ ਨੂੰ ਖੋਜਣਾ ਚਾਹਿਆ ਤੇ ਪਤਾ ਲੱਗਾ ਕਿ ਬੌਧਿਕ ਵਿਗਿਆਨ ਦੀ ਇੱਕ ਖੋਜ ਮੁਤਾਬਕ ਬਚਪਨ 'ਚ ਨਵੀਂ ਭਾਸ਼ਾ ਸਿੱਖਣ ਵੇਲੇ ਦਿਮਾਗ ਦਾ ਸੱਜਾ ਅਤੇ ਖੱਬਾ ਪਾਸਾ ਬਰਾਬਰ ਰੋਲ ਅਦਾ ਕਰਦੇ ਹਨ। ਜਾਣੀ ਭਾਵਨਾ ਅਤੇ ਤਰਕ ਨਾਲ ਸੰਬੰਧਿਤ ਤੰਤੂ ਅਤੇ ਉਨ੍ਹਾਂ ਦੀਆਂ ਕੜੀਆਂ 'ਚ ਰਿਸ਼ਤੇ ਬਣਦੇ ਹਨ। ਪਰ ਕਿਤਾਬਾਂ ਪੜ੍ਹ ਕੇ ਸਿੱਖੀ ਭਾਸ਼ਾ ਲਿਖਣ-ਪੜ੍ਹਨ ਵੇਲੇ ਭਾਵਨਾ ਵਾਲੇ ਖਾਨੇ ਨਾਲੋਂ ਦਿਮਾਗ ਦਾ ਤਰਕ ਵਾਲ਼ਾ ਖਾਨਾ ਜ਼ਿਆਦਾ ਸਰਗਰਮ ਹੁੰਦਾ ਹੈ। ਸ਼ਾਇਦ ਏਸੇ ਕਰ ਕੇ ਪੰਜਾਬੀ ਪਰਵਾਸੀ ਨੂੰ ਦੱਖਣ ਵੱਲ ਮੁੜੇ ਜਾਂਦੇ ਪੰਛੀਆਂ ਨੂੰ ਵੇਖ ਕੇ ਕੇਵਲ ਜਨਮ-ਭੂਮੀ ਹੀ ਚੇਤੇ ਆਉਂਦੀ ਹੈ। ਪਰ ਪਰਵਾਸੀ ਵੱਲੋਂ ਅੰਗਰੇਜ਼ੀ 'ਚ ਅਨੁਵਾਦ ਕੀਤੀ ਕਵਿਤਾ

ਕਹਿੰਦੀ ਹੈ ਕਿ ਹੇ ਮਨ, ਇਹ ਤੇਰੇ ਬਾਲਾਂ ਦੀ ਜਨਮ-ਭੂਮੀ ਹੈ ਤੇ ਲੱਗਦਾ ਨਹੀਂ ਹੁਣ ਤੇਰੇ ਕੋਲੋਂ ਕਦੀ ਵਾਪਸ ਵੀ ਜਾਇਆ ਜਾਣਾ। ਤੂੰ ਆਉਣ ਵਾਲੀ ਬਸੰਤ ਨਾਲ ਮਨ ਨੂੰ ਧਰਾਸ ਦੇ। ਮੈਨੂੰ ਇਹ ਵੀ ਮਹਿਸੂਸ ਹੋਇਆ ਕਿ ਅਨੁਵਾਦ 'ਚੋਂ ਪੈਦਾ ਹੋਈ ਨਵੀਂ ਨਜ਼ਮ ਮੂਲ ਨਜ਼ਮ ਦੇ ਸਾਹਵੇਂ ਉਹਦੀ ਨਵੀਂ ਪੀੜ੍ਹੀ ਬਣ ਕੇ ਵੀ ਪੇਸ਼ ਹੋ ਸਕਦੀ ਹੈ।

ਮੂਲ ਕਵਿਤਾ: ਨਿੱਕੀ

ਨਿਮਰਤ ਢਾਈ ਕੁ ਸਾਲ ਦੀ ਸੀ ਜਦੋਂ ਮੇਰੀ ਨੌਕਰੀ 'ਚ ਹਫਤਾਵਾਰੀ ਹਵਾਈ ਸਫ਼ਰ ਨੇ ਉਡਾਣ ਭਰੀ। ਮੇਰੇ ਸੂਟ-ਕੇਸ ਦੇ ਪਹੀਏ ਦਾ ਹਰ ਚੱਕਰ ਏਅਰ-ਮਾਈਲ ਦੁੱਗਣੇ ਕਰਨ ਲੱਗਾ। ਘਰ 'ਚ ਜੁਆਕਾਂ ਨਾਲ ਖੇਡਣ ਵਾਲ਼ਾ ਵਕਤ ਏਅਰ-ਪੋਰਟਾਂ ਅਤੇ ਹੋਟਲਾਂ 'ਚ ਗੁਆਚ ਗਿਆ। ਨਿੱਕੀ ਨਾਲ ਖੇਡਣ ਦੀ ਇੱਕ ਘਟਨਾ ਮੇਰੀ ਸਾਦੀ ਜਿਹੀ ਨਜ਼ਮ 'ਚ ਆ ਗਈ। ਬਾਹਲਾ ਕਾਵਿਕ ਮੁਲੰਮਾ ਚੜ੍ਹਾਉਣ ਦੀ ਕੋਸ਼ਿਸ਼ ਨਾ ਕੀਤੀ। ਇਸ ਕਵਿਤਾ ਦੀ ਅੰਤਿਕਾ ਨੇ ਬਹੁਤ ਦੋਸਤਾਂ ਨੂੰ ਮੁਤਾਸਿਰ ਕੀਤਾ। ਸਹਿਕਰਮੀਆਂ ਨਾਲ ਕਦੇ-ਕਦੇ ਬੱਚਿਆਂ ਦੇ ਮਸਲਿਆਂ ਤੇ ਗੱਲਾਂ ਛਿੜਦੀਆਂ ਤਾਂ ਇਹ ਨਜ਼ਮ ਦੇ ਅਨੁਵਾਦ ਦੀ ਲੋੜ ਮਹਿਸੂਸ ਹੁੰਦੀ।

ਪਾਪਾ.. ਪਾਪਾ..

ਕੈਚ ਮੀ…ਕੈਚ ਮੀ

ਤਿੰਨ ਸਾਲ ਦੀ ਨਿੱਕੀ

ਮੇਰੀਆਂ ਬਾਂਹਾਂ 'ਚ ਛਾਲ਼ ਮਾਰਦੀ

ਖਿੜ-ਖਿੜ ਹੱਸਦੀ

ਤੇ ਫਿਰ ਬੈੱਡ 'ਤੇ ਜਾ ਚੜ੍ਹਦੀ, ਛਾਲ਼ ਮਾਰਦੀ…ਬੈੱਡ 'ਤੇ ਜਾ ਚੜ੍ਹਦੀ

ਅਚਾਨਕ ਸ਼ੁਰੂ ਹੋ ਜਾਂਦੀ ਮੇਰੀ ਕਾਨਫਰੰਸ ਕਾਲ

ਪ੍ਰੋਜੈਕਟ ਓਵਰ ਬੱਜਟ

ਵਰਕਰਾਂ ਦੇ ਅਸਤੀਫ਼ੇ

..ਨਿੱਕੀ ਵਾਜਾਂ ਮਾਰੀ ਜਾਂਦੀ.. ਪਾਪਾ.. ਪਾ.. ਪਾ..

ਪ੍ਰੋਫਿਟ ਲੌਸ ਦੀਆਂ ਸਮੀਕਰਨਾਂ ਦੀ ਲੰਮੀ ਬਹਿਸ

ਗੁੰਝਲਦਾਰ ਗਰਾਫ਼, ਹਿੰਦਸਿਆਂ ਦੀ ਤੂੰ-ਤੂੰ, ਮੈਂ-ਮੈ
ਐਕਸ਼ਨ ਆਈਟਮਾਂ, ਅਗਲੀ ਮੀਟਿੰਗ ਦਾ ਏਜੰਡਾ

ਬੌਸ ਦੀਆਂ ਹਿਦਾਇਤਾਂ ਮੁੱਕਦੀਆਂ ਤਾਂ ਮੈਂ ਟੈਲੀਫ਼ੂਨ ਸੁੱਟਦਾ
ਦੌੜ ਕੇ ਨਿੱਕੀ ਨਾਲ ਖੇਡਣ ਜਾਂਦਾ
"ਨਿੱਕੀ...ਨਿੱਕ.ਈ..ਈ...ਈ.."
ਘਰ 'ਚ ਜਿਵੇਂ ਖਲਾਅ ਉੱਤਰ ਆਇਆ ਹੈ
ਨਿੱਕੀ...ਵੱਡੀ ਹੋ ਗਈ ਹੈ

ਸ਼ੁਰੂ 'ਚ 'ਨਿੱਕੀ' ਦਾ ਅਨੁਵਾਦ ਦੂਜੀਆਂ ਨਜ਼ਮਾਂ ਨਾਲੋਂ ਆਸਾਨ ਪ੍ਰਤੀਤ ਹੁੰਦਾ ਸੀ। ਪਰ ਹਰ ਕੋਸ਼ਿਸ਼ ਅਕਵਿਤਾ ਦੀ ਭਾਅ ਮਾਰਦੀ ਰਹੀ। ਕਦੇ ਮੇਰੀ ਅੰਗਰੇਜ਼ੀ ਥੁੜ ਜਾਂਦੀ ਤੇ ਕਦੇ ਕੁੜਤਾ-ਪਜਾਮਾ ਪਾਈ ਬੈਠੇ ਮੁਹਾਵਰੇ ਨੂੰ ਜੀਨ-ਸ਼ੀਨ ਭੋਰਾ ਨਾ ਜਚਦੀ। ਅੱਕ ਕੇ ਮੈਂ ਕਈ ਮਹੀਨੇ ਇਹ ਕੰਮ ਲਾਂਭੇ ਰੱਖ ਕੇ ਭੁੱਲ ਗਿਆ।

ਇਸ ਵਕਫ਼ੇ ਦੌਰਾਨ ਕਈ ਘਟਨਾਵਾਂ ਵਾਪਰੀਆਂ। ਇੱਕ ਦੋਸਤ ਦੀ ਬੇਟੀ ਸੜਕ ਦੁਰਘਟਨਾ ਨੇ ਖੋਹ ਲਈ। ਬੱਚਿਆਂ ਵੱਲੋਂ ਘਰ ਛੱਡ ਕੇ ਓਸੇ ਸ਼ਹਿਰ 'ਚ ਅਲੱਗ ਰਹਿਣ ਤੇ ਉਦਾਸ ਪਰਵਾਸੀ ਮਾਪਿਆਂ ਦੀਆਂ ਗਾਥਾਵਾਂ ਕੰਨੀਂ ਪਈਆਂ। ਵੀਕ-ਐਂਡ 'ਤੇ ਅਸੀਂ ਡੇ-ਕੇਅਰ ਵਾਲੇ ਜੁਆਕਾਂ ਦੀ 2-3 ਸਾਲ ਪੁਰਾਣੀ ਵੀਡੀਓ ਵੇਖੀ ਤਾਂ ਨਿੱਕੀ ਦਾ ਅਨੁਵਾਦ ਮੁੜ ਡੈਸਕ 'ਤੇ ਆ ਗਿਆ।

ਇਸ ਵਾਰ ਨਿੱਕੀ ਨਾਲ ਖੇਡਣ ਵਾਲੀ ਘਟਨਾ ਦਾ ਵਿਸਥਾਰ ਪਾਣੀ ਦੇ ਝਰਨੇ ਵਾਂਗ ਵਗਣ ਲੱਗਾ। ਇਹਦੀ ਸੰਗੀਤਮਈ ਅਦਾ 'ਚੋਂ ਨਿੱਕੀ ਦੇ ਵੱਡੇ ਹੋਣ ਦਾ ਸਫ਼ਰ ਮੂਲ ਕਵਿਤਾ ਦੀ ਅੰਤਿਮ ਸਤਰ ਦੇ ਕਲਿੰਚ ਦੀ ਬਜਾਏ ਨਵੇਂ ਅਲੰਕਾਰਾਂ ਨੇ ਗੁੰਦਿਆ। ਕਵਿਤਾ ਦੀ ਬੁਣਤੀ ਵੀ ਸੰਘਣੀ ਹੋ ਗਈ। ਅਨੁਵਾਦ ਨੇ ਕੁਝ ਨਵੇਂ ਪਲ ਅੰਗਰੇਜ਼ੀ ਨਜ਼ਮ 'ਚ ਪਰੋ ਦਿੱਤੇ ਜੋ ਮੂਲ ਕਵਿਤਾ ਦੇ ਜ਼ਿਹਨ 'ਚ ਨਹੀਂ ਆਏ।

ਅਨੁਵਾਦਿਤ ਕਵਿਤਾ: Nikki

She has her mom's cheeks and my forehead
Three-year-old Nikki leaps from the bed

"Papa, catch me, catch me, papa let's play"
Into my arms, she soars, hoping I'll stay
She chases after me, then claims my chair
Begging to spin, to dance with flair.
round and round we twirl and sway
Tomorrow marks Father's Day, they say
But fun halts abruptly as my phone rings,
quarter ends and conference call begins
Corporate gods aiming mars and moon
The air grows thin in office room
spider webs of proposals, strategies,
falling profits, rush for remedies
Ambition clash, emotions soar high
Graphs and charts paint the turbulent sky.
Executive plans, a weight on my neck
"Call to Action", "All hands-on deck"
"Papa, papa..." her voice fades away,
The sun sets midday, the colors gray.
"Nikki, I'm here," I whisper, sincere,
"I'll play a full game, I promise, my dear."
Nikki, Nikki, echoes in my mind,
As I sprint downstairs, lost in time.
A chapatti puffs on the red-hot grill,
While my wife's eyes hold lullabies still.
"Nikki's first day of college was today"
My wife has nothing else to say
I race against wrinkled hands of my clock,
before constellations of her giggles are lost
A text from Nikki, "Papa, good day,"

ਬਰਫ਼ 'ਚ ਉੱਗੇ ਅਮਲਤਾਸ/142

My heart aches with words left unsaid, astray.
My deaf ears ring with her pleas to play,
"Papa, catch me, catch me," they seem to say.

ਅਨੁਵਾਦ ਦੇ ਸੁਭਾਅ 'ਚ ਵੇਖੀ ਸੰਵੇਦਨਾ ਨਾਲ ਅਹਿਸਾਸ ਹੋਇਆ ਕਿ ਅਨੁਵਾਦ ਦਾ ਰਾਹ ਮੂਲ ਕਵਿਤਾ ਦੇ ਪਲਾਟ ਨਾਲੋਂ ਅਕਸਰ ਵਿਸ਼ਾਲ ਹੋ ਜਾਂਦਾ ਹੈ। ਨਵੇਂ ਪਾਤਰ ਤੇ ਸਰੋਕਾਰ ਇਸ ਸਫਰ ਲਈ ਉਰਜਾ ਪ੍ਰਦਾਨ ਕਰਦੇ ਹਨ। ਹੋਰ ਵੀ ਫੈਲ ਜਾਂਦਾ ਹੈ ਕਵਿਤਾ ਦਾ ਪ੍ਰਕਾਸ਼।

ਮੂਲ ਕਵਿਤਾ: My Kitchen

ਗਲੋਬਲ ਨਿਉਜ਼ ਮਾਂਟਰੀਅਲ ਟੀਵੀ ਚੈਨਲ ਵੱਲੋਂ ਆਪਣੇ ਦਰਸ਼ਕਾਂ ਲਈ ਮੁਫਤ ਰਸੋਈ ਬਣਾਉਣ ਦਾ ਇਨਾਮ ਐਲਾਨਿਆ ਗਿਆ। ਇਸ ਲਈ ਦਰਸ਼ਕਾਂ ਨੂੰ ਕੁਝ ਦਿਲਚਸਪ ਗੱਲਾਂ ਲਿਖ ਕੇ ਚੈਨਲ ਨੂੰ ਈ-ਮੇਲ ਕਰਨ ਲਈ ਕਿਹਾ ਗਿਆ। ਅਸੀਂ ਸਾਰੇ ਟੱਬਰ ਨੇ ਹਾਸੇ ਮਜ਼ਾਕ 'ਚ ਤੇ ਰਲ-ਮਿਲ ਕੇ ਆਪਣੀ ਰਸੋਈ ਦਾ ਕਾਵਿ-ਨਕਸ਼ਾ ਖਿੱਚ ਘੱਲਿਆ। ਲਾਟਰੀ-ਇਨਾਮ ਤਾਂ ਨਹੀਂ ਮਿਲਿਆ ਪਰ ਚੈਨਲ ਮੇਜ਼ਬਾਨਾਂ ਨੇ ਸਾਡੀ ਰਸੋਈ ਦੀ ਨਜ਼ਮ, 'ਮਾਈ-ਕਿਚਨ', ਚੁਸਕੀਆਂ ਲੈ-ਲੈ ਪੜ੍ਹੀ।

Once upon,
a piece of gold
Oh! my kitchen
is getting old

Cabinets making screeching sound
Screws are dancing round n round
Exhaust fan try try try
The smell of curry stays inside
Refrigerator never gets cold
Oh! my kitchen…

Miss dishwasher is on strike
Oven's element never gets bright
Sink is sinking like a ship
Tap is singing tip-tip-tip
The squeaky floor is potholed
Oh! my kitchen is…

Once upon,
a piece of gold
Oh! my kitchen
is getting old

ਮੈਂ ਅੰਗਰੇਜ਼ੀ 'ਚ ਰਚੀ ਮੂਲ ਕਵਿਤਾ ਦੇ ਪੰਜਾਬੀਕਰਨ ਨੂੰ ਵੀ ਇਸ ਪ੍ਰਯੋਗ ਦਾ ਹਿੱਸਾ ਬਣਾਉਣਾ ਚਾਹੁੰਦਾ ਸਾਂ। ਬਾਲਾਂ ਵਰਗੀ 'ਮਾਈ-ਕਿਚਨ' ਭਾਵੇਂ ਹਲਕੀ-ਫੁਲਕੀ ਤੁਕਬੰਦੀ ਹੀ ਸੀ, ਪਰ ਇਹਦੇ ਅਨੁਵਾਦ ਦਾ ਸਫ਼ਰ ਨਵੀਆਂ ਪੈੜਾਂ ਵਾਹ ਗਿਆ। ਕਿਚਨ ਨੂੰ ਜਿਉਂ ਹੀ ਮੈਂ ਰਸੋਈ ਆਖ ਬੁਲਾਇਆ, 'ਮਾਈ-ਕਿਚਨ' ਦੇ ਕਨੇਡੀਅਨ ਬਿੰਬ ਅਤੇ ਨਕਸ਼ ਮਿੰਟੋ-ਮਿੰਟੀ ਹਵਾ ਹੋ ਗਏ। ਨਜ਼ਮ ਮੇਰੀ ਰਸੋਈ ਨੇ ਗਰੇਨਾਈਟ ਕਿਚਨ ਕਾਉਂਟਰ, ਵਾਸ਼ਿੰਗ ਮਸ਼ੀਨ ਤੇ ਮੇਪਲ ਵੁੱਡ ਦੇ ਕੈਬਨਿਟ, ਆਦਿ, ਨੂੰ ਥਾਂ ਹੀ ਨਹੀਂ ਦਿੱਤੀ। ਮੈਂ ਅਗਲੇ ਪਲ ਮਾਂਟਰੀਅਲ ਬੈਠਾ-ਬੈਠਾ ਚਾਲੀ ਸਾਲ ਪੁਰਾਣੀ ਪੰਡੋਰੀ ਵਾਲੀ ਰਸੋਈ 'ਚ ਪਹੁੰਚ ਗਿਆ, ਜੋ ਮੇਰੀ ਦਾਦੀ ਦੇ ਨਾਲ ਹੀ ਸੁਰਗਵਾਸ ਹੋ ਗਈ ਸੀ। ਰਸੋਈ ਨਾਲ ਜੁੜੀਆਂ ਕਥਾਵਾਂ, ਵਸਤਾਂ ਤੇ ਬਿੰਬ ਆਰਕਾਈਵਾਂ 'ਚੋਂ ਨਿਕਲ ਕੇ 'ਮੇਰੀ ਰਸੋਈ' 'ਚ ਆ ਵੜੇ। ਪਿੱਤਲ, ਕੈਂਹੇ, ਚੀਨੀ ਤੇ ਮਿੱਟੀ ਦੇ ਭਾਂਡੇ 'ਮੇਰੀ ਰਸੋਈ' ਦੀਆਂ ਸ਼ੈਲਫਾਂ 'ਤੇ ਸੱਜ-ਧੱਜ ਕੇ ਬਹਿ ਗਏ। ਅਨੁਵਾਦ ਵਾਲੀ ਮੈਥਡੋਲੋਜੀ ਵਰਤਣ ਦੀ ਲੋੜ ਹੀ ਨਹੀਂ ਪਈ। ਮੈਂ ਇਸ ਵਰਤਾਰੇ ਵਾਰੇ ਕਈ ਦਿਨ ਸੋਚਦਾ ਰਿਹਾ। ਸ਼ਾਇਦ ਰਸੋਈ ਦੀ ਪਰਿਭਾਸ਼ਾ 'ਚ ਸਦੀਆਂ ਪੁਰਾਣੀ ਟੱਬਰਾਂ ਦੀ ਸਾਂਝ ਅਤੇ ਲੰਗਰਾਂ ਦੀ ਰਵਾਇਤ ਆਦਿ-ਜੁਗਾਦੀ ਹੈ। ਇਹ ਪੱਛਮ ਦੇ ਨਿੱਕੇ ਟੱਬਰਾਂ ਦੀਆਂ ਨਿੱਕੀਆਂ ਕਿਚਨਾਂ ਨੂੰ ਪੂਰੀ ਤਰ੍ਹਾਂ ਨਸੀਬ ਨਹੀਂ ਹੋਈ। ਜਾਂ ਫਿਰ ਇਹ ਮੇਰੇ ਦਿਮਾਗ਼ ਦੇ ਸੱਜੇ ਖ਼ਾਨੇ ਚੋਂ ਬੈਠਾ ਭੂ-ਹੇਰਵਾ ਹੀ ਹੈ ਜੋ ਇੱਕ ਦਮ ਅਨੁਵਾਦ ਕਰਨ ਵੇਲੇ ਭਾਰੂ ਹੋ ਗਿਆ ਸੀ। ਮੈਂ ਸੋਚਿਆ ਚਲੋ 'ਮਾਈ-ਕਿਚਨ' ਦਾ ਅਨੁਵਾਦ ਵੀ ਹੋ ਗਿਆ ਤੇ ਬਜ਼ੁਰਗਾਂ ਨੂੰ ਵੀ ਬਹਾਨੇ ਨਾਲ ਚੇਤੇ ਕਰ ਲਿਆ।

ਅਨੁਵਾਦਿਤ ਕਵਿਤਾ: ਮੇਰੀ ਰਸੋਈ

ਬੁੱਢੀ ਹੋਈ ਰਸੋਈ, ਬੁੱਢੀ ਹੋਈ ਰਸੋਈ
ਸੀ ਜੋ ਹੁਰ ਜਵਾਨੀ ਵੇਲੇ, ਇਸ ਜੈਸੀ ਨਾ ਸੀ ਕੋਈ

ਅੱਖੀਂ, ਨਾਸੀਂ ਧੂੰਆਂ ਵੜਿਆ, ਭੂਤਰ-ਭੂਤਰ ਚਿਮਨੀ ਚੜਿਆ
ਬੱਚਿਆਂ ਰੋਕੀ ਲਿਪ-ਲਿਪਾਈ, ਦਪੂਨੇ ਵਾਲੀ ਗੱਲ ਮੁਕਾਈ
ਰਲ ਮਿਲ ਸਭ ਜੁਆਕਾਂ ਨੇ, ਭੜੋਲੀ ਚੁੱਕ ਲੁਕੋਈ, ਬੁੱਢੀ..

ਮੁੜੇ, ਫੱਟੇ ਪੈਰੀਂ ਖਹਿੰਦੇ, ਚੌਕੜੀ ਮਾਰ ਨਾ ਬੱਚੇ ਬਹਿੰਦੇ
ਉਟਾ ਮੰਗੇ ਉਟ ਪਰਾਈ, ਉੱਤੋਂ ਛੰਨ ਦੀ ਢਿਲਕ-ਢਲਾਈ
ਸੌਣ ਮਹੀਨੇ ਛੱਤ ਵਿਚਾਰੀ, ਟਿੱਪ-ਟਿੱਪ ਕਰ ਕੇ ਚੋਈ, ਬੁੱਢੀ…

ਛੰਨੇ ਕੋਲ ਸਟੀਲ ਵਟਾਈ, ਡੋਲੀ ਸਿਉਂਕ ਦੇ ਹਿੱਸੇ ਆਈ
ਠੀਕਰੋ-ਠੀਕਰੀ ਤੱੜੀ ਚਾਟੀ, ਗੰਗਾਸਾਗਰ ਪਰਾਤ ਤੇ ਬਾਟੀ
ਡੋਲੂ ਦੇ ਡੋਲਣ 'ਤੇ ਦਾਦੀ, ਸੁਰਗੀਂ ਬੈਠੀ ਰੋਈ, ਬੁੱਢੀ…

ਤੌੜਾ ਚਾਪੜ ਮੱਟ ਤੇ ਡੋਹਰਾ, ਖ਼ਾਲੀ ਆਲ੍ਹਾ ਬੰਦ ਮਘੋਰਾ
ਵਿਹਲੀ ਉੱਖਲੀ ਤਿੜਕੇ ਕੁੱਜੇ, ਮਾਮਜਿਸਤੇ ਸੁਰਗੀਂ ਪੁੱਜੇ
ਸੇਵੀਆਂ ਕੱਢਦੀ ਉੱਦਮੀ ਘੋੜੀ, ਨੂਡਲਾਂ ਵੇਖ ਕੇ ਮੋਈ, ਬੁੱਢੀ…

ਦੇਗਚਾ ਵੇਖ ਪਤੀਲੀ ਹੱਸੇ, ਖੌਂਚਾ ਕੜਛਾ ਕਿੱਧਰ ਨੱਸੇ
ਮਣਾਂ ਸੇਰ ਦੇ ਵੱਟੇ ਵੱਟੇ, 'ਡਿਜੀਟਲ-ਤੱਕੜੀ' ਠਾਕਰ ਲੁੱਟੇ
ਵੇਖ ਕੇ ਬੋਤਲ ਕੋਕ ਦੀ, ਬੁਰੀ ਮੱਝ ਵੀ ਤੋਕੜ ਹੋਈ, ਬੁੱਢੀ…

ਚੌਂਕੇ ਰਲ ਜੇਕਰ ਨਹੀਂ ਬਹਿਣਾ, ਛਾਹਵੇਲੇ ਤੱਕ ਸੁੱਤੇ ਈ ਰਹਿਣਾ
ਖਾਂਦੇ-ਪੀਂਦੇ ਭੱਜ-ਭਜਾਈ, ਚੱਕੀ ਵਾਂਗਰ ਘੁੰਮ-ਘੁੰਮਾਈ
'ਡਾਇਨਿੰਗ-ਰੂਮਾਂ' ਪੱਟੀ, ਨਵੀਂ 'ਪੀੜ੍ਹੀ' 'ਕੱਲੀ ਹੋਈ, ਬੁੱਢੀ…

ਸੀ ਜੋ ਹੂਰ ਜਵਾਨੀ ਵੇਲੇ
ਇਸ ਜੈਸੀ ਨਾ ਸੀ ਕੋਈ
ਬੁੱਢੀ ਹੋਈ ਰਸੋਈ...

ਕੁਝ ਕੁ ਦਿਨਾਂ ਬਾਦ ਮੈਨੂੰ ਲੱਗਾ ਕਿ ਰਸੋਈ ਦਾ ਡਿਜ਼ਾਈਨ, ਸਥਿਤੀ ਤੇ ਸਮਗਰੀ, ਆਦਿ, ਤਾਂ ਜਹਾਨ ਨਾਲ ਬਦਲਦੇ ਹੀ ਰਹਿਣਗੇ। ਕੁਝ ਵੀ ਸਥਿਰ ਨਹੀਂ। ਕਵਿਤਾ ਪਿੱਛਲਝਾਤਾਂ ਮਾਰਦੀ-ਮਾਰਦੀ ਅਚਾਨਕ ਮੋੜ ਕੱਟ ਕੇ ਜੂਮ-ਆਊਟ ਹੋ ਗਈ ਤੇ ਅਨੰਤ ਵੱਲ ਵਹਿ ਤੁਰੀ। ਉਹ ਰਸੋਈ ਦੀਆਂ ਕੰਧਾਂ ਦੇ ਆਰਕੀਟੈਕਚਰ ਅਤੇ ਵਸਤਾਂ ਦੇ ਮੋਹ 'ਚੋਂ ਅਲਿਪਤ ਹੋ ਕੇ ਸੁੱਚੀ ਕਾਇਨਾਤ ਦੀ ਮਹਿਮਾ 'ਚ ਜੁੜ ਗਈ। ਅਨੁਵਾਦ ਦਾ ਇਹ ਸਫ਼ਰ ਲਫ਼ਜ਼ਾਂ ਦੀ ਰੰਗ-ਬਦਲੀ ਤੋਂ ਸ਼ੁਰੂ ਹੋ ਕੇ ਖੁੱਲ੍ਹੇ ਬ੍ਰਹਿਮੰਡ ਦੀ ਨਗਰੀ ਜਾ ਪਹੁੰਚਾ। ਕਣ-ਕਣ 'ਚੋਂ ਫਿਰ ਉਸ ਤੱਕੀਆਂ ਅਸੰਖ ਅਤੇ ਅਮਰ ਰਸੋਈਆਂ।

ਅਨੁਵਾਦਿਤ ਕਵਿਤਾ: ਤੇਰੀ ਰਸੋਈ

ਖਜੂਰ 'ਤੇ ਬੈਠਾ ਚੰਨ
ਜਿਵੇਂ ਦਵਾਖੜੀ
ਰੱਜਿਆ ਜੀਆ ਜੰਤ
ਰੈਣ ਸੁਜਾਖੜੀ

ਚੌਂਕਾ ਕੁੱਲ ਸੰਸਾਰ
ਘੜੇ ਸਬਰਾਂ ਭਰੇ
ਸੰਜਮ ਭਰੀ ਪਰਾਤ
ਚੁੱਲ੍ਹੇ ਭੁੱਖ ਸੜੇ

ਨੀਲਾ ਅੰਬਰ ਛੱਤ
ਰਾਤ ਰਤਨਾਗਰੀ
ਚਾਟੀ ਵਿਚ ਸਮੁੰਦ
ਧੁਨੀ ਸੁਖਸਾਗਰੀ

ਪੌਣਾਂ ਦੁੱਧ ਮਲਾਈਆਂ
ਮੱਖਣੀ ਚੋਟੀਆਂ
ਹਰਖ ਸੋਗ ਸੰਗ ਭਰ ਗਏ
ਘੜੇ ਘਰੋਟੀਆਂ

ਟਿਮ-ਟਿਮ ਚਮਕਣ ਤਾਰੇ
ਦਾਨੇ ਮੱਕੀ ਦੇ
ਗਰਮੀ ਸਰਦੀ
ਦੋ ਪੁੜ ਤੇਰੀ ਚੱਕੀ ਦੇ

ਕੁੰਡੇ ਰਗੜੀ ਹਉਮੈ
ਤੇਰਾ ਘੋਟਣਾ
ਹਰ ਦਾਨੇ ਵੱਸਦੈ ਤੂੰ
ਕੀਹਨੂੰ ਭੋਟਣਾ

ਫੂਕਨੇ ਛੇੜਿਆ ਰਾਗ਼
ਪੌਣ ਸੰਦਲੀ ਹੋਈ
ਘਟਿ-ਘਟਿ ਤੂੰ ਪਰਗਾਸ
ਤੇਰੀ ਅਮਰ ਰਸੋਈ

ਇੰਝ 'ਮਾਈ-ਕਿਚਨ' ਤੋਂ ਬਣੀ 'ਮੇਰੀ ਰਸੋਈ' ਅੰਤ ਨੂੰ 'ਤੇਰੀ ਰਸੋਈ' ਹੋ ਨਿਬੜੀ।

ਕਵਿਤਾ ਦਾ ਅਨੁਵਾਦ ਕੁਦਰਤ ਦੇ ਫ਼ੈਲਾਅ ਵਾਂਗ ਹੀ ਅਨੰਤ ਸੰਭਾਵਨਾਵਾਂ ਰੱਖਦਾ ਹੈ। ਅਨੁਵਾਦ ਨੂੰ ਮੂਲ ਕਵਿਤਾ ਦੇ ਹਰਖ-ਸੋਗ ਦਾ ਭਾਈਵਾਲ ਬਣਨਾ ਪੈਂਦਾ ਹੈ ਤੇ ਉਹਦੀ ਰਵਾਨੀ 'ਚ ਵਗਣ ਦਾ ਇਕਰਾਰ ਕਰਨਾ ਪੈਂਦਾ ਹੈ। ਸੰਵਾਦ ਦੇ ਸੁਫ਼ਨੇ 'ਚੋਂ ਉਗਮੀਆਂ ਹਜ਼ਾਰਾਂ ਬੋਲੀਆਂ ਦੇ ਦੁਨਿਆਵੀ ਪਸਾਰੇ 'ਚ ਅਕਸਰ ਤਿੜਕਦੇ ਰਿਸ਼ਤਿਆਂ ਨੂੰ, ਅਨੁਵਾਦ ਮੁੜ ਜੋੜਨ ਦੀ ਜੁਰਅਤ ਵੀ ਰੱਖਦਾ ਹੈ।

ਲਗਾਂ-ਲਗਾਖਰ

ਕੱਲਮ-ਕੱਲੇ ਲਫ਼ਜ਼ ਤਾਜ਼ੇ ਬੇਰੁਜ਼ਗਾਰ ਗ੍ਰੈਜੁਏਟ ਵਾਂਗ ਹੁੰਦੇ ਹਨ ਜਿਨ੍ਹਾਂ ਦੀ ਅਕਾਦਮਿਕ ਵਿੱਦਿਆ ਦਾ ਨਫ਼ਾ ਅਜੇ ਸਮਾਜ ਤੀਕ ਨਹੀਂ ਪਹੁੰਚਿਆ ਹੁੰਦਾ। ਕਵਿਤਾ ਅਜਿਹੇ ਲਫ਼ਜ਼ਾਂ ਨੂੰ ਨਵੇਂ ਮਕਸਦ ਅਤੇ ਕਿਰਦਾਰ ਬਖ਼ਸ਼ਦੀ ਹੈ। ਇਹ ਲਫ਼ਜ਼ਾਂ ਦੀਆਂ ਅਵਾਮ ਨਾਲ ਜੁੜੀਆਂ ਤੰਦਾਂ 'ਚ ਤਰੰਨਮ ਭਰਦੀ ਰਹਿੰਦੀ ਹੈ। ਇਹ ਹੈਂਕੜਬਾਜ਼ ਲਫ਼ਜ਼ਾਂ ਨੂੰ ਵੀ ਛੰਦਾਂ-ਬੰਦਾਂ 'ਚ ਨਿੱਕੇ ਬਾਲ ਵਾਂਗ ਸੀਟ-ਬੈੱਲਟ ਲਾ ਕੇ ਇੰਜ ਟਿਕਾਉਂਦੀ ਹੈ ਕਿ ਉਨ੍ਹਾਂ ਦੀ ਖ਼ੁਰਦਰੀ ਪਹਿਚਾਣ ਵੀ ਵਿਸਮਿਕ ਹੋ ਜਾਂਦੀ ਹੈ। ਲਿੰਗ-ਪੁਲਿੰਗ ਅਤੇ ਅਗੇਤਰ-ਪਿਛੇਤਰ ਵੀ ਗੰਗਾ ਜਮਨਾ ਦਾ ਸੰਗਮ ਹੋ ਜਾਂਦੇ ਹਨ। ਕਵਿਤਾ ਬੋਲਦੀ ਹੈ ਤਾਂ ਕਿਤਾਬੀ ਵਿਆਕਰਨ ਚੁੱਪ ਕਰ ਜਾਂਦੀ ਹੈ। ਜਿਵੇਂ ਜਮਾਤ 'ਚੋਂ ਔਖੇ ਮਜ਼ਮੂਨ ਦਾ ਸਖ਼ਤ ਅਧਿਆਪਕ ਅਚਾਨਕ ਕਿਤੇ ਚਲਾ ਜਾਵੇ ਅਤੇ ਬੱਚੇ ਬਾਲ-ਸਭਾ ਸ਼ੁਰੂ ਕਰ ਦੇਣ।

ਲਗਾਂ-ਲਗਾਖਰ ਵੀ ਮੁਕਤਿਆਂ ਦੀ ਘਨੇੜੀ ਚੜ੍ਹ ਮਸਤੀ 'ਚ ਆ ਕੇ ਕਵਿਤੋ-ਕਵਿਤੀ ਹੋ ਉੱਠਦੇ ਹਨ। ਨਵੀਆਂ ਨਿਕੋਰ ਧੁਨਾਂ ਸੁਣਨ ਲਈ ਸਕੂਲ ਦੀ ਅਕਾਦਮਿਕ ਹਵਾ ਵੀ ਹੌਲੀ ਹੋ-ਹੋ ਵਗਦੀ ਹੈ।

ਬਿੰਦੀ ਬਹੁ-ਰੂਪਾਂ ਵਿਚ ਬੋਲੇ
ਕਦੇ ਮੱਥੇ ਕਦੇ ਪੈਰਾਂ ਉਹਲੇ
ਅਧਕ ਅੜ ਜਾਏ ਅੜ ਜਾਂਦਾ
ਜਿਉਂ ਬੱਠਲ ਸਿਰ ਤੇ ਚੜ੍ਹ ਜਾਂਦਾ
ਟਿੱਪੀ ਅਧਕ ਮੂਧਾ ਪਾਇਆ
ਜੰਮੀਆਂ ਨਾਸਾਂ ਨੂੰ ਸਾਹ ਆਇਆ
ਵੱਲ ਨਾ ਵਿੰਗ ਕੰਨੇ ਨੂੰ ਕੋਈ
ਜੋ ਜੀਅ ਆਵੇ ਮੁਰਸ਼ਦ ਸੋਈ
ਸਿਰ 'ਤੇ ਪਰਚਮ ਹੋੜੇ ਦਾ
ਪਰ ਅਸਲੀ ਟਹੁਰ ਕਨੌੜੇ ਦਾ
ਔਕੜ ਸੱਸੇ ਨੂੰ ਸੁਰ ਕਰਦਾ
ਗੱਗੇ ਵਿੱਚ ਗੁਰਬਾਣੀ ਭਰਦਾ
ਦੂਹਰਾ ਨਿਭੇ ਦੁਲੈਂਕੜ ਜੀ
ਨਾ ਹਉਮੈ ਨਾ ਹੈਂਕੜ ਜੀ

ਸਿਹਾਰੀ-ਬਿਹਾਰੀ ਦੋ ਸੁਰ-ਰੁੱਤਾਂ

ਗੁੰਦ-ਗੁੰਦ ਅੱਖਰਾਂ ਕੀਤੀਆਂ ਗੁੱਤਾਂ

ਸ਼ਬਦ ਨੂੰ ਚੋਰ ਕਰਦੀਆਂ ਲਾਂਵਾਂ

ਲਾਂਵਾਂ ਦਾ ਸਿਰ ਢਕਣ ਦੁਲਾਂਵਾਂ

ਬੁੱਧੀ ਮੇਰੀ ਮੁਕਤਿਆਂ ਖੋਲ੍ਹੀ

ਕਾਹਤੋਂ ਭੁੱਲੇ ਲਬ ਮਾਂ-ਬੋਲੀ..

ਛੱਲੀ

ਪਰਵਾਸ 'ਚ ਪਹਿਲੇ ਦਹਾਕੇ ਦੌਰਾਨ ਕਵਿਤਾ ਨੇ ਆਪ ਸੂਨਝ ਹੋ ਕੇ ਮੇਰੇ ਨਵੇਂ ਰਿਸ਼ਤਿਆਂ, ਵਪਾਰਿਕ ਸੰਬੰਧਾਂ, ਪੱਛਮੀ ਮੇਲਿਆਂ ਤੇ ਰਸਮਾਂ, ਆਦਿ, ਨੂੰ ਸਪੇਸ ਦਿੱਤੀ। ਇੱਕ ਦਿਨ ਹਾਈਵੇਅ ਤੇ ਇੱਕ ਐਗਜ਼ਿਟ 'ਚੋਂ ਬਾਹਰ ਨਿਕਲਦਿਆਂ ਸਾਰ ਹੀ ਅਜਿਹਾ ਅਹਿਸਾਸ ਹੋਇਆ ਜਿਵੇਂ ਦਸ ਸਾਲ ਦੀ ਲਗਾਤਾਰ ਡਰਾਈਵ ਤੋਂ ਬਾਦ ਪਹਿਲੀ ਵਾਰ ਰੁਕੇ ਹੋਈਏ। ਇੱਕ ਬੱਚਾ ਉੱਬਲੀਆਂ ਛੱਲੀਆਂ ਉੱਤੇ ਲੂਣ ਅਤੇ ਮੱਖਣ ਲਾ ਕੇ ਵੇਚ ਰਿਹਾ ਸੀ। ਨਿੱਕੀ ਨੇ ਜਿਦ ਕੀਤੀ ਤਾਂ ਅਸੀਂ ਗੈਸ ਸਟੇਸ਼ਨ ਦੀ ਪਾਰਕਿੰਗ 'ਚ ਕੁਝ ਕੁ ਛੱਲੀਆਂ ਖ਼ਰੀਦ ਕੇ ਛਕਣ ਲੱਗੇ। ਨਿੱਕੀ ਚਾਹੁੰਦੀ ਸੀ ਮੈਂ ਛੱਲੀ ਨੂੰ ਯਮ-ਯਮ (ਸੁਆਦ) ਆਖਾਂ। ਪਰ ਮੇਰਾ ਦਿਲ ਛੱਲੀਆਂ "ਖਾਣ" ਦੀ ਬਜਾਏ "ਚੱਬਣ" ਨੂੰ ਲੋਚ ਰਿਹਾ ਸੀ। ਖ਼ੈਰ ਮੈਂ ਉਹਦਾ ਦਿਲ ਰੱਖਣ ਲਈ ਝੂਠੀ-ਮੂਠੀ ਉੱਬਲੀ ਛੱਲੀ ਦੀ ਤਾਰੀਫ਼ ਕੀਤੀ ਅਤੇ ਅਸੀਂ ਰਾਹ 'ਚੋਂ ਗਰੋਸਰੀ ਫੜ ਕੇ ਘਰ ਆ ਗਏ। ਛੱਲੀਆਂ ਚੱਬਣ ਦੀ ਮੇਰੀ ਹਸਰਤ ਨੂੰ ਮਹਿਸੂਸਦਿਆਂ ਅੱਜ ਪੂਰੇ ਦਸ ਸਾਲ ਬਾਦ ਕਵਿਤਾ ਨੇ ਫਿਰ ਦਸਤਕ ਦਿੱਤੀ...

ਮੇਰੇ ਜੋਬਨਾਂ 'ਤੇ ਫੁੱਟ ਪਈਆਂ ਲਾਲੀਆਂ

ਤੇ ਰੁੱਤ ਹੈ ਬਹਾਰ ਮਿੱਤਰਾ

ਲੂਆਂ ਵਗਣ ਤੇ ਟਾਂਡੇ ਬੜੇ ਮਾੜਕੂ

ਮੇਰਾ ਝੱਲਦੇ ਨਾ ਭਾਰ ਮਿੱਤਰਾ

ਗੁੱਝੇ ਚਰ੍ਹੀ ਦੇ ਇਸ਼ਾਰਿਆਂ ਤੋਂ ਮੱਚ ਕੇ

ਮੈਂ ਤੇਰੇ ਪਿੱਛੇ ਲੜਦੀ ਰਹੀ

ਤੈਨੂੰ ਪੁੰਨੂੰ ਦੇ ਲਿਬਾਸ ਵਿਚ ਤੱਕ ਕੇ

ਮੈਂ ਰੇਤ ਵਿਚ ਸੜਦੀ ਰਹੀ
ਕਾਹਤੋਂ ਹਾੜੀਆਂ ਦੇ ਭੱਠ ਪਿਆ ਝੋਕਦੈਂ
ਮੈਂ ਸੋਣੀ ਦੀ ਬਹਾਰ ਮਿੱਤਰਾ
ਲੂੰਆਂ ਵਰਗਣ ਤੇ ਟਾਂਡੇ ਬੜੇ ਮਾੜਕੂ...

ਮੈਂ ਟਾਂਡੇ ਸੰਗ ਲੱਗੀਆਂ ਵਿਸਾਰ ਕੇ
ਵੇ ਪਿਆਰ ਤੇਰਾ ਸੇਕਦੀ ਰਹੀ
ਤੈਨੂੰ ਪੈਲੀਆਂ 'ਚ ਘੁੰਮਦੇ ਫਿਰਦੇ ਨੂੰ
ਪੱਬ ਚੁੱਕ ਵੇਖਦੀ ਰਹੀ
ਮੇਰੇ ਸਿਰ 'ਤੇ ਸੁਨਹਿਰੀ ਤਾਜ ਸੋਭਦਾ
ਮੈਂ ਹਰੀ ਭਰੀ ਨਾਰ ਮਿੱਤਰਾ
ਲੂੰਆਂ ਵਰਗਣ ਤੇ ਟਾਂਡੇ ਬੜੇ ਮਾੜਕੂ..

ਮੈਨੂੰ ਵੈਰੀਆਂ ਮਸ਼ੀਨਾਂ ਵਿਚ ਕੁੱਟਿਆ
ਸੱਜਨਾ ਮੈਂ 'ਗੁੱਲ' ਹੋ ਗਈ
ਸਾਡਾ ਦਿਨੋਂ-ਦਿਨ ਜਾਵੇ ਨਾਤਾ ਟੁੱਟਿਆ
ਵੇ ਐਸੀ ਕਿਹੜੀ ਭੁੱਲ ਹੋ ਗਈ
ਤੇਰੇ ਚੁੱਲ੍ਹਿਆਂ ਤੇ ਕੌਲਿਆਂ ਨੂੰ ਤਰਸੇ
ਮੈਂ ਸੱਜਰੀ ਜਵਾਰ ਮਿੱਤਰਾ
ਲੂੰਆਂ ਵਰਗਣ ਤੇ ਟਾਂਡੇ ਬੜੇ ਮਾੜਕੂ...

ਲਾ ਬੋਲੀਆਂ ਮੰਡੀ 'ਚ ਮੈਨੂੰ ਤੋਲਣਾ
ਲੋਕਾਂ ਦਾ ਵਪਾਰ ਹੋ ਗਿਆ
ਮੇਰੀ ਜ਼ਿੰਦਗੀ ਗੁਦਾਮਾਂ ਵਿਚ ਰੋਲਣਾ
ਨਿਤ ਦਾ ਵਿਹਾਰ ਹੋ ਗਿਆ
ਨਹੀਓ ਖਾਦਾਂ ਤੇ ਦਵਾਈਆਂ ਚੰਨਾ ਮੰਗਦੀ
ਮੈਂ ਲੋਚਾਂ ਤੇਰਾ ਪਿਆਰ ਮਿੱਤਰਾ
ਲੂੰਆਂ ਵਰਗਣ ਤੇ ਟਾਂਡੇ ਬੜੇ ਮਾੜਕੂ...

ਮੇਰੇ ਜੋਬਨਾਂ ਤੇ ਫੁੱਟ ਪਈਆਂ ਲਾਲੀਆਂ
ਤੇ ਰੁੱਤ ਹੈ ਬਹਾਰ ਮਿੱਤਰਾ
ਲੂਆਂ ਵਗਣ ਤੇ ਟਾਂਡੇ ਬੜੇ ਮਾੜਕੂ
ਮੇਰਾ ਝੱਲਦੇ ਨਾ ਭਾਰ ਮਿੱਤਰਾ

ਤੁਰਦੀ-ਫਿਰਦੀ ਕਵਿਤਾ

ਮੇਰੇ ਕਈ ਸਾਲ ਪ੍ਰਾਜੈੱਕਟ ਮੈਨੇਜਮੈਂਟ ਦੇ ਲੇਖੇ ਲੱਗੇ। ਹਰ ਕੰਮ ਯੋਜਨਾ ਅਨੁਸਾਰ ਸਮਾਂ-ਬੱਧ ਕਰਨ ਕਰਾਉਣ ਨਾਲ ਹੀ ਪ੍ਰਾਜੈੱਕਟ ਲਟ ਆਉਂਦਾ ਸੀ। ਪਰ ਕਵਿਤਾ ਮੂਹਰੇ ਤਮਾਮ ਪਲਾਨ ਅਤੇ ਸਮਾਂ-ਸੂਚੀਆਂ ਖੁਰ ਜਾਂਦੇ। ਇਹਦੀਆਂ ਬੇਤਰਤੀਬੀਆਂ ਦੀ ਚੰਚਲਤਾ ਸਾਮੂਣੇ ਸਮਾਂ, ਸਥਾਨ ਅਤੇ ਮਨੋ-ਦਸ਼ਾ ਦੀ ਕੋਈ ਕੀਮਤ ਨਹੀਂ ਸੀ। ਆਉਣ 'ਤੇ ਆ ਜਾਏ ਤਾਂ ਇਹ ਕਦੇ ਸਟਾਪ ਸਾਈਨ ਤੇ, ਕਦੇ ਗਰੋਸਰੀ ਸਟੋਰ 'ਚ ਅਤੇ ਕਈ ਵਾਰ ਤਾਂ ਘਰ ਦੀ ਤੂੰ-ਤੂੰ, ਮੈਂ-ਮੈਂ 'ਚ ਵੀ ਪ੍ਰਗਟ ਹੋ ਜਾਂਦੀ ਹੈ। ਬਾਦ 'ਚ ਕਵੀ ਪਰਚੀ-ਪਰਚੀ 'ਕੱਠੀ ਕਰ ਕੇ ਤਰਤੀਬ ਅਨੁਸਾਰ ਸੰਦੂਕ 'ਚ ਚਿਣੇ ਬਿਸਤਰਿਆਂ ਵਾਂਗ ਸਾਂਭਦਾ ਫਿਰਦਾ। ਉਂਝ ਜਦੋਂ ਕਦੇ ਘਰ ਦੇ ਕੰਮਾਂ ਦੀ ਪਾਈਪ-ਲਾਈਨ ਮੇਰੀ ਪੁੜਪੁੜੀ 'ਤੇ ਬੰਦੂਕ ਵਾਂਗ ਤਣ ਜਾਂਦੀ ਤਾਂ ਕਵਿਤਾ ਕਈ ਕਈ ਦਿਨ ਮੌਨ ਹੋ ਜਾਂਦੀ। ਇਹਦੀ ਚੁੱਪੀ ਤੋਂ ਨਿਰਾਸ਼ ਹੋ ਕੇ ਮੇਰੀਆਂ ਦਫ਼ਤਰੀ ਈ-ਮੇਲਾਂ ਅਤੇ ਮੀਟਿੰਗਾਂ ਵੀ ਬੇਸੁਰੀਆਂ ਹੋ ਜਾਂਦੀਆਂ।

ਸ਼ਾਮ ਦੀ ਸੈਰ ਕਰਦਿਆਂ ਜੇ ਕਦੀ ਕਵਿਤਾ ਪਰਵਾਜ਼ ਭਰਦੀ ਹੈ ਤਾਂ ਰਾਹ 'ਚ ਖਿੜਿਆ ਹਰ ਫੁੱਲ ਸ਼ੇਅਰ ਬਣ ਮਹਿਕਦਾ ਹੈ 'ਤੇ ਹਰ ਪੱਤਾ ਬੋਲੀਆਂ ਅਤੇ ਟੱਪਿਆਂ ਦੇ ਅਲਾਪ 'ਚ ਨਸ਼ਿਆ ਉੱਠਦਾ ਹੈ। ਰਾਹ 'ਚ ਪੈਂਦੇ ਘਰਾਂ ਦੀਆਂ ਬਗੀਚੀਆਂ ਦਾ ਸੰਵਾਰਿਆ ਘਾਹ ਅਤੇ ਕਤਾਰ ਬਣ ਖਲੋਤੇ 'ਕ੍ਰਿਸਮਸ ਟਰੀ' (ਬਿਰਖ) ਕਵਿਤਾ ਦੀ ਛੰਦ-ਬੰਦੀ ਕਰਦੇ ਰਹਿੰਦੇ ਹਨ। ਕਵਿਤਾਵਲੀ ਸ਼ਾਮ ਦਾ ਲੁਤਫ਼ ਲੈਂਦਾ-ਲੈਂਦਾ ਸੂਰਜ ਵੀ ਪਛੜ-ਪਛੜ ਛਿਪਦਾ ਹੈ। ਬਹੁ-ਸੱਭਿਆਚਾਰਕ ਮੁਹੱਲੇ 'ਚ ਭਾਂਤ-ਭਾਂਤ ਦੇ ਪਕਵਾਨਾਂ ਦੇ ਜ਼ਾਇਕੇ ਲੈਂਦੀ ਕਵਿਤਾ ਦੀ ਉਡਾਰੀ ਵੀ ਅੰਤਰਰਾਸ਼ਟਰੀ ਹੋ ਜਾਂਦੀ ਹੈ। ਸੁਬ੍ਹਾ ਦੀ ਸੈਰ ਕਰਦੀ ਕਵਿਤਾ ਨੂੰ ਕਲੋਲ ਕਰਦੇ ਛੋਟੇ-ਵੱਡੇ ਤ੍ਰੇਲ ਮੋਤੀ ਵੀ ਦਾਦ ਦੇਣ ਲਈ ਸਹਿਜੇ-ਸਹਿਜੇ ਟਪਕਣ ਲੱਗਦੇ ਅਤੇ ਧੁੱਪ ਦੀ ਬਜਾਏ ਕਵਿਤਾ ਦੇ ਵੈਰਾਗ 'ਚ ਭਾੜ੍ਹ ਹੋਣਾ ਲੋਚਦੇ। ਕੁਦਰਤ ਰਾਣੀ ਦੀਆਂ ਅਜਿਹੀਆਂ ਅਪਾਰ ਕਿਰਿਆਵਾਂ ਤੋਂ ਕਵਿਤਾ ਵੀ ਧੁਰ ਤੀਕ ਤ੍ਰਿਪਤ ਹੋ ਜਾਂਦੀ ਹੈ ਅਤੇ ਮੇਰੇ ਨਾਲ ਕਦਮ-ਕਦਮ ਅਤੇ ਭਾਵ-ਭਾਵ ਹੋ ਕੇ ਤੁਰਦੀ ਰਹਿੰਦੀ ਹੈ। ਕਵਿਤਾ "ਹੁਣ" ਨੂੰ "ਉਦੋਂ" ਨਾਲ ਗੁੰਦਦੀ ਹੋਈ ਮਿੰਟਾਂ-ਸਕਿੰਟਾਂ 'ਚ ਕਈ

ਪੀੜ੍ਹੀਆਂ ਨਾਲ ਮੁਖ਼ਾਤਬ ਹੁੰਦੀ ਹੈ। ਕਈ ਦਹਾਕਿਆਂ ਨਾਲ ਸੰਬੰਧਿਤ ਅਣਗਿਣਤ ਵਿਸ਼ਿਆਂ, ਸਰੋਕਾਰਾਂ ਅਤੇ ਹੱਡ-ਬੀਤੀਆਂ ਨੂੰ ਇਹ ਚੌਕੜੀਏ-ਨੌਕੜੀਏ ਮੰਜਿਆਂ ਵਾਂਗ ਬੁਣਦੀ ਜਾਂਦੀ ਹੈ 'ਤੇ ਨਾਲੇ ਚਾਰ-ਚਾਰ ਪਹਿਰ ਤੁਰਦੀ ਜਾਂਦੀ ਹੈ...

ਤੁਰਦਾ ਜਾਵਾਂ...
ਤੁਰਦਾ ਜਾਵਾਂ...

ਮੈਟਰੋਪੌਲਿਸ ਕੀਤੀ ਧੁੱਪ
ਦੀਵਾ ਲਾਲਟੈਣ ਦੋਵੇਂ ਚੁੱਪ
ਅੱਧੀ ਰਾਤੀਂ ਚਮਕਣ ਰੁੱਖ
ਹੁਣ ਨਹੀਂ ਹੁੰਦਾ ਨੇਰ੍ਹਾ ਘੁੱਪ
ਟਿਮ-ਟਿਮ ਕਰਦੇ ਬਾਲਾਂ ਨੂੰ
ਮੈਂ ਤਾਰੇ ਕਿਵੇਂ ਵਿਖਾਵਾਂ, ਤੁਰਦਾ ਜਾਵਾਂ...

ਡਾਕੀਆ ਬਾਬੂ ਸਾਰੇ ਸੁੱਤੇ
ਚਿੱਠੀ ਭੱਜੇ ਤਾਰਾਂ ਉੱਤੇ
ਇਸ਼ਕ ਉਦਾਸ, ਉਦਾਸੇ ਰੁੱਕੇ
ਹੁੰਦਾ ਇਹ ਸਭ ਸੌਣ ਦੀ ਰੁੱਤੇ
ਕੀ-ਬੋਰਡ 'ਤੇ ਟਿੱਕ-ਟਿੱਕ ਕਰ ਕੇ
ਖੁਸ਼ਕੱਤੀਆਂ ਕਿਵੇਂ ਬਣਾਵਾਂ, ਤੁਰਦਾ ਜਾਵਾਂ...

ਘੜੀ ਦੀ ਤੇਜ਼ ਹੋਈ ਰਫ਼ਤਾਰ
ਫੈਕਟਰੀ ਭੱਜੇ ਪੱਬਾਂ ਭਾਰ
ਬੋਨਸ 'ਤੇ ਕਿਸ ਦਾ ਅਧਿਕਾਰ?
ਘਾਲ ਮੁਸ਼ੱਕਤ ਬੇਰੁਜ਼ਗਾਰ...
ਕਿਰਤੀ ਹੱਥਾਂ ਉੱਤੇ ਲਿਖ ਦਿਓ
ਹੱਕਾਂ ਦਾ ਸਿਰਨਾਵਾਂ, ਤੁਰਦਾ ਜਾਵਾਂ...

ਚੌਵੀ-ਸੱਤੇ (24/7) ਗੱਡੀ ਚੱਲੇ

ਦਫ਼ਤਰ ਮੇਰੀ ਬੱਲੇ-ਬੱਲੇ

ਉੱਪਰ ਥੋੜ੍ਹੇ, ਬਹੁਤੇ ਥੱਲੇ

ਟਾਈ ਨੂੰ ਚਾੜ੍ਹੇ ਵੱਲ ਕੁਵੱਲੇ

ਫਰੀਜ਼ਰ ਵਿੱਚੋਂ ਕੱਢ ਪਰੌਂਠੇ

ਤੱਤੇ ਕਰ-ਕਰ ਖਾਵਾਂ, ਤੁਰਦਾ ਜਾਵਾਂ...

ਅੰਦਰ ਸੁੱਤਾਂ ਪੱਖੇ ਥੱਲੇ

ਗ਼ਮ ਬੇਚੈਨੀ ਜਾਣ ਨਾ ਝੱਲੇ

ਪੈਂਦਾ ਨਹੀਂ ਕੁਝ ਡਾਕਟਰ ਪੱਲੇ

ਅੰਬਰੀਂ ਤਾਰੇ ਹੋਏ ਇਕੱਲੇ

ਬੈੱਡ-ਰੂਮ 'ਚੋਂ ਚੁੱਕ ਕੇ ਮੰਜੀ

ਕੋਠੇ ਉੱਤੇ ਡਾਹਵਾਂ, ਤੁਰਦਾ ਜਾਵਾਂ...

ਬੇਬੀਲੋਨ ਦਵਾਰਕਾ ਖੋਏ

ਸਿੰਧ ਹੜੱਪਾ ਧਰਤ ਲਕੋਏ

ਪਰਬਤ ਸਾਗਰ ਵਿਚ ਸਮੋਏ

ਡਾਇਨਾਸੋਰ ਤੇ ਮੈਮਥ ਮੋਏ

ਮੇਰੇ ਅਗਲੇ ਸਾਹ 'ਤੇ ਛਪੀਆਂ

ਲੱਖ ਚੁਰਾਸੀ ਰਾਹਵਾਂ

ਤੁਰਦਾ ਜਾਵਾਂ...

ਤੁਰਦਾ ਜਾਵਾਂ...

ਕੱਚੀ ਕਵਿਤਾ ਪੱਕੀ ਕਵਿਤਾ

ਕਵਿਤਾ ਨਿਆਣਿਆਂ ਨਾਲ ਨਿਆਣੀ ਅਤੇ ਸਿਆਣਿਆਂ ਨਾਲ ਸਿਆਣੀ ਹੋ ਕੇ ਪੇਸ਼ ਆਉਂਦੀ ਹੈ। ਮੈਂ ਪੰਜਵੀਂ-ਛੇਵੀਂ ਜਮਾਤ 'ਚ ਤੁਕਬੰਦੀਆਂ ਨਾਲ ਕਾਪੀ ਭਰ ਦਿੱਤੀ। ਆਏ-ਗਏ ਦੇ ਮੂਹਰੇ ਚਾਹ-ਪਾਣੀ ਤੋਂ ਵੀ ਪਹਿਲਾਂ ਆਪਣੀ ਕਾਪੀ ਪਰੋਸ ਦੇਣੀ...

ਅਮਲੀ ਹੁੰਦੇ ਅੱਧੇ ਬਾਜੇ
ਕੁਦਰਤ ਨੇ ਇਨ੍ਹਾਂ ਲਈ ਡੋਡੇ ਸਾਜੇ
ਪੁੱਠੀ ਗੱਲ ਸਦਾ ਕਹਿੰਦੇ ਜੀ
ਜਦ ਮਰਜ਼ੀ ਇਨ੍ਹਾਂ ਨੂੰ ਵੇਖੋ
ਠੇਕੇ 'ਤੇ ਬਣ-ਬਣ ਬਹਿੰਦੇ ਜੀ
ਦਾਰੂ ਨੂੰ ਇਹ ਦੇਵੀ ਸਮਝਣ
ਡੋਡੇ ਇਨ੍ਹਾਂ ਦੇ ਦੇਵਤੇ ਜੀ
ਗੁਰਦੁਆਰੇ ਜਾਣ ਕਦੀ ਨਾ
ਹਾਤੇ ਦੇ ਇਹ ਸੇਵਕ ਜੀ...

ਵਾਹ! ਤੁਸੀਂ ਵੀ ਮੇਰੇ ਬਚਪਨ ਦੀਆਂ ਝੱਲ-ਵਲੱਲੀਆਂ ਤੋਂ ਹੱਸ ਪਏ! ਸ਼ੁਕਰੀਆ!
ਲਓ, ਇੱਕ ਹੋਰ ਪੜ੍ਹੋ, ਦਸ-ਗਿਆਰਾਂ ਸਾਲ ਦੀ ਉਮਰ 'ਚ ਸਮਾਜ-ਸੁਧਾਰਕ ਤੁਕਬੰਦੀ...

ਰੋਕੋ ਇਸ ਦਾਜ ਨੂੰ
ਬੰਦ ਕਰੋ ਇਸ ਕਾਜ ਨੂੰ
ਜਿਸ ਨੇ ਗ਼ਰੀਬਾਂ ਦਾ ਦਿਲ ਤੋੜਿਆ
ਜਿਸ ਨੇ ਮਾਪਿਆਂ ਦਾ ਲਹੂ ਨਚੋੜਿਆ ...

ਮਾਫ਼ ਕਰਨਾ, ਚਾਲੀ ਸਾਲ ਬਾਦ ਏਨਾ ਹੀ ਯਾਦ ਹੈ। ਆਏ-ਗਏ ਪ੍ਰਾਹੁਣਿਆਂ ਨੇ ਮੇਰਾ
ਦਿਲ ਰੱਖਣ ਲਈ ਉਪਰਾ-ਉਪਰਾ "ਵਧੀਆ" ਕਹਿ ਦੇਣਾ ਤਾਂ ਮੈਂ ਮਨੋਂ-ਮਨੀਂ
ਟਪੂਸੀਆਂ ਮਾਰਨੀਆਂ। ਹੌਲੀ-ਹੌਲੀ ਜਦੋਂ ਅੰਟੀਆਂ-ਅੰਕਲਾਂ ਦੀਆਂ ਫਾਰਮੈਲਟੀਆਂ
ਸਲ੍ਹਾਬ ਗਈਆਂ ਤਾਂ ਕੰਜਕ ਕਵਿਤਾ ਨੂੰ ਵਿਸਾਰ ਕੇ ਮੈਂ ਵੀ ਦੂਜੇ ਜੁਆਕਾਂ ਦੀ ਭੀੜ 'ਚ
ਮਸ਼ਗੂਲ ਹੋ ਗਿਆ। ਮੇਰੀ ਕਾਪੀ ਅਤੇ ਕਾਪੀ-ਰਾਈਟ ਕਬਾੜੀਏ ਦੇ ਸਾਈਕਲ 'ਤੇ
ਬਹਿ ਕੇ ਤੁਰ ਗਏ...

ਉਂਝ ਇਹ ਮਸਲਾ ਹੈ ਬੜਾ ਪੇਚੀਦਾ। ਨਵੇਂ ਕਵੀ, ਮੁਸੱਵਰ ਜਾਂ ਗਾਇਕ, ਆਦਿ, ਨੂੰ
ਲੋੜੀਂਦੀ ਆਕਸੀਜਨ ਦੇਣੀ ਵੀ ਜ਼ਰੂਰੀ ਹੁੰਦੀ ਹੈ। ਨਾਲ ਨਾਲ ਸ਼ਾਬਾਸ਼ੀ-ਸ਼ਰਬਤ 'ਚ
ਕੁਝ ਕੁ ਨਿੰਮ ਦੇ ਤੁਪਕੇ ਪੈ ਜਾਣ ਤਾਂ ਮਿਹਦਾ ਵੀ ਠੀਕ ਰਹਿੰਦਾ ਹੈ। ਮੈਡੀਕਲ ਕਾਲਜ
ਅੰਮ੍ਰਿਤਸਰ ਵਿਖੇ ਹੋ ਰਹੇ ਯੁਵਕ-ਮੇਲੇ 'ਚ ਮੈਂ ਤੇ ਦੂਰਦਰਸ਼ਨ ਦੇ ਨਿਊਜ਼ ਐਂਕਰ
ਅਰਵਿੰਦਰ ਭੱਟੀ, ਆਡੀਟੋਰੀਅਮ 'ਚ ਬੈਠੇ ਡਾਕਟਰ ਕਲਾਕਾਰਾਂ ਦਾ ਅਨੰਦ ਲੈ ਰਹੇ

ਸਾਂ। ਇੱਕ ਹਿੰਦੀ ਗੀਤ ਦੀ ਗੈੱਸਟ ਆਈਟਮ , "ਕਬੂਤਰ ਜਾ ਜਾ ਜਾ.." ਨੇ ਸਾਰਾ ਹਾਲ ਪੱਬਾਂ ਭਾਰ ਕਰ ਦਿੱਤਾ। ਤਮਾਮ ਤਮਾਸ਼ਬੀਨ ਪੁਕਾਰ-ਪੁਕਾਰ ਕੇ ਚੀਖ਼ ਰਹੇ ਸਨ, "ਕਬੂਤਰ - ਜਾਹ, ਜਾਹਹ, ਜਾਹਹਹ"। ਬੇਸੁਰੇ ਗਾਇਕ ਨੂੰ ਦੋ ਮੰਚ-ਪ੍ਰਬੰਧਕ ਧੂਹ ਕੇ ਬਾਹਰ ਕੱਢਣ ਦੀ ਕੋਸ਼ਿਸ਼ ਵੀ ਕਰ ਰਹੇ ਸਨ। ਪਰ ਉਹ ਮਾਂ ਦਾ ਜਾਇਆ ਮਾਈਕ ਵੱਲ ਛੜੱਪਾ ਮਾਰ ਕੇ ਮੁੜ ਆਉਂਦਾ ਅਤੇ ਹੋਰ ਸੰਘ ਪਾੜ ਕੇ ਗਾਉਂਦਾ, "ਕਬੂਤਰ - ਜਾ ਜਾ ਜਾ"। ਸੋਚਦਾ ਹੋਵੇਗਾ ਕਿ...

ਆਡੀਐਂਸ ਰਸਪੌਂਸ

ਬੱਲੇ-ਬੱਲੇ,

ਮੈਂ ਕਿਉਂ ਉੱਤਰਾਂ ਥੱਲੇ?

ਖ਼ੈਰ, ਇਹ ਯੁਵਕ-ਮੇਲੇ ਦੀ ਸਭ ਤੋਂ ਵੱਧ ਮਨੋਰੰਜਕ ਆਈਟਮ ਹੋ ਨਿੱਬੜੀ। ਇਸ ਸੰਸਾਰਕ ਮੇਲੇ 'ਚ ਸਾਡੀ ਨਿਪੁੰਨਤਾ, ਆਲੇ-ਦੁਆਲੇ ਵਿਚਰਦੇ ਲੋਕਾਂ ਨਾਲ ਤੁਲਨਾਤਮਿਕ ਪੈਮਾਨੇ ਅਨੁਸਾਰ ਮਾਪੀ ਜਾਂਦੀ ਹੈ। ਪਰ ਹਰ ਜੀਵ ਵਿਲੱਖਣ ਹੈ ਅਤੇ ਉਹਨੂੰ ਹੋਈ ਹਰ ਬਖ਼ਸ਼ਿਸ਼ ਵੀ ਓਨੀ ਹੀ ਵਿਲੱਖਣ ਹੈ। ਨਵੀਂ ਪਨੀਰੀ ਅਕਸਰ ਤਜਰਬੇਕਾਰ ਪੈਰਾਂ ਹੇਠ ਮਿੱਧੀ ਜਾਂਦੀ ਹੈ।

ਸਾਹਿਤਕ ਪੁਲਿਸ ਦੀ ਘੂਰ

ਨਜ਼ਮ ਅੰਵਾਣੀ ਚੂਰੋ-ਚੂਰ

ਏਸੇ ਕਰ ਕੇ ਨਵੀਂਆਂ ਲੀਹਾਂ 'ਤੇ ਤੁਰਨ ਦਾ ਜੇਰਾ ਕੋਈ ਟਾਂਵਾਂ-ਟਾਂਵਾਂ ਪਾਂਧੀ ਹੀ ਕਰਦਾ ਹੈ। 'ਕਚ-ਪਕੀ' ਨਜ਼ਮ, ਕਹਾਣੀ, ਨਿਬੰਧ, ਆਦਿ, ਦੀ ਜੇਕਰ ਸਥਾਪਿਤ ਕਲਮਾਂ ਉਂਗਲ ਫੜ ਲੈਣ ਤਾਂ ਸ਼ਾਇਦ ਸਾਹਿਤ ਦਾ ਬੋਹਲ ਹੋਰ ਵੀ ਵਧੇ-ਫੁੱਲੇ ਅਤੇ ਗੀਤ ਪ੍ਰਦੂਸ਼ਣ ਨੂੰ ਠੱਲ੍ਹ ਪਵੇ।

ਮੂਕ ਕਵਿਤਾ

ਉਸਾਰੂ ਸਾਹਿਤਕ ਵਾਰਤਾਲਾਪ ਦੀ ਬਜਾਏ ਅੱਜ ਵੀ ਗ਼ਜ਼ਲ, ਖੁੱਲ੍ਹੀ ਕਵਿਤਾ, ਹਾਇਕੂ, ਆਦਿ, ਸ਼ੈਲੀਆਂ ਬਾਰੇ ਅਕਸਰ ਕੌੜੀ ਬਹਿਸ ਛਿੜਦੀ ਹੈ ਅਤੇ ਲਫ਼ਜ਼ੀ ਤਲਵਾਰਾਂ

ਨਿਕਲ਼ ਆਉਂਦੀਆਂ ਹਨ। ਅਣਲਿਖੇ ਜਨਮ ਅੰਕੜਿਆਂ ਅਨੁਸਾਰ ਕਵਿਤਾ ਅਤੇ ਬੋਲੀ ‘ਚੋਂ ਸਭ ਤੋਂ ਪਹਿਲੋਂ ਖ਼ੋਰੇ ਕਿਹਦਾ ਨਾਂ ਆਉਂਦਾ ਹੋਵੇਗਾ। ਪਰ ਕਵਿਤਾ, ਬੋਲੀ ਤਾਂ ਕੀ, ਜੀਵ-ਜੰਤੂਆਂ ਦੀ ਬੋਲਣ-ਸ਼ਕਤੀ ਦੇ ਪੈਦਾ ਹੋਣ ਤੋਂ ਵੀ ਬਹੁਤ ਪਹਿਲਾਂ ਜਨਮੀ ਹੋਵੇਗੀ। ਕਿਤੇ ਇਹਦੀ ਲੋਰ ‘ਚੋਂ ਹੀ ਲੈਅ, ਤਾਲ, ਰਾਗ, ਮਾਤਰਾ, ਲਫ਼ਜ਼,...ਆਦਿ ਤਾਂ ਨਹੀਂ ਜਨਮੇ? ਖ਼ੈਰ, ਕਵਿਤਾ ਐਸੀ ਤੂੰ-ਤੂੰ, ਮੈਂ-ਮੈਂ ‘ਚ ਵਕਤ ਜ਼ਾਇਆ ਨਹੀਂ ਕਰਦੀ। ਉਂਝ ਜਦੋਂ ਇਹਦਾ ਪਿਆਰਾ ਇਹਦੇ ਪਹਿਰਾਵੇ ਜਾਂ ਚਲਨ, ਆਦਿ, ‘ਤੇ ਬੇਲੋੜੀ ਤਨਜ਼ ਕੱਸਦਾ ਹੈ ਤਾਂ ਇਹ ਬਹੁਤ ਉਚਾਟ ਹੋ ਜਾਂਦੀ ਹੈ...

ਬਹਿਰ, ਤੋਲ, ਤੁਕਾਂਤ

ਛੰਦ, ਰੁਬਾਈ, ਸਲੋਕ

ਮਾਹੀਏ, ਟੱਪੇ, ਹਾਇਕੂ

ਕਾਫ਼ੀ, ਆਇਤ, ਓਡ, ਪਉੜੀ

ਕਵਿਤਾ ਦੇ ਖ਼ਿਦਮਤਗਾਰ

ਸਭ ਕਵਿਤਾ ਦੇ ਸ਼ਿੰਗਾਰ

ਕਦੇ ਕਦਾਈਂ ਛਿੜ ਜਾਂਦੇ

ਖੁਨਸੀ ਬਹਿਸ, ਵਬਾਲ

ਭਿੜ ਪੈਂਦੇ

ਨੁਕਤੇ-ਨਿਗਾਹਾਂ ਦੇ ਬੰਧਕ

ਤਰਕ-ਵਿਤਰਕ ਜਿਵੇਂ ਗੰਧਕ

ਕਵੀਆਂ, ਕਵਿੱਤਰੀਆਂ ਦੇ ਸਿਰ ਚੜ੍ਹ ਬੋਲਣ

ਅਨੁੱਬੁਧਿ, ਪਰਿਪੇਖ

ਇਹ ਸਭ ਵੇਖ

ਆਪਣੀ ਛਾਤੀ ਅੰਦਰ

ਅਣਗਿਣਤ ਨਜ਼ਮਾਂ ਸਮੋਈ

ਉਦਾਸੀਆਂ ‘ਤੇ ਨਿਕਲ਼ ਪੈਂਦੀ

ਮੂਕ ਕਵਿਤਾ

ਗੁਗਲ-ਸਰਚਾਂ ਤੋਂ ਪਾਰ

ਨਾਦ, ਸੰਵਾਦ ਦੀ ਭਾਲ਼ ‘ਚ

ਢਿੱਲੀ ਕਵਿਤਾ

ਇੱਕ ਚੰਗਾ ਭਲਾ ਕਵੀ ਸੀ। ਸੋਹਣੀ ਕਵਿਤਾ ਲਿਖ ਲੈਂਦਾ ਸੀ। ਉਂਜ ਥੋੜ੍ਹਾ ਜਿਹਾ ਵਹਿਮੀ ਜ਼ਰੂਰ ਸੀ। ਦੂਜਿਆਂ ਦੀ ਕਵਿਤਾ ਪੜ੍ਹ-ਸੁਣ ਕੇ ਉਹਨੂੰ ਆਪਣੀ ਕਵਿਤਾ ਲਿੱਸੀ ਜਿਹੀ ਲੱਗਣੀ। ਇਸ ਵਹਿਮ-ਪੁਣੇ ਕਰ ਕੇ ਉਹਨੇ ਉਧਾਰੇ ਲਫ਼ਜ਼ ਅਤੇ ਤਰਕੀਬਾਂ ਨਾਲ ਝਰੀਟਾਂ ਮਾਰ-ਮਾਰ ਕੇ ਆਪਣੀ ਚੰਗੀ ਭਲੀ ਕਵਿਤਾ ਵੀ ਲਹੂ ਲੁਹਾਣ ਕਰ ਛੱਡਣੀ। ਬੇਬੇ ਨੂੰ ਛੇ ਮਹੀਨੇ ਚੌਂਕੇ 'ਚੋਂ ਕੱਢ ਕੇ ਕਿਸੇ ਕੁਕਿੰਗ ਸਕੂਲ 'ਚ ਪਾ ਦਿਓ। ਫੇਰ ਕੁੰਡੇ 'ਚ ਕੁੱਟੀ ਪੁਦਨੇ ਦੀ ਚਟਣੀ ਦੀ ਬਜਾਏ ਕੈਚਪ ਚੱਟ ਕੇ ਸਮਝ ਪਓ ਕਿ ਮਨੁੱਖੀ ਸਿੱਖਣਾ-ਸਿਖਾਉਣਾ ਅਤਿ ਜ਼ਰੂਰੀ ਤਾਂ ਹੈ, ਪਰ ਇਹ ਕੁਦਰਤ ਵੱਲੋਂ ਬਖ਼ਸ਼ੀ ਆਪ-ਮੁਹਾਰੀ ਰਚਨਾਤਮਿਕਤਾ ਦੇ ਮੇਚ ਦਾ ਨਹੀਂ ਹੋ ਸਕਦਾ। ਕਵਿਤਾ ਦੀ ਚੰਚਲਤਾ 'ਤੇ ਤਾਂ ਗੁਰੂਤਾ ਖਿੱਚ ਦਾ ਵੀ ਕੋਈ ਅਸਰ ਨਹੀਂ। ਇਹ ਹਵਾ 'ਚ ਝੂਮਦੇ ਬੇਤਰਤੀਬੇ ਕਣਾਂ ਵਾਂਗ ਨ੍ਰਿਤ ਕਰਦੀ ਰਹਿੰਦੀ ਹੈ। ਇਹਨੂੰ ਕਿਸੇ ਹਿਸਾਬੀ-ਕਿਤਾਬੀ ਮਾਡਲ ਜਾਂ ਫ਼ਾਰਮੂਲੇ ਦੇ ਅੜਿੱਕੇ 'ਚ ਲਿਆ ਕੇ ਪਰਿਭਾਸ਼ਤ ਕਰਨਾ ਵਕਤ ਜ਼ਾਇਆ ਕਰਨਾ ਹੈ। ਤੁਹਾਡਾ ਅਨੁਭਵ ਜੇਕਰ ਅਲੱਗ ਹੈ ਤਾਂ ਮੁਬਾਰਕਾਂ। ਮੇਰੇ ਜ਼ਿਹਨ 'ਚ ਜਦੋਂ ਕਦੇ ਨਿਮਖ ਭਰ ਲਈ ਵੀ ਇਹ ਭਰਮ ਪੈਦਾ ਹੋਇਆ, ਕਵਿਤਾ ਮੈਨੂੰ ਸਾਲਾਂ ਬੱਧੀ ਬੇਦਾਵਾ ਦੇ ਗਈ...

ਮੇਰੀ ਗ਼ਜ਼ਲ ਦਾ ਨਾਂ ਬੁਰਾ

ਨਜ਼ਮਾਂ ਨੇ ਲਾਏ ਚਾਦਰੇ

ਮੇਰਾ ਗੀਤ ਭੈੜਾ ਬੇਸੁਰਾ

ਸੈਲਾਨੀ ਕਵਿਤਾ

ਕਵਿਤਾ ਨੇੜੇ ਹੋ ਕੇ ਜੀਣਾ ਚਾਹੁੰਦੀ ਹੈ। ਇਹ ਦੁਨੀਆ ਦੇ ਹਰ ਖ਼ਿੱਤੇ, ਸੱਭਿਆਚਾਰ, ਬੋਲੀ, ਆਦਿ, ਅਨੁਸਾਰ ਪੇਸ਼ ਆਉਂਦੀ ਹੈ। ਕਵਿਤਾ 'ਪਾਲੀਮਾਰਫਿਕ' (Polymor-phic) ਹੈ, ਯਾਨੀ ਇੱਕੋ ਕਵਿਤਾ ਨਾਲ ਵਿਚਰ ਕੇ ਵੱਖੋ-ਵੱਖ ਲੋਕਾਂ ਨੂੰ ਵੱਖੋ-ਵੱਖਰਾ ਅਹਿਸਾਸ ਹੋ ਸਕਦਾ ਹੈ। ਏਸੇ ਕਰ ਕੇ ਹੀ ਕਵਿਤਾ ਸਦੀਵੀ ਹੈ ਅਤੇ ਜੁੱਗਾਂ-ਜੁੱਗਾਂ ਲਈ ਰਚੇ ਧਾਰਮਿਕ ਗ੍ਰੰਥਾਂ ਦੀ ਮੁੱਖ ਸੰਚਾਰਿਕ ਵੀ ਹੈ। ਇਹ ਚੁੱਪ 'ਚੋਂ ਪੈਦਾ ਹੁੰਦੀ ਹੈ, ਸੰਗੀਤ 'ਚ ਵੱਧਦੀ-ਫੁੱਲਦੀ ਹੈ 'ਤੇ ਬਾਦ ਵਿਚ ਕਿਤੇ ਜਾ ਕੇ ਸਥਾਨਿਕ ਬੋਲੀ ਜਾਂ ਸੱਭਿਆਚਾਰ 'ਚ ਵਿਸਤ੍ਰਿਤ ਹੁੰਦੀ ਹੈ। ਅਸੀਂ ਆਪਣੀ ਬੋਲੀ 'ਤੇ ਪ੍ਰਚਲਿਤ ਸਿਨਫ਼ਾਂ 'ਚ ਰਚੀ ਕਵਿਤਾ ਨੂੰ ਹੀ ਮੂਲ ਕਵਿਤਾ ਸਮਝ ਕੇ ਕਾਵਿ-ਕੱਟੜ ਹੋ ਜਾਂਦੇ ਹਾਂ। ਖ਼ੁਬਸੂਰਤ ਪਹਾੜਨ ਕੁੜੀ ਦੇ ਚਿਹਰੇ 'ਤੇ ਇਸ਼ਤਿਹਾਰੀ ਕੰਪਨੀਆਂ ਵੱਲੋਂ ਥੋਪੇ ਮੇਕਅਪ ਵਾਂਗ ਕਈ ਵਾਰ ਅਸੀਂ

ਕਵਿਤਾ ਸ਼ਿੰਗਾਰਨ ਦੀ ਕੋਸ਼ਿਸ਼ ਕਰਦੇ-ਕਰਦੇ ਉਸ ਨੂੰ ਮੈਲੀ ਜਿਹੀ ਕਰ ਦਿੰਦੇ ਹਨ। ਉਹਦੇ ਕੁਦਰਤੀ ਸੁਹੱਪਣ ਨੂੰ ਓਪਰਾ ਅਤੇ ਚਲਾਊ ਕਰ ਦਿੰਦੇ ਹਾਂ ਅਤੇ ਭੁੱਲ ਜਾਂਦੇ ਹਾਂ ਕਿ ਜੋ ਇਸ਼ਤਿਹਾਰੀ ਹੈ ਉਹ ਛੇਤੀ ਹੀ ਮਨ-ਮੰਦਰ ਤੋਂ ਵਿੱਸਰ ਜਾਵੇਗਾ। ਕੁਆਰੀ ਕਵਿਤਾ ਅਤੇ ਇਹਦੇ ਮਹਿਰਮ ਸਰੋਤਿਆਂ ਵਿਚਲੇ ਅਨਹਦ ਸੰਚਾਰ ਨਾਲ ਜੋ ਵੀ ਛੇੜ-ਛੜੱਈਆ ਕਰਨ ਦਾ ਜੇਰਾ ਕਰਦੈ, ਜਿਵੇਂ ਭਾਰੇ-ਉਧਾਰੇ ਲਫ਼ਜ਼, ਬਣਾਉਟੀ ਖ਼ਿਆਲਬੰਦੀ, ਬਿਨਾਂ ਵਜ੍ਹਾ ਦੀ ਰਣਨੀਤੀ, ਮਜਬੂਰਨ ਜਿਹੀ ਤੁਕਬੰਦੀ, ਆਦਿ, ਕਵਿਤਾ ਉਸ ਨਾਲ ਜਮਾ ਨਹੀਂ ਭਿੱਜਦੀ। ਸਥਾਨਿਕ ਕਵਿਤਾ ਜਦੋਂ ਵਸੀਵਾਂ ਟੱਪ ਕੇ ਦੂਜੇ ਖ਼ਿੱਤਿਆਂ 'ਚ ਪ੍ਰਵੇਸ਼ ਕਰਦੀ ਹੈ ਤਾਂ ਇਸ ਸੰਕਰਨ 'ਚੋਂ ਕਲਾਡੀਓਸਕੋਪ ਦੇ ਅਪਾਰ ਰੰਗੀਨ ਡਿਜ਼ਾਈਨਾਂ ਵਰਗੇ ਕੌਤਕ ਪਰਗਟ ਹੁੰਦੇ ਹਨ...

ਖਿਣ ਦਾ ਵੀ ਮਾਣ ਹੋ ਗਿਆ
ਪੈਲ਼ੀਆਂ ਦਾ ਰੰਗ ਵੇਖ ਕੇ
ਹਾਇਕੂ ਹੈਰਾਨ ਹੋ ਗਿਆ

ਚਿੱਤ ਜਜਮਾਨ ਹੋ ਗਿਆ
ਭੰਡਾਂ ਦੀ ਪਟਾਕੀ ਖਾ ਕੇ
'ਸੈਨਰਿਉ' (Senryu) ਸ਼ੈਤਾਨ ਹੋ ਗਿਆ

ਨਜ਼ਮ ਨਵਾਬੀ ਹੋ ਗਈ
ਲਾਂਘਿਆਂ ਲੰਘਾਏ ਕਾਫਲੇ
ਗ਼ਜ਼ਲ ਪੰਜਾਬੀ ਹੋ ਗਈ

ਪੈਲਾਂ ਪਾਉਂਦੀ ਕਵਿਤਾ

ਨਿੱਕੂ, ਲੰਢੇ ਵੇਲੇ ਹਵੇਲੀ ਬੈਠੇ ਬਾਪੂ ਲਈ ਘਰੋਂ ਚਾਹ ਦੀ ਗੜਵੀ ਦੇ ਕੇ ਮੁੜਦਾ ਤਾਂ ਝੂਠੀ-ਮੂਠੀ ਦੇ ਸਕੂਟਰ 'ਤੇ ਟੀਂ-ਟੀਂ ਵਜਾਉਂਦਾ ਭੱਜਦਾ। ਮੁੰਡੀਰੂ ਉਹਦੇ ਨਕਲੀ ਸਕੂਟਰ 'ਤੇ ਬੈਠਣ ਨੂੰ ਤਰਸਦੀ ਤਾਂ ਉਹ ਨਖਰੇ ਜਿਹੇ ਨਾਲ ਆਖਦਾ, "ਬਾਈ ਦੂਹਰੀ ਸਵਾਰੀ 'ਤੇ ਪਾਬੰਦੀ ਹੈ, 'ਚਲਾਣ' ਨੀ ਕਟਾਉਣਾ ਆਪਾਂ"। ਜੁਆਕ ਆਪੋ ਆਪਣੀਆਂ ਗੱਡੀਆਂ ਭਜਾ ਕੇ ਸਪੀਡਾਂ ਫੜ ਲੈਂਦੇ। ਕਿਸੇ ਹੱਥ ਪਿੰਡ ਵਾਲੀ ਬੱਸ ਦਾ ਕਲਾ (Steering) ਆ ਜਾਂਦਾ ਤਾਂ ਉਹ ਹਾਰਨ ਮਾਰ-ਮਾਰ ਸੁੱਤੀ ਕਲਾ ਜਗਾਈ ਜਾਂਦਾ।

ਕੋਈ ਨੈਸ਼ਨਲ ਪਰਮਿਟ ਵਾਲਾ ਟਰੱਕ ਭਜਾਉਂਦਾ ਆਖ ਰਿਹਾ ਹੁੰਦਾ, 'ਚੱਲ ਰਾਣੀ ਤੇਰਾ ਰੱਬ ਰਾਖਾ'। ਕੋਈ ਟਾਂਗੇ 'ਤੇ ਸਵਾਰੀਆਂ ਬਿਠਾ ਕੇ ਹੱਥ 'ਚ ਛੈਂਟਾ ਫੜੀ ਟੱਕ-ਚਿਕ, ਟੱਕ-ਚਿਕ ਕਰੀ ਜਾਂਦਾ। ਡੱਬੂ ਤੇ ਪੀਟਰ ਵੀ ਪਿੱਛੇ ਨਾ ਰਹਿੰਦੇ। ਪੂਛਾਂ ਦੇ ਪੱਖੇ ਝੁਲਾਉਂਦੇ ਤੇ ਜੁਆਕਾਂ ਨੂੰ ਚੁੰਮਦੇ-ਚੱਟਦੇ। ਅਚਾਨਕ ਪਿੰਡ ਦੀ ਇਹ ਸਾਰੀ ਪੱਤੀ, ਸਤਰੰਗੇ ਬਗੀਚੇ ਵਾਂਗ ਖਿੜ ਜਾਂਦੀ। ਐਵੇਂ-ਮੁੱਚੀ ਦੀ ਜੁਆਕ-ਟਰਾਂਸਪੋਰਟ ਦੇ ਹਾਰਨਾਂ ਤੋਂ ਖਿਝ ਕੇ ਕਈ ਬਜ਼ੁਰਗ ਵੱਢ-ਖਾਣ ਨੂੰ ਵੀ ਪੈਂਦੇ, ਪਰ ਬਾਪੂ ਜੀ ਦੀ ਚਾਹ ਹੋਰ ਵੀ ਮਿੱਠੀ ਹੋ ਜਾਂਦੀ। ਗੜਵੀ ਦਾ ਪਿੱਤਲ ਢਲਦੇ ਸੂਰਜ ਦੀ ਲਾਲੀ ਨਾਲ ਸੋਨੇ ਰੰਗਾ ਹੋ ਜਾਂਦਾ। ਸਮੇਂ ਦੀ ਰਫ਼ਤਾਰ ਬਦਲੀ ਤਾਂ ਜੁਆਕਾਂ ਹੱਥ ਸੱਚੀ-ਮੁੱਚੀ ਦੇ ਕਾਰਾਂ-ਸਕੂਟਰ ਆ ਗਏ। ਜੁਆਕਾਂ ਦੀਆਂ ਹਵਾਈਆਂ ਤੇ ਸੈਰਾਂ ਕਰਨ ਗਿੱਝੀ ਵਿਚਾਰੀ ਕਵਿਤਾ ਕਿਤੇ ਪਿੱਛੇ ਹੀ ਰਹਿ ਗਈ। ਉਹਨੂੰ ਵੀ ਤਾਂ ਝੂਠੀ-ਮੂਠੀ ਦੇ ਝੂਟੇ ਲੈਣ ਦਾ ਭੁਸ ਪਿਆ ਹੋਇਆ ਸੀ। ਕਾਰਾਂ, ਸਕੂਟਰਾਂ ਤੇ ਜਹਾਜ਼ਾਂ 'ਚ ਤੇਲ ਪਾਉਣ ਲਈ ਅਸਾਂ ਡਾਢੀਆਂ ਕਮਾਈਆਂ ਕੀਤੀਆਂ। ਸੁੱਖ ਨਾਲ ਟੱਬਰ ਦੇ ਹਰ ਜੀਅ ਕੋਲ ਗੱਡੀ ਆਉਣ ਬਾਦ ਦੂਹਰੀ ਸਵਾਰੀ ਦੀ ਡਿਮਾਂਡ ਵੀ ਘੱਟ ਗਈ।

ਚਾਰ ਦਹਾਕਿਆਂ ਬਾਦ ਮੈਂ 'ਵਾਲਮਾਰਟ' (WalMart) ਦੀ ਸ਼ਾਪਿੰਗ ਵਾਲੀ ਰੇੜੀ ਲੈ ਕੇ ਗਰੋਸਰੀ ਲੈਣ ਜਾ ਰਿਹਾ ਸੀ। ਪਤਾ ਨਹੀਂ ਕਿਵੇਂ ਅੱਜ ਮੇਰਾ ਦਿਲ ਨਿੱਕੂ ਵਾਂਗ ਰੇੜੀ ਭਜਾਉਣ ਨੂੰ ਕੀਤਾ। ਗੋਰੇ-ਗੋਰੀਆਂ ਦੀ ਭੀੜ 'ਚੋਂ ਵਲ-ਵਲੇਲ ਪਾਉਂਦਾ ਮੈਂ, 'ਵਾਲਮਾਰਟ' ਦੇ 'ਆਇਲਾਂ' (Aisles) 'ਚ ਕਵਿਤਾ ਦੇ ਘੋੜੇ ਦੜਾਉਣ ਲੱਗਾ। ਚਾਲ ਸੰਗੀਤਮਈ ਹੋ ਗਈ। ਕਦਮ ਜਿਵੇਂ ਹੱਥ ਬਣ ਕੇ ਪਿਆਨੋ ਨਾਲ ਖੇਡ ਰਹੇ ਹੋਣ । ਚਿੱਤ ਗਾਉਂਦਾ-ਗਾਉਂਦਾ ਰੇੜੀ ਦੇ ਉਡਣ-ਖਟੋਲੇ ਤੇ ਉਡਾਰੀਆਂ ਮਾਰਨ ਲੱਗਾ। ਕੀਮਤਾਂ ਵੱਲ ਬਿਟ-ਬਿਟ ਤੱਕਦੇ ਫ਼ਿਕਰਮੰਦ ਗਾਹਕਾਂ ਦਾ ਚਿੱਤ ਪਰਚਾਉਣ ਲਈ ਕਵਿਤਾ ਪੈਲਾਂ ਪਾਉਣ ਲੱਗੀ...

ਇੱਕ ਹੱਥ ਆਟੇ 'ਚ, ਇੱਕ ਹੱਥ ਝਾਟੇ 'ਚ

ਮੋਢੇ ਨੇ ਅੜੁੰਗਿਆ ਫੋਨ

ਦੁੱਧ ਸਾਰਾ ਉੱਬਲ ਗਿਆ

ਨਾਲੇ ਸੱਜਣਾ ਦੀ ਚੜੂ ਗਈ ਧੋਣ

ਜੀ ਦੁੱਧ ਸਾਰਾ ਉੱਬਲ ਗਿਆ

ਇੱਕ ਚਿੱਤ ਸੱਜੇ, ਇੱਕ ਚਿੱਤ ਖੱਬੇ
ਦੁਬਿਧਾ 'ਚ ਫਸ ਗਈ ਪੌਣ
ਰਿਸ਼ਤਾ ਤਿੜਕ ਗਿਆ
ਇਸ਼ਕੇ ਦੀ ਬਣੀ ਤਿਕੋਣ
ਕਿ ਰਿਸ਼ਤਾ ਤਿੜਕ ਗਿਆ

ਇੱਕ ਖੰਧ ਤੇਰੀ, ਇੱਕ ਖੰਧ ਮੇਰੀ
ਅੱਧੀ ਰਾਤੀਂ ਜਾਗਿਆ ਭੁਚਾਲ
ਸਮੋਸੇ ਬੋਲ ਪਏ
ਹੁੱਥੂਆਂ ਨੇ ਪਾਈ ਧਮਾਲ
ਸਮੋਸੇ ਬੋਲ ਪਏ

ਇੱਕ ਟੰਗ ਏਧਰ, ਇੱਕ ਟੰਗ ਓਧਰ
ਵਿੱਚ ਸਾਗਰ ਪਰਵਾਸ
ਘਰ-ਬਾਰ ਖਿੱਲਰ ਗਏ
ਗੱਡਿਆਂ ਦੇ ਬਣੇ ਜਹਾਜ਼
ਜੀ ਘਰ-ਬਾਰ ਖਿੱਲਰ ਗਏ

ਇੱਕ ਪੈਰ ਅੱਗੜ, ਇੱਕ ਪੈਰ ਪਿੱਛੜ
ਮਨ ਸਹੁਰਾ ਧੁੰਦੂਕਾਰ
ਕਿ ਪੈਰਾਂ ਟੋਕਦੀਆਂ
ਵੇ ਤੂੰ ਕਾਹਦਾ ਸਰਦਾਰ
ਜੀ ਪੈਰਾਂ ਟੋਕਦੀਆਂ

ਅਗਲੇ ਕਈ ਹਫ਼ਤੇ ਮਨ 'ਤੇ ਇਹ ਵਿਸ਼ਾ ਭਾਰੂ ਰਿਹਾ ਕਿ ਇਹ ਹਲਕੇ-ਫੁਲਕੇ ਪਲਾਂ ਦਾ ਜੀਵਨ ਸਫ਼ਰ 'ਚ ਕੀ ਰੋਲ ਹੈ? ਕੀ ਬਚਪਨ ਦੀਆਂ ਝੱਲ-ਵਲੱਲੀਆਂ ਸਾਡੇ ਅਸੰਤੁਲਿਤ ਪੈਂਡੇ ਨੂੰ ਮੁੜ ਲੀਹ 'ਤੇ ਪਾ ਸਕਦੀਆਂ ਹਨ? ਵਿਗਿਆਨੀ ਆਖਦੇ ਹਨ ਕਿ ਸਰੀਰ ਹਰਕਤ 'ਚ ਰਹੇ ਤਾਂ ਦਿਮਾਗੀ ਕਿਰਿਆ ਪ੍ਰਬਲ ਹੁੰਦੀ ਹੈ। ਮਨ ਖੁਸ਼ ਹੋਵੇ ਤਾਂ ਪਿੰਡੇ ਦਾ ਭਾਰ ਵੀ ਧਰਤੀ ਉੱਤੇ ਘੱਟ ਪੈਂਦਾ ਹੈ। ਝੁਰੜੀਆਂ 'ਚ ਵੀ ਜਿਵੇਂ ਕੋਈ ਮੋਮ ਭਰ ਕੇ ਮੂੰਹ ਦਾ 'ਸਮਾਇਲੀ ਫੇਸ' ਬਣਾ ਦਿੰਦਾ ਹੈ। ਨਿਊਟਨ ਦੇ ਗਤੀ ਦੇ ਤੀਜੇ ਨਿਯਮ

ਵਾਂਗ ਆਲੇ-ਦੁਆਲੇ ਦੇ ਜੀਵ ਤੇ ਬਨਸਪਤੀ ਵੀ ਇਸ ਦਿਲ-ਖ਼ੁਸ਼ ਕਿਰਿਆ-ਪ੍ਰਤੀਕਿਰਿਆ ਦੇ ਭਾਗੀਦਾਰ ਬਣ ਜਾਂਦੇ ਹਨ।

ਮਨ ਦੀ ਖਿੱਚੋ-ਤਾਣ ਨਾਲ ਬਣੀਆਂ ਤੱਕਲੇ ਵਾਂਗ ਤਿੱਖੀਆਂ ਚੋਟੀਆਂ ਤੇ ਨੈਗੇਟਿਵ ਵਾਦੀਆਂ, ਸੰਗੀਤਮਈ ਸੁਹਾਗੇ ਨਾਲ ਬਿਜਲੀ ਦੇ ਰੇਖਾ-ਚਿੱਤਰ (AC Curve) ਵਾਂਗ ਗੋਲ਼ ਹੋਣੀਆਂ ਸ਼ੁਰੂ ਹੋ ਜਾਂਦੀਆਂ ਹਨ। ਇਸ ਮੇਲੇ 'ਚ ਕਲਮ ਤੇ ਕਵਿਤਾ ਜਾਣ ਬੁੱਝ ਕੇ ਗੁਆਚ ਜਾਂਦੀਆਂ ਹਨ। ਉਨ੍ਹਾਂ ਨੂੰ ਪਿੱਛੇ ਮੁੜਣ ਦੀ ਕੋਈ ਕਾਹਲ਼ ਨਹੀਂ ਹੁੰਦੀ। ਕਵਿਤਾ ਦਾ ਚੰਡੋਲ, ਬ੍ਰਹਿਮੰਡ 'ਚ ਘੁੰਮਦੇ ਅਨੰਤ ਗ੍ਰਹਿਆਂ ਦੀ ਉਡਾਰੀ 'ਚ ਸ਼ਾਮਲ ਹੋ ਜਾਂਦਾ ਹੈ। ਕੁਝ ਸਮੇਂ ਲਈ ਉਹਦੀ ਸਿਆਣੀ ਭੈਣ ਵਾਰਤਕ ਵੀ ਚੁੱਪ ਹੋ ਕੇ ਕਵਿਤਾ 'ਚ ਲੀਨ ਹੋ ਜਾਂਦੀ ਹੈ। ਪੜ੍ਹੀਆਂ ਲਿਖੀਆਂ ਲੇਖਣੀਆਂ ਵੀ ਆਪਣੇ ਆਪਣੇ ਲੇਖਾਂ ਵੱਲੋਂ ਮੂੰਹ ਭੁਆ ਕੇ ਕਵਿਤਾ ਦਾ ਰਸ ਮਾਣਦੀਆਂ ਹਨ...

ਚਿਤ ਵਾਂਢੇ ਪਿਰ ਦੇਸ
ਨੀਂ ਮੇਰਾ ਚਿੱਤ ਵਾਂਢੇ ਪਿਰ ਦੇਸ
ਨਾ ਸੰਸਾ ਨਾ ਤਾਤ ਪਰਾਈ
ਨਾ ਮਨ ਮੈਲ਼ੇ ਵੇਸ
ਨੀਂ ਮੇਰਾ ਚਿੱਤ ਵਾਂਢੇ ਪਿਰ ਦੇਸ

ਇੱਕ ਵਾਂਢਾ ਮੇਰੇ ਅੰਦਰ-ਮੰਦਰ
ਡਾਢਾ ਜਿਸਦਾ ਪੈਂਡਾ
ਇੱਕ ਵਾਂਢਾ ਨਿਤ ਸੁਫਨੇ ਆਉਂਦਾ
ਮੈਂ ਸੁੱਤਾ ਵੀ ਤੁਰ ਪੈਂਦਾ
ਤੁਰਿਆ ਰਹਿੰਦਾ
ਨੀਂਦ ਸੁਰਤ ਤੇ ਸੁੱਤ-ਉਣੀਂਦੀ
ਸਭ ਤੇਰਾ ਆਦੇਸ
ਨੀਂ ਮੇਰਾ ਚਿੱਤ ਵਾਂਢੇ ਪਿਰ ਦੇਸ

ਇੱਕ ਵਾਂਢਾ ਮੇਰੀ ਮਾਂ ਦਾ ਜਾਇਆ
ਮੁੱਕਾ ਗਰਭ ਦਾ ਧੁੰਧੁਕਾਰਾ

ਇੱਕ ਵਾਂਢੇ ਮੈਨੂੰ ਬਾਪੂ ਘੱਲਿਆ
ਮੈਂ ਚੁੰਮਿਆ ਜੱਗ ਸਾਰਾ
ਰਿਜ਼ਕ ਅਹਾਰਾ
ਮੇਰੇ ਅਣੂ-ਅਣੂ ਨਾਲ ਜੁੜਿਆ
ਹਰ ਨਾਤਾ ਦਰਵੇਸ਼
ਨੀਂ ਮੇਰਾ ਚਿੱਤ ਵਾਂਢੇ ਪਿਰ ਦੇਸ

ਇੱਕ ਵਾਂਢੇ ਮੇਰਾ ਟੱਬਰ ਤੁਰਿਆ
ਲਾ ਕੇ ਪੱਕੇ ਤਾਲੇ
ਨੀਂਹਾਂ ਬਹੀਆਂ ਕੌਲੇ ਹਿੱਲੇ
ਨਲਕੇ ਹਲਟ ਜੰਗਾਲ਼ੇ
ਮੂੰਹ-ਮੰਗੇ ਦੇਸ-ਨਿਕਾਲ਼ੇ
ਮੂੰਹ-ਮੰਗੀ ਹਰ ਸ਼ੈ ਥਿਆਈ
ਨਵਾਂ ਧਾਰਿਆ ਭੇਸ
ਨੀਂ ਮੇਰਾ ਚਿੱਤ ਵਾਂਢੇ ਪਿਰ ਦੇਸ

ਇੱਕ ਵਾਂਢਾ ਪੱਤਝੜ ਵਰਗਾ
ਉੱਪਰੋਂ-ਉੱਪਰੋਂ ਹਰਿਆ
ਸਾਕ ਧੁਆਂਖੇ ਤਪੀ ਪ੍ਰਿਥਵੀ
ਸੂਰਜ ਠਰਿਆ-ਠਰਿਆ
ਅੰਦਰ ਵੜਿਆ, ਧੁਪੋਂ ਡਰਿਆ
ਡਰ ਗਈ ਨੀਂਦਰ ਸੌਂ ਗਏ ਸੁਫਨੇ
ਜਾਗਣ ਲੋਭ ਉਦੇਸ਼
ਨੀਂ ਮੇਰਾ ਚਿੱਤ ਵਾਂਢੇ ਪਿਰ ਦੇਸ...

ਇੱਕ ਵਾਂਢੇ ਮੈਂ ਐਸੇ ਜਾਣਾ
ਬੱਦਲਾਂ ਵਰਗੀਆਂ ਰਾਹਵਾਂ
ਧੜ ਮੇਰੇ ਨੇ ਸੂਰਜ ਬਣਨਾ
ਧਰਤੀ ਪੈਰ ਖੜਾਵਾਂ

ਮੈਂ ਧੂੰਮ ਆਰਤੀ ਗਾਵਾਂ
ਗਾਵਣ ਅੰਬਰ ਚੰਦ ਸਿਤਾਰੇ
ਗਾਵਣ ਕਾਨ ਮਹੇਸ
ਨੀਂ ਮੇਰਾ ਚਿੱਤ ਵਾਂਢੇ ਪਿਰ ਦੇਸ...

ਇੱਕ ਵਾਂਢਾ ਮੇਰਾ ਆਖ਼ਰੀ ਵਾਂਢਾ
ਤੂੰ ਜਿਸਦਾ ਸਿਰਨਾਵਾਂ
ਜਨਮ-ਜਨਮ ਦੀਆਂ ਲੁਕਣ-ਮੀਟੀਆਂ
ਆਦਿ-ਜੁਗਾਦੀ ਰਾਹਵਾਂ
ਮੈਂ ਧੂੰਲ ਜਾਂ ਵਿਚ ਹਵਾਵਾਂ
ਹਰ ਬੁੱਲੇ 'ਚੋਂ ਰੁਮਕੇ ਤੇਰਾ
ਅਨਬੋਲਤ ਉਪਦੇਸ
ਨੀਂ ਮੇਰਾ ਚਿੱਤ ਵਾਂਢੇ ਪਿਰ ਦੇਸ...

ਨਾ ਸੰਸਾ ਨਾ ਤਾਤ ਪਰਾਈ
ਨਾ ਮਨ-ਮੈਲੇ ਵੇਸ
ਨੀਂ ਮੇਰਾ ਚਿਤ ਵਾਂਢੇ ਪਿਰ ਦੇਸ

ਵੱਸਦੇ ਪਿੰਡਾਂ ਦੀ ਕਵਿਤਾ

ਕਵਿਤਾ ਮੇਰੇ ਧੌਲਿਆਂ ਅਤੇ ਰੁਤਬੇ ਦੀ ਪਰਵਾਹ ਨਹੀਂ ਕਰਦੀ। ਇਹ ਚਾਹੁੰਦੀ ਹੈ ਕਿ
ਮੈਂ ਮੀਂਹ 'ਚ ਨੰਗਾ ਹੋ ਕੇ ਨੱਚਾਂ। ਕੌਲੀ ਫੜਕੇ ਗੁਆਂਢੀਆਂ ਤੋਂ ਦਾਲ ਵੱਟੇ ਸਬਜ਼ੀ ਮੰਗ
ਲਿਆਵਾਂ। ਪੇਸੀ ਗੁੜ ਦੀ ਨੂੰ ਦੰਦੀ ਵੱਢ ਕੇ ਬਾਕੀ ਮੁੜ ਘੜੇ 'ਚ ਸੁੱਟਾਂ। ਬੈਠਕ 'ਚ
ਚਾਹ ਪੀ ਰਹੇ ਪ੍ਰਾਹੁਣੇ ਦਾ ਚੋਰੀ-ਚੋਰੀ 'ਕੈਂਚੀ' ਸਾਈਕਲ ਚਲਾਵਾਂ, ਟੱਲੀਆਂ ਵਜਾਵਾਂ
ਕਦੇ-ਕਦੇ ਰਗੜਾਂ ਵੀ ਲੁਆਵਾਂ...

ਸੌਣ ਮਹੀਨੇ ਪਈਆਂ ਜਦ ਬਾਰਸ਼ਾਂ
ਗੋਡੇ-ਗੋਡੇ ਘਾਹ ਹੋ ਗਿਆ
ਬਲਦਾਂ ਨੇ ਮਾਰੀਆਂ ਟਪੂਸੀਆਂ
ਕਿੱਲਾ ਝੱਟ ਵਾਹ ਹੋ ਗਿਆ

ਕੱਟਿਆਂ ਨੇ ਮਾਰ-ਮਾਰ ਚੁੱਭੀਆਂ
ਹੁੱਟ ਨੂੰ ਨਹਾ ਕੱਢਿਆ
ਝੋਟਿਆਂ ਤੇ ਬਲਦਾਂ ਦੀ ਵੱਜ ਪਈ
ਛੇਲਿਆਂ ਮੈਦਾਨ ਛੱਡਿਆ

ਵੱਗ ਮੱਝੀਆਂ ਦੇ ਚਰਨੇ ਨੂੰ ਛੱਡ ਕੇ
ਜੁਆਕ ਪਿੱਪਲਾਂ 'ਤੇ ਚੜ੍ਹ ਗਏ
ਮਹਿਰੂਆਂ ਨੇ ਘੱਤੀਆਂ ਵਹੀਰਾਂ
ਚਰ੍ਹੀਆਂ ਦੇ ਵਿਚ ਵੜ ਗਏ
ਉਲਾਮਿਆਂ ਨੇ ਗਿੱਚੀਆਂ ਮਰੋੜੀਆਂ
ਹਵਾ ਦਾ ਔਖਾ ਸਾਹ ਹੋ ਗਿਆ
ਬਲਦਾਂ ਨੇ ਮਾਰੀਆਂ ਟਪੂਸੀਆਂ...

ਟਿੰਡਾਂ ਵੀ ਮਾਯੂਸ ਹੋ-ਹੋ ਮੁੜੀਆਂ
ਝੋਨੇ 'ਚ ਤਰੇੜਾਂ ਪੈ ਗਈਆਂ
ਨਲਕੇ ਵੀ ਫੁੱਸ-ਫੁੱਸ ਕਰਦੇ
ਮੌਨਸੂਨਾਂ ਕਿੱਥੇ ਰਹਿ ਗਈਆਂ

ਗੁੱਡੀਆਂ ਜੋ ਫੂਕੀਆਂ ਬਥੇਰੀਆਂ
ਕੁੜੀਆਂ ਨੇ ਰੱਬ ਲੁੱਟਿਆ
ਗਲੀਆਂ 'ਚ ਸਤਲੁਜ ਗੱਜਿਆ
ਭਾਦਰੋਂ ਦਾ ਬੰਨ੍ਹ ਟੁੱਟਿਆ
ਕੰਜਕਾਂ ਪਟੋਲਿਆਂ ਨੂੰ ਕੱਜਿਆ
ਗੁੱਡੇ-ਗੁੱਡੀ ਦਾ ਵਿਆਹ ਹੋ ਗਿਆ
ਬਲਦਾਂ ਨੇ ਮਾਰੀਆਂ ਟਪੂਸੀਆਂ...

ਪੱਟਾਂ ਦੀਆਂ ਕੀਤੀਆਂ ਕੀ ਮਾਲਸ਼ਾਂ
ਮੱਸਲਾਂ ਦੇ ਮੂੰਹ ਹੱਸ ਪਏ

ਪਟਕੇ ਦੀ ਕੁਸ਼ਤੀ 'ਚ ਮਿੱਤਰੋ
ਕੁੰਡੀਆਂ 'ਚ ਸਿੰਘ ਫਸ ਗਏ

ਘੁੰਮ-ਘੁੰਮ ਨੱਚੀਆਂ ਜਲੇਬੀਆਂ
ਪਕੌੜਿਆਂ ਫਿਜ਼ਾਵਾਂ ਭਰੀਆਂ
ਦੰਦਾਂ ਨਾਲ ਖਿੱਚੀਆਂ ਟਰਾਲੀਆਂ
ਅੰਬਰੀਂ ਚੰਡੋਲਾਂ ਚੜੀਆਂ
ਛਿੰਝ ਦੀਆਂ ਰੌਣਕਾਂ ਸਵੱਲੀਆਂ
ਲੰਮਾ ਜਾਫੀ ਵਾਹ ਹੋ ਗਿਆ
ਬਲਦਾਂ ਨੇ ਮਾਰੀਆਂ ਟਪੂਸੀਆਂ....

ਸੋਣ ਮਹੀਨੇ ਪਈਆਂ ਜਦ ਬਾਰਸ਼ਾਂ
ਗੋਡੇ-ਗੋਡੇ ਘਾਹ ਹੋ ਗਿਆ
ਬਲਦਾਂ ਨੇ ਮਾਰੀਆਂ ਟਪੂਸੀਆਂ
ਕਿੱਲਾ ਝੱਟ ਵਾਹ ਹੋ ਗਿਆ

ਮਨ-ਮੌਜਣ ਕਵਿਤਾ

ਕਿਸੇ ਵੇਲੇ ਹਫ਼ਤਾ-ਵਾਰੀ ਹਵਾਈ ਸਫ਼ਰ ਮੇਰੀ ਨੌਕਰੀ ਦੀ ਮਜਬੂਰੀ ਸੀ। ਮੇਰੀ ਹਮਸਫ਼ਰ ਕਵਿਤਾ ਧਰਤੀ-ਮਾਂ ਦੇ ਕਲਾਵੇ 'ਚੋਂ ਨਿਕਲ ਕੇ ਉਡਾਰੀਆਂ ਮਾਰਨ ਦਾ ਬਹੁਤ ਚਾਅ ਕਰਦੀ। ਮੇਰੀ ਟਿਕਟ 'ਤੇ ਮੁਫ਼ਤ ਸੈਰ ਕਰ ਆਉਂਦੀ। ਹੋਟਲਾਂ ਦੇ 'ਟੈਕਸਟ-ਪੈਡਾਂ', ਫਲਾਈਟ ਦੇ ਬੋਰਡਿੰਗ ਪਾਸਾਂ ਤੇ ਕੰਮ ਵਾਲੀਆਂ ਡਾਇਰੀਆਂ, ਆਦਿ, 'ਚ ਬਣ-ਠਣ ਬਹਿੰਦੀ। ਬੇਰੁਖ਼ੀਆਂ ਮੀਟਿੰਗਾਂ ਅਤੇ ਫਲਾਈਟਾਂ ਦੀਆਂ ਦੇਰੀਆਂ ਨਾਲ ਖਹਿੰਦੀ ਰਹਿੰਦੀ।

ਇੱਕ ਦਿਨ ਮੈਂ ਤੜਕੇ ਦੀ ਫਲਾਈਟ ਲੈ ਕੇ 'ਔਰਲੈਂਡੋ' ਨੂੰ ਜਾ ਰਿਹਾ ਸੀ। 'ਨਾਰਥ ਕੈਰੋਲੀਨਾ' ਦੇ ਉੱਪਰ ਹੋਵਾਂਗੇ ਕਿ ਸੂਰਜ ਨੇ ਖਿੱਚ ਕੇ 'ਨੇਰੇ ਦੀ ਖੇਸੀ ਲਾਹੀ। ਬੱਦਲ ਦੀ ਇੱਕ ਛਿਲਤਰ ਵੀ ਨਜ਼ਰ ਨਹੀਂ ਸੀ ਆ ਰਹੀ। ਸੂਰਜ ਮਿੰਟਾਂ 'ਚ ਹੀ ਭਖਣ ਲੱਗਾ। ਰੱਬ ਜਾਣੇ, ਪੂਰਬ ਵੱਲੋਂ ਆਉਂਦੀਆਂ ਤਿੱਖੀਆਂ ਧੁੱਪ ਦੀਆਂ ਕਿਰਨਾਂ 'ਤੇ ਚੜੁ ਕੇ ਕਵਿਤਾ ਨੂੰ ਮਿਲਣ ਕਿਵੇਂ ਅਤੇ ਕਿਉਂ ਆ ਧਮਕੇ ਮਾਹਿਲਪੁਰ ਦੇ ਚੁਪਣ ਵਾਲੇ ਅੰਬ।

ਇਨ੍ਹਾਂ ਦਾ ਸੋਲ੍ਹਾਂ ਜਨਵਰੀ ਵੀਹ ਸੌ ਸਤਾਰਾਂ ਦੀ ਚੜ੍ਹਦੀ ਧੁੱਪ ਜਾਂ 'ਨਾਰਥ ਕੈਰੋਲੀਨਾ' ਦੀ ਹਵਾਈ-ਸਪੇਸ ਨਾਲ ਕੀ ਰਿਸ਼ਤਾ? ਕਵਿਤਾ ਨੇ ਫਿਰ ਜੋ ਵੀ ਕਿਹਾ ਮੈਂ ਜਿਉਂ ਦਾ ਤਿਉਂ ਹੀ ਲਿਖ ਦਿੱਤਾ। ਕਵਿਤਾ ਅੰਬਾਂ ਤੋਂ ਤੁਰ ਕੇ ਉੱਘੜ-ਦੁੱਘੜ ਹੁੰਦੀ-ਹੁੰਦੀ ਕਿਤੇ ਦੀ ਕਿਤੇ ਜਾ ਪਹੁੰਚੀ। ਇੱਕ ਵਾਰ ਤਾਂ ਮੈਨੂੰ ਆਪਣਾ ਆਪ ਤੜਕਸਾਰ ਪ੍ਰਭਾਤ-ਫੇਰੀ 'ਚ ਜੁੜੀਆਂ ਅਤੁੱਟ ਸ਼ਰਧਾਵਾਨ ਮਾਈਆਂ ਵਾਂਗੂ ਜਾਪਿਆ ਜੋ ਅਕਸਰ ਗਾਉਂਦੀਆਂ-ਧਿਆਉਂਦੀਆਂ ਅਸਲ ਸ਼ਬਦ ਤੋਂ ਕਿਤੇ ਹੋਰ ਦੀ ਹੋਰ ਹੀ ਚਲੀਆਂ ਜਾਂਦੀਆਂ ਹਨ। ਭਾਵੇਂ ਕਿ ਮੈਂ ਕੋਈ ਭੌਤਿਕ-ਵਿਗਿਆਨੀ ਨਹੀਂ, ਪਰ ਅੱਜ ਮੈਨੂੰ ਕਵਿਤਾ ਅਤੇ ਚੁਪਣ ਵਾਲੇ ਅੰਬ, ਦੋਵੇਂ ਹੀ ਉਪ-ਕਣਾਂ ਦੇ ਸਰੋਤ ਜਾਪੇ...

ਫ਼ਿਕਰ ਪ੍ਰਾਹੁਣੇ ਹੋਵੰਦੇ
ਉੱਡ ਜਾਣ ਲਾ ਕੇ ਖੰਭ
ਜਦ ਵਿਚ ਖ਼ਿਆਲੀਂ ਪਰਤਦੇ
ਚੁਪਣ ਵਾਲੇ ਅੰਬ

ਧੀਆਂ ਹੱਥ ਕਰੋਸ਼ੀਏ
ਸਲਾਈਆਂ ਸੋਹਣ ਨ੍ਹਿੱਤ
ਭਾਜੀ ਵਾਲ਼ਾ ਗੱਜਿਆ
ਗਾਵੇ ਜਿਵੇਂ ਕਬਿੱਤ
ਜਪੁ ਜੀ ਜਪ-ਜਪ ਰਿੜਕਦੀ
ਮੱਖਣ ਪਾਕ ਪਵਿਤ
ਤੇਰਾ-ਤੇਰਾ ਤੋਲਦੇ
ਹੱਥ ਨਾ ਜਾਵਣ ਕੰਬ
ਫ਼ਿਕਰ ਪ੍ਰਾਹੁਣੇ ਹੋਵੰਦੇ ...

ਬਦ-ਖੋਏ ਦੇ ਰਸ ਭਰੀ
ਸ਼ਗਨਾਂ ਦੀ ਮਠਿਆਈ
ਨਾੜੀਆਂ ਅੰਦਰ ਜੰਮ ਗਈ
ਸੁਸਤ ਜਿਹੀ ਪਿੰਦਿਆਈ
ਦਿਲ ਪਾੜਵੀਂ ਸਰਜਰੀ

ਪੜਕਣ ਛੱਡ ਛਡਾਈ
ਜੁਆਕਾਂ ਹੱਥੀਂ ਬੋਤਲਾਂ
ਨਸ਼ਿਆਂ ਲੱਦੇ ਬੰਬ
ਫ਼ਿਕਰ ਪ੍ਰਾਹੁਣੇ ਹੋਵੰਦੇ ...

ਬਾਤਾਂ ਛੱਡ ਪੁਰਾਣੀਆਂ
ਨਵੀਂ ਲਗਾ ਕੋਈ ਹੇਕ
ਅੱਗੇ ਵਧ, ਪ੍ਰਯੋਗ ਕਰ
ਪਿੱਛੇ ਮੁੜ ਨਾ ਵੇਖ
ਕਰਤਾ ਕਰੂ ਸਵੱਲੀਆਂ
ਜੇ ਲਿਖੀਏ ਸੱਚੇ ਲੇਖ
ਇੱਕ ਛਰਾਟੇ ਨਾਲ ਵੀ
ਭਰ ਜਾਂਦੇ ਨੇ ਛੰਭ
ਫ਼ਿਕਰ ਪ੍ਰਾਹੁਣੇ ਹੋਵੰਦੇ
ਉੱਡ ਜਾਣ ਲਾ ਕੇ ਖੰਭ
ਜਦ ਵਿਚ ਖ਼ਿਆਲੀਂ ਪਰਤਦੇ
ਚੁਪਣ ਵਾਲ਼ੇ ਅੰਬ

ਕਾਵਿਆਲੋਜੀ

ਕਵਿਤਾ ਨੂੰ ਖ਼ੁਸ਼ ਕਰਨ ਲਈ ਬੰਦੇ ਨੂੰ ਉਸ ਵੱਲ ਸੌ ਪ੍ਰਤੀਸ਼ਤ ਤਵੱਜੋ ਦੇਣੀ ਪੈਂਦੀ ਹੈ। ਫਿਰ ਵੀ ਕੋਈ ਗਰੰਟੀ ਨਹੀਂ ਇਹ ਕਿਹੜੀ ਗੱਲੋਂ ਰੁੱਸ ਜਾਵੇ। ਦੂਜੇ ਪਾਸੇ, ਜਦੋਂ ਇਹਦਾ ਖ਼ੁਦ ਹੱਸਣ ਨੂੰ ਜੀਅ ਕਰਦਾ ਤਾਂ ਜੁਆਕਾਂ ਨਾਲ ਰਲ਼ ਕੇ ਘਰ ਦੀ ਤਾਸੀਰ ਹੀ ਬਦਲ ਦਿੰਦੀ ਹੈ...

ਦਫ਼ਤਰੀ ਮਗ਼ਜ਼ਮਾਰੀ–
ਨਿੱਕੀ ਕੱਢੀਆਂ ਕੁਤਕੁਤਾਰੀਆਂ
ਝੁਰੜੀਆਂ ਵੀ ਹੱਸੀਆਂ

ਕਵਿਤਾ ਨਾਲ ਮੇਰੀ ਦੋਸਤੀ ਕਈ ਵਰ੍ਹੇ ਪਹਿਲਾਂ ਜੱਗ-ਜ਼ਾਹਰ ਹੋ ਗਈ ਸੀ। ਮੇਰੀ ਪਰਮ

ਪਤਨੀ ਜਦੋਂ ਘਰ 'ਚ ਪਿਆ ਖਿਲਾਰਾ, ਜੂਠੇ ਭਾਂਡੇ ਅਤੇ ਖ਼ਾਲੀ ਫ਼ਰਿੱਜ ਵੱਲ ਵੇਖਦੀ ਤਾਂ ਕਵਿਤਾ ਦੀ ਸ਼ਾਮਤ ਆ ਜਾਂਦੀ। ਏਸੇ ਕਰ ਕੇ ਕਵਿਤਾ ਨਾਲ ਮੇਰੀਆਂ ਜ਼ਿਆਦਾ ਮਿਲਣੀਆਂ ਬਾਹਰ ਘੁੰਮਦੇ-ਫਿਰਦੇ ਜਾਂ ਉੱਡਦੇ ਹੀ ਹੋਈਆਂ। ਵਿਆਹ ਤੋਂ ਉੱਨੀ-ਵੀਹ ਸਾਲਾਂ ਬਾਦ ਕਿਤੇ ਜਾ ਕੇ ਜਗਜੀਤ ਦੀ ਕਵਿਤਾ 'ਚ ਰਤਾ ਕੁ ਰੁਚੀ ਬਣਨ ਲੱਗੀ...

ਕਾਪੀ ਕਲਮ ਲਕੋ
ਮੇਰੀ ਘਰਵਾਲੀ
ਮੇਰੇ ਅੱਗੇ ਧਰ ਦੇਵੇ:
ਕੜਛੀ-ਖੁਰਚਣਾ, ਮਸਾਲੇਦਾਨੀ
ਘੜਾ-ਘਰੋਟੀ, ਆਟਾ-ਛਾਨਣੀ
ਛੰਨਾ, ਕੌਲ, ਮਧਾਣੀ
ਭਾਂਡੇ-ਟੀਂਡੇ, ਦਾਲ਼ਾਂ-ਸਬਜ਼ੀਆਂ
ਚਕਲਾ-ਵੇਲਣਾ, ਕਰਦਾਂ-ਛੁਰੀਆਂ
ਲਾਈਟਰ, ਚੁੱਲ੍ਹੇ, ਗੈਸਾਂ
ਕੁੰਡਾ-ਘੋਟਣਾ, ਆਦਿ

ਆਖੇ...''ਜੀ, ਇਹ ਸਭ ਨੇ ਅੱਜ
ਥੋੜੀ ਕਵਿਤਾ ਦੇ ਪਾਤਰ
ਦਿਓ ਕੋਈ ਤਰਤੀਬ, ਤਰਜ਼
ਨਫ਼ਸ ਨਾਲ ਪਕਾਓ
ਨਵੀਂ-ਨਿਕੋਰ, ਜ਼ਾਇਕੇਦਾਰ,
ਲਜ਼ੀਜ਼, ਸੁਰੰਧਿਤ ਨਜ਼ਮ
ਕਰ ਦੇਵੇ ਜੋ ਰੂਹਾਂ ਮੁਅੱਤਰ
ਪਕਾਓ ਕੋਈ ਢਿੱਡ ਭਰਨ ਜੋਗੀ
ਕੋਈ ਬਰਕਤਾਂ ਜਾਈ

ਹੋ ਜਾਵੇ ਅੱਜ 'ਫ਼ੈਮਿਲੀ-ਕਵੀ ਸੰਮੇਲਨ'
ਜੁਆਕਾਂ ਨੂੰ ਵੀ ਪਤਾ ਲੱਗੇ
ਬਾਪੂ ਕਿੰਨੀ ਸੋਹਣੀ ਕਵਿਤਾ ਰਚਦਾ''

ਕਵਿਤਾ ਸਾਰਾ ਦਿਨ
ਗੋਭੀ ਦੇ ਫੁੱਲ 'ਤੇ ਬੈਠੀ
ਧਨੀਆਂ ਬਣ ਮਹਿਕਦੀ ਰਹੀ
ਜੁਆਕ ਵੀ ਟਿੱਚਰਾਂ ਕਰਦੇ ਰਹੇ
"ਵਾਹ ! ਪਾਪਾ ਦੀ ਕਾਵਿਆਲੋਜੀ"

ਕਾਵਿ–ਕਰੂੰਬਲਾਂ

ਸਮੇਂ–ਸਮੇਂ ਨਾਲ ਘਰ 'ਚ ਕਵਿਤਾ ਨੂੰ ਅਕਸਰ ਕਈ ਪ੍ਰਤੀਕਿਰਿਆਵਾਂ ਮਿਲਦੀਆਂ ਹਨ ਜਿਵੇਂ, ਬੱਚਿਆਂ ਵੱਲੋਂ ਪਾਪਾ ਦੀ ਨਜ਼ਮ ਦੀ ਪੈਰੋਡੀ, ਘਰ ਦੀ ਗਹਿ-ਗੱਚ 'ਚ ਕਵਿਤਾ ਦੀ ਖਿੱਚ-ਧੂਹ, ਕਵਿਤਾ ਸੰਬੰਧੀ ਮਿਲੇ ਹੋਮ-ਵਰਕ ਵੇਲੇ ਕਦੇ-ਕਦੇ ਕਵੀ-ਬਾਪੂ ਦੀ ਪੁੱਛ-ਗਿੱਛ, ਆਦਿ। ਪਰ ਕਵਿਤਾ ਦੇ ਪਰਛਾਵੇਂ 'ਚ ਜਨਮੇ ਬੱਚੇ ਕਦੇ ਨਾ ਕਦੇ ਜਦੋਂ ਆਪਮੁਹਾਰੇ ਕਵਿਤਾ ਰਚਦੇ ਹਨ ਤਾਂ ਗ੍ਰਹਿਸਥੀ ਦੇ ਫੁੱਲ ਮਹਿਕਦੇ ਹਨ, ਬੈੱਡ-ਰੂਮ ਦੀ ਛੱਤ ਤਾਰਿਆਂ ਲੱਦੇ ਅੰਬਰ ਵਾਂਗ ਵਿਸ਼ਾਲ ਹੋ ਜਾਂਦੀ ਹੈ...

(ਬੇਟੀ ਮਨਸੀਰਤ ਵੱਲੋਂ ਗਿਆਰਾਂ ਸਾਲ ਦੀ ਉਮਰ 'ਚ ਲਿਖੀ ਲਘੂ ਨਜ਼ਮ)

sirens in the distance
chah da cup trembling
to the snores fo papa bear

ਦੂਰ ਵੱਜੇ ਸਾਇਰਨ
ਕੰਬੇ ਚਾਹ ਦਾ ਕੱਪ
ਬਾਪੂ ਦੇ ਘੁਰਾੜੇ

(ਬੇਟੀ ਨਿਮਰਤ ਵੱਲੋਂ ਸਾਢੇ ਚਾਰ ਤੋਂ ਸੱਤ ਸਾਲ ਦੀ ਉਮਰ 'ਚ ਅਚੇਤ 'ਚ ਬੋਲੇ ਅਲੰਕਾਰ)

At night the stars are
sparkling and bright
I like the moon

I don't like the night
Even… morning doesn't like the night
And I think… morning also likes me
But if there is no night
how can I see the moon?

ਰਾਤ ਨੂੰ ਤਾਰੇ ਟਿਮ-ਟਿਮਾਉਂਦੇ ਹਨ
ਮੈਨੂੰ ਚੰਨ ਸੋਹਣਾ ਲੱਗਦਾ ਹੈ
ਪਰ ਰਾਤ ਨਹੀਂ ਲੱਗਦੀ ਚੰਗੀ
"ਸਵੇਰ" ਨੂੰ ਵੀ "ਰਾਤ" ਨਹੀਂ ਚੰਗੀ ਲੱਗਦੀ
ਮੈਨੂੰ ਲੱਗਦਾ… "ਸਵੇਰ" ਨੂੰ ਵੀ ਮੈਂ ਚੰਗੀ ਲੱਗਦੀ ਹਾਂ
ਪਰ ਜੇ ਰਾਤ ਹੀ ਨਾ ਹੋਵੇ
ਤਾਂ ਮੈਂ ਚੰਨ ਕਿਵੇਂ ਤੱਕਾਂ?

May be there is no pefrect world
I like summer but not too hot
My sister likes winter but not too cold
the grass likes rain but not too much

ਸ਼ਾਇਦ ਇੱਥੇ ਕੋਈ ਸੰਪੂਰਨ ਜਹਾਨ ਨਹੀਂ
ਮੈਨੂੰ ਗਰਮੀਆਂ ਚੰਗੀਆਂ ਲੱਗਦੀਆਂ ਹਨ ਪਰ ਜ਼ਿਆਦਾ ਹੁੱਟ ਨਹੀਂ
ਮੇਰੀ ਭੈਣ ਨੂੰ ਸਰਦੀਆਂ ਚੰਗੀਆਂ ਲੱਗਦੀਆਂ ਪਰ ਬਹੁਤੀ ਠੰਢ ਵੀ ਨਹੀਂ
ਘਾਹ ਨੂੰ ਮੀਂਹ ਪਸੰਦ ਹੈ ਪਰ ਹਿਸਾਬ ਦਾ

"Dirty does not like clean"
ਗੰਦਗੀ ਨੂੰ ਸਫ਼ਾਈ ਪਸੰਦ ਨਹੀਂ

"Papa, it looks like Pakistani singers eat pakoras and jalebis
before singing… "

ਪਾਪਾ, ਲੱਗਦਾ ਪਾਕਿਸਤਾਨੀ ਫ਼ਨਕਾਰ ਗਾਉਣ ਤੋਂ ਪਹਿਲਾਂ ਪਕੌੜੇ-ਜਲੇਬੀਆਂ ਖਾਂਦੇ
ਨੇ...''

ਇਸ ਕਿਤਾਬ ਦੇ ਛਪਦੇ-ਛਪਦੇ ਨਿਮਰਤ ਕਿੰਡਰਗਾਰਟਨ ਤੋਂ ਕਾਲਜ 'ਚ ਪਹੁੰਚ
ਗਈ।   ਹੁਣ ਉਹਦੀ ਕਵਿਤਾ ਮੇਰੀ ਸਮਝ ਤੋਂ ਬਾਹਰ ਹੁੰਦੀ ਜਾਂਦੀ ਹੈ। 'ਗਾਰਡਨ
ਆਫ ਈਡਨ' ਨੂੰ ਸਮਝਣ ਲਈ ਮੈਨੂੰ ਮਿਥਿਹਾਸ ਦੇ ਵਰਕੇ ਫਰੋਲਣੇ ਪੈਣਗੇ। ਕਿਤੇ
ਕਿਤਾਬ ਛਪਣ ਨੂੰ ਹੋਰ ਕਵੇਲਾ ਨਾ ਹੋ ਜਾਵੇ, ਮੈਂ ਅਨੁਵਾਦ ਨਾਲ ਪੰਗਾ ਨਹੀਂ
ਲਵਾਂਗਾ...

Garden of Eden
Crunch.
An apple is bitten.
Flutter.
An eve awakens
Whizz.
Eternal bliss dissipates.
Gloom consumes.
Shadows ensue.
Life resumes,
Under the new light of darkness.

ਮੇਰੇ ਦੋਸਤ ਦੇ ਬੇਟੇ, ਅਜੈ ਕਸ਼ਿਅਪ, ਦਾ ਦਾਦਾ ਚੇਨਈ 'ਚ ਇਕੱਲਾ ਰਹਿੰਦਾ ਹੈ। ਅਜੈ
ਦਾ ਪਿਤਾ ਗਨੇਸ਼ ਕਸ਼ਿਅਪ ਟੋਰਾਂਟੋ 'ਚ ਅਕਸਰ ਆਪਣੇ ਪਿਤਾ ਜੀ ਦੇ ਇਕੱਲੇ ਹੋਣ
'ਤੇ ਫ਼ਿਕਰ-ਮੰਦ ਰਹਿੰਦਾ ਹੈ। ਪਿਤਾ ਦੇ ਦਰਦ ਨੂੰ ਉਹਦਾ ਚਾਰ ਸਾਲ ਦਾ ਬੇਟਾ, ਅਜੈ,
ਇਸ ਤਰ੍ਹਾਂ ਮਹਿਸੂਸਦਾ ਹੈ...

oh dad
I will never let you be the grandpa

so you will never miss me
like my grandpa misses you
from across the oceans

and I will never miss you
like you miss my grandpa
with hearty emotions

Oh dad
I will never let you be the grandpa

ਪਾਪਾ
ਮੈਂ ਤੁਹਾਨੂੰ ਕਦੀ ਦਾਦੂ ਨਹੀਂ ਬਣਨ ਦੇਣਾ
ਫਿਰ ਨਹੀਂ ਹੋਵੋਗੇ ਤੁਸੀਂ ਉਦਾਸ ਮੈਨੂੰ ਮਿਲਣ ਲਈ
ਪਿੰਡ ਬੈਠੇ ਦਾਦੂ ਵਾਂਗ

ਨਾ ਹੀ ਮੈਂ ਤੁਹਾਨੂੰ ਮਿੱਸ ਕਰਾਂਗਾ
ਤੁਸੀਂ ਕਰਦੇ ਰਹਿੰਦੇ ਹੋ ਜਿਵੇਂ ਦਾਦੂ ਨੂੰ

ਪਾਪਾ
ਮੈਂ ਤੁਹਾਨੂੰ ਕਦੀ ਦਾਦੂ ਨਹੀਂ ਬਣਨ ਦੇਣਾ

ਕਵਿਤਾ ਦੀ ਮਨ-ਬਚਨੀ

ਕਦੇ-ਕਦੇ ਕਵਿਤਾ ਵੀ ਬਹੁਤ ਸ਼ਰਮਾਉਂਦੀ ਹੈ। ਨਿੱਕੀ ਵਾਂਗ ਥੋੜ੍ਹੀ ਜਿਹੀ ਝਾਤੀ ਮਾਰ ਕੇ ਫਿਰ ਛੁਪਨ ਹੋ ਜਾਂਦੀ ਹੈ। ਪਤਾ ਨਹੀਂ ਇਹ ਇਹਦੀ ਚੰਚਲਤਾ ਹੈ ਜਾਂ ਨਖ਼ਰਾ ਜਾਂ ਫਿਰ ਮਨਮਰਜ਼ੀ। ਸੈਰ 'ਤੇ ਜਾਣਾ ਇਹਨੂੰ ਬਹੁਤ ਚੰਗਾ ਲੱਗਦਾ ਹੈ ਤੇ ਅਕਸਰ ਦਿਲ ਦੀਆਂ ਤਹਿਆਂ ਖੋਲ੍ਹਦੀ ਹੈ। ਕਦਮ-ਕਦਮ ਗੁਣਗੁਣਾਉਂਦੀ ਹੈ ਅਤੇ ਲਫ਼ਜ਼-ਲਫ਼ਜ਼ ਤੁਰਦੀ ਹੈ। ਅਸੀਂ ਦੋਵੇਂ ਕਵਿਤੇ-ਕਵਿਤੀ ਹੁੰਦੇ ਹੋਏ ਕਈ ਵਾਰ ਬਹੁਤ ਦੂਰ ਨਿਕਲ

ਜਾਂਦੇ ਹਾਂ। ਇੱਕ ਦਿਨ ਦੱਬ ਕੇ ਸਨੋਅ ਪਈ। ਬਾਦ 'ਚ ਤਾਪਮਾਨ ਰਤਾ ਕੁ ਸਿਫਰ ਤੋਂ ਜ਼ਿਆਦਾ ਹੋਣ ਕਰ ਕੇ ਸੜਕ 'ਚ ਬਣੀਆਂ ਛਪੜੀਆਂ ਨੇ ਪਿੰਡ ਵਾਲ਼ੀ ਬਾਹਰਲੀ ਫਿਰਨੀ ਚੇਤੇ ਕਰਾ ਦਿੱਤੀ, ਜਿਹੜੀ ਮੀਂਹ ਤੋਂ ਮਹੀਨਾ ਬਾਦ ਵੀ ਚੀਕਣੀ ਮਿੱਟੀ ਦਾ ਬੈਰੀਅਰ ਲਾ ਕੇ ਆਏ-ਗਏ ਨੂੰ ਗਾਰ-ਇਸ਼ਨਾਨੇ ਕਰਾਉਂਦੀ ਹੁੰਦੀ ਸੀ। ਮੈਂ ਤੇ ਕਵਿਤਾ ਪਹੁੰਚੇ ਚੁੱਕ ਕੇ ਤਿਲ੍ਹਕਦੇ-ਤਿਲ੍ਹਕਦੇ ਕਨੇਡਾ ਤੋਂ ਸਿੱਧੇ ਆਪਣੇ ਪਿੰਡ ਵਾਲ਼ੇ ਪੁਰਾਣੇ ਘਰ ਪਹੁੰਚ ਗਏ। ਘਰ ਜੋ ਚਾਲੀ ਸਾਲ ਪਹਿਲਾਂ ਤਾਇਆਂ-ਚਾਚਿਆਂ ਦੀ ਵੰਡ ਨੇ ਹੜੱਪ ਲਿਆ ਸੀ, ਸਾਡੀ ਬਰਫ਼ੀਲੀ ਸੈਰਗਾਹ 'ਚ ਜਿਉਂ ਦਾ ਤਿਉਂ ਆ ਕੇ ਖੜੋ ਗਿਆ। ਵਿਹੜੇ 'ਚ ਪਰੇਕ ਦੇ ਸੱਜੇ ਪਾਸੇ ਤਾਈ ਮੀਤੋ ਦੀ ਰਸੋਈ ਦੇ ਕੋਲ ਹੁੰਦੀ ਸੀ ਇੱਕ ਸਾਂਝੀ ਭੱਠੀ, ਜਿੱਥੇ ਪੰਜੇ ਦਰਾਣੀਆਂ-ਜਠਾਣੀਆਂ ਪੀੜ੍ਹੀਆਂ-ਫੱਟੇ ਡਾਹੁੰਦੀਆਂ ਅਤੇ ਰਾੜ੍ਹ-ਰਾੜ੍ਹ ਫੁਲਕੇ ਲਾਹੁੰਦੀਆਂ। ਕਵਿਤਾ ਨੇ ਅੱਜ ਫਿਰ ਛੇੜ ਦਿੱਤੀ, ਓਸੇ ਭੱਠੀ ਉੱਤੇ ਫੁੱਲ ਰਹੀ ਸੱਜਰੀ ਰੋਟੀ ਦੀ ਗਾਥਾ...

ਮਨੁੱਖ: ਰੋਟੀ ਨੂੰ

ਨੀ ਪਤਲੀਏ,

ਨੀ ਮੋਟੀਏ

ਨੀ ਨਰਮ-ਨਰਮ ਰੋਟੀਏ

ਨੀ ਕੱਚੀਏ,

ਨੀ ਪੱਕੀਏ

ਨੀ ਕਣਕੇ

ਨੀ ਮੱਕੀਏ

ਨੀ ਚੰਦ ਦੀਏ ਸਕੀਏ

ਨੀ ਸਿੱਧੀਏ

ਨੀ ਵਿੰਗੀਏ

ਤਿਕੋਣੀਏ

ਨੀ ਸੋਹਣੀਏ

ਨੀ ਨਿੱਕੂ ਦੀਏ ਟਿੱਕੀਏ

ਨੀ ਬਾਪੂ ਦੀਏ ਮਿੱਸੀਏ

ਨੀ ਡੱਬੂ ਦੀਏ ਬੁਰਕੀਏ

ਨੀ ਚੌਂਕੇ ਦੀਏ ਸੁਰਖੀਏ

ਨੀ ਪਰੌਂਠਣੇ
ਨੀ ਦੁੱਪੜੇ
ਤੇਰੀਆਂ ਗ੍ਰਹੀਆਂ ਨੂੰ
ਤਰਸਣ ਭੁੱਖੜੇ

ਨੀ ਹੂਰਨੇ
ਨੀ ਤੰਦੂਰਨੇ
ਨੀ ਥਾਲੀ ਦੀਏ ਸੰਪੂਰਨੇ
ਨੀ ਮੱਖਣਾਂ 'ਚ ਡੁੱਬੀਏ
ਨੀ ਚੂਰੀਆਂ 'ਚ ਗੁੱਝੀਏ
ਨੀ ਪੂਣੀ 'ਚ ਘੁਮੇਟੀਏ
ਨੀ ਘੁੱਦੂ 'ਚ ਸਮੇਟੀਏ
ਨੀ ਆਲੂਆਂ 'ਚ ਮਚੀਏ
ਨੀ ਗੋਭੀ ਨਾਲ ਸਜੀਏ
ਨੀ ਤਵੀ ਦੀ ਸ਼ਿੰਗਾਰਨੇ
ਨੀ ਭੁੱਖਾਂ ਨੂੰ ਵੰਗਾਰਨੇ

ਨੀ ਅੱਗਾਂ ਨਾਲ ਖਹਿੰਦੀਏ
ਨੀ ਮਘਦਿਆਂ ਨੂੰ ਸਹਿੰਦੀਏ
ਨੀ ਭੁੱਖੇ ਦੀਏ ਖ਼ੈਰਨੇ
ਨੀ ਭੁੱਖ ਦੀਏ ਵੈਰਨੇ
ਨੀ ਸੰਤੋਖ ਵਿਚ ਜੱਝੀਏ
ਨੀ ਵਿਟਾਮਿਨਾਂ 'ਚ ਮੱਝੀਏ
ਨੀ ਹੈਲਥ-ਕੇਅਰ ਪੜ੍ਹੀਏ
ਤੂੰ ਤਾਂ ਲੰਗਰਾਂ ਦੀ ਸ਼ਾਨ ਸੀ
ਨਿਮਾਣਿਆਂ ਦਾ ਮਾਣ ਸੀ
ਨਿਓਟਿਆਂ ਦੀ ਓਟ ਸੀ
ਤੂੰ ਤੇ ਮਾਂ ਦੇ ਸਮਾਨ ਸੀ
ਨੀ 'ਮਾਈਕਰੋਵੇਵ' ਫੁੱਲੀਏ

ਨੀ ਸ਼ੈਲਫਾਂ 'ਤੇ ਰੁਲੀਏ
ਨੀ 'ਫਰੀਜ਼ਰਾਂ' 'ਚ ਜੰਮੀਏ
ਬੇਸੁਆਦੀਏ ਨਿਕੰਮੀਏ
ਨੀ ਟਕੇ ਨਾਲ ਵਿਕੀਏ
ਨੀ ਮਹਿਲਾਂ ਵਿਚ ਟਿਕੀਏ

ਨੀ ਪੈਕਟਾਂ 'ਚ ਵੜੀਏ
ਨੀ ਕੈਮੀਕਲਾਂ ਭਰੀਏ
ਨੀ ਕੈਂਸਰਾਂ ਦੀ ਪੁੜੀਏ
ਚੱਲ ਮੁੜ ਦੇਸ ਮੁੜੀਏ
ਲੈ ਆਂਢਣਾਂ-ਗੁਆਂਢਣਾਂ
ਨੂੰ ਭੱਠੀ ਸੰਗ ਜੁੜੀਏ
ਮਖਾਂ ਤਵੀ ਨੂੰ ਸ਼ਿੰਗਾਰੀਏ
ਚੱਲ ਦੁੱਖ ਨਿਵਾਰੀਏ
ਨੀ ਪਤਲੀਏ,
ਨੀ ਮੋਟੀਏ
ਨੀ ਨਰਮ-ਨਰਮ ਰੋਟੀਏ

ਰੋਟੀ: ਮਨੁੱਖ ਨੂੰ

ਓ ਬੰਦਿਆ ਇਕੱਲਿਆ
ਓ ਮੂਰਖਾ ਓ ਝੱਲਿਆ
ਓ ਗੱਲਾਂ ਦੇ ਪਤਾਸਿਆ
ਓ ਅੰਦਰੋਂ ਉਦਾਸਿਆ

ਵੇ ਰੱਜਿਆ ਵੇ ਪੁੱਜਿਆ
ਵੇ ਖਪਤਕਾਰਾ ਗੁੱਝਿਆ
ਓ ਨੂਡਲਾਂ ਦੇ ਆਸ਼ਕਾ
ਸੈਂਡਵਿੱਚਾਂ ਦੇ ਉਪਾਸ਼ਕਾ
ਓ ਪੀਜ਼ਿਆਂ ਦੇ ਪੱਟਿਆ
ਕੈਚਪਾਂ ਜਿਉਂ ਖੱਟਿਆ

ਤੂੰ ਪੈਲੀਆਂ ਦਾ ਪੁੱਤ ਸੀ
ਭਾਵੇਂ ਕੋਈ ਰੁੱਤ ਸੀ
ਭੌਂਇ ਤੇਰੀ ਰੂਹ ਸੀ
ਰੱਬ ਤੇਰਾ ਖੂਹ ਸੀ
ਸੱਚਾ ਕਾਰੋਬਾਰ ਸੀ
ਸੁੱਚਾ ਵਿਵਹਾਰ ਸੀ
ਥੋੜ੍ਹਾ ਅੰਨੁ ਦਾਣਾ ਸੀ
ਬਹੁਤਾ ਸ਼ੁਕਰਾਨਾ ਸੀ
ਦਿਲ, ਦਰ ਖੁੱਲ੍ਹਾ ਸੀ
ਤਰਜ਼ਾਂ 'ਚ ਬੁੱਲ੍ਹਾ ਸੀ

ਚੌਂਕੇ ਧੰਨ ਭਾਗ ਸੀ
ਬਾਥੂ ਵਾਲ਼ਾ ਸਾਗ ਸੀ
ਭੜੋਲੀਆਂ ਦੀ ਗੈਸ ਸੀ
ਦਧੂਨਿਆਂ ਦੀ ਐਸ਼ ਸੀ

ਓ ਐਸਾ ਕੀ ਤੂੰ ਪੜ੍ਹਿਆ
ਜੋ ਦੂਰ ਜਾ ਕੇ ਖੜ੍ਹਿਆ
ਇਹ ਕੈਸਾ ਪੈਂਡਾ ਚੜ੍ਹਿਆ?
ਪੌੜੀ ਨਾਲ ਈ ਲੜਿਆ?
ਓਏ ਕਿਤਾਬੀਆ ਸਿਆਣਿਆ
ਓਏ ਅਕਲੋਂ ਨਿਆਣਿਆ
ਤੂੰ ਲਾਲਚਾਂ 'ਚ ਕੱਜਿਆ
ਤੂੰ ਘਰੋਂ ਦੂਰ ਭੱਜਿਆ
ਤੂੰ ਭੁੱਲੀਆਂ ਨਿਸ਼ਾਨੀਆਂ
ਤੂੰ ਸਿੱਖੀਆਂ ਸ਼ੈਤਾਨੀਆਂ

ਵੇ ਬੰਦਿਆ ਬਜ਼ਾਰੀਆ
ਵੇ ਹਿਕਮਤਕਾਰੀਆ
ਗੱਲਾਂ ਉੱਚਰੇ ਸਿਆਣੀਆਂ
ਧੁਰ ਅੰਦਰੋਂ ਨੇ ਕਾਣੀਆਂ
ਤੇਰਾ ਅੰਧਲਾ ਵਪਾਰ ਏ
ਤੇਰੀ ਮਾਂ ਵੀ ਸ਼ਰਮ-ਸਾਰ ਏ
ਤੂੰ ਹਵਾ ਨੂੰ ਗੰਧਾਲਿਆ
ਪਾਣੀ ਨਾ ਸੰਭਾਲਿਆ

ਤੂੰ ਇੱਜ਼ਤਾਂ ਵੀ ਵੇਚਦਾ
ਤੂੰ ਕੌਡਿਆਂ ਦੇ ਮੇਚ ਦਾ
ਓ ਮੁਨਾਫ਼ਿਆਂ ਦੇ ਨੰਬਰਾ

ਓ ਭੇਖੀਆ ਅਡੰਬਰਾ
ਕਮਾਈਆਂ ਸਭ ਖੋਟੀਆਂ
ਖੋਂਹਦੀਆਂ ਜੋ ਰੋਟੀਆਂ
ਤੂੰ ਛਾਬਾ ਮੇਰਾ ਲੁੱਟਿਆ
ਗ਼ੁਲਾਮ ਕਰ ਸੁੱਟਿਆ
ਭੁੱਖੇ ਸਾਧੂ ਨੇ ਉਡੀਕਦੇ
ਬੋਟ ਚੋਗਿਆਂ ਨੂੰ ਚੀਕਦੇ

ਮੱਖਾਂ ਜੇਬਾਂ ਕਰ ਢਿੱਲੀਆਂ
ਪੁੱਟ ਤਮ੍ਹਾ ਦੀਆਂ ਕਿੱਲੀਆਂ
ਮਿਹਨਤਾਂ ਨਹੀਂ ਮਾੜੀਆਂ
ਜਿਉਂਣ ਫੁਲਵਾੜੀਆਂ
ਮੁਬਾਰਕ ਉੱਨਤੀਆਂ
ਵਿਕਾਸ ਤੇ ਤਰੱਕੀਆਂ
ਮਿਹਰਾਂ, ਦਾਤਾਂ ਮਾਣ ਤੂੰ
ਪਰ ਦਾਤੇ ਨੂੰ ਪਛਾਣ ਤੂੰ
ਓ ਬੰਦਿਆ ਇਕੱਲਿਆ
ਓ ਮੂਰਖਾ ਓ ਝੱਲਿਆ
ਓ ਗੱਲਾਂ ਦੇ ਪਤਾਸਿਆਂ
ਓ ਅੰਦਰੋਂ ਉਦਾਸਿਆ

ਇੱਕੀਵੀਂ ਸਦੀ 'ਚ ਕਵਿਤਾ ਮਨੋਵਿਗਿਆਨੀਆਂ ਅਤੇ ਦਿਮਾਗ਼ੀ ਰੋਗਾਂ ਦੇ ਡਾਕਟਰਾਂ ਦੇ 'ਟੂਲ-ਬਾਕਸਾਂ' 'ਚ ਸਜ਼੍ਹੋਭਿਤ ਹੋ ਗਈ ਹੈ। ਕੈਂਸਰ ਅਤੇ ਹੋਰ ਮਾਰੂ ਬਿਮਾਰੀਆਂ ਤੋਂ ਪੀੜਤ ਰੋਗੀ, ਜਿਨ੍ਹਾਂ ਦਾ ਹੋਰ ਇਲਾਜ ਸੰਭਵ ਨਹੀਂ, ਨੂੰ ਜੀਵਨ ਦੇ ਆਖ਼ਰੀ ਕੁਝ ਦਿਨ ਜਾਂ ਹਫ਼ਤੇ ਬਿਨਾਂ ਤਕਲੀਫ਼ ਬਤੀਤ ਕਰਨ ਲਈ ਅਕਸਰ 'ਪੈਲੇਟਿਵ-ਕੇਅਰ' (Palliative Care) 'ਚ ਘੱਲ ਦਿੱਤਾ ਜਾਂਦਾ ਹੈ। ਇਸ ਅੰਤਲੇ ਸਫ਼ਰ ਲਈ ਕਵਿਤਾ ਅਤੇ ਸੰਗੀਤ ਨਾਲ ਅੱਜ ਦੀ ਮੈਡੀਕਲ ਸਾਇੰਸ ਵੱਲੋਂ ਕਈ ਤਰ੍ਹਾਂ ਦੇ ਪ੍ਰਯੋਗ ਕੀਤੇ ਜਾ ਰਹੇ ਹਨ, ਉਂਜ ਗੁਰੂ ਸਾਹਿਬਾਨਾਂ ਅਤੇ ਸੰਤਾਂ-ਭਗਤਾਂ ਨੇ ਤਾਂ ਕਈ ਸਦੀਆਂ ਪਹਿਲਾਂ ਹੀ ਇਹ ਮਾਰਗ ਦਰਸਾ ਦਿੱਤਾ ਸੀ।

ਤਕਨਾਲੋਜੀ ਦੇ ਹਰ ਖੇਤਰ ਵਿਚ ਰਚਨਾਤਮਿਕ ਵਿਚਾਰ ਨੂੰ ਪ੍ਰਫੁਲਿਤ ਕਰਨ ਦਾ ਸਫ਼ਰ ਵੀ ਕਾਵਿ-ਪ੍ਰਕਿਰਿਆ ਨਾਲ ਮੇਲ ਖਾਂਦਾ ਹੈ। ਕਵਿਤਾ ਅਵਚੇਤਨ ਮਨ ਨਾਲ ਜਦੋਂ ਗੱਲਾਂ-ਬਾਤਾਂ ਦੇ ਰਾਹ ਖੋਲ੍ਹਦੀ ਹੈ ਤਾਂ ਸੁੱਤੀਆਂ ਇੰਦਰੀਆਂ ਜਾਗ ਉੱਠਦੀਆਂ ਹਨ। ਇਹਦੀ ਤੁਕਬੰਦੀ ਅਤੇ ਛੰਦ-ਬੰਦੀ ਦੀ ਲੋਰ 'ਚ ਆ ਕੇ ਵਿਭਿੰਨ ਵਿਚਾਰਾਂ ਵਾਲੇ ਲੋਕਾਂ 'ਚ ਏਕਾ ਅਤੇ ਰਲ ਕੇ ਕੰਮ ਕਰਨ ਦੀ ਉਤਸੁਕਤਾ ਵਧਦੀ ਹੈ। ਇਹ ਲੋਕਾਂ ਨੂੰ ਜੋੜਦੀ ਹੈ, ਤੋੜਦੀ ਨਹੀਂ। ਇਹ ਵਿਰੋਧ-ਯੁਕਤ ਹਾਲਤਾਂ ਦੇ ਕੰਢੇ ਭੋਰ ਕੇ ਸੱਜਰੇ ਰਿਸ਼ਤੇ ਸਿਰਜ ਸਕਦੀ ਹੈ। ਮਨੁੱਖੀ ਸੰਸਾਧਨ ਦੇ ਖੇਤਰ 'ਚ ਕਾਮਿਆਂ 'ਚ ਵਧੀਆ ਤਾਲਮੇਲ ਵਧਾਉਣ ਲਈ ਟਰੇਨਿੰਗ 'ਤੇ ਹਰ ਸਾਲ ਅਰਬਾਂ ਡਾਲਰ ਖ਼ਰਚੇ ਜਾਂਦੇ ਹਨ, ਜੋ ਕਵਿਤਾ ਬਿਨਾਂ ਕੋਈ ਦਮੜੀ ਖ਼ਰਚਿਆਂ ਪ੍ਰਦਾਨ ਕਰਦੀ ਹੈ।

ਜਦੋਂ ਕੋਈ ਆਰਕੀਟੈਕਟ ਖੁੱਲ੍ਹੇ ਵਿਸ਼ਵਾਸ ਅਤੇ ਆਯਾਮੀ ਕਾਵਿ-ਕਲਮ ਨਾਲ ਘਰ ਦਾ ਡਿਜ਼ਾਈਨ ਘੜਦਾ ਹੈ ਤਾਂ ਆਪਸੀ ਰਿਸ਼ਤਿਆਂ ਦੀਆਂ ਤਿਕੋਣਾਂ ਮੋਹ 'ਚ ਗੁੰਬਦ ਹੋ ਜਾਂਦੀਆਂ ਹਨ। ਉਹਨੂੰ ਛੱਤ 'ਚੋਂ ਅੰਬਰ ਅਤੇ ਵਿਹੜੇ 'ਚ ਬ੍ਰਿੰਦਾਬਨ ਕਲਪਿਤ ਹੁੰਦਾ ਹੈ। ਪਰਨਾਲਿਆਂ 'ਚੋਂ ਝਰਨਿਆਂ ਦਾ ਗੀਤ ਸੁਣਦਾ ਹੈ। ਆਇਤਾਂ 'ਚੋਂ ਉਮੜਦਾ ਇਲਾਹੀ ਨਾਦ ਸੁਣ ਕੇ ਘਰ ਦੀ ਚਾਰ-ਦੀਵਾਰੀ ਵਿੱਢ ਕੇ ਜੀ-ਆਇਆਂ ਆਖਦੀ ਹੈ। ਵਲ-ਵਲੇਂਵੇ ਖਾਂਦੀ ਪੌੜੀ 'ਤੇ ਜਦ ਕਵਿਤਾ ਪੈਰ ਧਰਦੀ ਹੈ ਤਾਂ ਪੌਡੇ ਗਾ ਉਠਦੇ ਹਨ। ਸਹਿਜ-ਮਈ ਮੁਦਰਾ 'ਚ ਨਿਭ ਕੇ ਆਸਣ ਲਾਈ ਬੈਠਾ ਭੋਰਾ, ਗਰਮੀਆਂ 'ਚ ਠੰਡਕ ਅਤੇ ਸਿਆਲ 'ਚ ਨਿੱਘ ਵਰਤਾਉਂਦਾ ਹੈ। ਰੰਗਾਂ 'ਚ ਰਮੇ ਬੁਰਸ਼ ਦੀ ਨਿਮਰ ਛੋਹ ਨਾਲ ਘਰ ਦੇ ਤਿੱਖੇ ਕੋਨੇ ਅਤੇ ਬਹੁ-ਭੁਜਾਵਾਂ, ਵੱਖਰੇਵੇਂ ਤਿਆਗ ਕੇ ਮਕਾਨ ਨੂੰ ਘਰ ਬਣਾ ਦਿੰਦੇ ਹਨ।

ਕਵਿਤਾ ਦੀ ਰੂਹ 'ਚ ਬੇਲੋੜੇ ਲਫ਼ਜ਼ਾਂ ਲਈ ਕੋਈ ਸਥਾਨ ਨਹੀਂ। ਇਹ ਕਿਫ਼ਾਇਤੀ ਅਰਥਵਿਵਸਥਾ 'ਚ ਵੀ ਬੇਹੱਦ ਨਿਪੁੰਨ ਹੈ। ਜਦੋਂ ਤੱਕ ਪੜ੍ਹਨ-ਸੁਣਨ ਵਾਲਾ ਇਹਦਾ ਪੂਰਾ ਲੁਤਫ਼ ਨਾ ਮਾਣ ਲਵੇ, ਉਦੋਂ ਤੱਕ ਕਵਿਤਾ ਸਵੈ-ਕਾਰਗੁਜ਼ਾਰੀ ਤੋਂ ਸੰਤੁਸ਼ਟ ਨਹੀਂ ਹੁੰਦੀ। ਕਵਿਤਾ ਦੀ ਪਰਿਵਰਤਨਸ਼ੀਲ ਸ਼ਿਲਪ ਤੋਂ ਅੱਜ ਸਾਫਟਵੇਅਰ ਅਤੇ ਹੋਰ ਨਿਰਮਾਣ-ਕਾਰੀ ਪ੍ਰਜੈਕਟ-ਡਿਜ਼ਾਈਨ ਮੁਤਾਸਿਰ ਹੋ ਰਹੇ ਹਨ, ਤਾਂ ਕਿ ਉਹ ਖ਼ਪਤਕਾਰ ਦੀ ਆਸ 'ਤੇ ਪੂਰੇ ਉੱਤਰਨ ਦੀ ਜੁਰਅਤ ਕਰ ਸਕਣ।

ਕਵਿਤਾ ਖੁੰਢ ਨਹੀਂ ਕੱਢਦੀ। ਇਹ ਕੁਦਰਤ ਦੀ ਛੇੜਛਾੜ ਕਰਨ ਵਾਲਿਆਂ ਨੂੰ

ਰੋਕਣ-ਠੱਕਣ ਲਈ ਤਿਆਰ-ਬਰ-ਤਿਆਰ ਰਹਿੰਦੀ ਹੈ। ਇਹ ਕੁਰਾਹੇ ਪੈ ਚੁੱਕੇ ਗੰਧਲੇ ਪਾਣੀਆਂ, ਰੋਗੀ ਹਵਾਵਾਂ ਅਤੇ ਰਸਾਇਣੀ ਧਰਤੀਆਂ ਦੀ ਘਰ ਵਾਪਸੀ 'ਚ ਵਿਅਸਤ ਰਹਿੰਦੀ ਹੈ। ਕਦੇ ਇਹ ਡੇਵਿਡ ਸਜ਼ੂਕੀ ਦੀ ਅਕਾਂਖਿਆ ਬਣਦੀ ਹੈ ਅਤੇ ਕਦੇ **ਗਰੇਟਾ ਥਨਬਰਗ ਦੇ ਖ਼ਾਬ...**

੬ – ਗਰੇਟਾ ਥਨਬਰਗ ਦੇ ਖ਼ਾਬ

ਉਦੋਂ ਵੇਈਂ ਉੱਤੇ ਪੁੱਲ ਨਹੀਂ ਸੀ ਹੁੰਦਾ। ਬਿਉਂਣ ਬਗੈਰ ਵੇਈਂ, ਕਿਸੇ ਨੂੰ ਵੀ ਪਰਲੇ ਪਾਰ ਨਾ ਸੀ ਜਾਣ ਦਿੰਦੀ। ਅਸੀਂ ਲੰਘਦੇ-ਵੜਦੇ ਚੁੱਭੀਆਂ ਮਾਰਨੀਆਂ। ਵੇਈਂ ਦੀਆਂ ਬਾਤਾਂ ਜਮਾ ਹੀ ਤਾਈ ਜੀਤੋ ਦੀਆਂ ਗੱਲਾਂ ਜਾਪਦੀਆਂ, ਜਿਨਾਂ ਨੂੰ ਸੁਣਨ ਲਈ ਮੱਛੀਆਂ ਦੇ ਪੁੰਗ ਵੀ ਠਹਿਰ ਜਾਂਦੇ। ਕਿੰਨੀ ਚੰਚਲ ਹੋਵੇਗੀ ਇਹ ਵੇਈਂ ਆਪਣੀ ਜਵਾਨੀ ਵੇਲੇ। ਵਲ ਪਾ ਕੇ ਵਗਦੀ ਹੋਵੇਗੀ, ਐਸੇ ਕਰ ਕੇ, ਘੁੰਮਦੀ-ਘੁੰਮਾਉਂਦੀ ਸਾਰੇ ਰਿਸ਼ਤੇਦਾਰਾਂ ਦੇ ਪਿੰਡਾਂ ਨੂੰ ਢੁਕਦੀ। ਜਿੱਥੋਂ ਵੀ ਲੰਘਦੀ ਉੱਥੋਂ ਦੇ ਸੋਹਿਲੇ ਸਦੀਆਂ ਤੀਕਰ ਆਪਣੇ ਜਲ 'ਚ ਸਮੋਈ ਰੱਖਦੀ। ਇਹਦੇ ਜਲ ਦਾ ਤਾਪਮਾਨ ਵੀ ਇਲਾਕੇ ਦੇ ਦੁੱਖ-ਸੁੱਖ ਨਾਲ ਬਦਲਦਾ। ਇਹਦਾ ਵਹਾਅ ਆਲੇ-ਦੁਆਲੇ ਗੁਜ਼ਰ ਰਹੀ ਜ਼ਿੰਦਗਾਨੀ ਦੀ ਤਰਜ਼ 'ਤੇ ਅਕਸਰ ਰਾਗ਼ਮਈ ਹੋ ਜਾਂਦਾ। ਹਰਦਮ ਨੀਵਾਂ ਹੋ ਕੇ ਵਗਦਾ। ਨਾ ਕਦੇ ਵੇਈਂ ਦੇ ਕੰਢੇ ਖੋਰਦਾ ਅਤੇ ਨਾ ਹੀ ਕਦੇ ਜੀਵਾਂ ਅਤੇ ਬਨਸਪਤੀ ਨੂੰ ਤਿਹਾਏ ਰੱਖਦਾ। ਇਹਦੇ ਢਿੱਡੋਂ ਜਾਏ ਪਿੱਪਲ-ਟਾਹਲੀਆਂ ਵੀ ਸਾਰੀ ਉਮਰ ਗੁੜ੍ਹੀਆਂ ਛਾਂਵਾਂ ਕਰਦੇ ਨਾ ਥੱਕਦੇ। ਉਨ੍ਹਾਂ ਦੀਆਂ ਜੜ੍ਹਾਂ ਵੀ ਵੇਈਂ ਦੀਆਂ ਅੰਤੜੀਆਂ ਬਣ ਕੇ ਜਿਉਂਦੀਆਂ। ਕੱਲੀ-ਕਾਰੀ ਲੱਖਾਂ ਜੀਵਾਂ ਨੂੰ ਨਿਵਾਸ ਦਿੰਦੀ। ਪਰਵਾਸੀ ਪੰਛੀ ਵੀ ਆਉਂਦੇ ਜਾਂਦੇ ਹਾਜ਼ਰੀ ਲੁਆ ਕੇ ਉੱਡਦੇ। ਵੇਈਂ ਕਾਹਦੀ, ਇਹ ਤਾਂ ਵੱਸਦਾ-ਰਸਦਾ ਮੁਲਕ ਹੀ ਸੀ।

ਇੱਕ ਦਿਨ ਇਹਦੀ ਛਾਤੀ 'ਤੇ ਕੰਕਰੀਟ ਦਾ ਨਵਾਂ ਪੁੱਲ ਬਣ ਗਿਆ। ਹੁਣ ਲੋਕੀਂ ਵੇਈਂ ਨੂੰ ਬਿਨਾਂ ਬੁਲਾਏ-ਚਲਾਏ ਸਕੂਟਰਾਂ-ਸਕੂਟਰੀਆਂ 'ਤੇ ਚੜ੍ਹ ਕੇ ਧੂੜ ਉਡਾਉਂਦੇ ਪਰਲੇ ਪਾਰ ਲੰਘ ਜਾਂਦੇ। ਟ੍ਰੈਕਟਰਾਂ ਦੇ ਕੰਨ-ਪਾੜਵੇਂ ਭੱਦੇ ਗੀਤਾਂ ਦੇ ਖ਼ੌਰੁ 'ਚ ਵੇਈਂ ਦੀ ਫ਼ਰਿਆਦ ਅਣਸੁਣੀ ਰਹਿ ਜਾਂਦੀ। ਉਹ 'ਕੱਲੀ ਜਿਹੀ ਪੈ ਗਈ ਸੀ। ਇਸ ਬਾਰ ਮਾਨਸੂਨਾਂ ਵੀ ਝਕਾਨੀ ਦੇ ਗਈਆਂ। ਕਦੇ ਕਦਾਈਂ ਤਰੱਕੀਆਂ ਦਾ ਰੌਲਾ ਸੁਣਦੀ ਤਾਂ ਉਹਨੂੰ ਆਸ ਬੱਝਦੀ ਕਿ ਸ਼ਾਇਦ ਉਹਦੇ ਵਿਹੜੇ ਮੁੜ ਭਾਗ ਲੱਗਣ। ਉਹਨੂੰ ਕੀ ਪਤਾ ਸੀ ਕਿ ਉਹਦੇ ਹਿੱਸੇ ਤਾਂ ਬੱਸ ਇਸ ਅਦਨੀ ਤਰੱਕੀ ਦੀਆਂ ਬੜ੍ਹਕਾਂ ਮਾਰਦੇ ਕਾਰਖਾਨਿਆਂ ਦੀ ਨਫ਼ਰਤ ਆ ਜਾਵੇਗੀ। ਉਹ ਰੋਵੇਗੀ ਤਾਂ ਤੇਜ਼ਾਬੀ ਹੰਝੂਆਂ ਨਾਲ ਅੰਨ੍ਹੀ ਹੋ ਜਾਵੇਗੀ। ਮੂੰਹ ਖੋਲ੍ਹੇਗੀ ਤਾਂ ਹਵਾ ਵੀ ਉਸ ਤੋਂ ਨਫ਼ਰਤ ਕਰਨ ਲੱਗ ਜਾਵੇਗੀ। ਉਹ 'ਜਪੁ ਜੀ' ਦੇ ਉਗਮਣ ਲਈ ਅੰਮ੍ਰਿਤ ਜਲ ਕਿੱਥੋਂ ਲਿਆਵੇਗੀ? ਉਹ ਬਾਬੇ ਨਾਨਕ ਨੂੰ ਭਲਾ ਕੀ ਮੂੰਹ ਦਿਖਾਵੇਗੀ?

ਇੱਥੇ ਪਾਣੀ ਵੀ ਤਿਹਾਇਆ

ਹਵਾ ਨੇ ਮੂੰਹ ਸਿਲੰਡਰ ਲਾਇਆ

ਸੂਰਜ ਮੰਗੇ ਲੋਅ ਉਧਾਰੀ

ਪਰਬਤ ਹਰੀ ਪੁਸ਼ਾਕ ਉਤਾਰੀ
ਨਵੇਂ 'ਪੱਥਰ' ਯੁਗ ਨੇ ਪਾਇਆ ਸ਼ੋਰ
ਬੰਦਾ ਹੋਇਆ ਡਾਇਨਾਸੋਰ
ਚਲੋ ਤਰੱਕੀ ਦੀ ਗੱਲ ਕਰੀਏ
ਮਾਰਸ ਵੱਲ ਨੂੰ ਚਾਲਾਂ ਭਰੀਏ

ਨਿੱਕੀ ਦੀ ਵੇਈਂ ਨਾਲ ਪਹਿਲੀ ਮੁਲਾਕਾਤ ਕਨੇਡਾ ਦੇ ਗੁਰਦੁਆਰੇ 'ਚ ਹੋਈ ਸੀ, ਜਦੋਂ ਕੀਰਤਨ ਕੈਂਪ 'ਚ ਅਧਿਆਪਕ ਨੇ ਸਭ ਨੂੰ ਗੁਰੂ ਨਾਨਕ ਦੇਵ ਜੀ ਦੀ ਵੇਈਂ ਵਾਲੀ ਸਾਖੀ ਸੁਣਾਈ ਸੀ। ਉਹਨੇ ਘਰ ਆ ਕੇ ਅਨੇਕਾਂ ਸਵਾਲ ਪੁੱਛੇ ਸਨ। ਉਹ ਅਗਲੀ ਵਾਰ ਵੇਈਂ ਨੂੰ ਉਹਦੇ ਹਿੰਦੁਸਤਾਨ ਵਾਲੇ ਘਰ ਜਾ ਕੇ ਮਿਲਣਾ ਚਾਹੁੰਦੀ ਹੈ। ਕਈ ਸਾਲਾਂ ਤੋਂ ਜਾਣ ਦੀਆਂ ਤਿਆਰੀਆਂ ਕਰ ਰਹੀ ਸੀ, ਪਰ ਅੱਜ ਵੇਈਂ ਦੇ ਅਫ਼ਸਾਨੇ ਸੁਣ ਕੇ ਉਹ ਬਹੁਤ ਉਦਰ ਜਿਹੀ ਗਈ। ਉਹ ਤਾਂ ਵੇਈਂ ਨੂੰ ਸਦਾ ਬਹੁਤ ਖ਼ੁਸ਼ ਵੇਖਣਾ ਚਾਹੁੰਦੀ ਸੀ। ਉਦਾਸ ਹੋ ਕੇ ਉਹ ਉੱਪਰ ਕਮਰੇ 'ਚ ਚਲੀ ਗਈ। ਆਪਣੇ ਪੜ੍ਹਨ ਵਾਲੇ ਡੈਸਕ 'ਤੇ ਜਾ ਕੇ ਸਕੂਲ ਵਾਲੀ ਡਰਾਇੰਗ ਬੁੱਕ 'ਚ ਵੇਈਂ ਦੀ 'ਸਮਾਇਲੀ' ਬਣਾਉਣ ਲੱਗੀ। ਸ਼ਾਮ ਨੂੰ ਦੋਹਾਂ ਭੈਣਾਂ 'ਚ ਪਤਾ ਨਹੀਂ ਕੀ ਗੱਲਬਾਤ ਹੋਈ ਤੇ ਫਿਰ ਅਗਲੇ ਹਫਤੇ ਵੇਈਂ ਦਾ ਜੀਵਨ ਸਫ਼ਰ ਉਹਦੀ ਵੱਡੀ ਭੈਣ ਦਾ ਸਕੂਲ-ਪ੍ਰੋਜੇਕਟ ਬਣ ਗਿਆ। ਵੇਈਂ ਦੀ ਕਥਾ ਸੁਣ ਕੇ ਉਹ ਤੇ ਉਹਦੀਆਂ ਜਮਾਤਣਾਂ ਅੱਧੀ ਛੁੱਟੀ ਵੇਲੇ ਸਕੂਲ ਦੇ ਨਾਲ ਵਾਲੀ ਝੀਲ ਕਿਨਾਰੇ ਜਾ ਬੈਠੀਆਂ, ਜਿਵੇਂ ਵੇਈਂ ਦੇ ਕੋਲ ਹੋਣਾ ਲੋਚਦੀਆਂ ਹੋਣ।

ਬੱਚੇ ਵੱਡੇ ਹੋ ਗਏ। ਉਨ੍ਹਾਂ ਦੇ ਸੁਆਲ ਵਿਸ਼ਾਲ ਪਰ ਤਿੱਖੇ ਹੋ ਗਏ। ਦੋ ਕੁ ਸਾਲ ਪਹਿਲਾਂ ਜਦੋਂ ਮਨੀਲੇ ਵਾਲਿਆਂ ਨੇ ਕਨੇਡਾ ਦਾ ਮਾਰੂ ਗਾਰਬੇਜ ਸਵੀਕਾਰਨ ਤੋਂ ਨਾਂਹ ਕਰ ਦਿੱਤੀ ਤਾਂ ਬੱਚਿਆਂ ਨੂੰ ਵਾਤਾਵਰਨ ਦੇ ਨਾਂ ਥੱਲੇ ਹੁੰਦੀ ਰਾਜਨੀਤੀ ਤੇ ਸ਼ੋਸ਼ਣ ਦਾ ਅਹਿਸਾਸ ਹੋਇਆ ਕਿ ਵਾਤਾਵਰਨ ਸੋਧਣ ਦੀਆਂ ਗੱਪਾਂ ਮਾਰਨ ਵਾਲੇ ਮੁਲਕ ਵੀ ਵੇਈਂ 'ਚ ਵੱਸਦੇ-ਰਸਦੇ ਡੱਡੂਆਂ-ਮੱਛੀਆਂ ਦੀ ਨਸਲ-ਕੁਸ਼ੀ 'ਚ ਸ਼ਾਮਲ ਹਨ।

ਵਾਯੂ-ਅਨੁਕੂਲ ਕਮਰਾ
ਬਹਿ ਵਿਦਵਾਨ ਵਿਚਾਰਨ
ਦੂਸ਼ਿਤ ਵਾਤਾਵਰਨ

ਅਮੀਰ ਮੁਲਕਾਂ 'ਚ ਊਰਜਾ ਦੀ ਦੁਰ-ਵਰਤੋਂ ਦੀ ਬਹਿਸ ਕਰਦਿਆਂ ਘਰ 'ਚ ਸਵੈ-ਪੜਚੋਲ

ਵੀ ਹੋਣ ਲੱਗੀ। ਪਿੰਡ ਵਾਲੇ ਫੇਰ ਤੇ ਰੂੜੀ ਦਾ 'ਕੰਨਸੈਪਟ' ਸਾਡੇ 'ਬੈਕਯਾਰਡ' 'ਚ ਪਹੁੰਚ ਗਿਆ। ਬਾਹਰ ਬੂਟੇ, ਵੇਲਾਂ ਫੈਲੀਆਂ ਤੇ ਘਰ ਅੰਦਰ ਪਲਾਸਟਿਕ ਘਟਣ ਲੱਗੀ। ਬੱਚੇ ਇਹ ਜਾਣ ਕੇ ਅਤੀ ਪ੍ਰਸੰਨ ਵੀ ਹੁੰਦੇ ਹਨ ਕਿ ਪੁਰਾਣੇ ਸਮਿਆਂ ਵਿਚ ਕਿਵੇਂ ਹਰ ਮਨੁੱਖੀ ਵਰਤਾਰਾ ਵਾਤਾਵਰਨ ਦੀ ਸ਼ੁੱਧਤਾ ਲਈ ਵਚਨਬੱਧ ਹੁੰਦਾ ਸੀ। ਉਨ੍ਹਾਂ ਨੂੰ ਇਹ ਗੱਲਾਂ ਉਪਨਿਆਸ ਵਰਗੀਆਂ ਸੁਫਨਈ ਅਤੇ ਦਿਲਚਸਪ ਵੀ ਲੱਗਦੀਆਂ ਹਨ।

ਰੀ-ਸਾਈਕਲਿੰਗ ਦੀ ਜਮਾਤ

ਟੀਚਰ ਨਾਲੋਂ ਉੱਚੀ

ਕਬਾੜੀਏ ਦੀ ਹੇਕ

ਕਿਰਲੌਸਕਰ ਇੰਜਣ

ਅੱਜਕੱਲ੍ਹ 'ਪਰਿਵਰਤਨ' (Tranfsormation) ਬੇਹੱਦ ਸ਼ੋਸ਼ਿਤ ਲਫ਼ਜ਼ ਅਤੇ ਕਪਟੀ ਪ੍ਰਕਿਰਿਆ ਹੋ ਚੁੱਕੀ ਹੈ। ਪਰਿਵਰਤਨ ਦਾ ਚਿੱਟਾ ਚੋਲਾ ਪਾ ਕੇ ਅੰਧਲੇ ਵਪਾਰਿਕ ਮੁਫ਼ਾਦਾਂ ਨੇ ਜੁੱਗਾਂ-ਜੁੱਗਾਂ ਤੋਂ ਗ਼ਰੀਬ ਗੁਰਬਿਆਂ ਦੀ ਰੋਜ਼ੀ-ਰੋਟੀ ਖੋਹੀ ਅਤੇ ਵਾਤਾਵਰਨ ਪ੍ਰਨਾਲੀ ਨੂੰ ਚੋਭਾਂ ਮਾਰੀਆਂ। ਫ਼ਸਲਾਂ ਦੀ ਰਸਾਇਨਿਕ ਹਉਂਮੈ ਨੇ ਕਈ ਦਹਾਕੇ ਹਰੀ-ਕ੍ਰਾਂਤੀ ਦਾ ਮਖੌਟਾ ਪਾਈ ਰੱਖਿਆ। ਭਾਵੇਂ ਕੁਝ ਕੁ ਸ਼ੁਭ ਪਰਿਵਰਤਨਾਂ ਨੇ ਉਤਪਾਦਨ ਵਧਾ ਕੇ ਭੁੱਖਮਰੀ ਘਟਾਈ ਅਤੇ ਦੁਨੀਆ ਨੂੰ ਜਿਉਣ-ਜੋਗੀ ਕੀਤਾ, ਪਰ ਬਹੁਤੀਆਂ ਘੱਟਾ-ਪਾਊ ਸਕੀਮਾਂ ਨੇ ਗਿਣੇ-ਚੁਣੇ ਗੁਪਤ ਵਿਦੇਸ਼ੀ ਖਾਤਿਆਂ ਦੇ ਢਿੱਡ ਭਰੇ। ਉਂਜ ਇਨ੍ਹਾਂ ਬਦਲਾਵਾਂ ਨੂੰ ਸਮਝਣ ਅਤੇ ਚੰਗਾ-ਮਾੜਾ ਜਾਚਣ 'ਚ ਆਮ ਬੰਦੇ ਦੀ ਵਰੇਸ ਹੀ ਲੰਘ ਜਾਂਦੀ ਹੈ...

ਮੈਨੂੰ ਅਜੇ ਵੀ ਯਾਦ ਹੈ

ਵੇਈਂ ਵਾਲੇ ਖੇਤਾਂ ਕੋਲ

ਪਹਿਲੇ ਬੋਰ ਅਤੇ ਕਿਰਲੌਸਕਰ ਇੰਜਣ ਦੀ ਚੱਠ ਵੇਲੇ

ਪੰਜਤਾਲ਼ੀ ਵਰ੍ਹੇ ਪਹਿਲਾਂ ਹੋਈ ਅਰਦਾਸ,

ਕੇਲੇ ਦੇ ਪੱਤਿਆਂ 'ਤੇ ਪਰੋਸ ਕੇ

ਛਕਿਆ ਜਰਦੇ ਦਾ ਪ੍ਰਸ਼ਾਦ

ਮੈਨੂੰ ਅਜੇ ਵੀ ਯਾਦ ਹੈ
ਆਡ 'ਚ ਤੇਜ਼ ਭੱਜ ਰਹੇ ਪਾਣੀ ਦੇ ਨਾਲ-ਨਾਲ
ਜੁਆਕਾਂ ਦੀ ਰੇਸ,
ਅਤੇ ਪਹਿਲੀ ਵੇਰਾਂ
ਟਿਕਟਿਕੀ ਲਾ ਕੇ ਤੱਕਿਆ
ਪਲਾਂ 'ਚ ਸਿੰਜਿਆ ਜਾ ਰਿਹਾ ਖੇਤ

ਅੱਜ ਪੰਜਤਾਲ਼ੀ ਵਰ੍ਹਿਆਂ ਬਾਦ ਅਹਿਸਾਸ ਹੋਇਆ
ਕਿ ਜਰਦੇ ਦਾ ਪ੍ਰਸ਼ਾਦ
ਕੇਵਲ ਇੰਜਣ ਅਤੇ ਬੋਰ ਦੇ ਮਹੂਰਤ ਦਾ ਹੀ ਨਹੀਂ ਸੀ
ਟਿੰਡਾਂ ਦੀ ਆਖ਼ਰੀ ਪਰਿਕਰਮਾ ਦਾ ਵੀ ਸੀ
ਬੁਢੜੇ ਹਲ਼ਟ ਦੀ ਅੰਤਿਮ-ਅਰਦਾਸ ਦਾ ਵੀ ਸੀ

ਜਲ ਜੂਨ

ਪਾਣੀ ਕੇਵਲ ਤਰਲ, ਭਾਫ਼ ਜਾਂ ਬਰਫ਼ ਰੂਪ ਹੀ ਨਹੀਂ, ਬਲਕਿ, ਇਹ ਅਗਨਤ, ਅਗੋਚਰ ਅਤੇ ਗੋਚਰ ਰੰਗਾਂ, ਭਾਵਨਾਵਾਂ ਅਤੇ ਰਿਸ਼ਤਿਆਂ 'ਚ ਸ਼ਰੀਕ ਹੈ। ਧਰਤੀ ਦੀਆਂ ਪਰਤਾਂ 'ਚੋਂ ਗੁਜ਼ਰ ਕੇ ਉਹਦੇ ਢਿੱਡ 'ਚੋਂ ਪਹੁੰਚਣ ਵਾਲ਼ਾ ਪਾਣੀ ਸੰਘਰਸ਼ਵਾਨ ਹੁੰਦਾ ਹੈ। ਇਸ ਸੀਤਲ ਜਲ ਨੂੰ ਛਕ ਕੇ ਸੂਰਬੀਰ ਮੁਲਕੀ ਨਕਸ਼ੇ ਬਦਲ ਸਕਦੇ ਹਨ। ਸਾਗਰਾਂ 'ਚੋਂ ਭਾਫ਼ ਬਣ ਉੱਡਿਆ ਪਾਣੀ ਪਰਵਾਸੀ ਹੁੰਦਾ ਹੈ ਜੋ ਕਿਸੇ ਅਨਜਾਣ ਦੁਨੀਆ 'ਚ ਬਰਸ ਕੇ ਗਰਮ-ਥਲਾਂ ਨੂੰ ਠਾਰਨ ਦੀ ਜੁਰਅਤ ਰੱਖਦਾ ਹੈ। ਬਰਫ਼ੀਲੀ ਵਾਦੀ 'ਚ ਫੁੱਟਦੇ ਨਿੱਘੇ ਝਰਨੇ ਦਾ ਪਾਣੀ ਆਸਰਾ ਭਾਲ਼ਦੇ ਰੋਗੀਆਂ ਲਈ ਤਬੀਬ ਹੁੰਦਾ ਹੈ। ਪੂਰ ਕੀ ਬਾਣੀ ਨੂੰ ਖ਼ੁਦ 'ਚ ਸਮੋਂਦਾ ਪਾਣੀ ਅੰਮ੍ਰਿਤ-ਦਾਤ ਹੋ ਜਾਂਦਾ ਹੈ। ਸਾਹਾਂ ਦੀ ਭਾਫ਼ 'ਚ ਵਿਚਰਦਾ ਪਾਣੀ ਪੌਣ, ਜੀਵਾਂ ਅਤੇ ਬਨਸਪਤੀ ਦੇ ਆਪਸੀ ਨਿਹੁੰ ਦਾ ਪ੍ਰਤੀਕ ਹੁੰਦਾ ਹੈ। ਨੇਤਰਾਂ 'ਚੋਂ ਆਪ-ਮੁਹਾਰੇ ਵਗਦਾ ਬੂੰਦ ਕੁ ਪਾਣੀ ਮਹਾਂਸਾਗਰ ਭਰ ਸਕਦਾ ਹੈ। ਹਿਮ-ਯੁੱਗ ਤੋਂ ਲੈ ਕੇ ਹੁਣ ਤੀਕਰ ਜੰਮਿਆ ਸੰਜਮੀ ਪਾਣੀ ਚੁੱਪ ਦੇ ਸਿਰੜ ਦੀ ਪਰਿਭਾਸ਼ਾ ਹੁੰਦਾ ਹੈ। ਸੋਕੇ 'ਚ ਦਿਸਦੀ ਨਿੱਕੀ ਜਿਹੀ ਬੱਦਲੀ ਦਾ ਪਾਣੀ ਰੱਬ ਸਮਾਨ ਹੁੰਦਾ ਹੈ। ਰੇਗਿਸਤਾਨ 'ਚ ਸ਼ਾਮ ਨੂੰ ਸੁੱਕੇ ਘਾਹ ਦੀ ਤਿੜ੍ਹ 'ਤੇ ਚਮਕਦੇ ਤ੍ਰੇਲ ਤੁਪਕੇ ਦਾ ਪਾਣੀ ਕਿਸੇ ਕੋਹੇਨੂਰ ਤੋਂ ਘੱਟ ਨਹੀਂ ਹੁੰਦਾ। ਹੇੜ੍ਹਾਂ, ਸੁਨਾਮੀਆਂ ਤੇ ਚੱਕਰਵਾਤਾਂ 'ਚ ਬੁੜ੍ਹਕਦਾ ਪਾਣੀ ਸਾਇੰਸ ਮਾਸਟਰ ਦੀ ਚਪੇੜ ਸਮਾਨ ਹੁੰਦਾ ਹੈ। ਸੁੱਕੇ ਖੂਹ ਦਾ ਮੁੱਕਿਆ ਪਾਣੀ ਪਰਵਾਸ

'ਚ ਵਤਨ ਵਾਪਸੀ ਦੀ ਤਰੇਹ ਵਾਂਗ ਤੇਜ਼ ਹੁੰਦਾ ਹੈ।
ਪਾਣੀ ਕੇਵਲ ਤਰਲ, ਭਾਫ਼ ਜਾਂ ਬਰਫ਼ ਰੂਪ ਹੀ ਨਹੀਂ ਹੁੰਦਾ...

ਚੁਰਾਸੀ ਲੱਖ ਜੂਨਾਂ ਭੁਗਤ ਕੇ

ਪਹੁੰਚਾ ਮੇਰੇ ਕੋਲ, ਸ਼ੁੱਧ

ਪਾਣੀ

ਪਰ ਮੈਂ ਅੰਞਾਣੀ

ਭੋਰਾ ਕਦਰ ਨਾ ਜਾਣੀ

ਜ਼ਲੀਲ ਕੀਤਾ, ਮੁੜ ਤੋਰ ਦਿੱਤਾ

ਚੁਰਾਸੀ "ਕਰੋੜ" ਜੂਨੀਂ

ਸੀ ਜੋ

ਮਿੱਠਾ, ਅੰਮ੍ਰਿਤ

ਪਾਣੀ

ਛਬੀਲ

ਖ਼ੁਦਗਰਜ਼ੀ ਨਾਲ ਲੱਥ-ਪੱਥ ਹੋਈਆਂ ਕਿਰਿਆਵਾਂ ਨੂੰ ਉਨੀਆਂ ਹੀ ਪ੍ਰਬਲ ਪ੍ਰਤੀਕਿਰਿਆਵਾਂ ਨਾਲ ਭਿੜਨਾ ਪੈਂਦਾ ਹੈ। ਕੁਝ ਸਾਇੰਸਦਾਨਾਂ ਦਾ ਵਿਚਾਰ ਹੈ ਕਿ ਮਰਦਾਨਗੀ ਵਾਲਾ "Y" ਕਰੋਮੋਸੋਮ ਸਾਢੇ ਚਾਰ ਕੁ ਮਿਲੀਅਨ ਸਾਲਾਂ 'ਚ ਅਲੋਪ ਹੋ ਸਕਦਾ ਹੈ। ਇਹ ਸਵਾਲ ਕਿ ਇਸ ਤੋਂ ਬਾਦ ਸੰਸਾਰ ਕਿਹੋ ਜਿਹਾ ਹੋਵੇਗਾ, ਸੁਭਾਵਿਕ ਹੀ ਬੇਤਾਬ ਅਤੇ ਚਿੰਤਾਮਈ ਉਤਸੁਕਤਾ ਪੈਦਾ ਕਰਦਾ ਹੈ। ਕੁਦਰਤੀ ਬਦਲਾਅ ਦੀ ਮਨਸੂਬਾਬੰਦੀ 'ਚ ਬ੍ਰਹਿਮੰਡ ਦੇ ਹਰ ਕਣ ਦਾ ਆਪਣਾ ਕਿਰਦਾਰ ਹੈ। ਪਰ ਮਨੁੱਖ ਦੀਆਂ ਹਰਕਤਾਂ ਨਾਲ ਸੰਤੁਲਨ ਵਿਗੜਿਆ ਹੈ। ਲੋਭ-ਲਾਲਚ ਤੇ ਹੰਕਾਰ ਦੀ ਕਲਾਕਾਰੀ ਨਾਲ ਮੌਸਮੀ ਤਬਦੀਲੀਆਂ ਨੇ ਵੀ ਖ਼ੂਰ ਚੁੱਕੇ ਹੋਏ ਹਨ। ਕਿਤੇ ਟਾਪੂ ਗ਼ੋਤੇ ਖਾ ਰਹੇ ਹਨ ਅਤੇ ਕਿਤੇ ਬਹੁ-ਆਬਾਂ ਅਤੇ ਝੀਲਾਂ ਵਾਲੀ ਧਰਤ ਤਿਹਾਈ ਸੜ ਰਹੀ ਹੈ...

ਪਿਆਸ ਖ਼ਸਮ-ਨੂੰ-ਖਾਣੀ

ਪੀ ਕੇ ਖੂਹ, ਨਲਕੇ

ਚੰਨ 'ਤੇ ਲੱਭੇ ਪਾਣੀ

ਲਾਲਚ ਪ੍ਰਧਾਨ ਆਰਥਿਕ ਪ੍ਰਣਾਲੀ ਚੱਤੇ-ਪਹਿਰ ਸੋਨੇ ਦਾ ਆਂਡਾ ਦੇਣ ਵਾਲੀ ਕੁੱਕੜੀ ਪਿੱਛੇ ਗੰਡਾਸਾ ਲੈ ਕੇ ਘੁੰਮ ਰਹੀ ਹੈ। ਸੱਚੇ ਸੌਦਿਆਂ ਨੂੰ ਵੀ ਵਪਾਰਕ ਅਤੇ ਵਿੱਤੀ ਵਿਉਂਤ-ਬੰਦੀਆਂ ਦੀ ਗਲਤਾਨ ਨੇ ਅਗਵਾ ਕੀਤਾ ਹੋਇਆ ਹੈ...

ਮੈਨੂੰ

ਦੁਕਾਨ 'ਚੋਂ ਖ਼ਰੀਦੀ

ਬੋਤਲ ਦਾ ਪਾਣੀ ਪੁੱਛਦੈ

ਫ਼ੌਜੀ ਕਰਮੇ ਦਾ ਥੳਂ-ਪਤਾ

ਪਿੰਡ, ਲਾਰੀਆਂ ਦੇ ਅੱਡੇ ਤੇ

ਜੋ ਜਲ ਛਕਾਉਂਦਾ ਹੁੰਦਾ ਸੀ

ਜਦੋਂ ਦਾ ਕਰਮਾ ਗੁੱਜਰਿਆ

ਪਾਣੀ...ਨਲਕਿਆਂ, ਦਰਿਆਵਾਂ, ਝਰਨਿਆਂ ਦੀਆਂ

ਅਪਾਰ ਛਬੀਲਾਂ 'ਚੋਂ ਉੜ-ਉੱਜੜ ਕੇ

ਬੋਤਲ 'ਚ ਕੈਦ ਹੋ ਗਿਆ

ਜਲਾਵਤਨ ਹੋਇਆ ਪਾਣੀ

ਮਹਾਰਾਜਾ ਦਲੀਪ ਸਿੰਘ ਵਾਂਗਰ ਅਮੀਰ ਤਾਂ ਹੈ

ਪਰ ਚਿੱਤ ਉਹਦਾ ਸੁੱਕਾ ਟੋਭਾ

ਕੂਲਰ 'ਚ ਪਏ ਅੰਦਰ ਲਾਵਾ ਸੁਲਘਦਾ

ਡੱਡੂ ਮੱਛੀਆਂ ਦੇ ਉਲਾਂਭੇ ਹੇਠ ਵਿਲਕਦਾ

ਉਹਦਾ ਕਤਰਾ-ਕਤਰਾ

ਸਵਾਲੀਆ ਨਿਸ਼ਾਨ ਬਣ

ਮੇਰੇ ਵੱਲ ਨੀਝ ਲਾ ਵੇਖ ਰਿਹਾ..

ਕਿ ਮੈਂ ਜਿਵੇਂ

– ਟੋਭਿਆਂ, ਖਾਲਿਆਂ ਦੇ ਟੱਬਰਾਂ ਦਾ ਪੁਨਰਵਾਸਾ ਕਰ ਦਿਆਂ

– ਬੋਤਲਾਂ ਦੇ ਪਾਣੀਆਂ ਨਾਲ ਮੁੜ ਖੂਹ ਭਰ ਦਿਆਂ...

– ਜਾਂ ਘੱਟੋ-ਘੱਟ ਘਰ ਦਾ ਨਲਕਾ ਹੀ ਰਵਾਂ ਕਰ ਦਿਆਂ

– ਜਾਂ ਫ਼ੌਜੀ ਕਰਮੇ ਦੀ, ਜਾ ਅਸਾਮੀ ਭਰ ਦਿਆਂ

ਪਰ... ਮੈਂ ਖ਼ੁਦ ਪਰਵਾਸੀ
ਪਾਣੀ ਦੇ ਪਿੰਡ ਛੱਡਣ ਤੋਂ ਵੀ ਬਹੁਤ ਪਹਿਲਾਂ
ਮਨਮਰਜ਼ੀ ਨਾਲ ਘਰੋਂ ਵਿਦਾ ਹੋਇਆਂ ਸਾਂ
ਖ਼ੁਦ ਬੋਤਲ ਦਾ ਗ਼ੁਲਾਮ
ਮੈਂ ਓਦਰੇ ਪਾਣੀ ਦੇ ਸਵਾਲਾਂ ਦਾ
ਕਿਹੜੇ ਮੂੰਹ ਨਾਲ ਜੁਆਬ ਦਿਆਂ..

ਪਾਣੀ ਦਾ ਨਾਂ

ਤੁਸੀਂ 'ਬੁੱਢੇ ਦਰਿਆ' ਨੂੰ ਸਾਫ਼ ਕਰਨ ਦੀ ਗੱਲ ਕਰ ਰਹੇ ਹੋ। ਕਦੇ ਉਹਨੂੰ ਵੀ ਪੁੱਛਿਆ ਕਿ ਉਹਦਾ ਕੀ ਕਹਿਣਾ? ਉਹ ਤਾਂ ਜੁਗਾਂ-ਜੁਗਾਂ ਤੋਂ ਤੁਹਾਡੀ ਮੈਲ ਧੋ ਰਿਹਾ, ਤੁਸੀਂ ਕੀ ਉਹਦਾ ਭਲਾ ਕਰੋਗੇ। ਤੁਹਾਡੀਆਂ ਗੱਲਾਂ ਵੀ ਬਸਤੀਵਾਦੀ ਬਰਤਾਨੀਆ ਅਤੇ ਫਰਾਂਸ ਵੱਲੋਂ ਦੁਨੀਆ ਨੂੰ ਨਿੱਤ ਦਿੱਤੇ ਜਾਂਦੇ ਲੋਕਤੰਤਰ ਦੇ ਉਪਦੇਸ਼ਾਂ ਵਰਗੀਆਂ ਫੁਕਰ-ਚਤਰਾਈਆਂ ਜਾਪਦੀਆਂ ਨੇ। ਜੇ ਬੁੱਢੇ ਦਰਿਆ ਦਾ ਏਨਾ ਹੀ ਹੇਜ ਹੈ ਤਾਂ ਚਲੋ, ਆਓ ਮਾਰੀਏ ਅੰਤਰ-ਝਾਤ ਅਤੇ ਸ਼ੁਰੂ ਕਰੀਏ ਇਹ ਸ਼ੁਭ-ਸਫ਼ਾਈ ਕਾਰਜ ਆਪਣੇ ਹੀ ਦਰ ਘਰ ਤੋਂ।

ਮੈਂ ਨਿਊ ਔਰਲਨਜ਼ ਵਿਖੇ ਆਈ. ਬੀ. ਐਮ. (IBM) ਦੀ ਇੱਕ ਕਾਨਫ਼ਰੰਸ 'ਚ ਸ਼ਾਮਲ ਹੋਣ ਜਾ ਰਿਹਾਂ ਸਾਂ। ਸਵਖ਼ਤੇ ਦੀ ਫਲਾਈਟ ਹੋਣ ਕਰ ਕੇ ਉਡਾਣ ਭਰਦੇ ਸਾਰ ਹੀ ਮੇਰੀਆਂ ਝੋਕਾਂ ਲੱਗਣ ਲੱਗੀਆਂ। ਕੁਝ ਚਿਰ ਨੂੰ 'ਏਅਰ-ਹੋਸਟੈੱਸਾਂ' ਖਾਣ-ਪੀਣ ਦੀ ਰੇਹੜੀ ਲੈ ਕੇ ਆ ਧਮਕੀਆਂ। ਮੇਰੇ ਨਾਲ ਦੀ ਸੀਟ 'ਤੇ ਬੈਠੇ ਮੁੰਡੇ ਨੇ 'ਏਅਰ-ਹੋਸਟੈੱਸ' ਨੂੰ ਆਖਿਆ, "ਵੱਨ ਦਸਾਨੀ ਪਲੀਜ਼"। ਕਵਿਤਾ, ਪਾਣੀ ਦੀ ਬਜਾਏ 'ਦਸਾਨੀ (ਬੋਤਲ ਵਾਲੇ ਪਾਣੀ ਦਾ ਬਰਾਂਡ)' ਦਾ ਨਾਂ ਸੁਣ ਕੇ ਜਿਵੇਂ ਸੁਚੇਤ ਹੀ ਹੋ ਗਈ। ਪਾਣੀ ਨੂੰ ਦਸਾਨੀ ਆਖ ਕੇ ਸ਼ਾਇਦ ਯਾਤਰੂ ਨੇ ਕਵਿਤਾ ਦੇ ਸੁਖਮ ਹਿਰਦੇ ਨੂੰ ਗਹਿਰੀ ਸੱਟ ਮਾਰ ਦਿੱਤੀ। ਉਹ ਤੜ-ਫੜਾਈ, ਨਾਲੇ ਹੁਝਕਾ ਮਾਰ ਕੇ ਮੈਨੂੰ ਹਲੂਣਿਆ। ਅੰਮ੍ਰਿਤ ਜਲ ਦੇ ਮੋਹ 'ਚ ਗ੍ਰਸੀ ਇਹ ਬਾਵਰੀ ਮੈਨੂੰ ਭਰੇ ਮਨੀਂ ਮੁਖ਼ਾਤਬ ਹੋਈ। ਕਵਿਤਾ ਦੀ ਵੈਰਾਗਮਈ ਉਡਾਣ ਅੱਗੇ ਮੈਨੂੰ ਬੋਇੰਗ ਦੇ ਜਹਾਜ਼ ਦੀ ਗਤੀ ਮਾਮੂਲ ਜਾਪੀ। ਮੈਂ ਕਵਿਤਾ ਦਾ ਹੋਰ ਵੀ ਕਾਇਲ ਹੋ ਗਿਆ। ਮਨ ਹੀ ਮਨ 'ਮਿਡ-ਏਅਰ' 'ਚ ਹੀ ਜਹਾਜ਼ ਨੂੰ ਛੱਡ ਕੇ ਕਵਿਤਾ ਦੇ 'ਉਡਣ-ਖਟੋਲੇ' 'ਤੇ ਜਾ ਸਵਾਰ ਹੋਇਆ...

ਉਨ੍ਹਾਂ, ਜਦੋਂ ਪਾਣੀ ਨੂੰ
ਦਿਸਾਨੀ, ਨੈੱਸਲੇ ਬਣ
ਸੂਟ ਅਤੇ ਟਾਈ ਲਾ
ਸਟਾਕ ਮਾਰਕੀਟ ਦੇ ਵਿਚੋਲਿਆਂ ਉੱਤੇ
'ਡੁੱਲ੍ਹਦਿਆਂ' ਤੱਕਿਆ...
ਤਾਂ ਮੇਰੇ ਪਿੰਡ ਦੇ
ਨਲਕੇ ਅਤੇ ਖੂਹਾਂ ਦੀ ਸਦੀਆਂ ਪੁਰਾਣੀ ਪਿਆਸ
ਹਮੇਸ਼ਾਂ ਲਈ ਦਮ ਤੋੜ ਗਈ

ਲੱਜ 'ਡੋਲ' ਗਏ
ਬੱਦਲ਼ ਚਿੱਟਾ ਫਿਰ ਗਿਆ
ਫਿਰ ਕਦੇ ਨਾ ਪਰਤੀਆਂ
ਨਿਰਜਲ ਹਲਟ ਦੀਆਂ
ਪਿਆਸੀਆਂ ਟਿੰਡਾਂ

ਫ਼ਰੰਗੀਆਂ ਦੇ ਕਾਲ਼ੇ-ਪਾਣੀਆਂ ਦੀ ਕਾਲ਼ਖ ਨੇ
ਬੰਗਾਲ ਦੀ ਖਾੜੀ ਦੀ ਬਜਾਏ
ਪਿੰਡ ਵਾਲ਼ੀ ਵੇਈਂ ਨੂੰ ਕੈਦ ਕਰ ਲਿਆ
ਹੌਲੀ-ਹੌਲੀ ਇਹ ਕਲਮੂਹੀ ਕਾਲ਼ਖ
ਮੇਰੀ ਕਣਕ ਦੇ ਪੋਤਰਿਆਂ ਦੋਹਤਰਿਆਂ 'ਚ
ਘਰ ਕਰ ਗਈ
ਕੈਂਸਰ-ਟਰੇਨ 'ਚੋਂ ਬੈਠਾ ਜੁਆਕ
ਕਿਹੜੇ ਸਟੇਸ਼ਨ ਦੀ ਤਵੱਕੋ ਕਰੇ?
ਬਾਰੀ 'ਚੋਂ ਦਿਸਦੀ ਉਪਰੀ ਹਰਿਆਲੀ ਨੂੰ
ਭਲਾਂ ਕਿਵੇਂ ਕਹੀ ਜਾਵੇ
ਹਰੀ-ਕ੍ਰਾਂਤੀ?

ਪਰ...
ਰਿਕਸ਼ੇ ਦੀ ਕਮਾਈ 'ਚੋਂ ਬਣੀ

ਬਰਫ਼ 'ਚ ਉੱਗੇ ਅਮਲਤਾਸ/189

ਆਈ .ਏ. ਐੱਸ. ਕੁੜੀ ਵਾਂਗ
ਭੂਰੇ ਪਾਣੀਆਂ 'ਚੋਂ ਵੀ
ਪੈਦਾ ਹੋਵੇਗਾ ਭਗਤ ਸਿੰਘ
ਇਸ ਵਾਰ...
ਆਪਣੇ ਪਾਣੀ-ਪਿਤਾ ਨੂੰ
ਗੰਧਲੀਆਂ ਤਰੱਕੀਆਂ-ਸ਼ਰੱਕੀਆਂ ਤੋਂ
ਆਜ਼ਾਦ ਕਰਾਉਣ ਲਈ

ਆਰਤੀ

ਨਾਂ ਕਦੇ ਬੱਦਲਾਂ ਦੀ ਗਰਜ ਬੇਤਾਲ ਹੁੰਦੀ ਅਤੇ ਨਾ ਹੀ ਪੌਣ ਬੇਸੁਰੀ। ਆਪਸੀ ਲੈਣ-ਦੇਣ ਨੂੰ 'ਸਪਰੈੱਡਸ਼ੀਟਾਂ ਅਤੇ ਬੈਲੰਸ-ਸ਼ੀਟਾਂ ਦੀ ਅਵਿਸ਼ਵਾਸੀ ਨਹੀਂ ਸੀ ਭੁਗਤਣੀ ਪੈਂਦੀ। ਮੰਗਵੇਂ ਮੰਜੇ-ਬਿਸਤਰਿਆਂ ਨਾਲ ਹੋਏ ਵਿਆਹਾਂ ਦੀਆਂ ਗੰਢਾਂ ਮਾੜੇ ਮੋਟੇ ਭਗੜ-ਭਗੋਲਾਂ ਨਾਲ ਢਿੱਲੀਆਂ ਨਹੀਂ ਸਨ ਪੈਂਦੀਆਂ। ਅੱਜ ਤਰੱਕੀ ਦੇ ਹੜ੍ਹ 'ਚ ਅਸੀਂ ਜਾਣੇ-ਅਨਜਾਣੇ ਲਪੇਟੇ ਜਾ ਰਹੇ ਹਾਂ। ਪਰ ਫਿਰ ਵੀ ਧੁਆਂਖੀ ਪੌਣ ਨੇ ਅਜੇ ਤੱਕ ਸਾਹ ਕਿਉਂ ਨਹੀਂ ਛੱਡਿਆ?

ਗੰਧਲੇ ਪਾਣੀ ਮੱਛੀਆਂ ਨੂੰ ਜਿਉਂਦੇ ਰੱਖਣ ਲਈ ਏਨੇ ਦ੍ਰਿੜ੍ਹ ਕਿਵੇਂ ਹੋ ਸਕਦੇ ਹਨ? ਸ਼ਾਇਦ ਆਪਣੇ ਹਿੱਸੇ 'ਚੋਂ ਮੱਛੀਆਂ ਦੇ ਸਾਹ ਜੋਗੀ ਆਕਸੀਜਨ ਕੁਰਬਾਨ ਕਰ ਕੇ...!!

ਪਾਣੀ ਅਤੇ ਹਵਾ ਇੱਕ ਦੂਸਰੇ ਦੇ ਪੂਰਕ ਹਨ ਅਤੇ ਚੁੱਪ-ਚੁਪੀਤੇ ਲੰਗਰ ਵਰਤਾਉਂਦੇ ਰਹਿੰਦੇ ਹਨ। ਪਾਣੀ 'ਚ ਘੁਲੀ ਹਵਾ ਉਹਦੇ ਫੇਫੜਿਆਂ ਸਰੂਪ ਹੈ। ਉੱਧਰ ਹਵਾ 'ਚ ਘੁਲਿਆ ਪਾਣੀ ਮਣਕੇ ਵਾਂਗ ਉਹਦੀ ਜ਼ਹਿਰ ਚੂਸ ਲੈਂਦਾ ਹੈ। ਸੂਰਜ ਇਹ ਸਭ ਵੇਖ ਕੇ ਪਿੱਛੇ ਨਹੀਂ ਰਹਿ ਸਕਦਾ ਅਤੇ ਆਪਣੀਆਂ ਕਿਰਨਾਂ ਥਾਣੀਂ ਹਵਾ ਅਤੇ ਪਾਣੀ ਦੋਹਾਂ ਦੇ ਸ਼ੁਭ ਕਾਰਜਾਂ 'ਚ ਹੱਥ ਵਟਾਉਂਦਾ ਰਹਿੰਦਾ ਹੈ। ਪੌਣ ਪਾਣੀ ਦੀ ਇਹ ਕਿਰਪਾ ਸ਼ਾਇਦ ਨਵੀਂ ਪੀੜ੍ਹੀ ਦੇ ਜਿਉਣ ਜੋਗਿਆਂ ਦੇ ਆਸਵੰਤੀ ਸੁਫ਼ਨਿਆਂ ਦੇ ਸਾਹਾਂ ਦਾ ਸਰੋਤ ਹੈ...

ਕਿਓਟੋ ਨੂੰ ਅਧਰੰਗ ਕੀ ਹੋਇਆ (Kyoto - Climate Protocol 1992)
ਪੌਣ ਵੀ ਮੂੰਹ 'ਤੇ ਮਾਸਕ ਪਾਈ ਫਿਰਨ ਲੱਗੀ
ਚੰਨ ਤਾਰੇ ਧੁੰਦ ਦੀ ਬੁੱਕਲ ਮਾਰੀ ਬੈਠੇ ਨੇ

ਬਰਫ਼ 'ਚ ਉੱਗੇ ਅਮਲਤਾਸ/190

ਦਿਸਦੀ ਹੈ ਤਾਂ ਬੱਸ ਨੈੱਕ-ਟਾਈ ਲਾਅ ਖੜੋਤੀ

ਧੌਣ ਅਕੜਾਈ ਚਿਮਨੀ

ਜਾਂ ਤਰੱਕੀ-ਗ੍ਰਾਫ ਦੇ ਸਿਖ਼ਰ ਤੇ

ਬੱਕਰੇ ਬੁਲਾਉਂਦਾ ਧੂੰਆਂ

ਨਾਲ ਹੀ ਰਲਿਆ ਫਿਰਦੈ,

ਜੇਠ ਮਹੀਨੇ ਦਾ ਮੀਸਣਾ ਸੂਰਜ

ਹਿਮ-ਯੁੱਗ ਨਾਲ ਖੁਨਸ ਕੱਢਣ ਖ਼ਾਤਰ

ਸਵੀਡਨ 'ਚੋਂ ਬੇਬਾਕ ਧੀ ਉੱਠਦੀ ਹੈ

ਗਰੇਟਾ ਦੀ ਜੁਸਤਜੂ

ਧੂੰਏਂ ਕੋਲੋਂ ਅਗਵਾ ਹੋਈ ਧੌਣ ਨੂੰ ਛੁਡਾ ਕੇ

ਉਹਦੇ ਹੱਥ ਮੁੜ ਤੋਂ ਚੋਰ ਫੜਾਉਣ ਦੀ

ਸ਼ਿੱਦਤ ਕੋਸ਼ਿਸ਼ ਕਰਦੀ ਹੈ

ਬ੍ਰਹਿਮੰਡ ਛੇੜਦਾ ਹੈ ਰਾਗ ਧਨਾਸਰੀ

ਆਰਤੀ ਸੰਪੂਰਨ ਹੋਣ ਦੀ

ਮੁੜ ਆਸ ਬੱਝਦੀ ਹੈ

ਭੁੱਖ ਦਿਲਾਂ ਦੀ

ਉਤਪਾਦਨ ਦਾ ਅੰਕੜਾ ਤਾਂ ਸੱਪ ਵਾਂਗ ਸਿਰੀ ਚੁੱਕ ਖਲੋਤਾ ਹੈ ਪਰ ਸਬਰ ਸੰਤੋਖ ਦਾ ਸੂਚਕ ਸੁਆਰਥੀ ਮਾਨਸਿਕਤਾ ਦੇ ਪੈਰਾਂ ਹੇਠ ਦਿਨ-ਬ-ਦਿਨ ਮਿੱਧਿਆ ਜਾ ਰਿਹਾ ਹੈ। ਧਰਤ ਦੇ ਪਿੰਡੇ ਤੋਂ ਨਦੀਆਂ ਅਤੇ ਬੰਦੇ ਦੇ ਪਿੰਡੇ ਤੋਂ ਪਸੀਨਾ ਸੁੱਕ-ਮੁੱਕ ਰਿਹਾ ਹੈ। ਘੁੱਗੀਆਂ, ਕਬੂਤਰ, ਚਿੜੀਆਂ ਅਤੇ ਸਾਰਖਾਂ ਦੀਆਂ ਦਿਲਗੀਰ ਧੁਨੀਆਂ ਨੂੰ ਸੁਣ ਕੇ ਬਿਰਖ ਸੁੱਕ-ਸੁੱਕ ਕੇ ਤੀਲਾ ਹੋ ਰਹੇ ਹਨ। ਦੁਨੀਆ ਭੁੱਖ ਨਾਲ ਘੱਟ ਤੇ ਚਗਲੇ ਸੁਆਦਾਂ ਨਾਲ ਵਧੇਰੇ ਮਰ ਰਹੀ ਹੈ। ਉਹ ਵੀ ਸਮਾਂ ਸੀ ਜਦੋਂ ਸਾਡਾ ਹਰ ਵਰਤਾਰਾ ਜੀਵਾਂ, ਫਸਲਾਂ ਤੇ ਬਿਰਖਾਂ ਦੀ ਰੂਹ ਦਾ ਰੂਹ ਨਾਲ ਖ਼ਿਆਲ ਰੱਖਦਾ ਅਤੇ ਕਦੀਮੀ ਰਿਸ਼ਤੇਦਾਰੀ ਨਿਭਾਉਂਦਾ। ਵਸਤਾਂ 'ਚ ਵੀ ਭਾਵਨਾਵਾਂ ਭਰਪੂਰ ਊਰਜਾ ਉਮੜਦੀ ਅਤੇ ਬੰਦੇ ਨਾਲ ਤੰਦਰੁਸਤ ਸਾਕ ਸਿਰਜੇ ਜਾਂਦੇ। ਘਰ ਦੀ ਜਿਨਸ ਘਰ 'ਚ ਜੰਮ ਕੇ ਘਰ 'ਚ ਹੀ ਖਪਤ ਹੋਣਾ ਲੋਚਦੀ। ਬੰਦੇ ਦੀਆਂ ਅਤੇ ਦਾਣਿਆਂ ਦੀਆਂ ਪੁਸ਼ਤਾਂ ਸਦੀਆਂ ਤਾਈਂ ਨਾਲ-ਨਾਲ ਤੁਰਦੀਆਂ...

ਕਣਕ ਜੋ ਆਪਾਂ
ਰਲ਼ ਕੇ ਬੀਜੀ
ਰਲ਼ ਕੇ ਸਿੰਜੀ
ਰਲ ਕੇ ਵੱਢੀ
ਰਲ਼ ਗਹਾਈ
ਛਕੀ ਛਕਾਈ
ਬਾਕੀ ਸੁੱਟੀ ਮੰਡੀ
ਕੁਝ ਆੜ੍ਹਤ ਵੰਡੀ
ਜੇਬਾਂ ਖ਼ਾਲੀ
ਚਿਹਰੇ ਲਾਲੀ
ਸੰਤੋਖ ਨਾਲ
ਦਿਲ ਭਰਿਆ
ਮਨ-ਮੰਦਰ
ਹਰਿਆ-ਭਰਿਆ

ਫਿਰ ਇੱਕ ਦਿਨ-
ਜੇਬਾਂ ਭਰੀਆਂ
ਧੋਣਾਂ ਖੜੀਆਂ
ਸ਼ੈਲਫ 'ਤੇ ਬੈਠਾ
ਕੱਲਮ-ਕੱਲਾ
ਆਟੇ ਦਾ ਥੈਲਾ
ਨਕਦ ਖ਼ਰੀਦਿਆ
ਰੋਟੀ ਖਾਧੀ
ਢਿੱਡ ਭਰਿਆ
ਕਰੀ ਜੁਗਾਲ਼ੀ
ਰੂਹ...
ਖ਼ਾਲੀ ਦੀ ਖ਼ਾਲੀ

ਦੋਗਲੀ-ਕ੍ਰਾਂਤੀ

ਕਦੇ ਟਾਇਰ ਨੂੰ ਅੱਗ ਲਾ ਕੇ ਧੂਣੀ ਸੇਕਣੀ। ਕਦੇ ਸਿਆਲਾਂ ਨੂੰ ਧੁੱਪੇ ਗਰਮ ਰੱਖੇ ਟਿਫ਼ਨ 'ਚੋਂ ਕੀੜੀਆਂ ਭਰਿਆ ਪਰੌਂਠਾ ਝਾੜ ਕੇ ਛਕਣਾ। ਕਦੇ ਅਣਚਲੇ ਪਟਾਕਿਆਂ ਦਾ ਮਸਾਲਾ ਕੱਢ ਕੇ ਫੁਲਝੜੀਆਂ ਬਣਾਉਣੀਆਂ। ਹੁਣ ਅਖ਼ਬਾਰ ਉੱਤੇ ਜਲੇਬੀ ਰੱਖਣ ਵੇਲੇ ਰਸਾਇਨਿਕ ਸਿਆਹੀ ਛਕ ਜਾਣ ਤੋਂ ਡਰ ਲੱਗਦਾ ਰਹਿੰਦਾ। ਗੀਜ਼ਰ ਦਾ ਗਰਮ ਪਾਣੀ ਪੀਣ ਵੇਲੇ ਸਿੱਕੇ (Lead) ਦੀ ਧਾਤ ਨਿਗਲ ਜਾਣ ਦਾ ਖ਼ਦਸ਼ਾ ਰਹਿੰਦਾ। ਵਪਾਰਿਕ ਵੇਲਣਿਆਂ ਤੇ ਹੁੰਦੀ ਮਿਲਾਵਟ ਦੀ ਖ਼ਬਰ ਸੁਣ ਕੇ ਗੁੜ ਦੀ ਪੇਸੀ ਐਟਮ ਬੰਬ ਵਰਗੀ ਭਾਉਂਦੀ ਹੈ ਅਤੇ ਸ਼ੱਕਰ ਨਿਰਾ ਬਾਰੂਦ। ਲਿਸ਼ਕਦੇ ਸੇਬ ਬਜਾਜੀ ਵਾਲੇ ਜੀਕਣ ਜਾਪਦੇ ਨੇ, ਜਿਹੜਾ ਦੁਕਾਨ 'ਚ ਬਿਠਾ ਕੇ, ਚਾਹ-ਚੂਹ ਪਿਆ ਕੇ ਛਿੱਲ ਲਾਹੁੰਦਾ ਹੁੰਦਾ ਸੀ। ਕਈ ਵਾਰ ਤਾਂ ਲੱਗਦਾ ਇੱਥੇ ਪੱਛਮੀ ਮੁਲਕਾਂ ਦੀ ਸਫ਼ਾਈ ਵੀ ਸਾਨੂੰ ਅੰਦਰੋਂ ਅੰਦਰ ਘੁਣ ਵਾਂਗ ਖਾ ਰਹੀ ਹੈ। ਬੰਦੇ ਨੂੰ ਹੋਮਿਓਪੈਥ, ਨੈਚਰੋਪੈਥ, ਅਲੋਪੈਥ, ਆਦਿ, ਫੁੱਟਬਾਲ ਵਾਂਗ ਕਿੱਕਾਂ ਮਾਰ-ਮਾਰ ਕੇ ਭਜਾਈ ਰੱਖਦੇ ਨੇ। ਕੱਲ੍ਹ ਦੀ ਸਾਇੰਸ ਅਤੇ ਅੱਜ ਦੀ ਸਾਇੰਸ ਸੌਕਣਾਂ ਜੀਕਣ ਲੜਦੀਆਂ ਨੇ। ਭਲਾ ਬੰਦਾ ਕਰੇ ਤਾਂ ਕੀ ਕਰੇ? ਜਾਵੇ ਤਾਂ ਕਿੱਥੇ ਜਾਵੇ?

ਮੇਰੇ ਲੱਗਾ ਲੋਦਾ
ਸਾਰੇ ਪਿੰਡ 'ਚ ਸੁਣੀਆਂ ਚੀਕਾਂ
ਮੈਂ ਹੋਇਆ ਪੋਲਿਓ ਮੁਕਤ

ਗਾਂ ਦੇ ਲੱਗਾ ਸੂਆ
ਦੋਜੀ ਦਾ ਵੱਜਾ ਹਾਰਨ
ਚਿੱਟੀ-ਕ੍ਰਾਂਤੀ ਦੀ ਆਮਦ

ਕਣਕ ਦੇ ਲੱਗਾ ਟੀਕਾ
ਕੋਲਡ ਸਟੋਰ ਆਫਰਿਆ
ਹਰੀ-ਕ੍ਰਾਂਤੀ ਦੀ ਦਸਤਕ

ਚਾਰ ਦਹਾਕਿਆਂ ਬਾਅਦ ਅੱਜ
ਮੇਰੇ ਢਿੱਡ 'ਚੋਂ, ਗਾਂ ਲਈ ਪੀੜਾ ਉੱਠੀ

ਮੇਰੇ ਗਲ਼ੇ 'ਚ ਅਟਕ ਗਿਆ
ਦਵਾਈ ਵਾਲ਼ੀ ਕਣਕ ਦਾ ਸਾਹ

ਮੈਂ ਦਰ-ਦਰ ਲੱਭ ਰਿਹਾਂ-
ਬਿਨਾਂ ਸੂਏ ਵਾਲ਼ਾ ਦੁੱਧ
ਬਿਨਾਂ ਟੀਕੇ ਵਾਲ਼ੀ ਕਣਕ
ਬਿਨਾਂ ਮਖੌਟੇ ਵਾਲ਼ੀ ਕ੍ਰਾਂਤੀ

ਬਾਪੂ (ਦਾਦਾ ਜੀ) ਤੋਂ ਬਾਦ

ਕੋਈ ਵੇਲ਼ਾ ਸੀ ਜਦੋਂ ਵਸਤਾਂ ਖ਼ਰੀਦੀਆਂ ਨਹੀਂ ਸਨ ਜਾਂਦੀਆਂ, ਵਟਾਈਆਂ ਜਾਂਦੀਆਂ ਸਨ। ਹਰ ਚੀਜ਼ ਦੀ ਗ਼ੈਰਤ ਬਰਕਰਾਰ ਰਹਿੰਦੀ ਅਤੇ ਵਸਤਾਂ ਦੀ ਬਸਤੀ 'ਚ ਹਰੇਕ ਦਾ ਇੱਕੋ ਜਿੰਨਾ ਸਨਮਾਨ ਹੁੰਦਾ ਸੀ। ਦਾਣਿਆਂ ਬਦਲੇ ਖਜੂਰਾਂ ਵਟਾਉਣ ਵਾਲੇ ਦਾ ਟੱਬਰ ਮਨੋਂ-ਮਨੀਂ ਮਿਸਰ ਪਹੁੰਚ ਜਾਂਦਾ ਅਤੇ ਹੋਕਾ ਦੇਣ ਵਾਲਾ ਟੱਬਰ ਜੋਗੇ ਦਾਣੇ ਵਸੂਲ ਕੇ ਖ਼ੁਸ਼ੀ-ਖ਼ੁਸ਼ੀ ਘਰ ਮੁੜਦਾ। ਪੁਰਾਤਨ ਸਭਿਅਤਾਵਾਂ 'ਚ ਲੈਣ-ਦੇਣ ਨਾਲ ਚੱਲਦੇ ਵਪਾਰ ਦੇ ਵਲ ਕੱਢਣ ਲਈ ਮੁਦਰਾ ਦਾ ਡਿਜ਼ਾਈਨ ਸ਼ੁਰੂ ਹੋਇਆ। ਅਟੁੱਟ ਰਿਸ਼ਤਿਆਂ ਨੂੰ ਤੋੜ ਕੇ, ਮੁਦਰਾ ਖ਼ਰੀਦੋ-ਫ਼ਰੋਖ਼ਤ ਦੀ ਸਾਂਝੀ ਵਿਭਾਜਕ ਬਣੀ। ਪਹੀਏ ਤੋਂ ਬਾਦ ਸ਼ਾਇਦ ਇਹ ਸੰਸਾਰ ਦੀ ਸਭ ਤੋਂ ਵੱਡੀ ਕਾਢ ਹੋਵੇਗੀ। ਪਰ ਰਾਜ ਮਹਿਲਾਂ ਤੋਂ ਸ਼ੁਰੂ ਹੋਈ ਇਹ ਸ਼ੈਤਾਨ ਵਿਉਂਤ, ਸ਼ਾਹੀ ਸਿੱਕਿਆਂ ਤੋਂ ਨੋਟਾਂ 'ਚ ਅਤੇ ਨੋਟਾਂ ਤੋਂ ਵੋਟਾਂ ਤੀਕਰ ਫ਼ੈਲ ਗਈ। ਲਾਲ਼ਾਂ ਸੁੱਟਦਾ ਅਰਥ-ਸ਼ਾਸਤਰ ਦਿਨ-ਬ-ਦਿਨ ਮੀਸਣਾ ਹੁੰਦਾ ਗਿਆ। ਮੁਦਰਾ ਦੇ ਮਿੱਠੇ-ਮਿੱਠੇ ਹੁਰਿਆਂ ਨਾਲ ਜੀਵਨ ਜਾਚ ਦੀ ਪਰਿਭਾਸ਼ਾ ਨੂੰ ਐਸੇ ਚਿੱਥ ਪਏ ਕਿ ਵਿਹੜਿਆਂ 'ਚ ਬਾਰਡਰ ਜੰਮ ਪਏ ਅਤੇ ਦਿਲਾਂ 'ਚ ਕੰਡਿਆਲੀਆਂ ਤਾਰਾਂ। ਮੁਦਰਾ ਸਫੀਤੀ ਨੇ ਪੈਮਾਨਿਆਂ ਅਤੇ ਸਕੇਲਾਂ 'ਚੋਂ ਇਤਫ਼ਾਕ, ਹਮਦਰਦੀ ਅਤੇ ਸਾਂਝੀਵਾਲਤਾ ਦੇ ਨਾਮੋ-ਨਿਸ਼ਾਨ ਮਿਟਾ ਕੇ ਐਸੀਆਂ ਝਰੀਟਾਂ ਮਾਰੀਆਂ ਕਿ ਆਪੋ-ਧਾਪੀ ਦੀਆਂ ਗਿਣਤੀਆਂ-ਮਿਣਤੀਆਂ 'ਚ ਕਿਰਦਾਰ ਵੀ ਹੋਛੇ ਹੋ ਗਏ। ਲਾਲਚੀ ਪਾਣੀ ਖੇਤਾਂ ਵੱਲੋਂ ਮੁੜ ਕੇ ਫ਼ੈਕਟਰੀਆਂ ਵੱਲ ਨੂੰ ਵਹਿਣ ਲੱਗਾ। ਜ਼ਮੀਨ, ਦੁਧਾਰੂ ਜਾਨਵਰ ਤੇ ਮਾਸ ਫ਼ੈਕਟਰੀਆਂ ਦੀ ਉਤਪਾਦਿਕਤਾ ਵਧਾਉਂਦਾ-ਵਧਾਉਂਦਾ ਬੰਦਾ ਖ਼ੁਦ ਹੀ ਦਲਦਲ 'ਚ ਧਸ ਗਿਆ...

ਬਾਪੂ ਦੇ ਪੈਰ ਤੁਰਦਾ

ਤਾਂ ਉਹ ਦੋਵੇਂ

ਬਾਪੂ ਦੇ ਸੱਜੇ ਖੱਬੇ

ਚਾਰ-ਚਾਰ ਪੈਰ ਤੁਰਦੇ

ਧੰਮੀ ਵੇਲੇ ਹਲ਼ ਵਾਹੁੰਦਾ ਬਾਪੂ

ਗੁਰਬਾਣੀ ਗੁਣਗੁਣਾਉਂਦਾ

ਤਾਂ ਉਹਦੇ ਦੋਵੇਂ ਬੱਗੇ

ਘੁੰਗਰੂ, ਟੱਲੀਆਂ ਟਣਕਾਉਂਦੇ

ਸ਼ਰਧਾਵਾਨ ਧੌਣ ਹਿਲਾਉਂਦੇ
ਧਰਤ ਉੱਤੇ ਵਾਹੁੰਦੇ ਜਾਂਦੇ
ਜੰਮਣ ਹਾਰੀਆਂ ਸਤਰਾਂ
ਜੰਦਰਾ ਵੱਟਾਂ ਪਾਉਂਦਾ
ਚੀਰਨੀਆਂ ਕੱਢਦਾ
ਗੁੱਤਾਂ ਗੁੰਦਦਾ
ਸੁਹਾਗਾ ਪੈਲੀ ਪਲੋਸਦਾ
ਹਲਟ ਮਿੱਠਾ ਜਲ ਵਰਤਾਉਂਦਾ
ਟਿੰਡਾਂ ਮੋਹ ਵਿਗਾਸ 'ਚ ਖੁੱਭੀਆਂ
ਘੁੰਮ-ਘੁੰਮ ਮਾਰਨ ਚੁੱਭੀਆਂ

ਵਾਹਿਆ ਖੇਤ
ਧਰਤ ਦੇ ਨਾਂ ਲਿਖੀ,
ਖ਼ੁਸ਼ਕੱਤ ਚਿੱਠੀ ਜੀਕਣ ਸੋਚਦਾ
ਪ੍ਰੇਮ-ਪੱਤਰ ਪੜ੍ਹ, ਧਰਤ
ਗੁਲਜ਼ਾਰ ਹੁੰਦੀ
ਮਾਂ ਬਣਦੀ
ਅੰਨ ਜੰਮਦੀ

ਬਾਪੂ ਅਲਵਿਦਾ ਕੀ ਕਹਿ ਗਿਆ
ਪੈਲੀਆਂ ਦੇ ਸਿਰ ਤੋਂ
ਅੰਬਰ ਵੀ ਲਹਿ ਗਿਆ
ਹੁਣ ਪੈਲੀਆਂ ਦੇ ਪਿੰਡੇ ਉੱਤੇ
ਮਸ਼ੀਨਾਂ ਦੇ "ਕੋੜੇ" ਸਿਆੜਾਂ ਦੀ ਦਹਿਸ਼ਤ ਹੈ
ਸਿਆੜਾਂ 'ਚ ਛਿੜਕੇ ਲੂਣੇ ਰਸਾਇਣਾਂ 'ਚੋਂ
ਅੰਨ ਤਾਂ ਦਸ ਗੁਣਾਂ ਉਪਜਦਾ ਹੈ
ਪਰ ਬਲਾਤਕਾਰ ਤੋਂ ਬਾਦ
ਉਦਾਸ ਮਾਂ ਨੂੰ ਜੰਮੇ ਬਦਕਿਸਮਤ ਬਾਲ ਵਰਗਾ
ਮਸੂਮ ਦੇ ਜ਼ਿਹਨ 'ਚ

ਬਲਾਤਕਾਰੀਆਂ ਪ੍ਰਤੀ ਵਿਦਰੋਹ ਹੈ
ਉਹ ਕੈਂਸਰ ਪਨਪਦਾ ਹੈ

'ਵਾ ਪਾਗਲ ਹੋ-ਹੋ' ਵਗਦੀ ਹੈ
ਧਰੂਵਾਂ 'ਤੇ ਬਰਫ਼ ਰਿੱਝਦੀ ਹੈ
ਸਾਗਰ ਦਾ ਜੀਅ ਖ਼ੌਲਦਾ ਹੈ,
ਜੰਗਲ ਦਾ ਸੀਨਾ ਮਘਦਾ ਹੈ
ਪਰ ਕਵਿਤਾ
ਸੁਰਗਵਾਸੀ ਬਾਪੂ ਅਤੇ ਉਹਦੇ ਬੱਗਿਆਂ ਦੀ ਤਸਵੀਰ ਤੋਂ
ਧੂੜ, ਘੱਟਾ ਝਾੜਦੀ ਰਹਿੰਦੀ ਹੈ
ਮੈਂ ਕਵਿਤਾ ਨੂੰ ਅਕਸਰ ਆਖ ਛੱਡਦਾ,
"ਮੱਲਾ, ਤਿਆਗ ਦੇ ਇਨ੍ਹਾਂ ਪਿੱਤਰਾਂ ਦਾ ਮੋਹ"

ਮੇਰੀ ਗੱਲ ਸੁਣ ਕੇ
ਚਿੜੀਆਂ, ਤੋਤੇ, ਤਿਤਲੀਆਂ
'ਦੋਇ ਕਰ ਜੋੜਿ' ਖੜੋਤੀ ਕਾਟੋ
ਕਿਓਟੋ, ਸਵੀਡਨ
ਅਤੇ ਝੀਲਾਂ, ਦਰਿਆਵਾਂ ਦੇ ਹਮਦਮ
ਹਲ਼ ਵਾਹੁੰਦੇ ਬਾਪੂ ਅਤੇ ਬਲ਼ਦਾਂ ਦੀ ਮੁਦਰਾ 'ਚ
ਕਵਿਤਾ ਸੰਗ ਖੜੋ ਜਾਂਦੇ
ਇਸ ਆਸ 'ਚ
ਕਿ ਸ਼ਾਇਦ ਫਿਰ ਮਊਲ ਉੱਠੇ
ਧਰਤ ਸੁਖਵੰਤੀ

"ਜੇਹਾ ਬੀਜੈ ਸੋ ਲੁਣੈ ਕਰਮਾ ਸੰਦੜਾ ਖੇਤੁ॥ " (ਗੁਰੂ ਅਰਜਨ ਦੇਵ ਜੀ)

ਹੋਸਟਲ 'ਚ ਸਭ ਜਮਾਤੀਆਂ ਨੇ ਪੰਜਾਬ ਨੂੰ ਕੈਲੇਫ਼ੋਰਨੀਆ ਬਣਾਉਣ ਦੇ ਨਾਹਰਿਆਂ 'ਚੋਂ ਆਪਣਾ ਭਵਿੱਖ ਫਰੋਲਦੇ ਰਹਿਣਾ। ਨਵੀਨਤਮ ਯੰਤਰਾਂ ਵੱਲ ਨਵੀਂ ਵਿਆਹੀ ਵਹੁਟੀ ਵਾਂਗ ਝਾਕਣਾ। ਦਾਦਾ ਜੀ ਨੂੰ ਸ਼ਾਇਦ ਫੋਕਟ ਤਰੱਕੀ ਦੇ ਅਸਰਾਂ ਦੀ ਅਕਾਸ਼ਬਾਣੀ ਹੋ

ਗਈ ਸੀ। ਉਹ ਇਸ ਸਭ ਨੂੰ ਮਸ਼ੀਨੀ ਗੁੰਡਾਗਰਦੀ ਆਖਦੇ। ਅਮੀਰੀ ਦੀ ਬਦਲ ਰਹੀ ਪਰਿਭਾਸ਼ਾ ਅਤੇ ਮਾਪਦੰਡਾਂ ਦੇ ਧੱਬਿਆਂ 'ਚੋਂ ਉਹ ਸ਼ਾਇਦ ਭਵਿੱਖ ਦਾ ਚਿਤਰਨ ਕਰ ਸਕਦੇ ਸਨ। ਉਹ ਟ੍ਰੈਕਟਰ ਤੋਂ ਬਾਦ ਬੇਕਾਰ ਹੋਏ ਵਛੜਿਆਂ ਦੇ ਖ਼ੂਨੀ ਹਸ਼ਰ ਦੀ ਗੱਲ ਕਰਦੇ। ਉਹ ਦਵਾਈਆਂ ਬਣਾਉਣ ਵਾਲ਼ੀਆਂ ਫੈਕਟਰੀਆਂ ਦੇ ਮੁਨਾਫੇ 'ਚੋਂ ਕਾਤਲ ਤਜਵੀਜ਼ਾਂ ਦੇ ਪਰਛਾਂਵਿਆਂ ਨੂੰ ਫੜਨ ਦੀਆਂ ਕੋਸ਼ਿਸ਼ਾਂ ਕਰਦੇ। ਉਨ੍ਹਾਂ ਨੂੰ ਜਾਪਦਾ ਕਿ ਚੰਡਾਲ ਤਰੱਕੀ ਦੇ ਇਸ ਟੋਕੇ 'ਚ ਆਮ ਬੰਦੇ ਦੀ ਬਾਂਹ, ਬੱਸ ਆਈ ਕਿ ਆਈ। ਉਹ ਇਨ੍ਹਾਂ ਰੰਗ-ਬਰੰਗੀਆਂ ਕ੍ਰਾਂਤੀਆਂ ਦੇ ਸੁਨਾਮੀ ਨੂੰ ਰੋਕਦੇ-ਟੋਕਦੇ ਤੁਰ ਗਏ। ਉਦਾਸ ਹੋ ਕੇ ਮੈਂ ਮਨ ਹੀ ਮਨ ਉਨ੍ਹਾਂ ਦੇ ਦੂਜੀ ਸੰਸਾਰ-ਜੰਗ ਵਾਲੇ ਬੇਲੀਆਂ ਕੋਲ ਜਾਂਦਾ ਹਾਂ, ਜੋ ਬਾਪੂ ਜੀ ਦੀ ਪੀੜ੍ਹੀ ਦਾ ਸ਼ਾਇਦ ਅੰਤਿਮ ਪਾਵਾ ਹੈ। ਬਾਪੂ ਜੀ ਦੇ ਮਿੱਤਰ ਜੈਮਲ ਸਿਉਂ ਦੀ ਅੱਖ 'ਚ ਚਮਕ ਹੈ ਅਤੇ ਦਿਲ ਨਰੋਆ ਹੈ।

ਉਹ ਆਖਦਾ ਹੈ:
"ਕਾਕਾ, ਸੜਕ ਕਿਤੇ ਨਾ ਕਿਤੇ ਭਾਵੇਂ ਮੁੱਕ ਜੇ, ਪਰ ਰਾਹ ਕਦੀ ਨਹੀਂ ਮੁੱਕਦੇ। ਤੁਰਨਾ ਹੀ ਜ਼ਿੰਦਗੀ ਹੈ। ਹਾਂ, ਸਾਨੂੰ ਬਹੁਤ ਕੁਝ ਕਰਨਾ ਪਵੇਗਾ। ਨੋਟਾਂ ਦੇ ਕਾਗਜ਼ ਬਣਾਉਣ ਲਈ ਵੱਢੇ ਬਿਰਖ ਦੀ ਚੀਕ ਸੁਣਨੀ ਹੋਵੇਗੀ। ਸਹਿਮੇ ਜੰਗਲ 'ਚ ਵੱਸਦੇ ਹਰ ਜੀਅ ਦਾ ਖ਼ੌਫ ਮਾਪਣਾ ਪਵੇਗਾ। ਉਨ੍ਹਾਂ ਦੇ ਬਿਖੜੇ ਪੈਂਡਿਆਂ ਦੇ ਨਕਸ਼ਿਆਂ ਦਾ ਮੁਲਾਂਕਣ ਕਰਨਾ ਹੋਵੇਗਾ।   ਉਨ੍ਹਾਂ ਦੇ ਜੀਵਨ-ਮੌਤ ਵਿਚਾਲ਼ੇ ਲਟਕਦੇ ਲਮ੍ਹਿਆਂ 'ਚੋਂ ਖ਼ੁਦ ਗੁਜ਼ਰਨਾ ਪਵੇਗਾ। ਜੇ ਤੈਨੂੰ ਦਾਦੇ ਦਾ ਏਨਾ ਹੀ ਹੇਜ ਹੈ ਤਾਂ ਜਾਹ, ਜਾ ਕੇ ਰਸਦ ਦੀ ਟਰਾਲੀ ਭਰ ਅਤੇ ਪਹੁੰਚ ਜਾ **ਟਿਕਰੀ ਬਾਰਡਰ**"

੨ – ਟਿੱਕਰੀ ਬਾਰਡਰ

ਨੀਂਦ ਖੁੱਲੀ ਤਾਂ ਪਤਾ ਲੱਗਾ ਕਿ ਬਾਬਾ ਜੈਮਲ ਸਿਹੁੰ ਨੂੰ ਮਿਲਣਾ ਤਾਂ ਇੱਕ ਸੁਫ਼ਨਾ ਸੀ। ਮੈਂ ਤਾਂ ਟਿਕਰੀ ਬਾਰਡਰ ਤੋਂ ਗਿਆਰਾਂ ਹਜ਼ਾਰ ਕਿੱਲੋਮੀਟਰ ਦੂਰ ਮਾਂਟਰੀਅਲ ਬੈਠਾ ਕੋਵਿਡ ਲਾਕਡਾਊਨ 'ਚ ਹਾਊਸ-ਅਰੈੱਸਟ ਸਾਂ। ਉਂਜ ਬਾਬਾ ਜੈਮਲ ਸਿਹੁੰ ਦਾ ਸੁਨੇਹਾ ਮੇਰੇ ਤੋਂ ਵੀ ਪਹਿਲਾਂ ਮੇਰੇ ਲੈਪਟਾਪ, ਟੀ. ਵੀ. ਅਤੇ ਵਾਈਫਾਈ ਦੇ ਰਾਊਟਰ ਨੇ ਬੋਚ ਲਿਆ ਅਤੇ ਮੈਨੂੰ ਮਿੰਟੋ-ਮਿੰਟੀ ਟਿਕਰੀ, ਸਿੰਘੁ ਅਤੇ ਗਾਜ਼ੀਪੁਰ ਬਾਰਡਰਾਂ 'ਤੇ ਜਾ ਬਿਠਾਇਆ। ਮੀਂਹ, ਸਰਦੀ ਤੇ ਧੁੰਦ 'ਚ ਡਟੇ ਬਜ਼ੁਰਗਾਂ ਦੇ ਦਗਦੇ ਚਿਹਰਿਆਂ ਤੋਂ ਜ਼ਾਹਰ ਸੀ ਕਿ ਮੁਲਕ ਦੇ ਕਾਗ਼ਜ਼ੀ ਪਰਜਾਤੰਤਰ ਦੀ ਪਾਪਾਤਮਾ ਅਭਿਵਿਅਕਤ ਹੋ ਚੁੱਕੀ ਹੈ। ਇਸ ਤੋਂ ਨਿਜਾਤ ਪਾਉਣ ਲਈ ਇੱਕ ਵਿਕਲਪ ਖ਼ੁਦਕੁਸ਼ੀਆਂ ਦੇ ਅੰਕੜਿਆਂ ਦੀ ਚੋਟੀ ਵੱਲ ਵੱਧ ਰਹੀ ਪਗ-ਡੰਡੀ ਹੈ ਅਤੇ ਦੂਜਾ ਟਿਕਰੀ, ਸਿੰਘੁ ਅਤੇ ਗਾਜ਼ੀਪੁਰ ਬਾਰਡਰਾਂ ਦੀ ਸਰਦਲ 'ਤੇ ਸ਼ਾਹੀ ਮਹਿਲ ਨੂੰ ਵੰਗਾਰਦੀ ਅਤੇ ਗਰਜਦੀ ਇਹ ਸੁਨਾਮੀ।

ਮਾਹੌਲ ਇੱਕ ਅਲੌਕਿਕ ਸਬੱਬ ਜਾਪਿਆ। ਜਿਵੇਂ ਸਾਡੇ ਤਿੰਨ ਸੌ ਸਾਲ ਬਾਦ ਇਸ ਵਾਰ ਕਸ਼ਮੀਰੀ ਪੰਡਤਾਂ ਦੀ ਬਜਾਏ ਮੁਲਕ ਦਾ ਅੰਨਦਾਤਾ ਸ੍ਰੀ ਗੁਰੂ ਤੇਗ ਬਹਾਦਰ ਜੀ ਦੀ ਸ਼ਰਨ ਆਇਆ ਹੋਵੇ। ਜਿਵੇਂ ਬਹੁ-ਖੇਤਰੀ ਅਤੇ ਬਹੁ-ਭਾਸ਼ਾਈ ਵਖਰੇਵਿਆਂ ਨੇ ਰਾਤੋ ਰਾਤ ਆਪੋ ਆਪਣੇ ਕਿਲ੍ਹੇ ਢਾਹ ਦਿੱਤੇ ਹੋਣ। ਰਾਤੋ ਰਾਤ ਹੀ ਪਰਗਟ ਹੋ ਗਏ ਸਨ ਮੋਦੀਖ਼ਾਨੇ, ਜਿਨਾਂ 'ਚ ਇਸ ਵਾਰ ਭੋਜਨ ਤੋਂ ਇਲਾਵਾ ਸ਼ਾਮਲ ਸਨ ਦੁਆਵਾਂ-ਦਵਾਈਆਂ, ਬਲਿਹਾਰੀ ਜੁਗਤਾਂ, ਭਲੀ ਸਾਇੰਸ, ਅਟੁੱਟ ਸੰਗੀਤ, ਬਹੁ-ਧਰਮ ਅਰਦਾਸਾਂ ਅਤੇ ਸਿਹਾਰੀਆਂ-ਬਿਹਾਰੀਆਂ ਦੇ ਸਿਰਮੌਰ ਕੌਲ੍ਹਿਆਂ ਤੇ ਖਲੋਤਾ ਬਹੁ-ਭਾਸ਼ਾਵਾਂ ਦਾ ਸਾਂਝਾ ਪੁਲ। ਮੇਰੀ ਰੂਹ ਇਸ਼ਨਾਨ ਕਰ ਰਹੀ ਸੀ...

ਅੰਦੋਲਨ ਸਰੋਵਰ

ਜੋ ਵੀ ਮਾਈ ਭਾਈ ਆਇਆ,
ਕਿਰਤ ਸਰੋਵਰ ਵਿਚ ਨਹਾਇਆ
ਸੇਵਾ ਸੁਰਤ ਧਿਆਨ ਹੋ ਗਿਆ
ਦਿਲ ਧੜਕ-ਧੜਕ ਕਿਰਸਾਣ ਹੋ ਗਿਆ

ਕੋਟਿ-ਕੋਟਿ ਵਿਸ਼ਵਾਸ ਭਰ ਗਿਆ
ਅਹੰਬੁਧਿ ਰਾਜਾ ਅੰਦਰੋਂ ਡਰ ਗਿਆ
ਸ਼ਾਹੀ ਮਹਿਲ ਕਟੀਲਾ ਹੋਇਆ
ਇੱਟ-ਇੱਟ 'ਚ ਕਪਟ ਸਮੋਇਆ
ਬਰਫ਼ 'ਚ ਉੱਗੇ ਅਮਲਤਾਸ/200

ਹਵਾ, ਤਰੰਗਾਂ ਵੱਸ ਵਿਚ ਕਰਕੇ
ਅੰਮ੍ਰਿਤ ਜਲ ਵਿਚ ਨਫ਼ਰਤ ਭਰਕੇ
ਐਸੀ ਸ਼ਾਤਰ ਖੇਡ ਚਲਾਈ
ਨਫ਼ਰਤ ਸਾਹੋ ਸਾਹ ਫੈਲਾਈ
ਮੁਕੱਦਮ ਐਸਾ ਨਾਅਰਾ ਚੁਣਿਆ
ਅੰਨਦਾਤਾ ਦੇਸ਼ ਧ੍ਰੋਹੀ ਬਣਿਆ

ਪੂਰੇ ਤਿੰਨ ਸੌ ਸਤਾਰਾਂ ਸਾਲ ਬਾਦ ਪੋਹ ਇੱਕ ਵਾਰ ਫਿਰ ਸਰਕਾਰੀ ਟੇਟੇ ਚੜ੍ਹਿਆ ਅਤੇ ਜੰਮ-ਜੰਮ ਠਰਿਆ। ਕੁਰਬਾਨੀਆਂ ਦੀ ਕਤਾਰ ਨਿੱਤ ਹੋਰ ਲਮੇਰੀ ਹੁੰਦੀ ਗਈ। ਮੇਰਾ ਕਮਜ਼ੋਰ ਦਿਲ ਗਣਤੰਤਰ ਦਿਵਸ ਦੀ ਘਟਨਾ ਤੋਂ ਬਾਦ ਝੰਜੋੜਿਆ ਗਿਆ ਸੀ। ਮੈਨੂੰ ਪਾਕ ਅੰਮ੍ਰਿਤ-ਸਰੋਵਰ ਦਾ ਲਾਲ ਹੋਣਾ ਚੇਤੇ ਆਇਆ। ਵੱਡਾ ਦਰਖਤ ਡਿੱਗਣ ਤੋਂ ਬਾਦ ਧਰਤੀ ਹਿੱਲਣ ਵਰਗੀਆਂ ਨਸਲ-ਕੁਸ਼ ਸੁਰਾਂ ਉੱਚੀਆਂ ਹੋਣ ਲੱਗੀਆਂ। ਅੱਜ ਫਿਰ ਯੂਨੀਵਰਸਿਟੀ ਦਾ ਅਧਿਆਪਨ ਅਤੇ ਯੁਵਕ-ਮੇਲਿਆਂ ਦਾ ਹੱਸਦਾ-ਵੱਸਦਾ ਟੱਬਰ ਛੱਡ ਕੇ ਪਰਵਾਸੀ ਹੋ ਜਾਣ ਦਾ ਮੇਰਾ ਸਫ਼ਰ ਖ਼ੋਲ ਉੱਠਿਆ। ਬਿਹਬਲ ਹੋ ਰਹੀ 'ਵਾ 'ਚੋਂ ਵਾਜ ਆਈ ...

ਦੁਰਗਮ ਪੈਂਡਾ ਵਹਿਸ਼ੀ ਵਾੜ
ਚਲੋ ਵਖਰੇਵੇਂ ਦਈਏ ਸਾੜ

"ਪਰ ਕਿਰਸਾਣ ਅੰਦੋਲਨ ਤਾਂ ਸਰਹੰਦ ਅਤੇ ਚਮਕੌਰ ਨੂੰ ਨਮਸਕਾਰਨ ਉਪਰੰਤ ਕੁਰੂਕਸ਼ੇਤਰ ਅਤੇ ਪਾਨੀਪਤ 'ਚੋਂ ਗੁਜ਼ਰ ਕੇ ਇੱਥੇ ਪਹੁੰਚਿਆ ਸੀ। ਇਹਦੀ ਛਾਤੀ 'ਚ ਚਾਂਦਨੀ ਚੌਕ ਦਾ ਇਤਿਹਾਸ ਉੱਕਰਿਆ ਹੈ। ਟਿਕੱਰੀ ਅਤੇ ਸਿੰਘੂ ਬਾਰਡਰਾਂ ਦੀ ਸਰਜ਼ਮੀਨ ਤੋਂ ਲੰਘ ਕੇ ਹੀ ਕਦੇ ਭਾਈ ਜੈਤਾ ਗੁਰੂ ਸਾਹਿਬ ਦਾ ਸੀਸ ਲੈ ਕੇ ਗੁਜ਼ਰਿਆ ਹੋਵੇਗਾ।" ਮੈਂ ਆਪਣੇ ਲਿੱਸੇ ਦਿਲ ਨੂੰ ਧਰਵਾਸ ਦੇਣ ਦਾ ਜਤਨ ਕਰ ਰਿਹਾ ਸਾਂ। ਬੱਦਲਾਂ 'ਚੋਂ ਅਚਾਨਕ ਇੱਕ ਸੁੱਚੀ ਆਸ ਦੀ ਕਿਰਨ ਚਮਕੀ ਅਤੇ ਫਿਰ...

ਮੁੰਦੇ ਨੈਣੀਂ ਅੱਖ ਇੱਕ ਰੋਈ
ਟੁੱਟੀ ਜਾ ਰਹੀ ਲੜੀ ਪਰੋਈ
ਮੁੜ ਦਿੱਲੀ ਨੂੰ ਡਾਰਾਂ ਮੁੜੀਆਂ
ਅਗਨਤ ਕਿਰਤੀ ਬਾਂਹਵਾਂ ਜੁੜੀਆਂ
ਬਰਫ਼ 'ਚ ਉੱਗੇ ਅਮਲਤਾਸ/201

ਮੋਤੀ ਮਹਿਰੇ ਨੇ ਇੱਕੀਵੀਂ ਸਦੀ 'ਚ ਵੀ ਰੀਤ ਨੂੰ ਬਰਕਰਾਰ ਰੱਖਿਆ। ਦੁੱਧ ਦੇ ਆਏ ਸੈਲਾਬ 'ਚੋਂ ਆਪਸੀ ਮੇਲ-ਮਿਲਾਪ ਦੀ ਖੀਰ ਰਿੰਨੀ। ਮਿੱਠੀ ਖੀਰ ਦੀ ਅੰਮ੍ਰਿਤੀ ਭਾਫ਼ 'ਚੋਂ ਵੀ ਸੂਬਾ ਸਰਹੰਦ ਦੀ ਮਾਨਸਿਕਤਾ ਦੇ ਦੱਬ ਕੇ ਮਿਰਚਾਂ ਲੜੀਆਂ। ਉਨ੍ਹਾਂ ਨੂੰ ਆਈਆਂ ਤਰੇਲੀਆਂ 'ਚੋਂ ਨਵੇਂ ਵਜ਼ੀਰ ਖ਼ਾਨ ਜੰਮੇ ਅਤੇ ਇਨਸਾਫ਼ ਮੰਗਦੀਆਂ ਮਸੂਮ ਅਵਾਜ਼ਾਂ ਲਈ ਨਿੱਤ-ਨਵੀਂਆਂ ਦੀਵਾਰਾਂ ਉੱਸਰੀਆਂ। ਪਰ ਅਵਾਮੀ ਸਾਂਝਾਂ ਨੇ ਐਸੀਆਂ ਧੂਣੀਆਂ ਬਾਲੀਆਂ ਕਿ ਉਨ੍ਹਾਂ ਦੇ ਨਿੱਘ ਨਾਲ ਅੰਤਰਰਾਜੀ ਝਗੜਿਆਂ ਦੇ ਬਰਫ਼ੀਲੇ ਪਹਾੜ ਵੀ ਪਿਘਲ ਗਏ।

ਮੇਰੇ 'ਬਰਾਉਜ਼ਰ' ਦੇ ਖੋਜ-ਇੰਜਨਾਂ ਦੀ ਚੋਣ 'ਚ ਆ ਬੈਠੇ: ਐੱਮ. ਐੱਸ. ਸਵਾਮੀਨਾਥਨ, ਨਾਰਮਨ ਬੋਰਲਾਗ, ਵਿਲੀਅਮ ਗਾਅਡ, ਖੇਤੀ ਅੰਕੜੇ ਅਤੇ ਸਰਕਾਰੀ-ਵਪਾਰੀ ਨੀਤੀਆਂ-ਕੁਰੀਤੀਆਂ ਦੀ ਫ਼ਰੋਲਾ-ਫ਼ਰਾਲੀ। ਟੀ.ਵੀ ਰਿਮੋਟ ਮੇਰੇ ਬਟਨ ਨੱਪਣ ਤੋਂ ਪਹਿਲਾਂ ਹੀ ਚੈਨਲ ਪਰੋਸ ਦਿੰਦਾ। ਕਮਾਲ ਦਾ ਸੀ ਇਹ ਜੋੜ-ਮੇਲਾ ਜਿੱਥੇ ਮੈਨੂੰ ਮੇਰੇ ਸੁਰਗਵਾਸੀ ਦਾਦਾ-ਦਾਦੀ, ਨਾਨਾ-ਨਾਨੀ ਅਤੇ ਉਹ ਸਾਰੇ ਦੇ ਸਾਰੇ ਵਿੱਛੜੇ ਬਜ਼ੁਰਗ ਵੀ ਮਿਲ ਪਏ ਜਿਨ੍ਹਾਂ ਕਦੇ ਕੱਲਰ ਅਬਾਦ ਕੀਤੇ ਸਨ ਅਤੇ ਜਾਂਦਿਆਂ-ਜਾਂਦਿਆਂ ਆਪਣੀ ਰਾਖ ਦਾ ਹਰ ਐਟਮ ਪੈਲੀਆਂ ਸਿਰੋਂ ਵਾਰ ਦਿੱਤਾ ਸੀ। ਸੱਚਮੁੱਚ ਹੀ ਇਹ ਅਨੋਖਾ ਜੋੜ-ਮੇਲਾ ਸੀ ਜਿਸ ਨੇ ਉਦਾਸੀਨ ਹਿਰਦਿਆਂ ਨੂੰ ਕੁਝ ਕਰਨ ਲਈ ਝੰਜੋੜਿਆ ਅਤੇ ਭੱਜੀਆਂ ਬਾਂਹਵਾਂ ਨੂੰ ਜੋੜਿਆ। ਕਿਸੇ ਨੂੰ ਨਾਨਕ ਦੇ ਸਾਖਿਆਤ ਦਰਸ਼ਨ ਹੋਏ ਅਤੇ ਕਿਸੇ ਨੂੰ ਹਰ ਸੇਵਾਦਾਰ 'ਚੋਂ ਭਾਈ ਘਨੱਈਆ ਜੀ ਦੀ ਝਲਕ ਪਈ।

ਤੱਤੀ ਤਵੀ 'ਚੋਂ ਵਹਿਣ ਯਖ, ਸੀਤ ਛਬੀਲਾਂ

ਠੰਢੇ ਬੁਰਜ 'ਚੋਂ ਉਮੜਦਾ ਸੇਕ ਮੀਆਂ

ਕੰਧ ਸਰਹੰਦ 'ਚੋਂ ਵਿਗਸਣ ਨਵੇਂ ਆਲਮ

ਜ਼ਫ਼ਰਨਾਮੇ 'ਚੋਂ ਬੁਧਿ ਬਿਬੇਕ ਮੀਆਂ

ਇਨਕਲਾਬ

ਜਨਮ-ਭੌਂਇ ਨਾਲੋਂ ਲਗਭਗ ਟੁੱਟ ਚੁੱਕੇ ਪਰ ਵਤਨ ਨੂੰ ਲੋਚਦੇ ਲੱਖਾਂ ਪਰਵਾਸੀਆਂ ਦਾ ਅੰਦੋਲਨ-ਸਰੋਵਰ ਦੇ ਕੁੰਭ 'ਚ ਜਿਉਂਦੇ ਜੀਅ ਪੁਨਰਜਨਮ ਹੋਇਆ। ਤਾਨਾਸ਼ਾਹੀ ਸੋਚ ਕੰਨੀਂ ਖ਼ਤਰੇ ਦੀ ਘੰਟੀ ਖੜਕੀ। ਇਸ ਵਾਰ ਬੇਗ਼ੈਰਤ ਮੀਡੀਆ ਚੈਨਲਾਂ ਨੇ ਫ਼ਰੇਬੀ ਖ਼ਬਰਾਂ ਦੀਆਂ ਸੁਰਖੀਆਂ ਨਾਲ ਕਈ ਗਾਂਧੀ ਭੁੰਨੇ ਅਤੇ ਕਈ ਭਗਤ ਸਿਹੁੰ ਦੇਸ਼-ਧ੍ਰੋਹੀ ਗਰਦਾਨੇ...

ਬਰਫ਼ 'ਚ ਉੱਗੇ ਅਮਲਤਾਸ/202

ਅੰਨਦਾਤੇ ਕਦਮਾਂ ਥੱਲੇ
ਸਤਲੁਜ ਨਿਭਦਾ
ਹਵਾ ਚੌਰ ਕਰਦੀ
ਉਹਦੀ ਹਰ ਅਦਾ ਤੇ
ਸਜ–ਧਜ ਖਲੋਂਦੀ ਮਾਂ ਧਰਤ
ਮੇਲੀਆਂ ਦੇ ਝੁੰਡ ਵਾਂਗ
ਆਉਂਦੇ ਜਾਂਦੇ ਮੇਘ ਬਰਸਦੇ
ਰੁਣ–ਝੁਣ ਲਾਉਂਦੇ, ਗਾਉਂਦੇ ਮੋਰ ਬੰਬੀਹੇ

ਦਾਣਾ ਜੰਮਦਾ
ਤਾਂ ਦੁਨੀਆ ਦੇ ਪਰਲੇ ਪਾਰ
ਢਿੱਡੀਂ ਭੁੱਖ ਲੱਗਦੀ

ਪੁੱਤ ਜੰਮਦਾ
ਤਾਂ ਤੜਕਸਾਰ ਹੀ ਉਡੀਕਣ ਲੱਗ ਜਾਂਦੀਆਂ
ਨਵ–ਜੰਮੇ ਜਵਾਨ ਨੂੰ ਵਤਨ ਦੀਆਂ ਸਰਹੱਦਾਂ

ਅੰਨਦਾਤੇ ਮੂਹਰੇ
ਧੌਣ ਅਕੜਾਈ ਖਲੋਤਾ
ਕਰਜ਼ੇ ਦਾ ਬਰਫ਼ੀਲਾ ਹਿਮਾਲਾ
ਪੁਸ਼ਤ ਦਰ ਪੁਸ਼ਤ ਹੰਕਾਰਿਆ
ਜਦੋਂ ਜੀ ਕਰਦੈ
ਧੱਕ ਬਰਫ਼ ਦੇ ਤੋਦੇ ਹੜ੍ਹ ਮਚਾਉਂਦਾ
ਕਦੇ ਰੱਖਦਾ ਦਰਿਆ ਤਿਹਾਏ

ਰਾਜਾ ਆਖੇ
ਐਸਾ ਹਿਮਾਲਾ ਉਹਦੇ ਰਾਜ ਦਾ ਮਾਣ
ਉਹਦੀ ਟੀਸੀ ਬਹਿ ਰਾਜਾ ਸ਼ੀਂਹ

ਬਰਫ਼ 'ਚ ਉੱਗੇ ਅਮਲਤਾਸ/203

ਚੰਦ ਸੂਰਜ ਨੂੰ ਮਾਰੇ ਝਪੱਟੇ
"ਰੋਸ਼ਨੀ ਵੀ ਜੇ ਕਰਾਂ ਮੈਂ ਕੈਦ
ਤਾਂ ਮਨ ਮਰਜ਼ੀ ਨਾਲ ਚਾੜ੍ਹੂੰ ਦਿਨ।"
ਕਲੋਰੋਫ਼ਿਲ ਤੋਂ ਵਾਂਝੇ ਪੱਤੇ
ਉਪਰਾਮ ਫੁੱਲ, ਪੱਤੀਆਂ, ਦਾਣੇ
ਭੁੱਖੇ ਤਿਹਾਏ ਨਿਆਣੇ ਸਿਆਣੇ

ਆਇਆ ਫਿਰ ਸੈਲਾਬ ਪਸੀਨੇ ਦਾ
ਕਿਰਤੀ ਦੀਦਿਆਂ 'ਚ ਵਗੀ ਰਾਵੀ
ਆਂਦਰਾਂ 'ਚ ਪਨਪਿਆ ਇਨਕਲਾਬ
ਅਵਾਮ ਉੱਠ ਖਲੋਤਾ, 'ਨੇਰ੍ਹਾ ਧੋਤਾ
ਜ਼ਿੰਦੀ ਬਰਫ਼ ਪਿਘਲੀ
ਭਾਫ਼ ਬਣ ਕੇ ਉੱਡ ਗਈ ਸਰਕਾਰੀ ਹਉਂਮੈ
ਅੰਨਦਾਤੇ ਦੇ ਕਦਮਾਂ ਥੱਲੇ
ਫਿਰ ਸਤਲੁਜ ਨਿਭਿਆ
ਹਵਾ ਚੋਰ ਕਰਨ ਲੱਗੀ
ਪਰਤੇ ਮੇਘ
ਮੋਰਾਂ ਰੁਣ ਝੁਣ ਲਾਈ

ਮੀਂਹਾਂ, ਝੱਖੜਾਂ ਅਤੇ ਭਾੜੇ ਦੇ ਹੱਥਾਂ ਦੀਆਂ ਲਾਈਆਂ ਅੱਗਾਂ ਨੇ ਕਿਰਸਾਣੀ ਟੈਂਟਾਂ ਦੇ ਖੂਬ ਇਮਤਿਹਾਨ ਲਏ। ਪਰ ਜ਼ੋਰ ਜ਼ਫ਼ਾਈ ਖ਼ਿਲਾਫ਼ ਜੁੜੇ ਅਵਾਮ ਦੇ ਸਿਰੜ ਮੁਹਰੇ ਕੁਝ ਵੀ ਨਾ ਅਟਕਿਆ।

ਪਿੱਠ 'ਚ ਛੁਰਾ ਖੁਭਣ ਦਾ ਸੰਸਾ ਤਾਂ ਸੀ
ਮੇਰੇ ਹੱਥ ਹੀ ਮੇਰੇ ਕਾਤਲ ਬਣਨਗੇ
ਇਹ ਕਦੇ ਸੋਚਿਆ ਨਾ ਸੀ

ਮੈਂ 'ਸਾਰੇ ਜਹਾਂ ਸੇ ਅੱਛਾ' ਗਾਉਂਦਾ ਜਵਾਨ ਹੋਇਆਂ ਸਾਂ। ਦੇਸ-ਭਗਤੀ ਦੇ ਗੀਤਾਂ ਦੀ ਸਰਗਮ ਮੇਰੇ ਰੋਮ-ਰੋਮ 'ਚ ਰਾਗ ਹਿੰਦੁਸਤਾਨੀ ਛੇੜਦੀ ਰਹਿੰਦੀ। ਮੇਰੀ ਸਮਝ ਜਾਂ

ਨਾਦਾਨੀ ਮੁਤਾਬਕ 'ਸੰਤਾਲੀ' ਤੋਂ ਪਹਿਲਾਂ ਸਿਰਫ ਦੋ ਧੜੇ ਹੀ ਸਨ: ਅੰਗਰੇਜ਼ ਅਤੇ ਅਜ਼ਾਦੀ ਮੰਗਦੇ ਹਿੰਦੁਸਤਾਨੀ। ਸੁਣੇ-ਸੁਣਾਏ ਅਨੁਸਾਰ ਬਟਵਾਰੇ ਤੋਂ ਬਾਦ ਫਿੜੀ ਕਤਲੋਗਾਰਤ ਵੀ ਕੇਵਲ ਫ਼ਿਰੰਗੀਆਂ ਦੀ ਹੀ ਚਾਲ ਸੀ। ਪਰ ਹੁਣ ਜਦ ਮੈਂ ਧੁੰਦਲੇ ਇਤਿਹਾਸ ਦੇ ਸਰਕਾਰੀ ਸ਼ੀਸ਼ੇ ਨੂੰ ਰਤਾ ਕੁ ਪੁੰਝਿਆ ਹੈ ਤਾਂ ਮੁਲਕ ਦੇ ਚਿਹਰੇ ਦੀਆਂ ਝੁਰੜੀਆਂ 'ਚ ਲੁਕੀਆਂ ਅਨੇਕਾਂ ਵੰਡਾਂ ਤੱਕ ਰਿਹਾ ਹਾਂ। ਅੱਜ ਕਿਰਸਾਣ ਅੰਦੋਲਨ ਦੀ ਵਿਕਰਾਲ ਪੀੜਾ ਸੁਣਾਉਂਦਾ "ਮੇਰਾ ਭਾਰਤ ਮਹਾਨ" ਮੈਨੂੰ ਪੌਣੀ ਸਦੀ ਪਿਛਾਂਹ ਲੈ ਗਿਆ। ਉਹ ਹੁਣ ਬੋਲ ਰਿਹਾ ਸੀ ਅਤੇ ਪਰਤ-ਪਰਤ ਦਿਲ ਦੇ ਭੇਤ ਖੋਲ੍ਹ ਰਿਹਾ ਸੀ...

ਮੇਰਾ ਭਾਰਤ ਪਰੇਸ਼ਾਨ

ਮੈਂ ਭਾਰਤ ਹਾਂ। ਮੈਂ ਚਾਹੁੰਦਾ ਹੋਇਆ ਵੀ ਸਭ ਨੂੰ ਢਿੱਡ ਭਰਵੀਂ ਰੋਟੀ ਅਤੇ ਸਿਰ ਲੁਕਾਉਣ ਲਈ ਛੱਤ ਨਹੀਂ ਦੇ ਸਕਿਆ। ਪਰ ਮੁਸੀਬਤਾਂ ਦੇ ਸਾਗਰ 'ਚ ਡੁੱਬਦੇ ਹੋਏ ਵੀ ਤੁਸੀਂ ਮੈਨੂੰ ਮਹਾਨ ਆਖਦੇ ਰਹੇ ਹੋ, ਸ਼ੁਕਰੀਆ। ਮੇਰਾ ਵੀ ਰੋਮ-ਰੋਮ ਤੁਹਾਡੇ ਲਈ ਤੜਫਦਾ ਹੈ। ਜਦ ਮੈਂ ਬੈਰੂਨੀ ਤਾਕਤਾਂ ਤੋਂ ਆਜ਼ਾਦ ਹੋਇਆ ਸਾਂ ਤਾਂ ਮੇਰੀ ਧੌਣ ਅੰਦਰੂਨੀ ਗ਼ੁਲਾਮੀ ਦੇ ਗਲਮੇ 'ਚ ਨਪੀੜੀ ਗਈ ਸੀ। ਮੇਰੀ ਪਰਜਾ ਨੂੰ ਆਰਥਿਕ ਗ਼ੁਲਾਮ ਬਣਾਏ ਰੱਖਣ ਦੀ ਚੰਡਾਲ ਮਾਨਸਿਕਤਾ ਨੇ ਅਵਾਮ ਦੀ ਮਸੂਮੀਅਤ ਦਾ ਦੱਬ ਕੇ ਸ਼ੋਸ਼ਣ ਕੀਤਾ। ਮੇਰੀ ਖ਼ਾਤਰ ਸ਼ਹੀਦ ਹੋਏ ਸੂਰਬੀਰਾਂ ਦੀ ਆਸਥਾ 'ਚ ਜੁੜੇ ਪੰਛੀਆਂ ਦੇ ਖੰਭ ਕੁਤਰਨੇ ਤਾਂ ਸੋਲਾਂ ਅਗਸਤ ਨੂੰ ਹੀ ਸ਼ੁਰੂ ਹੋ ਗਏ ਸਨ।

ਕਾਗ਼ਜ਼ਾਂ ਵਿਚ ਅਜ਼ਾਦੀ
ਸ਼ਿਕਾਰਾ ਡੱਕੇ ਡੋਲੇ
ਡੁੰਘੀ ਹੋ ਗਈ ਵਾਦੀ

ਆਪਸੀ ਵਖਰੇਵਿਆਂ ਦੇ ਟੋਇਆਂ 'ਚ ਡਿੱਗੀ ਗ਼ੁਲਾਮ ਅਜ਼ਾਦੀ ਦਿਨ-ਬ-ਦਿਨ ਗਲਣ ਸੜਨ ਲੱਗੀ। ਪਰ ਉਤਾਰ-ਚੜ੍ਹਾ ਦੇ ਬਾਵਜੂਦ ਵੀ ਮਾਂ ਧਰਤ ਦੇ ਤਸੱਵਰ ਨਾਲ ਕਿਰਤੀ, ਕਾਮੇ ਅਤੇ ਕਿਰਸਾਣ ਜੁੜੇ ਰਹੇ। ਕਿਰਤੀ ਦਾ ਗਾੜ੍ਹਾ ਪਸੀਨਾ ਡੁੱਲ੍ਹਿਆ ਤਾਂ ਭੋਂਇੰ ਨੂੰ ਜਾਗ ਲੱਗੇ, ਅਟੁੱਟ ਲੰਗਰ ਚੱਲੇ, ਜੜ੍ਹ ਤੁਰੀ ਤੇ ਵੇਲ ਵਧੀ।

ਫਿਰ ਕਈ ਹਰੀਆਂ ਚਿੱਟੀਆਂ ਕ੍ਰਾਂਤੀਆਂ – ਸ਼ਰਾਂਤੀਆਂ ਆਈਆਂ। ਮੈਨੂੰ ਲੱਗਾ ਕਿ ਮੇਰੇ ਅਵਾਮ ਦੇ ਭਾਗ ਖੁੱਲ੍ਹੇ। ਪਰ ਰਾਤੋ-ਰਾਤ ਐਸੀਆਂ ਦਲ-ਬਦਲੀਆਂ ਹੋਈਆਂ ਕਿ ਮੇਰੀ

ਹਰੀ ਭਰੀ ਵੇਲ ਮੂਲ ਤੋਂ ਕੋਹਾਂ ਦੂਰ, ਸ਼ਾਹੀ ਮਹਿਲਾਂ ਦੇ ਬਨੇਰੇ 'ਤੇ ਚੜ੍ਹ ਕੇ ਪਲਾਸਟਿਕ ਵਰਗੀ ਹੋ ਗਈ। ਹੁਣ ਰਾਜਨੀਤਿਕ ਮੌਸਮ ਦੇ ਹਿਸਾਬੇ ਰੂਪ 'ਐਡਜਸਟ' ਕਰ ਲੈਂਦੀ ਹੈ। ਸਰਕਾਰੀ ਲਾਰਿਆਂ ਦੀ ਰੁੱਤ ਆਉਣ 'ਤੇ ਸਿੰਬਲ ਵਾਂਗ ਫੈਲ ਜਾਂਦੀ ਹੈ। ਕਦੇ ਇਹਨੂੰ ਖੇਤੀ ਕਾਨੂੰਨਾਂ ਦੇ ਬਕਬਕੇ ਫਲ ਲੱਗਦੇ ਹਨ ਅਤੇ ਕਦੇ ਭੇਖੀ ਫੁੱਲ। ਕੋਈ ਇਹਦੀ ਵਾਅਦਾ ਖ਼ਿਲਾਫ਼ੀ ਕਰੇ ਜਾਂ ਸਵਾਲ ਚੁੱਕੇ ਤਾਂ ਇਹ ਵੇਲ ਬਿੱਛੂ ਬੂਟੀ ਬਣ ਜਾਂਦੀ ਹੈ।

ਕੇਵਲ ਮੁੰਡਾ ਭਾਲ਼ਦਿਆਂ ਹੀ ਗਰਭਪਾਤ ਨਹੀਂ ਹੁੰਦੇ
ਬੱਜਟ ਦੀਆਂ ਸਮੀਕਰਨਾਂ ਢਿੱਡ 'ਚ ਖੁਭ ਜਾਣ 'ਤੇ ਵੀ ਗਰਭਪਾਤ ਹੁੰਦੇ ਨੇ
ਮਜ਼ਦੂਰ ਦੇ ਕੁੜਤੇ ਵਾਂਗ ਸੰਵਿਧਾਨ ਦੇ ਬੁਢੇ ਵਰਕਿਆਂ 'ਤੇ ਸਿਆਹੀ ਫੈਲਣ ਨਾਲ ਵੀ ਗਰਭਪਾਤ ਹੁੰਦੇ ਨੇ
ਕੇਵਲ ਮੁੰਡਾ ਭਾਲ਼ਦਿਆਂ ਹੀ…

ਮੇਰੀ ਪਰਜਾ ਨੂੰ ਸਦਮਾ ਇਸ ਗੱਲ ਦਾ ਹੈ ਕਿ ਇਹ ਸਾਡਾ ਹੀ ਵਿਗੜਿਆ ਹੋਇਆ ਲਹੂ ਹੈ ਜੋ ਸਾਡੀਆਂ ਨਾੜੀਆਂ 'ਚ ਫਿਰੰਗੀ ਬਣ ਕੇ ਬਛੂਕਾਂ ਮਾਰਦਾ ਫਿਰਦਾ ਹੈ। ਮੇਰੇ ਕਿਰਸਾਨਾਂ ਤੋਂ ਉਨ੍ਹਾਂ ਦੀ ਭੌਂਇ ਹਥਿਆਉਣ ਦੇ ਤੌਰ ਤਰੀਕੇ ਭਾਵੇਂ ਬਦਲ ਰਹੇ ਹਨ ਪਰ ਖੇਤੀ ਕਾਨੂੰਨਾਂ ਦੇ ਢਿੱਡ 'ਚ ਲੁਕੀਆਂ ਚਤਰਾਈਆਂ ਮੇਰੇ ਕਿਰਤੀਆਂ ਅਤੇ ਕਿਰਸਾਨਾਂ ਨੂੰ ਇੱਕੋ ਜਿੰਨਾ ਡੰਗ ਮਾਰਦੀਆਂ ਹਨ। ਉੱਨੀ ਸੌ ਸੰਤਾਲੀ ਤੋਂ ਬਾਦ ਈਸਟ ਇੰਡੀਆ ਕੰਪਨੀ "ਸੰਪੂਰਨ" ਇੰਡੀਆ ਕੰਪਨੀ ਬਣ ਗਈ। ਹੁਣ ਕੱਚੇ ਮਾਲ ਨੂੰ ਇੰਗਲੈਂਡ ਦੀਆਂ ਫੈਕਟਰੀਆਂ 'ਚ ਝੋਕਣ ਦੀ ਲੋੜ ਨਹੀਂ, ਮੇਰੀ ਪਿੱਠ 'ਤੇ ਹੀ ਅਧਰੰਗੀ ਵਪਾਰ ਹੋ ਰਿਹਾ ਹੈ…

ਸਦੀ ਨੀਝ ਲਾ 'ਡੀਕਦੀ
ਅਜ਼ਾਦੀ ਦੇ ਸੌ ਸਾਲ
ਰੰਗ, ਫਿਰੰਗੀ ਹੋ ਰਹੇ
ਕੈਨਵਸ ਲਾਲੋ ਲਾਲ

ਕੈਸੀ ਚੜ੍ਹੀ ਬਸੰਤ ਇਹ
ਕਿਉਂ ਪੱਤਝੜ ਦਾ ਪ੍ਰਸੰਗ
ਕਿਉਂ ਤਿਰੰਗਾ ਚੁੱਪ ਹੈ
ਵੇਖ ਵਿਲਕਦੇ ਰੰਗ

ਬਰਤਾਨਵੀ ਰਾਜ ਦੇ ਸ਼ੁਰੂ ਹੋਣ ਤੋਂ ਪਹਿਲਾਂ ਵੀ ਸਦੀਆਂ ਪੁਰਾਣੀ ਸੁਆਰਥੀ ਆਪੋ-ਧਾਪੀ ਅਤੇ ਉਚ-ਨੀਚ ਮੇਰੀ ਹਵਾ 'ਚੋਂ ਪੂਰੀ ਤਰ੍ਹਾਂ ਨਹੀਂ ਸੀ ਵਿੱਸਰੀ। ਜਦੋਂ ਮੇਰੇ ਮਹਾਨ ਸਪੂਤ ਫਾਂਸੀਆਂ ਚੜ੍ਹ ਕੇ ਸਮੂਹਿਕ ਭਵਿੱਖ ਦੀ ਕਾਮਨਾ ਕਰ ਰਹੇ ਸਨ ਤਾਂ ਉਸ ਵੇਲੇ ਵੀ ਇਹ ਸੌੜੀ ਸੋਚ ਬਰਤਾਨਵੀ ਰਾਜ ਦੇ ਹੱਕ 'ਚ ਭੁਗਤਦੀ ਰਹੀ ਸੀ। ਫਿਰ ਅਜ਼ਾਦੀ ਇੱਕ ਨਵਾਂ ਤੋਹਫ਼ਾ ਲੈ ਕੇ ਆਈ। ਹਰ ਨਾਗਰਿਕ ਨੂੰ ਵੋਟ ਪਾਉਣ ਦਾ ਹੱਕ ਮਿਲਿਆ। ਡੈਮੋਕਰੇਸੀ ਦੀ ਇਸ 'ਐਲੋਪੈਥਿਕ' ਗੋਲੀ ਦੇ 'ਸਾਈਡ-ਇਫੈਕਟਾਂ' ਬਾਰੇ ਤਾਂ ਸ਼ਾਇਦ ਇਹਦੇ ਯੂਨਾਨੀ ਪੁਰਖਿਆਂ ਨੇ ਵੀ ਨਹੀਂ ਸੋਚਿਆ ਹੋਣਾ। ਸੁਆਰਥੀ ਹੱਥਕੰਡਿਆਂ ਨੇ ਗ਼ਰੀਬ ਦੀ ਵੋਟ ਨੂੰ ਬੁਰਕੀਆਂ ਪਾਉਣ ਦੀ ਚਾਲ ਚੱਲੀ। ਇਹ ਲੂੰਬੜ ਰਣ-ਨੀਤੀ ਦਾ ਪਹਿਲਾ ਪੜਾਅ ਸੀ। ਫਿਰ ਵਾਰੀ ਆਈ ਨਵੇਂ ਮੁੱਦੇ ਦੀ ਡੌਂਡੀ ਪਿੱਟਣ ਦੀ ਜਿਸ ਦੀ ਕੋਈ ਹੋਂਦ ਵੀ ਨਾ ਹੋਵੇ। ਪਹਿਲਾਂ 'ਇੱਕ' ਮੁੱਦਾ ਬਣਾਇਆ ਜਾਵੇ। ਫਿਰ ਮੁਸ਼ਕਲ ਵਧਾਈ ਜਾਵੇ। 'ਦੇਸ਼' ਦੀ ਏਕਤਾ ਤੇ ਅਖੰਡਤਾ ਦੀ ਦੁਹਾਈ ਪਾਈ ਜਾਵੇ। ਕਿਸੇ ਘੱਟ-ਗਿਣਤੀ ਫ਼ਿਰਕੇ ਨਾਲ ਇਸ ਮੁੱਦੇ ਦਾ ਨਾਤਾ ਜੋੜਿਆ ਜਾਵੇ। ਵਿਰੋਧੀ ਧਿਰ ਨੂੰ ਖੋਰਾ ਲਾਉਣ ਲਈ ਕੋਈ ਨਵਾਂ ਹੀਰੋ ਪੈਦਾ ਕੀਤਾ ਜਾਵੇ ਅਤੇ ਫਿਰ ਮਤਲਬ ਨਿਕਲਣ ਉਪਰੰਤ ਉਹਨੂੰ ਜ਼ੀਰੋ ਕੀਤਾ ਜਾਵੇ। ਮਦਾਰੀ ਦੇ ਇਸ ਕਪਟੀ ਖੇਲੇ ਨੂੰ ਵੇਖ ਅਨਜਾਣੇ-ਪਨ 'ਚ ਭਾਵੁਕ ਹੋਏ ਮੇਰੇ ਸ਼ਹਿਰੀਆਂ ਦੇ ਝੂਠੇ ਪੁਲਿਸ ਮੁਕਾਬਲੇ ਬਣਾਏ ਜਾਣ। ਮੇਰੀ ਅਖੰਡਤਾ ਬਚਾਉਣ ਲਈ ਤਰੱਕੀਆਂ ਅਤੇ ਤਗਮੇ ਵੰਡੇ ਜਾਣ।

ਬਨੇਰੇ ਉੱਤੇ ਲਟਕਦਾ

ਘੱਟ ਗਿਣਤੀ ਦਾ ਸਾਹ

ਉੱਚਾ ਬੋਲ ਜੋ ਬੋਲਦਾ

ਧੱਕਾ ਮਾਰ ਗਿਰਾਅ

ਇਹ ਹੀ ਕਾਰਨ ਸੀ ਕਿ ਉੱਨੀ ਸੌ ਸੰਤਾਲੀ 'ਚ ਵੋਟਾਂ ਦੇ ਇਸ ਅਲਜਬਰੇ ਨੇ ਮੇਰੀਆਂ ਲੱਤਾਂ ਬਾਂਹਵਾਂ ਟੁੱਕ ਸੁੱਟੀਆਂ। ਮੇਰੀ ਅਜ਼ਾਦੀ ਨੂੰ ਰਗੜਾਂ ਅਤੇ ਝਰੀਟਾਂ ਤਾਂ ਅਕਸਰ ਲੱਗਦੀਆਂ ਹੀ ਰਹਿੰਦੀਆਂ ਹਨ। ਟੁੱਟੇ ਹੋਏ ਕਲਾਡੀਉਸਕੋਪ ਦੇ ਸ਼ੀਸ਼ਿਆਂ ਨਾਲ ਬੁਣੇ ਗਿਣੇ-ਚੁਣੇ ਗ਼ੁਲਾਮ ਰੰਗਾਂ ਦੇ ਮੋਜ਼ੈਕ ਨੂੰ ਮੈਂ ਕਿੰਜ ਆਖੀ ਜਾਵਾਂ 'ਮਲਟੀਕਲਚਰਲਿਜ਼ਮ'? ਸਰਕਾਰੀ ਸਾਹਾਂ ਨਾਲ ਫ਼ਿਰਕਾਪ੍ਰਸਤ ਪੀਪਣੀ ਵਜਾਉਂਦੇ ਚੈਨਲ ਭਲਾ ਕਦੋਂ ਅਜ਼ਾਦ ਹੋਣਗੇ? ਹੱਥੀਂ ਚੁਣੇ ਨੁਮਾਇੰਦਿਆਂ ਵੱਲੋਂ ਮੇਰੇ ਅਵਾਮ ਦੀ ਕੀਤੀ ਜਾਂਦੀ ਦੁਰਦਸ਼ਾ ਵੇਖ ਅੱਜ ਵੀ ਸੁਕਰਾਤ ਤੜਫਦਾ ਹੋਵੇਗਾ। ਸਦੀਆਂ ਦੀ ਗ਼ੁਲਾਮੀ ਤੋਂ ਬਾਦ ਮਿਲੀ ਅਜ਼ਾਦੀ ਦੇ ਸ਼ੁੱਭ-ਸ਼ਗਨ ਨੂੰ ਜੰਮਦਿਆਂ ਹੀ 'ਸੰਤਾਲੀ' ਟੁੱਕ ਲੱਗੇ ਸਨ ਅਤੇ ਅਠਤਾਲੀਵੀਂ ਕਸਰ

ਬਰਫ਼ 'ਚ ਉੱਗੇ ਅਮਲਤਾਸ/207

ਗੋਡਸਈ ਮਾਨਸਿਕਤਾ ਨੇ ਪੂਰੀ ਕਰ ਦਿੱਤੀ ਸੀ। ਜੇ ਇਵੇਂ ਹੀ ਚੱਲਦਾ ਰਿਹਾ ਤਾਂ ਕਿੰਨਾ ਉਦਾਸ ਹੋਵੇਗਾ ਵਿਚਾਰਾ ਵੀਹ ਸੌ ਸੰਤਾਲੀ...

ਜਲ੍ਹਿਆਂਵਾਲੇ ਬਾਗ਼ ਦਾ ਖੂਹ
ਅੱਜ ਵੀ ਭਰਦਾ ਹੈ
ਆਜ਼ਾਦ ਵਤਨ ਦਾ ਪਾਣੀ ਹੀ
ਜਦ ਕੈਂਸਰ ਕਰਦਾ ਹੈ

ਨਫ਼ਰਤ ਦੀਆਂ ਤਰੰਗਾਂ ਨਾਲ
ਹਵਾ ਵੀ ਭਰ ਜਾਂਦੀ
ਟੀ. ਵੀ. ਦੀ ਸਕਰੀਨ ਵੀ
ਸ਼ਰਮੋ-ਸ਼ਰਮੀ ਸੜ ਜਾਂਦੀ
ਕਿਰਦਾਰ, ਚਰਿੱਤਰ ਜਿਸਮਾਂ ਦੀ
ਮੰਡੀ ਵਿਚ ਖਰਦਾ ਹੈ
ਜਲ੍ਹਿਆਂਵਾਲੇ ਬਾਗ਼ ਦਾ ਖੂਹ...

ਇੱਲ ਤੋਂ ਡਰਦੀ ਕੋਇਲ,
ਮੌਤ ਦਾ ਗੀਤ ਸੁਣਾਉਂਦੀ ਹੈ
ਡੈਮੋਕਰੇਸੀ ਸਹਿਮ ਕੇ
ਫ਼ਿਰਕੂ ਸਾਜ਼ ਵਜਾਉਂਦੀ ਹੈ
ਜਦੋਂ ਭਗਤ ਸਿੰਘ ਦਾ ਕਾਤਲ ਬਣਿਆ
ਬੰਦਾ ਘਰ ਦਾ ਹੈ
ਜਲ੍ਹਿਆਂਵਾਲੇ ਬਾਗ਼ ਦਾ ਖੂਹ...

ਨਸਲਕੁਸ਼ੀ ਇੱਕ ਫ਼ਿਰਕੇ ਨੂੰ
ਚੁਣ ਸਬਕ ਸਿਖਾਉਂਦੀ ਹੈ
ਫੁੱਲਾਂ ਦੀ ਥਾਂ ਗਲ਼ ਵਿਚ
ਸੜਦੇ ਟਾਇਰ ਪਾਉਂਦੀ ਹੈ
ਧੁਖਦੇ ਦਿਲ ਵਿਚ ਗ਼ੁਲਾਮੀ ਦਾ

ਕੋਇਲਾ ਮਘਦਾ ਹੈ
ਜਲ੍ਹਿਆਂਵਾਲੇ ਬਾਗ਼ ਦਾ ਖੂਹ...

ਚੋਰ ਅਤੇ ਕਾਤਲ ਹੱਥ
ਤਿਰੰਗਾ ਲਹਿਰਾਉਂਦੇ ਨੇ
ਬਗ਼ਲੇ ਬਣ-ਬਣ ਸੁਬ੍ਹਾ ਸ਼ਾਮ
ਜਨ ਗਣ ਮਨ ਗਾਉਂਦੇ ਨੇ
ਜਦ ਸੂਰਜ ਵੀ ਵਿਹੜੇ ਵਿਚ
ਜ਼ਾਤ ਪੁੱਛ ਕੇ ਚੜ੍ਹਦਾ ਹੈ
ਜਲ੍ਹਿਆਂਵਾਲੇ ਬਾਗ਼ ਦਾ ਖੂਹ...

ਫੁੱਲਾਂ ਜੀਕਣ ਕੰਡਿਆਂ ਸੰਗ ਵੀ
ਖ਼ੁਸ਼ੀ ਖਿਲਾਰ ਦੇਈਏ
ਬਦਲਾ, ਸਹਿਮ ਤੇ ਨਫ਼ਰਤ ਨੂੰ
ਤਾਂ ਜੜ੍ਹੋਂ ਉਖਾੜ ਦੇਈਏ
ਜੇ ਧੁੱਪ ਵੰਡਦੀਆਂ ਕਿਰਨਾਂ ਦਾ
ਸੂਰਜ ਬਿਨ ਸਰਦਾ ਹੈ
ਜਲ੍ਹਿਆਂਵਾਲੇ ਬਾਗ਼ ਦਾ ਖੂਹ...

ਸਾਹਾਂ ਵਿਚ ਅਜ਼ਾਦੀ ਦਾ ਜੇ
ਪੂਰਾ ਵਗਣ ਲੱਗਜੇ
ਮਹਿਫ਼ਲਾਂ ਵਿਚ ਮੁਹੱਬਤਾਂ ਦਾ
ਦੀਪ ਜਗਣ ਲੱਗਜੇ
ਰਿਸ਼ਤਿਆਂ 'ਤੇ ਜੇ ਫਿਰ ਵੀ ਮੀਂਹ
ਤੇਜ਼ਾਬੀ ਵਰ੍ਹਦਾ ਹੈ
ਜਲ੍ਹਿਆਂਵਾਲੇ ਬਾਗ਼ ਦਾ ਖੂਹ
ਅੱਜ ਵੀ ਭਰਦਾ ਹੈ
ਆਜ਼ਾਦ ਵਤਨ ਦਾ ਪਾਣੀ ਹੀ
ਜਦ ਕੈਂਸਰ ਕਰਦਾ ਹੈ

ਬਰਫ਼ 'ਚ ਉੱਗੇ ਅਮਲਤਾਸ/209

ਇਹ ਨਾਟਕ ਨਹੀਂ

ਮਹਾਨ ਭਾਰਤ ਦੇ ਮੂੰਹੋਂ ਸੁਣੀ ਪਰੇਸ਼ਾਨ ਗਾਥਾ ਤੋਂ ਜਾਪਿਆ ਕਿ ਇਹ ਕਿਰਸਾਨ ਅੰਦੋਲਨ ਤਾਂ ਸਦੀਆਂ ਤੋਂ ਚੱਲਿਆ ਆ ਰਿਹਾ ਹੈ। ਹਰ ਵਾਰ ਜਦੋਂ ਕੋਈ ਕਿਰਸਾਨ ਸ਼ਹੀਦ ਹੁੰਦਾ ਹੈ ਤਾਂ ਮੇਰਾ ਭਾਰਤ ਵਲੂੰਧਰਿਆ ਜਾਂਦਾ ਹੈ। ਹਾਕਮਾਂ ਉਹਦੇ ਹੱਥ ਪੈਰ ਬੱਧੇ ਹੋਏ ਹਨ। ਗੁਰਬਤ ਅਤੇ ਮੰਦਹਾਲੀ ਦੇ ਬਿੰਬ ਵੇਖ-ਵੇਖ ਮੇਰੇ ਹਿੰਦੁਸਤਾਨ ਦੀ ਨਜ਼ਰ ਦਿਨ 'ਬ ਦਿਨ ਨਿੱਘਰ ਰਹੀ ਹੈ। ਕਾਇਮ ਹੈ ਤਾਂ ਉਹਦਾ ਦਿਲ, ਜੋ ਹਰ ਜ਼ਾਤ-ਪਾਤ ਅਤੇ ਹਰ ਧਰਮ ਦੇ ਮਨੁੱਖ ਲਈ ਇੱਕੋ ਜਿੰਨਾ ਧੜਕਣ ਲਈ ਬਜਿੱਦ ਹੈ।

ਸੀ.ਐਨ.ਐਨ. ਦੀਆਂ ਖ਼ਬਰਾਂ ਸੁਣ ਕੇ ਕਈ ਗੋਰੇ ਦੋਸਤਾਂ ਨੇ ਆਪੋ-ਆਪਣੀਆਂ ਕਿਰਸਾਨੀ ਬਾਤਾਂ ਸਾਂਝੀਆਂ ਕੀਤੀਆਂ। ਮੈਂ ਵੀ ਸੋਚਦਾ ਹੁੰਦਾ ਸਾਂ ਕਿ ਕਨੇਡਾ ਦੀਆਂ ਪੈਲੀਆਂ 'ਚ ਮੀਲਾਂ ਬੱਧੀ ਕੋਈ ਵੱਟਾਂ ਬੰਨ੍ਹੇ ਕਿਉਂ ਨਹੀਂ ਦਿਸਦੇ? ਸਿਆੜਾਂ ਦੀ ਲੰਬਾਈ ਏਡੀ ਲੰਮੀ ਹੋ ਗਈ ਕਿ ਛੋਟਾ ਕਿਰਸਾਨ ਹਲ ਵਾਹੁੰਦਾ-ਵਾਹੁੰਦਾ ਰਾਹ 'ਚ ਹੀ ਹਫ ਕੇ ਮਿੱਟੀ ਹੋ ਗਿਆ ਸੀ। ਅਨਾਜ ਨੂੰ ਅੰਤਰ-ਰਾਸ਼ਟਰੀ ਮੰਡੀ ਨੇ ਅਗਵਾ ਕਰ ਕੇ ਵੇਸਵਾ ਬਣਾ ਛੱਡਿਆ ਹੈ। ਵਪਾਰੀ ਦੀਆਂ ਲਾਲ੍ਹਾਂ ਦਾ ਸੁਨਾਮੀ ਵੀ ਕਮਾਲ ਦਾ ਹੈ ਜੋ ਕਿਰਸਾਨ ਨੂੰ ਤਾਂ ਸਦਾ ਲਈ ਡੋਬ ਦਿੰਦਾ ਹੈ ਪਰ ਉਹਦੇ ਪੈਦਾ ਕੀਤੇ ਅਨਾਜ ਨੂੰ ਸੁਰੱਖਿਅਤ ਕੋਲਡ ਸਟੋਰਾਂ 'ਚ ਪੁਚਾ ਦਿੰਦਾ ਹੈ। ਸਗੋਂ ਰਸਾਇਣ ਪਾ ਕੇ ਉਹਦੀ ਉਮਰ ਹੋਰ ਵੀ ਲੰਮੀ ਕਰ ਦਿੰਦਾ ਹੈ। ਬੋਰਿਆਂ ਤੇ ਡਰੰਮਾਂ ਦੀ ਬਜਾਏ ਉਹਨੂੰ ਸੋਹਣੀਆਂ ਤਸਵੀਰਾਂ ਵਾਲੇ ਪਲਾਸਟਿਕ ਪੈਕਟਾਂ 'ਚ ਪਾ ਕੇ 'ਏਅਰ-ਕੰਡੀਸ਼ਨਡ' ਸਟੋਰਾਂ 'ਚ ਸੁਆਰ ਸਜਾ ਕੇ ਰੱਖਦਾ ਹੈ। ਖਾਣ ਵਾਲੇ ਅਤੇ ਉਗਾਉਣ ਵਾਲੇ 'ਚ ਕਈ-ਕਈ ਸਦੀਆਂ ਦੀ ਵਿੱਥ ਪੈ ਚੁੱਕੀ ਹੈ। ਹਾਂ, ਅੱਗੇ ਨਾਲੋਂ ਜ਼ਿਆਦਾ ਢਿੱਡ ਜ਼ਰੂਰ ਭਰ ਰਹੇ ਹਨ। ਕੋਠੇ ਚੜ੍ਹੇ ਜੀ.ਡੀ.ਪੀ. ਅੰਕੜਿਆਂ ਦੇ ਧਮੱਚੜ 'ਚ ਕਿਰਤੀ ਦੀ ਚੀਖ ਸੁਣਾਈ ਨਹੀਂ ਦਿੰਦੀ।

ਪਾਣੀ ਦਾ ਸੰਘ ਸੁੱਕਿਆ
ਮਿੱਟੀ ਹੋਈ ਪਲੀਤ
ਪੌਣਾਂ ਪਿੱਛੜ-ਲੱਗੀਆਂ
ਮੰਡੀ ਕੁਫ਼ਰ ਕੁਰੀਤ

ਇਸ ਜਹਾਨ 'ਚ ਰੁਲੀ ਕਿਰਸਾਨੀ ਆਬਰੂ ਦੇ ਕਿੱਸੇ ਸੁਣ ਕੇ ਮੇਰੀ ਰਾਤ ਹੋਰ ਵੀ ਲੰਮੀ ਹੋ ਗਈ।

ਬਰਫ਼ 'ਚ ਉੱਗੇ ਅਮਲਤਾਸ/210

ਬਾਹਰ ਬਰਫ਼ੀਲਾ ਤੂਫ਼ਾਨ ਮੇਰੇ ਬੈੱਡ-ਰੂਮ ਦੀਆਂ ਤਾਕੀਆਂ ਭੰਨ ਕੇ ਅੰਦਰ ਆਉਣ ਲਈ ਕਾਹਲਾ ਪੈ ਰਿਹਾ ਸੀ। ਪਰ ਕਿਸੇ ਕਿਰਤੀ ਹੱਥ ਦਾ ਬੁਣਿਆ ਮੇਰਾ ਕੰਬਲ ਭਖ ਰਿਹਾ ਸੀ ਅਤੇ ਬਰਫ਼ੀਲੇ ਝੱਖੜ ਨਾਲ ਸਿੱਝਣ ਲਈ ਤਿਆਰ-ਬਰ ਤਿਆਰ ਸੀ।

ਮੈਂ ਸਪਾਟ ਤੱਕ ਰਿਹਾ ਸਾਂ ਕਿ ਆਰਥਿਕ ਅਨਿਆਂ ਕਿਰਸਾਣ ਦੇ ਉਗਾਏ ਅਨਾਜ ਦੀ ਧੁਰ ਆਤਮਾ ਤੀਕਰ ਪਹੁੰਚ ਚੁੱਕਾ ਹੈ। ਅੰਨਦਾਤੇ ਦਾ ਰੋਹ ਮਹਿਲਾਂ ਦੀਆਂ ਅੰਤੜੀਆਂ 'ਚ ਖ਼ਲਲ ਮਚਾ ਸਕਦਾ ਹੈ। ਹਰ ਬੀਜ ਉੱਤੇ ਬੇਇਨਸਾਫ਼ੀ ਦੇ ਸਬੂਤ ਉੱਕਰ ਚੁੱਕੇ ਹਨ। ਹਰ ਨਵੀਂ ਕਰੂੰਬਲ ਬਦਨੀਤੀ ਨਾਲ ਜੁਝਣ ਲਈ ਤਿਆਰ-ਬਰ-ਤਿਆਰ ਹੈ। ਕਾਲੇ ਕਾਨੂੰਨ ਲਿਖਣ ਵਾਲੀ ਮਜਬੂਰ ਕਲਮ ਵੀ ਸ਼ਰਮਿੰਦਗੀ ਮਹਿਸੂਸ ਕਰ ਰਹੀ ਹੈ। ਇਹ ਕਦੇ ਨਹੀਂ ਸੀ ਸੋਚਿਆ ਕਿ ਸਦੀ ਬੀਤ ਜਾਣ ਤੋਂ ਬਾਦ ਵੀ ਸਾਡੇ ਆਜ਼ਾਦ ਮੁਲਕ ਨੂੰ ਪਰਵਾਸੀ ਪਰਤੀ ਤੋਂ ਗ਼ਦਰ ਲਹਿਰ ਦੇ ਪੁਨਰਜਨਮ ਦੀ ਮੁੜ ਲੋੜ ਪਵੇਗੀ..

ਦੇਸ-ਪਰ-ਦੇਸ

ਸੂਰਜਵੰਸੀ ਮੁਲਕ ਦੀਆਂ ਪੈਲੀਆਂ 'ਚ
ਪਹੁ-ਫੁਟਾਲੇ ਤੋਂ ਪਹਿਲੋਂ ਹੀ
ਅੱਜਕੱਲ ਰੈਣ ਪਰਤ ਆਉਂਦੀ ਹੈ

'ਨ੍ਹੇਰੇ ਦੀਆਂ ਛਿਲਤਰਾਂ ਨਾਲ ਜ਼ਖਮੀ ਚੰਦਰਮੁਖੀ ਚੰਨ
ਮੁਲਕ ਦੀ ਕੁਰਸੀ 'ਤੇ ਬੈਠਾ ਉਬਾਸੀਆਂ ਮਾਰਦਾ ਮੀਸਣਾ ਧਰੂੰ-ਤਾਰਾ
ਪੌਣ ਦੇ ਫੇਫੜਿਆਂ 'ਚ ਕਾਲੇ ਕੱਛੇ ਪਾ ਕੇ ਘੁੰਮ ਰਹੇ ਸਰਕਾਰੀ ਧੂੰਏਂ ਦੇ ਬੱਦਲ
ਉੱਤਰ ਵੱਲ ਖ਼ਾਕੀ ਡਾਂਗਰੀ ਪਾਈ ਖਲੋਤਾ ਗ਼ੁਲਾਮ ਹਿਮਾਲਾ
ਦੱਖਣ ਦੀ ਭੜਾਸ ਨਾਲ ਮੱਚੀਆਂ ਮਾਯੂਸ ਮਾਨਸੂਨਾਂ
ਸੱਜੇ-ਖੱਬੇ ਹੱਥਾਂ ਦੇ ਰਗੜਿਆਂ-ਝਗੜਿਆਂ 'ਚ ਘਿਰਿਆ ਅੰਨਦਾਤੇ ਦਾ ਪਿੰਜਰ
ਭਗਵੇ ਰਾਸ਼ਟਰਵਾਦ ਮੂੰਹੋਂ ਛਿੜੇ ਉੱਬੂ ਦਾ ਸ਼ੋਰ ਪਰਦੂਸ਼ਨ
ਰੁੱਖੀ-ਮਿੱਸੀ ਦੀ ਅਣਸੁਣੀ ਹਿਚਕੀ
ਜੇਬ ਕਤਰੇ ਸ਼ਾਸਕ ਦੀਆਂ ਕਾਨੂੰਨੀ ਕੈਂਚੀਆਂ,
ਅਤੇ ਕੈਂਚੀਆਂ ਮੁੰਨਣ 'ਤੇ ਆਈਆਂ:
ਟਾਮਲ ਪੱਤਰ, ਸਤਰੰਗੀ ਪੀਂਘ ਦੇ ਛੇ ਰੰਗ

ਇਤਿਹਾਸ ਦੀ ਕਿਤਾਬ ਦੇ ਤਿੰਨ ਅਧਿਆਇ,
ਕੁਝ ਕੁ ਸੜਕਾਂ, ਸਟੇਡੀਅਮਾਂ ਤੇ ਸ਼ਹਿਰਾਂ ਦੇ ਨਾਂ

ਤੁਸੀਂ ਮੈਨੂੰ ਕੋਈ ਨਜ਼ਮ ਨਾ ਸਮਝ ਲੈਣਾ
ਮੈਂ ਤਾਂ ਹਾਂ
ਬੇਗਾਨੇ ਮੁਲਕ ਦੀ ਸਰਜ਼ਮੀਨ ਤੇ
ਆਵਾਸੀ ਅਦਾਲਤ ਵਿਚ ,
ਤਿਰੰਗਾ ਕੁੜਤਾ ਪਾਈ ਖਲੋਤੇ
ਪਨਾਹ ਮੰਗ ਰਹੇ ਸ਼ਰਨਾਰਥੀ ਕਿਰਸਾਣ ਦਾ
ਧੁਖਦਾ ਇਕਬਾਲ-ਏ-ਬਿਆਨ

ਓ ਮੇਰੇ ਹਿੰਦੁਸਤਾਨ!
ਜਦੋਂ ਦੋ ਸੌ ਸਾਲ ਪਹਿਲਾਂ
ਤੇਰੀ ਕਪਾਹ ਅਗਵਾ ਹੋਈ
ਤਾਂ ਤੇਰਾ ਰੋਹ, ਚਰਖਿਆਂ ਦੇ ਤੱਕਲਿਆਂ 'ਚ ਆ ਗੱਜਿਆ ਸੀ
ਅੱਜ ਤੇਰੀ ਧਰਤ ਮਾਂ ਦੇ ਢਿੱਡੀਂ ਲੱਤਾਂ ਵੱਜ ਰਹੀਆਂ ਨੇ
ਕਿਉਂ ਸੀਤ ਯਖ਼ ਬੇਜਾਨ ਨੇ ਤੇਰੀਆਂ ਇੰਦਰੀਆਂ
ਤੈਨੂੰ ਗ਼ੁਲਾਮ ਕਹਾਂ ਜਾਂ ਆਜ਼ਾਦ?
ਨਾਲੇ ਇਹ ਵੀ ਜ਼ਰੂਰ ਦੱਸ
ਨਿਆਂ, ਰਿਜ਼ਕ ਅਤੇ ਰੋਟੀ ਦੇਣ ਵਾਲੇ
ਇਸ ਬੇਗਾਨੇ ਗੋਰੇ ਨੂੰ
ਮੈਂ ਕੀ ਕਹਾਂ

ਮੈਂ ਭਾਵੇਂ ਪਰਵਾਸ 'ਚ ਹਾਂ
ਪਰ ਇਸ ਆਸ 'ਚ ਹਾਂ
ਕਿ ਹਿੰਦੁਸਤਾਨ ਇੱਕ ਦਿਨ
ਸੱਚੀਂ-ਮੁੱਚੀਂ ਆਜ਼ਾਦ ਹੋਵੇਗਾ
ਸਭ ਨੂੰ ਇੱਕੋ ਲੜੀ ਪਰੋਵੇਗਾ

ਮੈਂ "ਰੰਗ ਦੇ ਬਸੰਤੀ" ਗਾ ਰਿਹਾ ਹਾਂ
ਮੈਂ ਵਤਨ ਵਾਪਸ ਆ ਰਿਹਾ ਹਾਂ

ਮੇਰਾ ਵਹਾਅ ਵੇਖ ਕੇ ਬੱਦਲ ਗੱਜਿਆ ਤੇ ਬਿਜਲੀ ਲਿਸ਼ਕੀ, "ਓ ਪਰਵਾਸੀਆ, ਤੂੰ ਵਤਨ ਪਰਤ ਕੇ ਕੀ ਕਰੇਂਗਾ? ਤੇਰੀ ਜੜ੍ਹ ਮਰ ਚੁੱਕੀ ਹੈ। ਤੇਰਾ ਜੱਦੀ ਘਰ-ਬਾਰ ਮੇਰੇ ਅਹਿਲਕਾਰਾਂ ਦੀ ਜੁੱਤੀ ਹੇਠ ਸਾਹ ਗਿਣ ਰਿਹਾ। ਕੀ ਤੈਨੂੰ ਕਾਮਾਗਾਟਾਮਾਰੂ ਦਾ ਹਸ਼ਰ ਭੁੱਲ ਗਿਐ? ਤੇਰੀ ਵਤਨ ਪ੍ਰਸਤੀ ਦੇ ਇਸ ਬੁਖ਼ਾਰ ਨੂੰ ਮੈਂ ਵੱਖਵਾਦੀ ਗਰਦਾਨ ਦੇਵਾਂਗਾ ਅਤੇ ਹਮੇਸ਼ਾ ਲਈ ਸੀਤ ਕਰ ਦੇਵਾਂਗਾ।"

ਇੰਜ ਲੱਗਾ ਜਿਵੇਂ ਕੋਈ ਮੇਰੇ ਕੰਨਾਂ 'ਚ ਮੱਧਮ ਜਿਹੀ ਸੁਰ ਨਾਲ ਧਮਕਾ ਰਿਹਾ ਹੋਵੇ। "ਕੋਈ ਦੁਬਿਧਾ ਹੈ ਤਾਂ ਤੂੰ ਮੈਨੂੰ ਚੰਗੀ ਤਰ੍ਹਾਂ ਜਾਣ ਲੈ, ਪਹਿਚਾਣ ਲੈ...

ਮੇਰਾ ਤਆਰੁਫ਼

ਮੈਂ ਦਿਲਾਂ 'ਚ ਵੱਸਾਂ
ਜਾਂ ਨਾ ਵੱਸਾਂ
ਕਰੋੜਾਂ ਚਿਹਰਿਆਂ ਤੇ, ਚੜ੍ਹਿਆ ਨਕਾਬ ਹਾਂ
ਗੋਡਸੇ ਦੇ ਪੈਰਾਂ ਲਈ ਬਣੀ ਫ਼ੌਲਾਦੀ ਰਕਾਬ ਹਾਂ
ਮਨਹਠਿ ਸਾਕਤ, ਉਂਝ ਧਰਮੀ ਬੇ-ਹਿਸਾਬ ਹਾਂ

ਮੈਂ ਕੌੜਾ ਬੋਲਾਂ
ਜਾਂ ਨਾ ਬੋਲਾਂ
ਜੌਨ ਸ਼ੋਸ਼ਕ ਦੀ ਸਰਕਾਰੀ ਢਾਲ੍ਹ ਹਾਂ
ਜੁੜਦੇ ਸਿਰਾਂ ਲਈ ਮੱਕੜੀ ਜਾਲ੍ਹ ਹਾਂ
ਮੋਮੋਠਗਣੀ ਦੇ ਬੋਲ 'ਚ ਲਪੇਟੀ ਗੰਦੀ ਗਾਲ੍ਹ ਹਾਂ

ਮੈਂ ਤੁਹਾਨੂੰ ਦਿਸਾਂ
ਜਾਂ ਨਾ ਦਿਸਾਂ
ਟਵਿਟਰ 'ਚ ਪਲ਼ਦੇ ਕਰੋੜਾਂ ਅੱਕਾਂ ਦਾ ਬੀਜ ਹਾਂ

'ਡਿਜੀਟਲ-ਡੌਂਡੀ' ਪਿੱਟਿਆਂ ਦਾ ਕੌਮੀ ਹਫ਼ੀਜ਼ ਹਾਂ
ਤੇਰੀ 'ਫਰੈਂਡ-ਲਿਸਟ' 'ਚ ਲੁਕਿਆ ਸੱਪ ਅਜ਼ੀਜ਼ ਹਾਂ

ਓਏ ਛੱਡ ਦਸਾਂ ਸਿਰਾਂ ਦੀ ਵਿਥਿਆ
'ਆਊਡੇਟਿੱਡ' ਰਾਵਣ ਦੀਆਂ ਗੱਲਾਂ
ਮੇਰਾ ਹਰ 'ਫ਼ੌਲੋਅਰ', ਹਰ 'ਫ਼ੈਨ'
ਮੇਰਾ ਹੀ ਚਿਹਰਾ ਹੈ
ਆਪਣੇ ਹਰ ਭਗਤ ਦੇ
ਦਿਮਾਗ਼ 'ਚ ਵੱਸਦੇ ਕਰੋੜਾਂ ਤੰਤੂਆਂ 'ਚ
ਮੈਂ ਹਾਜ਼ਰ-ਨਾਜ਼ਰ ਹਾਂ
ਬੁੱਤ ਬਣਾ ਕੇ ਕਿਵੇਂ ਫੂਕ ਸਕਦੇ ਹੋ ਤੁਸੀਂ ਮੇਰੀ ਮਾਨਸਿਕਤਾ?
ਕੌਣ ਢਾਹ ਸਕਦੈ ਮੇਰੀ ਲੰਕਾ?

ਮੇਰੀਆਂ ਅੱਖਾਂ ਥਾਣੀਂ ਤੱਕੋ
ਬਦੀ ਦੀ ਜਿੱਤ 'ਤੇ ਨੇਕੀ ਦਾ ਮੁਲੰਮਾ
ਮੇਰੇ ਕੰਨਾ ਥਾਣੀਂ ਸੁਣੋ
ਘੱਟ-ਗਿਣਤੀਆਂ ਦੀਆਂ ਚੀਕਾਂ 'ਚੋਂ ਉਗਮਦਾ ਰਾਗ਼ ਬਸੰਤ
ਮੇਰੇ ਨੱਕ ਥਾਣੀਂ ਸੁੰਘੋ
ਅਰਥ-ਵਿਵਸਥਾ ਦੇ ਧੁੰਏਂ 'ਚੋਂ ਚੰਦਨ ਦੀ ਖ਼ੁਸ਼ਬੋ
ਮੇਰੇ ਜਬਾੜੇ ਨਾਲ ਚੱਬੋ
ਤੰਦੂਰ 'ਚ ਭੁੰਨੇ ਲੋਕਤੰਤਰ ਦੀਆਂ ਟੰਗਾਂ

ਮੈਂ ਦਿਲਾਂ 'ਚ ਵੱਸਾਂ
ਜਾਂ ਨਾ ਵੱਸਾਂ
ਮੈਂ ਕੌੜਾ ਬੋਲਾਂ
ਜਾਂ ਨਾ ਬੋਲਾਂ
ਮੈਂ ਤੁਹਾਨੂੰ ਦਿਸਾਂ
ਜਾਂ ਨਾ ਦਿਸਾਂ"

ਮੈਨੂੰ ਮੁਗ਼ਲ ਅਤੇ ਬਰਤਾਨਵੀ ਸਾਮਰਾਜ ਦੀਆਂ ਵਧੀਕੀਆਂ ਬੌਣੀਆਂ ਜਾਪਣ ਲੱਗੀਆਂ।
ਪਰ ਮੈਂ ਵੇਖ ਰਿਹਾ ਸਾਂ ਕਿ ਪਨੀਰ ਮੁੜ ਤੋਂ ਦੁੱਧ ਦਾ ਸਪਤਸਿੰਧ ਬਣ ਰਿਹਾ ਹੈ। ਖ਼ਮੀਰ
ਵਾਪਸ ਆਟਾ ਬਣਨ ਦੀ ਤਾਂਘ 'ਚ ਹੈ ਤੇ ਗ਼ਰੀਬ ਦੀ ਰੋਟੀ ਬਣਨਾ ਲੋਚ ਰਿਹਾ ਹੈ।
ਹਰ ਖਟਾਸ ਤੇ ਹਰ ਭੜਾਸ ਭਾਈਚਾਰਿਕ ਦੁੱਧ ਦੇ ਸਮੁੰਦਰ 'ਚ ਫੱਟ ਪਾਉਣ ਤੋਂ
ਅਸਮਰਥ ਹੈ। ਚੰਗਾ, ਮਾੜਾ ਹਰ ਕਿਰਦਾਰ ਹੋ ਚੁੱਕਾ ਹੈ ਜੱਗ-ਜ਼ਾਹਰ...

ਅਖੇ "ਮੇਰਾ ਮੌਲਾ ਤੇਰੇ ਰੱਬ ਤੋਂ ਚੰਗਾ ਏ
ਤੇਰਾ ਛੱਪੜ, ਸਾਡਾ ਟੋਭਾ ਗੰਗਾ ਏ"

ਤੇਰੇ ਸਿਰ 'ਤੇ ਪਰਚਮ ਭਗਵੇ ਫੁੱਲਾਂ ਦਾ
ਤਿੰਨ ਰੰਗਾ ਤੋਂ ਘੱਟ ਵੀ ਕੋਈ ਤਿਰੰਗਾ ਏ?

ਗ਼ਜ਼ਨੀ ਵਾਲ਼ੀ ਖੇਡ ਤਾਂ ਤੂੰ ਵੀ ਖੇਡੀ ਏ
ਉਂਜ ਗੱਲੀਂ-ਬਾਤੀਂ ਅਕਬਰ ਨਾਲੋਂ ਚੰਗਾ ਏ

ਲੱਖਾਂ ਤਿਲਕ ਲਗਾ, ਤੂੰ ਭਾਵੇਂ ਟੱਲ ਖੜਕਾ
ਫ਼ਿਰੰਗੀ ਸ਼ਾਤਰ ਵਰਗਾ ਤੇਰਾ ਮੜੰਗਾ ਏ

ਪੰਛੀ ਮੁੜੇ ਨਾ, ਹੋ ਗਏ ਪੱਕੇ ਪਰਵਾਸੀ
ਵਾਜ ਦੇ ਬੁੱਲੀਂ ਬਾਂਸਰੀ, ਰੂਹ ਵਿਚ ਦੰਗਾ ਏ

ਕੀ ਤੇਰੇ ਮਹਿੰਗੇ ਸੂਟਾਂ ਦੀ ਤਸਦੀਕ ਕਰਾਂ
ਜਦ ਬੱਚਾ-ਬੱਚਾ ਆਖੇ ਰਾਜਾ ਨੰਗਾ ਏ

ਸੱਤਰ, ਅੱਸੀ, ਨੱਬੇ, ਕੋਈ ਨੜਿਨਵੇਂ ਬੱਸ
ਇਸ ਤੋਂ ਪਰ੍ਹਾਂ ਤਾਂ ਬੰਦਾ ਕੀਟ ਪਤੰਗਾ ਏ

ਬੱਦਲ ਫਿਰ ਗੱਜਿਆ, "ਉਏ ਪਰਵਾਸੀ ਭਗੌੜਿਆ, ਇਹ ਚੰਗੀ ਤਰ੍ਹਾਂ ਜਾਣ ਲੈ ਕਿ
ਸ਼ਨੀ ਦੀ ਅਦਾਲਤ ਦਾ ਮਗਰਲਾ ਬੂਹਾ ਮੇਰੇ ਮਹਿਲ ਦੇ ਭੋਰੇ ਨਾਲ ਜੁੜ ਚੁੱਕਾ ਹੈ।

ਚਿਤਰਗੁਪਤ ਦੇ ਲੇਖੇ-ਜੋਖਿਆਂ ਦਾ 'ਡਿਜੀਟਲ' ਪਰਿਵਰਤਨ ਕਰਦਿਆਂ ਮੈਂ ਤੇਰੀ ਪਰਵਾਸੀ ਧਰਤੀ ਤੋਂ ਕੀਤੀ ਹਰ ਹਰਕਤ 'ਰਿਮੋਟ' ਨਾਲ ਵਾਚ ਸਕਦਾ ਹਾਂ।"

ਸਰਹੰਦ ਦੀ ਸ਼ਹੀਦੀ ਸਭਾ 'ਚੋਂ ਅਵਾਜ਼ ਆਈ, "ਤੂੰ ਚਾਹੇ ਸਾਡੇ ਪੈਰ ਬੇੜੀਆਂ 'ਚ ਪਾ ਦੇ ਜਾਂ ਸਾਨੂੰ ਨੀਂਹਾਂ 'ਚ ਚਿਣਾ ਦੇ, ਪੈਰਾਂ ਨੂੰ ਜਕੜਨ ਨਾਲ ਨਹੀਂ ਰੁਕਣਗੇ ਸਾਡੇ ਕਦਮ। ਕਦਮ ਜੋ ਮਾਂ ਗੁਜਰੀ ਦਾ ਵਰਦਾਨ ਨੇ, ਗੁਰੂ ਤੇਗ ਬਹਾਦਰ ਜੀ ਦਾ ਸਨਮਾਨ ਨੇ ਅਤੇ ਕਦਮ ਜੋ ਸਰਬੱਤ ਦੇ ਭਲੇ ਦਾ ਪ੍ਰਵਾਹ ਨੇ, ਨਿਰਭਉ ਨਿਰਵੈਰ ਮਲਾਹ ਨੇ, ਪੈਰਾਂ ਨੂੰ ਜਕੜਨ ਨਾਲ ਨਹੀਂ ਰੁਕਣਗੇ"।
ਮੈਨੂੰ ਪਿਛਾਂਹ ਕਰ ਕੇ ਕਵਿਤਾ ਨੇ ਮੋਰਚਾ ਸੰਭਾਲ ਲਿਆ...

ਪਸੀਨਾ ਮਾਈ-ਬਾਪ ਦਾ

ਇਹ ਰੱਤ ਜੋ ਕਿਸਾਨ ਦੀ
ਹੀ ਪੱਤ ਹਿੰਦੁਸਤਾਨ ਦੀ
ਪਸੀਨਾ ਮਾਈ-ਬਾਪ ਦਾ
ਤੇਰੀ ਅੱਤ ਨੂੰ ਸਰਾਪਦਾ

ਢਿੱਡੋਂ ਹਉਕਾ ਉੱਠਿਆ
ਦਿੱਲੀ ਜਾ ਕੇ ਜੁੱਟਿਆ
ਕਪਟੀ ਦੁਆਰ ਤਾਈਂ
ਅੰਨ੍ਹੀ ਸਰਕਾਰ ਤਾਈਂ
ਕੈਸਾ ਇਹ ਵਪਾਰ ਏ?
ਛੱਲ ਬੇ-ਸ਼ੁਮਾਰ ਏ
ਪਰ ਲੋਕੀ ਜੁੜੇ ਖੁੱਲ੍ਹ ਕੇ
ਗੁੱਸੇ ਗਿਲੇ ਭੁੱਲ ਕੇ

ਕਾਫ਼ਲਾ ਅਡੋਲ ਏ
ਸੀਸ ਗੰਜ ਕੋਲ ਏ
ਮੁਹੱਬਤੀ ਸਿਆੜ ਵਿਚ

ਏਕਤਾ ਦੀ ਆੜ ਵਿਚ
ਰਹਿਮਤਾਂ ਵੀ ਜੰਮੀਆਂ
ਸਹਿਮਤਾਂ ਨੇ ਲੰਮੀਆਂ
ਲੰਗਰ ਵੀ ਪੱਕਿਆ
ਸਾਧੂਆਂ ਵੀ ਛਕਿਆ
ਸੱਭੇ ਵਿੱਥਾਂ ਮੁੱਕੀਆਂ
ਦੈਵੀ ਗੂੰਜਾਂ ਉੱਠੀਆਂ
ਵਾਰਾਂ ਬੀਰ-ਰਸੀਆਂ
ਆਸਾ ਰਾਗ਼ ਵੱਸੀਆਂ
ਗਗਨ ਦਮਾਮਾ ਵੱਜਿਆ
ਧੁੰਦੂਕਾਰ ਭੱਜਿਆ
ਮਜ਼ੂਰ ਪੁਕਾਰਿਆ
ਹਾਲ਼ੀ ਲਲਕਾਰਿਆ,

ਓ ਕੋਝਿਆ ਵਪਾਰੀਆ
ਓ ਬੇ-ਹਿਤਕਾਰੀਆ
ਓ ਬੱਲੇ ਨੋਟ-ਬੰਦੀਆ
ਕੁਕਰਮ ਕਰੰਦੀਆ
ਓ ਕਾਫ਼ਰਾਂ ਦੇ ਮਹਿਰਮਾਂ
ਓ ਗ਼ਾਫ਼ਲਾਂ ਦੇ ਰਹਿਨੁਮਾ
ਤੋਹਮਤਾਂ ਜੋ ਤੇਰੀਆਂ
ਨੇ ਖੋਟੀਆਂ ਘੁਮੇਰੀਆਂ

ਓਏ ਨਰਪਤਿ ਪ੍ਰਾਣੀ
ਤੇਰੀ ਤੱਕੜੀ ਏ ਕਾਣੀ
ਤੇਰੀ ਫੋਕਟ ਮਧਾਣੀ
ਤੇਰਾ ਸਾਕਤ ਏ ਪਾਣੀ
ਤੇਰੀ ਅਦਨਾਂ ਦੀ ਢਾਣੀ
ਤੇਰੀ ਹਉਂਮੈ ਪਟਰਾਣੀ

ਤੂੰ ਫਿਰੰਗੀਆਂ ਦਾ ਹਾਣੀ
ਮੱਤ ਰੋਲ਼ ਕਿਰਸਾਣੀ

ਮੈਲ਼ਾ ਦਰਬਾਰ ਏ
ਮੈਲ਼ਾ ਵਿਵਹਾਰ ਏ
ਮੈਲ਼ੇ ਤੇਰੇ ਰੰਗ ਨੇ
ਮੈਲ਼ੇ ਹੀ ਪ੍ਰਸੰਗ ਨੇ
ਮੈਲ਼ੇ ਤੇਰੇ ਰਾਹ ਨੇ
ਮੈਲ਼ੇ ਹੀ ਗਵਾਹ ਨੇ
ਮੈਲ਼ਾ ਤੇਰਾ ਤਾਜ ਏ
ਮੈਲ਼ਾ ਹੀ ਪਰਵਾਜ਼ ਏ

ਥੁੱਕ ਤਸਕਰੀ ਖੇਡ ਨੂੰ
ਕੁਟਨੀਤੀ ਕਾਲ਼ੀ ਭੇਡ ਨੂੰ
ਸੁਣ ਧਰਤ ਪੁਕਾਰ ਨੂੰ
ਕਿਸਾਨੀ ਲਲਕਾਰ ਨੂੰ
ਓਏ ਨਿਭ ਕੇ ਨਿਭਾ ਲੈ
ਓਏ ਸੱਚ ਅਪਣਾ ਲੈ
ਸੁਣ ਹਾਹ ਜਜਮਾਨ ਦੀ

ਇਹ ਰੱਤ ਜੋ ਕਿਸਾਨ ਦੀ
ਹੀ ਪੱਤ ਹਿੰਦੁਸਤਾਨ ਦੀ
ਪਸੀਨਾ ਮਾਈ-ਬਾਪ ਦਾ
ਤੇਰੀ ਅੱਤ ਨੂੰ ਸਰਾਪਦਾ

ਕਵਿਤਾ ਉਦੋਂ ਤੀਕਰ ਰਾਜ ਮਹਿਲ ਉੱਤੇ ਉਡਾਰੀਆਂ ਭਰਦੀ ਰਹੀ, ਜਦੋਂ ਤੀਕਰ ਸਰਕਾਰੀ ਹਉਂਮੈ ਦਾ ਪਰਚਮ ਨੀਵਾਂ ਨਹੀਂ ਸੀ ਹੋ ਗਿਆ।

ਅਚਾਨਕ ਬਾਬਾ ਜੈਮਲ ਸਿਹੁੰ ਪਿੱਛੋਂ ਆਉਂਦਾ ਹੈ ਅਤੇ ਮੇਰੀ ਬਾਂਹ ਫੜ ਕੇ ਪਰ੍ਹਾਂ ਨੂੰ ਲੈ ਜਾਂਦਾ ਹੈ।

"ਕਾਕਾ, ਕਿਸੇ ਵੀ ਮੁਲਕ ਦੀ ਸਰਕਾਰ ਦਾ ਕਿਰਦਾਰ ਦਰਅਸਲ ਉੱਥੋਂ ਦੀ ਵਸੋਂ ਦਾ ਔਸਤਨ ਕਿਰਦਾਰ ਹੀ ਹੁੰਦਾ। ਇੱਕ ਚਲਾ ਜਾਊ ਕੋਈ ਹੋਰ ਆਜੂ। ਨਾਲ਼ੇ ਆਪਾਂ ਕਿਹੜਾ ਸੋਨੇ ਦੇ ਆਂ।   ਹੌਲੀ-ਹੌਲੀ ਆਪਾਂ ਵੀ ਝੂਠ ਅਤੇ ਬੇਇਨਸਾਫ਼ੀ ਦੀ ਧੁੰਦ 'ਚ ਰਹਿਣਾ ਗਿੱਝ ਹੀ ਜਾਂਦੇ ਹਾਂ ਅਤੇ ਕੂੜ-ਕਪਟੀ ਸਤਰ ਹੀ ਸਾਡੀ ਅਧਾਰ-ਰੇਖਾ ਬਣ ਜਾਂਦੀ ਹੈ।   ਥੋੜ੍ਹਾ ਬਹੁਤਾ ਸਾਰੇ ਬਦਲਾਂਗੇ ਤਾਂ ਮੁਲਕ ਭਾਵੇਂ ਤਿਲ ਕੁ ਬਦਲਜੂ।   ਉਂਝ ਤੇਰੇ ਸਵਾਲ ਅਸਲ 'ਚ ਹਰ ਨਾਗਰਿਕ ਦੇ ਸਵਾਲ ਹੋਣੇ ਚਾਹੀਦੇ ਨੇ। ਜਿਹੜੀਆਂ ਕੌਮਾਂ ਸੂਰਤ-ਏ-ਹਾਲ ਨੂੰ ਲਲਕਾਰਨ ਤੋਂ ਝਿਜਕ ਜਾਣ ਉਹ ਆਪਣੀ ਪਛਾਣ ਗੁਆ ਬਹਿੰਦੀਆਂ।"

"ਪਰ ਬਾਬਾ, ਤੈਨੂੰ ਨਹੀਂ ਲੱਗਦਾ ਸਾਡੇ ਮੁਲਕ ਦੇ ਕਿਰਸਾਣਾਂ ਨਾਲ ਜ਼ਿਆਦਾ ਧੱਕਾ ਹੋ ਰਿਹਾ?", ਮੈਂ ਬਾਬੇ ਜੈਮਲ ਸਿਹੁੰ ਦੇ ਮੌਜੂਦਾ ਅੰਦੋਲਨ ਬਾਰੇ ਮਖ਼ਸੂਸ ਵਿਚਾਰਾਂ ਨੂੰ ਜਾਨਣ ਲਈ ਉਤਸੁਕ ਸਾਂ।

"ਕੋਈ ਨਵੀਂ ਗੱਲ ਐ ਬਈ? ਜ਼ਰਾ ਸੋਚ ਕਿ ਗੋਰਿਆਂ ਖ਼ਿਲਾਫ਼ ਫਾਂਸੀਆਂ 'ਤੇ ਚੜ੍ਹਨ ਵਾਲੇ ਸੂਰਮਿਆਂ ਦੀ ਨਸਲ 'ਸੰਤਾਲੀ' ਤੋਂ ਬਾਦ ਖ਼ੁਦਕੁਸ਼ ਕਿਵੇਂ ਬਣ ਗਈ? ਉਂਜ ਇਹ ਧੱਕਾ ਤਾਂ ਸਦੀਆਂ ਤੋਂ ਚੱਲਿਆ ਆ ਰਿਹਾ। ਨਾਲ਼ੇ ਇਹ ਕੇਵਲ ਹਿੰਦਸਤਾਨ 'ਚ ਹੀ ਨਹੀਂ, ਸਾਰੇ ਜਹਾਨ ਦੇ ਕਿਰਸਾਣ ਮਜ਼ਦੂਰ ਦੀ ਇਹੋ ਪੀੜਾ ਹੈ। ਅਜੇ ਕਲ-ਪਰਸੋਂ ਪੱਛਮੀ ਮੁਲਕਾਂ ਦੀ ਕਾਸ਼ਤਕਾਰੀ ਬਾਂਹ ਆਰਥਿਕ ਪਰਿਵਰਤਨਾਂ ਦੇ ਵੇਲਣੇ 'ਚ ਆ ਗਈ ਸੀ। ਨਾਲ ਹੀ ਉਨ੍ਹਾਂ ਦੀ ਕੁੱਲੀ ਨੂੰ ਸ਼ਹਿਰੀ ਸਲੱਮਾਂ 'ਚ ਸ਼ਰਨ ਲੈਣੀ ਪਈ ਅਤੇ ਉਨ੍ਹਾਂ ਦੀ ਜੁੱਲੀ ਘਰੇਲੂ ਖੱਦਰ ਤੋਂ ਪੌਲੀਐਸਟਰ ਹੋ ਗਈ। ਦੁਧਾਰੂਆਂ ਉੱਤੇ ਉੱਪਰੋਥਲੀ ਦੇ ਗਰਭ ਦਾ ਦੋਜ਼ਖ ਟੁੱਟਿਆ ਤਾਂ ਅੰਮ੍ਰਿਤ ਦੁੱਧ ਵੀ ਜ਼ਹਿਰ ਹੋ ਗਿਆ। ਮੀਟ ਫ਼ੈਕਟਰੀ 'ਚ ਮੌਤ ਦੇ ਪਰਛਾਵੇਂ ਥੱਲੇ ਜਾਨਵਰ ਦੇ ਪੈਦਾ ਹੋਣ ਨੂੰ ਭਲਾ ਕੋਈ ਜੰਮਣਾ ਕਿਵੇਂ ਆਖ ਸਕਦਾ ਹੈ ਲੱਗਦਾ ਹੁਣ ਸਾਡੀ ਵਾਰੀ ਐ," ਬਾਬਾ ਜੈਮਲ ਸਿਹੁੰ ਨੇ ਲੰਮਾ ਸਾਹ ਭਰਦਿਆਂ ਆਖਿਆ।

"ਬਾਬਾ, ਸਾਡੇ ਵੋਟ ਤੰਤਰ 'ਚ ਕਿਰਸਾਣ ਮਜ਼ਦੂਰ ਦੀ ਵੋਟ ਤਾਂ ਸਭ ਤੋਂ ਜ਼ਿਆਦਾ ਹੋਊ। ਸਾਰੇ ਰਲ਼ ਕੇ ਹਾਲਾਤ ਨੂੰ ਨੱਥ ਕਿਉਂ ਨਹੀਂ ਪਾਉਂਦੇ?", ਮੈਂ ਪੁੱਛਿਆ।

"ਬੱਸ ਪੁੱਤਰਾ ਆਹ ਰਲ਼ ਕੇ ਤੁਰਨ ਦਾ ਸੁਤਰ ਰੱਬ ਨੂੰ ਲੱਭਣ ਬਰੋਬਰ ਹੀ ਹੈ। ਸਮੂਹ ਨਾਲ ਰਲ਼ ਕੇ ਚੱਲਣ ਲਈ ਸਵੈ-ਲੋੜਾਂ ਵੱਲ ਬਾਹਲ਼ਾ ਨਹੀਂ ਝਾਕਣਾ ਹੁੰਦਾ। ਅੰਦੋਲਨਾਂ

ਦੇ ਕੁੱਛੜ ਚੜ੍ਹ ਕੇ, ਨਿਜ ਦੇ ਏਜੰਡੇ ਨੂੰ ਜੇਬ 'ਚ ਧਾਕੇ ਘੁੰਮਣ ਵਾਲੇ ਅਕਿਰਤਘਣ ਅਤੇ ਬਹੁਰੂਪੀਏ ਅਸਲ ਦੁਸ਼ਮਣ ਨਾਲੋਂ ਵੀ ਜ਼ਿਆਦਾ ਖ਼ਤਰਨਾਕ ਨੇ। ਕਾਕਾ, ਮੱਛੀ ਦੀ ਅੱਖ 'ਤੇ ਨਿਗਾਹ ਟਿਕਾਉਣ ਬਗੈਰ ਸੰਘਰਸ਼ ਵੀ ਸਮਾਂ ਪਾ ਕੇ ਬੋਦੇ ਹੋ ਜਾਂਦੇ ਨੇ। ਜਿੱਦਣ ਕਿਤੇ ਇਹ ਇਤਫ਼ਾਕ ਜੰਮ ਪਿਆ ਤਾਂ ਤਮਾਮ ਮਸਲੇ ਆਪਮੁਹਾਰੇ ਹੱਲ ਹੋ ਜਾਣਗੇ। ਪਾਣੀਆਂ ਦੀ ਕਾਣੀ ਵੰਡ ਦੀ ਬਜਾਏ ਸਾਂਝਾਂ ਦੀ ਬੰਬੀ ਚੱਲੇਗੀ। ਕਸ਼ਮੀਰੀ ਕੰਬਲਾਂ ਅਤੇ ਲੋਈਆਂ 'ਚ ਅਵਾਮ ਨੂੰ ਨਿੱਘ ਮਿਲੇਗਾ। ਰਾਜਨੀਤਿਕ ਅਤੇ ਕਪਟੀ ਵਪਾਰ ਨਾਲ ਗੰਧਲਾ ਹੋ ਕੇ ਸ਼ਰਮ 'ਚ ਡੁੱਬਿਆ ਪਾਣੀ, ਫਿਰ ਸਵੱਛ ਲਹਿਰ ਬਣ ਤਰੇਗਾ। ਮੁੜ ਨਹੀਂ ਨਹੀਂ ਭੁੱਲਾਂਗੇ ਪੀਰ ਬੁੱਧੂ ਸ਼ਾਹ। ਨਾਲੇ ਬੰਬਾਂ ਤੋਪਾਂ ਨੂੰ ਵੀ ਜੇਬ ਖ਼ਰਚੇ ਦੀ ਲੋੜ ਨਹੀਂ ਰਹਿਣੀ," ਬਾਬਾ ਜੈਮਲ ਸਿਹੁੰ ਦਾ ਮੁਖੜਾ ਚੜ੍ਹਦੇ ਸੂਰਜ ਦੀ ਲਾਲੀ ਵਾਂਗ ਮਘ ਉੱਠਿਆ।

"ਪਰ ਇਹ ਸਭ ਸੰਭਵ ਕਿਵੇਂ ਹੋਉ"? ਮੈਂ ਜਿਵੇਂ ਸਮੁੰਦਰ ਕੰਢੇ ਮੁੱਕਦੀ ਸੜਕ 'ਤੇ ਖਲੋਤਾ ਹੋਵਾਂ।

ਮੇਰਾ ਭੰਬਲਭੂਸਾ ਵੇਖ ਕੇ ਬਾਬਾ ਹੱਸਿਆ, "ਆਪਣੇ ਪਿੰਡ ਵਾਲਾ ਫ਼ੌਜੀ ਡਾਕਟਰ ਕਹਿੰਦਾ ਹੁੰਦਾ ਸੀ ਕਿ ਅਠਾਰੂਵੀਂ ਸਦੀ 'ਚ ਸ਼ੁਰੂ ਹੋਈ ਉਦਯੋਗਿਕ-ਕ੍ਰਾਂਤੀ ਤੋਂ ਲੈ ਕੇ ਹੁਣ ਤੱਕ ਦੇ ਮਸ਼ੀਨੀਕਰਨ ਨੇ ਪੈਦਾਵਾਰ ਤਾਂ ਵਧਾ ਕੇ ਸਿਰੇ ਲਾ ਦਿੱਤੀ ਪਰ ਨਾਲ ਨਵੇਂ ਖਲਜਗਣ ਵੀ ਜੰਮ ਸੁੱਟੇ। ਰਾਤੋ-ਰਾਤ ਪ੍ਰਚਲਿਤ ਹੁਨਰ ਅਲੋਪ ਹੋ ਗਏ ਅਤੇ ਨਵੀਂਆਂ ਮੁਹਾਰਤਾਂ ਦੀ ਚੜ੍ਹ ਮੱਚੀ। ਹਰ ਨਵੀਨਤਮ ਕਾਢ ਨੇ ਕਈਆਂ ਦੀ ਬੁਰਕੀ ਖੋਹੀ, ਘਰ ਉਜਾੜੇ, ਪਰ ਨਾਲ ਹੀ ਨਵੀਂਆਂ ਲੀਹਾਂ ਵੀ ਪਾਈਆਂ। ਬਦਲਾਅ ਦੇ ਨਾਲ ਖੱਬਾ ਪੈਰ ਛੜੱਪਾ ਮਾਰ ਕੇ ਅਗਾਂਹ ਲੰਘ ਗਿਆ ਪਰ ਸੱਜੇ ਪੈਰ ਦਾ ਪਹੁੰਚਾ ਵਾੜ 'ਚ ਫਸ ਗਿਆ। ਇੱਕ ਹੱਥ ਮਾਲਾ-ਮਾਲ ਹੋ ਗਿਆ ਅਤੇ ਦੂਜਾ ਦਰ-ਦਰ ਮੰਗਣ ਜੋਗਾ ਰਹਿ ਗਿਆ। ਇਹ ਗੱਲ ਕੇਵਲ ਕਿਰਸਾਨੀ ਦੀ ਹੀ ਨਹੀਂ। ਆਹ ਸੜਕਾਂ ਕਿਨਾਰੇ ਬੈਠੇ, ਬੱਸਾਂ ਗੱਡੀਆਂ 'ਚ ਘੁੰਮ-ਘੁੰਮ ਕੇ ਨਿੱਕੇ-ਨਿੱਕੇ ਵਪਾਰ ਚਲਾਉਂਦੇ ਲੋਕੀ ਹਿੰਦੁਸਤਾਨ ਦੇ ਕੁੱਲ ਘਰੇਲੂ ਉਤਪਾਦ 'ਚ ਨੱਬੇ ਪ੍ਰਤੀਸ਼ਤ ਹਿੱਸੇ ਪਾਉਂਦੇ ਹਨ। ਸਰਮਾਏਦਾਰ ਮਗਰਮੱਛਾਂ ਵੱਲੋਂ ਇਨ੍ਹਾਂ ਨੂੰ ਹੜੱਪਣ ਦੇ ਮਨਸੂਬਿਆਂ ਦੀ ਨਿਸਬਤ ਮੁਲਕ 'ਚ ਬੇਰੁਜ਼ਗਾਰੀ ਅਤੇ ਕਾਣੀ ਆਰਥਿਕਤਾ ਦਾ ਕੈਂਸਰ ਫੈਲਣਾ ਸ਼ੁਰੂ ਹੋ ਚੁੱਕਾ ਹੈ।

ਹੁਣ ਤਾਂ ਭਾਈ ਇਹ ਤਰੱਕੀ, ਸੱਪ ਦੇ ਮੂੰਹ 'ਚ ਕੋਹੜ ਕਿਰਲੀ ਈ ਐ। ਪਹਿਲਾਂ ਵਾਂਗੂ ਸੋਥੋਂ ਵੀ ਠੰਡੇ ਪਾਣੀ ਨਾਲ ਨਹੀਂ ਨਹਾਇਆ ਜਾਂਦਾ। ਮਸ਼ੀਨੀਕਰਨ ਨਾਲ ਮਿਲੀ ਹਰ

ਸਹੂਲਤ ਨੂੰ ਮਾਣਨ ਵੇਲੇ ਅਸੀਂ ਕਿਤੇ ਨਾ ਕਿਤੇ ਜਾਣੇ-ਅਣਜਾਣੇ ਸਰਮਾਏਦਾਰੀ ਮਾਨਸਿਕਤਾ ਦੀ ਭੁੱਖ ਪੂਰਤੀ ਕਰ ਜਾਂਦੇ ਹਾਂ। ਆਹ ਬਿਜਲੀ ਜਿਹੜੇ ਡੈਮ ਤੋਂ ਆਉਂਦੀ ਐ ਦਰਜਨਾਂ ਪਿੰਡ ਉਜਾੜ ਕੇ ਬਣਿਆ ਸੀ। ਨਾਲੇ ਕਾਕਾ ਤੂੰ ਕੀ ਲੈਣ ਗਿਆ ਸੀ ਕਨੇਡਾ? ਇੱਧਰ ਤੁਹਾਡੇ ਘਰ ਦਾ ਇਤਫ਼ਾਕ ਅਤੇ ਰੌਣਕ ਸੱਤਾਂ ਪਿੰਡਾਂ 'ਚ ਜਾਣੀ ਜਾਂਦੀ ਸੀ। ਹੁਣ ਤੋਤੇ ਬੋਲਦੇ ਨੇ। ਬਿੱਠਾਂ ਨਾਲ ਭਰੀ ਪਈ ਹੈ ਤੇਰੇ ਬਾਬੇ ਵਾਲੀ ਬੈਠਕ ਜਿਸ ਨੂੰ ਕਦੇ ਸਾਰਾ ਪਿੰਡ ਸਿੱਜਦਾ ਕਰਦਾ ਹੁੰਦਾ ਸੀ। ਅਸੀਂ ਕਾਰਲ ਮਾਰਕਸ ਦਾ ਮੁਕਟ ਪਾ ਕੇ ਵਲਾਇਤੀ ਮੋਜਾਂ ਘੁੰਡਦੇ ਹਾਂ ਅਤੇ ਸੱਤਜੁਗੀ ਮਰਿਆਦਾ ਦਾ ਸਵਿੰਮ ਸੂਟ ਪਾ ਕੇ ਕਲਜੁਗੀ ਤਮ੍ਹਾ ਦੇ ਸਾਗਰ 'ਚ ਤਾਰੀਆਂ ਮਾਰਦੇ-ਮਾਰਦੇ ਮੋਕਸ਼ ਦੀ ਭਾਲ ਕਰ ਰਹੇ ਹਾਂ।''

"ਬਾਬਾ ਕਿਰਸਾਨਾਂ ਦੀਆਂ ਕੁਝ ਝੁੱਗੀਆਂ ਕੱਲ੍ਹ ਸ਼ਰਾਰਤੀਆਂ ਨੇ ਅੱਗ ਲਾ ਕੇ ਸਾੜ ਦਿੱਤੀਆਂ। ਸਰਕਾਰ ਦੇ ਕੰਨਾਂ 'ਤੇ ਜੂੰ ਵੀ ਨਹੀਂ ਸਰਕੀ। ਗ਼ੁੱਸਾ ਨਾ ਕਰੀਂ, ਪਰ ਮੈਨੂੰ ਤਾਂ ਤੇਰੀਆਂ ਗੱਲਾਂ ਵੀ ਲੰਮੇ ਰੂਟ ਵਾਲੀ ਬੱਸ ਵਰਗੀਆਂ ਲੱਗਦੀਆਂ ਨੇ, ਕੋਈ ਝੱਟਪਟ ਦੀ ਸਲਾਹ ਦੇ, ਕੀ ਕੀਤਾ ਜਾਵੇ?", ਮੈਂ ਤਰਲਾ ਕੱਢਿਆ।

"ਕਾਕਾ ਇਹ ਮਸਲੇ ਪੈਰਾਸੁਟਾਮੋਲ ਖਾ ਕੇ ਹੱਲ ਨਹੀਂ ਹੋਣੇ। ਇਸ ਵਾਇਰਸ ਖਿਲਾਫ ਲੜਨ ਲਈ ਦੁਆਈ ਤੋਂ ਪਹਿਲਾਂ ਪਰਹੇਜ਼ ਦੀ ਜ਼ਰੂਰਤ ਹੈ। ਦੁਸ਼ਣਬਾਜ਼ੀ ਤੋਂ ਪਹਿਲਾਂ ਅੰਤਰ-ਝਾਤ ਦੀ ਜ਼ਰੂਰਤ ਹੈ। ਵਖਰੇਵੇਂ ਭਾਪਣ ਤੋਂ ਪਹਿਲਾਂ ਸਾਂਝ ਮਾਪਣ ਦੀ ਜ਼ਰੂਰਤ ਹੈ। ਬੋਲਣ ਤੋਂ ਪਹਿਲਾਂ ਸੁਣਨ ਦੀ ਅਤੇ ਆਪੋ-ਧਾਪੀ ਤੋਂ ਪਹਿਲਾਂ ਦੇਸ਼-ਵਿਆਪੀ ਗੰਢ ਮਾਰਨ ਦੀ ਲੋੜ ਹੈ। ਆਪਣੀ ਸਫਲਤਾ ਨੂੰ ਉਘਾੜਨ ਲਈ ਦੂਜਿਆਂ ਦੀ ਕਮਜ਼ੋਰੀ ਨੂੰ ਪਿਠ-ਭੂਮੀ ਬਣਾਉਣਾ ਜ਼ਰੂਰੀ ਨਹੀਂ ਹੁੰਦਾ। ਧਾਰਮਿਕ ਵਿਭਿੰਨਤਾਵਾਂ ਨੂੰ ਜੋੜ ਕੇ ਗੁਲਦਸਤਾ ਬਣਾਓ ਨਾ ਕੇ ਸੋਹਣੀ ਫ਼ਸਲ 'ਚ ਨਦੀਨ ਬਣ ਕੇ ਧੌਣ ਚੁੱਕੀ ਫਿਰੋ। ਦੁਸ਼ਟ ਵਾਇਰਸ ਨੇ ਤਾਂ ਭਾਈ ਰੋਗ-ਪ੍ਰਤੀਰੋਧਿਕ ਕਮਜ਼ੋਰੀ ਲੱਭ ਕੇ ਧਾਵਾ ਬੋਲਣਾ ਹੀ ਹੁੰਦਾ, ਉਹਦੀ ਖ਼ਸਲਤ ਹੈ। ਅੰਦੋਲਨ ਦੀਆਂ ਅੰਦਰੂਨੀ ਖ਼ਾਮੀਆਂ ਨੂੰ ਖਤਮ ਕਰਨ ਲਈ ਦੜ ਵੱਟ ਕੇ ਨਿੰਮ ਪੀਣੀ ਪਊ ਜੇ ਬਾਹਰੀ ਹਮਲੇ ਨੂੰ ਖਦੇੜਨਾ। ਨਜ਼ਰ ਏਨੀ ਵੀ ਨਾ ਨਿਘਰੇ ਕਿ ਚਸ਼ਮਾ ਲਾਏ ਬਗੈਰ ਗੁਆਚੀ ਐਨਕ ਵੀ ਨਾ ਲੱਭ ਸਕੀਏ," ਮੈਨੂੰ ਬਾਬਾ ਜੈਮਲ ਸਿਹੁੰ ਦੀਆਂ ਸਿੱਧੀਆਂ ਸਾਧੀਆਂ ਗੱਲਾਂ 'ਚ ਅਜ਼ੀਮ ਦਾਰਸ਼ਨਿਕਤਾ ਜਾਪੀ।

"ਬਾਬਾ ਤੂੰ ਤਾਂ ਮੇਰੇ ਕਪਾਟ ਖੋਲ੍ਹ ਦਿੱਤੇ। ਤੇਰੇ ਇਹ ਸੂਤਰ ਤਾਂ ਹੋਰ ਵੀ ਕਈ ਰੋਗਾਂ ਦੀ ਗਿੱਚੀ ਮਰੋੜ ਸਕਦੇ ਨੇਂ", ਮੇਰੇ ਹੱਥ ਆਪ-ਮੁਹਾਰੇ ਜੁੜ ਗਏ।

"ਕਾਕਾ, ਇਸ ਫੱਕੜ ਸੰਸਾਰੀ ਤਾਣੇ-ਬਾਣੇ 'ਚ ਰਾਜੇ-ਰੂਜੇ ਐਵੀਂ-ਮੁੱਚੀ ਦੇ ਚੌਧਰੀ ਬਣ ਕੇ ਝੱਖ-ਮਾਰੀ ਕਰਨ ਲੱਗ ਜਾਂਦੇ ਨੇ। ਦੁਆਲੇ ਜੁੜੇ ਝੋੱਲੀ-ਚੁੱਕਾਂ ਦੀ ਕੁਸੰਗਤ ਪਰਦੂਸ਼ਿਤ ਫ਼ੂਕ ਭਰ-ਭਰ ਰਾਜੇ ਨੂੰ ਗੈਸ ਦਾ ਭੁਕਾਨਾ ਬਣਾ ਕੇ ਹਵਾ 'ਚ ਖੁੱਲ੍ਹਾ ਛੱਡ ਦਿੰਦੀ ਐ। ਜਦੋਂ ਬੰਦੇ ਕੀੜਿਆਂ ਜੀਕਣ ਦਿਸਣ ਲੱਗ ਪੈਣ ਤਾਂ ਤੈਨੂੰ ਪਤਾ ਹੀ ਹੈ ਅੰਤ ਨੂੰ ਕੀ ਹੁੰਦਾ...?", ਬਾਬਾ ਟਿਕਟਿਕੀ ਲਾ ਕੇ ਜਿਵੇਂ ਦੂਰ ਅਕਾਸ਼ 'ਚ ਕਿਸੇ ਨਾਲ ਗੱਲਾਂ ਕਰ ਰਿਹਾ ਹੋਵੇ।

"ਅੰਤ ਨੂੰ ਕੀ ਹੁੰਦਾ ਬਾਬਾ?, ਮੈਂ ਆਪਣੀ ਭੁੱਖ ਪੂਰਤੀ ਲਈ ਬਾਬੇ ਦੇ ਮੂੰਹੋਂ ਕੁਝ ਖੜਕੀਲਾ-ਖੜਕੀਲਾ ਸੁਣਨਾ ਚਾਹੁੰਦਾ ਸਾਂ।

ਬਾਬੇ ਨੇ ਹੱਥ ਜੋੜੇ ਅਤੇ ਸੰਜਮ ਭਰੀ ਲੈਅ 'ਚ ਡੂੰਘਾ ਲਹਿ ਕੇ ਪੂਰਾ ਸ਼ਬਦ ਗੁਣਗੁਣਾਇਆ। "...ਕੂੜ ਨਿਖੁਟੇ ਨਾਨਕਾ ਓੜਕਿ ਸਚਿ ਰਹੀ।"

"ਬਾਬਾ ਰੱਬ ਦੇ ਵਹੀ ਖਾਤੇ ਨਾਲੋਂ ਲੱਗਦਾ ਇਨ੍ਹਾਂ ਨੂੰ ਅਗਲੀਆਂ ਵੋਟਾਂ ਦਾ ਜ਼ਿਆਦਾ ਭੈਅ ਹੈ। ਵੇਖ ਪਤੰਦਰਾਂ ਨੇ ਕਿਵੇਂ ਰਾਤੋ-ਰਾਤ ਰੰਗ ਬਦਲ ਲਏ। ਕਾਨੂੰਨ ਖ਼ਾਰਜ ਹੋ ਗਏ। ਜਿੱਤ ਦੇ ਨਗਾਰਿਆਂ ਦੀ ਗੂੰਜ ਜਹਾਨ 'ਚ ਫ਼ੈਲ ਗਈ। ਘਰ ਪਰਤ ਰਹੇ ਕਾਫ਼ਲੇ ਨੂੰ ਤੱਕ ਕੇ ਕਣਕਾਂ ਵੀ ਨੱਚਦੇ-ਗਾਉਂਦੇ ਕਿਰਸਾਨ ਵੇਖਣ ਲਈ ਰਾਤੋ ਰਾਤ ਦੋ-ਦੋ ਗਿੱਠ ਉੱਚੀਆਂ ਹੋ ਗਈਆਂ ਹਨ। ਜਸ਼ਨ 'ਚ ਵੱਜ ਰਿਹਾ ਹਰ ਗੀਤ ਪੰਚਮ 'ਤੇ ਪਹੁੰਚ ਕੇ ਅਰਦਾਸ 'ਚ ਬਦਲ ਰਿਹਾ ਹੈ, ਉਨ੍ਹਾਂ ਸਭ ਰੂਹਾਂ ਲਈ ਅਰਦਾਸ ਜੋ ਸਾਨੂੰ ਜਿਤਾਉਣ ਲਈ ਕੁਰਬਾਨ ਹੋ ਗਈਆਂ। ਨਵੀਂਆਂ ਉਮੀਦਾਂ ਦਾ ਨਵਾਂ ਨਵੇਲਾ ਸੂਰਜ ਉਦੇ ਹੋਇਆ ਹੈ। ਅੰਦੋਲਨ ਦੇ ਰਾਹ 'ਚ ਬਣੇ ਨਿੱਕੇ-ਨਿੱਕੇ ਰੋੜੇ ਢੀਮਾਂ ਵੀ ਜੇਤੂ ਸੂਰਜ ਦੇ ਸੇਕ 'ਚ ਪਿਘਲ ਕੇ ਜਸ਼ਨਾਂ 'ਚ ਸ਼ਾਮਲ ਹੋ ਰਹੇ ਹਨ। ਮੱਠਾਂ ਗਾਈਆਂ ਦੀ ਖ਼ੁਰਲੀ 'ਚ ਵੀ ਹਰਿਆਲੀ ਪਰਤ ਆਈ ਹੈ। ਕਿਰਤੀ ਪਸੀਨੇ 'ਚੋਂ ਚੰਦਨ ਮਹਿਕ ਰਿਹਾ ਹੈ। ਭਾਸ਼ਾਈ ਵਖਰੇਵਿਆਂ ਦੇ ਅੱਲੇ ਫੱਟਾਂ 'ਤੇ ਅੰਗੂਰ ਆ ਗਿਆ ਹੈ।" ਬੋਲਦੇ-ਬੋਲਦੇ ਮੇਰਾ ਅੰਗੂਠਾ ਫ਼ੋਨ ਸਕਰੀਨ ਤੋਂ ਲੱਭ-ਲੱਭ ਕੇ ਬਾਬੇ ਨੂੰ ਤਾਜ਼ੀਆਂ ਵੀਡੀਓ ਵਿਖਾ ਰਿਹਾ ਸੀ।

"ਓ ਬਈ ਹੁਣ ਜਿਹੜਾ ਅੱਗੇ ਇਮਤਿਹਾਨ ਆ ਰਿਹਾ ਉਹਨੂੰ ਗੰਭੀਰਤਾ ਨਾਲ ਲੈਣਾ ਪੈਣਾ।" ਮੇਰੀ ਆਸ ਤੋਂ ਉਲਟ ਬਾਬਾ ਵੀਡੀਓ ਵੇਖ ਕੇ ਬਹੁਤ ਖ਼ੁਸ਼ ਹੋਣ ਦੀ ਬਜਾਏ ਗੰਭੀਰ ਹੋ ਗਿਆ ਸੀ।

"ਬਾਬਾ, ਕੈਸਾ ਇਮਤਿਹਾਨ?" ਮੇਰੇ ਲਈ ਕਈ ਵਾਰ ਬਾਬੇ ਦੀ ਗੱਲ ਸਮਝਣੀ ਔਖੀ ਹੋ ਜਾਂਦੀ ਸੀ।

ਬਾਬਾ ਆਪਣੇ ਸਿਰ ਬੱਝਾ ਖੱਟਾ ਪਰਨਾ ਸੁਆਰਦੇ ਹੋਏ ਬੋਲਿਆ, "ਕਾਕਾ ਜਿੱਤ ਨੂੰ ਸਾਂਭਣ ਲਈ ਮਿਹਦੇ ਦਾ ਖ਼ਿਆਲ ਰੱਖਣਾ ਪਊ। ਜਿੱਤ ਦੇ ਲੱਡੂ ਵੰਡੋ ਵੱਧ ਪਰ ਖਾਓ ਘੱਟ। ਜਿੱਤਾਂ ਹੋਛੇ ਦਿਮਾਗਾਂ 'ਚ ਕਈ ਤਰ੍ਹਾਂ ਦੀਆਂ ਖ਼ੁਸ਼-ਫ਼ਹਿਮੀਆਂ ਵੀ ਪੈਦਾ ਕਰ ਸਕਦੀਆਂ ਹਨ। ਜਿਸ ਅੰਦੋਲਨ ਦੀ ਅਗਵਾਈ ਖ਼ੁਦ ਕਰਤਾਰ ਨੇ ਕੀਤੀ ਹੋਵੇ, ਉਸ ਜਿੱਤ 'ਚ ਤਾਂ ਹਰ ਜੀਅ-ਜੰਤ ਅਤੇ ਬਨਸਪਤੀ ਦੀ ਵੀ ਬਰਾਬਰ ਦੀ ਸਾਂਝ ਹੁੰਦੀ ਹੈ। ਇਸ ਸਾਂਝ ਦੀ ਸਡੌਲ ਪਿੱਠ 'ਤੇ ਸਰਬੱਤ ਦੇ ਭਲੇ ਦੀ ਨਵੀਂ ਧਰਤ ਤਾਂ ਉਸਾਰੀ ਜਾ ਸਕਦੀ ਹੈ ਪਰ ਸੁਆਰਥ ਦਾ ਨਿੱਕਾ ਜਿਹਾ ਤਿਨਕਾ ਵੀ ਭਾਰੀ ਪੈ ਸਕਦਾ ਹੈ। ਨਾਲੇ ਹਾਕਮ ਜਮਾਤ ਵੀ ਹਾਰਨ ਤੋਂ ਬਾਦ ਕਦੇ ਨਹੀਂ ਸੌਂਦੀ। ਉਹਨੂੰ ਮੋਰਚਿਆਂ 'ਚੋਂ ਹੀ ਅਜਿਹੇ ਮਨੁੱਖੀ-ਯੰਤਰ ਮਿਲ ਜਾਂਦੇ ਹਨ ਜਿਨ੍ਹਾਂ ਨੂੰ ਵਰਤ ਕੇ ਉਹ ਅਵਾਮ 'ਚ ਨਵੇਂ ਦੁਬਿਧਾ-ਦਵੰਦ ਖਿਲਾਰਨ ਦਾ ਸਿਰਤੋੜ ਜਤਨ ਕਰਦੀ ਰਹਿੰਦੀ ਹੈ ਅਤੇ ਅੰਦੋਲਨ ਦੇ ਚਰਿੱਤਰ ਅਤੇ ਇਖ਼ਲਾਕ ਨੂੰ ਕਮਜ਼ੋਰ ਕਰਨ ਦੀਆਂ ਨਿੱਤ ਨਵੀਂਆਂ ਘਾੜਤਾਂ ਘੜਦੀ ਰਹਿੰਦੀ ਹੈ। ਜਿਨ੍ਹਾਂ ਨੇ ਐਮਰਜੰਸੀ ਅੰਦੋਲਨ ਮੁਹਰੇ ਹੋ ਕੇ ਲੜਿਆ ਸੀ ਉਨ੍ਹਾਂ ਨੂੰ ਨੱਥ ਪਾਉਣ ਲਈ ਹਾਕਮਾਂ ਨੇ ਕੀ-ਕੀ ਨਹੀਂ ਕੀਤਾ। ਪੰਜਾਬ ਦਾ ਘਾਣ ਵੀ ਤਾਂ ਉਸ ਜਿੱਤ ਨੂੰ ਨਕਾਰਨ ਦਾ ਹੀ ਇੱਕ ਸਾਜ਼ਸ਼ੀ ਮਨਸੂਬਾ ਸੀ। ਸਾਵਧਾਨੀ ਅਤੇ ਏਕਤਾ ਤੋਂ ਬਗ਼ੈਰ ਜਿੱਤਾਂ ਸਾਂਭਣੀਆਂ ਮੋਰਚੇ ਜਿੱਤਣ ਨਾਲੋਂ ਕਿਤੇ ਵੱਧ ਮੁਸ਼ਕਲ ਹੋ ਸਕਦੀਆਂ ਹਨ।"

ਮੈਂ ਹੱਥਾਂ 'ਚ ਫੜੇ ਜਿੱਤ ਦੇ ਲੱਡੂ ਮੁੜ ਲਿਫ਼ਾਫ਼ੇ 'ਚ ਪਾ ਦਿੱਤੇ ਤੇ ਨਿਸ਼ਚਾ ਕਰ ਲਿਆ ਕਿ ਲੱਡੂ ਧੁੰਦ ਉਤਰਨ ਤੋਂ ਬਾਦ ਹੀ ਖਾਵਾਂਗਾ।

ਸ਼ਹੀਦਾਂ ਦੀ ਅਰਜ਼ੋਈ

ਅਜੇ ਪਾਠੀ ਵੀ ਨਹੀਂ ਸੀ ਲੱਗਾ। ਏਨੇ ਸਵਖਤੇ, ਮਗਰਲੀ ਫਿਰਨੀ 'ਚੋਂ ਸਾਡੇ ਪਿੰਡ ਵਾਲਾ ਮਸਤ ਧੁੰਦ 'ਚ ਉੱਚੀ-ਉੱਚੀ ਗਾਉਂਦਾ ਲੰਘ ਰਿਹਾ ਸੀ। ਜਿਹੜਾ ਵੀ ਗੀਤ ਮਸਤ ਦੇ ਮੂੰਹ ਚੜ੍ਹਦਾ, ਉਹ ਕਈ-ਕਈ ਦਿਨ ਪਿੰਡ ਦੀਆਂ ਜੂਹਾਂ 'ਚ ਗੂੰਜਦਾ ਰਹਿੰਦਾ ਅਤੇ ਰਾਗ ਸੰਵਾਦ ਛੇੜਦਾ ਰਹਿੰਦਾ। ਹੋਰ ਤਾਂ ਹੋਰ, ਮਸਤ ਦੇ ਗੀਤ 'ਚ ਮਸਤ ਹੋਇਆ ਬਾਣੀਆ ਵੀ ਜੁਆਕਾਂ ਨੂੰ ਝੁੰਗਾ ਦੇਣ ਤੋਂ ਜਮਾ ਨਾ ਝਿਜਕਦਾ।

ਮਸਤ ਮਨ-ਮਰਜ਼ੀ ਦਾ ਸੀਰੀ ਸੀ। ਤਿੰਨ ਕੁੱਤੇ ਅਤੇ ਉਹ, ਬੱਸ ਚਾਰਾਂ ਜਣਿਆ ਦਾ ਇਹ ਨਿੱਕਾ ਜਿਹਾ ਪਰਿਵਾਰ ਸੀ। ਜਦੋਂ ਅਤੇ ਜਿੱਥੇ ਜੀਅ ਕਰਦਾ, ਉਹ ਉੱਥੇ ਹੀ ਕਿਸੇ ਨਾਲ ਕੰਮ ਕਾਰ ਕਰਾਉਣ ਲੱਗ ਜਾਂਦਾ। ਜਿੱਥੇ ਭੁੱਖ ਲੱਗਦੀ ਉੱਥੇ ਹੀ ਰੋਟੀ ਛਕ ਲੈਂਦਾ। ਸਾਰੇ ਦਿਨ 'ਚ ਪੰਜ-ਸੱਤ ਵਾਰ ਪੰਜ-ਸੱਤ ਲਫ਼ਜ਼ ਹੀ ਬੋਲਦਾ ਹੁੰਦਾ ਸੀ। ਉਹਨੂੰ ਗੁਜ਼ਰੇ ਨੂੰ ਵੀ ਤਿੰਨ ਦਹਾਕੇ ਹੋ ਚੁੱਕੇ ਹਨ। ਅਚਾਨਕ ਇੱਕ ਗਹਿਰੀ ਚੁੱਪ ਵਾਲੇ ਸੁਰਗਵਾਸੀ ਮਸਤ ਦਾ ਸਾਢੇ ਸੱਤ ਸੌ ਕਿਰਸਾਣ ਸ਼ਹੀਦਾਂ ਦੀ ਅਵਾਜ਼ ਬਣ ਗਾ ਉੱਠਣਾ ਅਲੌਕਿਕ ਜਿਹਾ ਲੱਗਾ। ਇਹ ਸ਼ਾਇਦ ਮੇਰੇ ਸੁੱਫਨੇ ਦੇ ਵੈਰਾਗੀ ਹੋ ਜਾਣ ਦੀ ਸਥਿਤੀ ਸੀ ਜਾਂ ਖ਼ੁਦ ਸੁੱਫਨੇ ਨੂੰ ਹੀ ਆਇਆ ਇੱਕ ਹੋਰ ਸੁੱਫਨਾ ਸੀ। ਮੈਂ ਅਤੇ ਬਾਬਾ ਜੈਮਲ ਸਿਹੁੰ ਉਹਦੇ ਗੀਤ 'ਚ ਲੀਨ ਹੋ ਗਏ ਸਾਂ...

ਤੁਸੀਂ ਸੰਭ਼ਲ-ਸੰਭ਼ਲ ਪੱਬ ਧਰਿਓ,
ਕਿਸਾਨੋ ਜੰਗ-ਜਿੱਤੀ ਦਿਓ
ਕਿਤੇ ਓਹੀ ਗੱਲ ਨਾ ਕਰਿਓ
ਜਵਾਨੋ ਜੰਗ-ਜਿੱਤੀ ਦਿਓ

ਹਉੰਮੈ ਨੂੰ ਧਾ ਕੇ ਨੱਥ ਰੱਖਿਓ
ਰੰਗ ਬਰੰਗੀ ਸੱਥ ਰੱਖਿਓ
ਥੋੜਾ ਵਾਧ ਘਾਟ ਵੀ ਜਰਿਓ ...ਕਿਸਾਨੋ ਜੰਗ-ਜਿੱਤੀ ਦਿਓ

ਰਾਜੇ ਹੋਰ ਵੀ ਚੰਨ੍ਹ ਚੜ੍ਹਾਵਣਗੇ
ਬਿੱਲ ਕੱਪੜੇ ਬਦਲ ਕੇ ਆਵਣਗੇ
ਸ਼ੁਭ ਕਰਮਨ ਕਰਦੇ ਲੜਿਓ ...ਕਿਸਾਨੋ ਜੰਗ-ਜਿੱਤੀ ਦਿਓ

ਬਿੱਲੀ ਜੇ ਰਸਤਾ ਕੱਟ ਦੇਵੇ
ਜਾਂ ਹਾਕਮ ਟੋਏ ਪੱਟ ਦੇਵੇ
ਮਗੁ ਗੁਰੁ ਦੇ ਜਾਈ ਤੁਰਿਓ...ਕਿਸਾਨੋ ਜੰਗ-ਜਿੱਤੀ ਦਿਓ

ਇਤਫ਼ਾਕ ਜੋ ਬਣਿਆਂ ਸਾਂਭ ਲਇਓ
ਅਸ਼ਫ਼ਾਕ ਹੋਇਓ, ਮਸਕੀਨ ਰਹਿਓ
ਰਹਿਓ ਹਰਖ ਸੋਗ ਵਿਚ ਜੁੜਿਓ ...ਕਿਸਾਨੋ ਜੰਗ-ਜਿੱਤੀ ਦਿਓ

ਸਾਡੀ ਯਾਦ 'ਚ ਪੱਥਰ ਲਾਇਓ ਨਾ
ਬਰਸੀਆਂ ਭਾਵੇਂ ਮਨਾਇਓ ਨਾ
ਸੁੱਚੇ ਮਕਸਦ ਪੂਰੇ ਕਰਿਓ ...ਕਿਸਾਨੋ ਜੰਗ-ਜਿੱਤੀ ਦਿਓ

ਤੁਸੀਂ ਸੰਭਲ-ਸੰਭਲ ਪੱਬ ਧਰਿਓ,
ਕਿਸਾਨੋ ਜੰਗ-ਜਿੱਤੀ ਦਿਓ
ਕਿਤੇ ਓਹੀ ਗੱਲ ਨਾ ਕਰਿਓ
ਜਵਾਨੋ ਜੰਗ-ਜਿੱਤੀ ਦਿਓ

ਬਾਬਾ ਜੈਮਲ ਸਿਹੁੰ ਮਸਤ ਦੇ ਬੋਲ ਸੁਣ ਅਸਗਾਹ ਭਾਵਕਤਾ 'ਚ ਮਸਤ ਹੋ ਗਿਆ।

"ਬਾਬਾ, ਮੈਨੂੰ ਅੰਦਰੋਂ ਫ਼ਿਕਰ ਜਿਹਾ ਹੋਣ ਲੱਗ ਪਿਆ ਪਰ ਸਮਝ ਕੁਝ ਨਹੀਂ ਆ ਰਹੀ, ਕਿਓਂ?" ਮੈਂ ਜੁੜੇ ਹੱਥਾਂ ਨਾਲ ਬਾਬੇ ਨੂੰ ਇਲਤਿਜਾ ਕੀਤੀ।

ਬਾਬੇ ਨੇ ਚੌਂਕੜੀ ਦੇ ਗੋਡੇ ਘੁਮਾ ਕੇ ਮੁੜ ਕੰਬਲ ਦੀ ਬੁੱਕਲ ਮਾਰੀ, ਜਿਵੇਂ ਗੱਲਾਂ ਜਾਰੀ ਰੱਖਣ ਲਈ ਕਿਸੇ ਡੂੰਘੇ ਸਾਗਰ 'ਚੋਂ ਮੇਰੇ ਕੋਲ ਮੁੜ ਪਰਤਣ ਦੀ ਕੋਸ਼ਿਸ਼ ਕਰ ਰਿਹਾ ਹੋਵੇ।

"ਬੇਟਾ ਘਬਰਾਉਣ ਨਾਲ ਨਹੀਂ ਸਿਆਣਪ ਨਾਲ ਵਿਚਰਨ ਦੀ ਲੋੜ ਹੈ, ਬੱਸ। ਕੁਦਰਤ ਦਾ ਤਾਂ ਸੁਭਾਅ ਹੀ ਕਿਰਤ ਦੀ ਕੀਰਤ ਕਰਨਾ ਹੈ। ਕਿਰਤ ਦੀ ਐਮ.ਐਸ.ਪੀ. ਤਾਂ ਧੁਰੋਂ ਲਿਖੀ ਆਉਂਦੀ ਐ। ਨਾਲੇ ਇਹਦੀ ਕਰੰਸੀ ਵੀ ਅਨੋਖੀ ਹੁੰਦੀ ਹੈ। ਇਹ ਬੰਦੇ ਦੇ ਬਣਾਏ ਕਾਨੂੰਨ ਦੀ ਮੁਥਾਜ ਕਿਵੇਂ ਹੋ ਸਕਦੀ ਹੈ? ਹਾਂ ਇਸ ਅਸਲ ਐਮ.ਐਸ.ਪੀ. ਨੂੰ ਕਮਾਉਣ

ਲਈ ਵੀ ਅੰਦੋਲਨ ਤਾਂ ਕਰਨਾ ਹੀ ਪੈਂਦਾ, ਆਪਣੇ ਅੰਦਰ ਨਾਲ ਅੰਦੋਲਨ। ਆਪੂੰ ਕਾਨੂੰਨ ਬਣਾਉਣਾ ਅਤੇ ਆਪੂੰ ਤੋੜਨਾ। ਆਪੂੰ 'ਤੇ ਰੋਸ ਕਰਨਾ ਆਪੂੰ ਨੂੰ ਮਾਫ਼ ਕਰਨਾ। ਆਪੂੰ ਕਾਮਰੇਡ ਆਪੂੰ ਧਰਮੀ, ਆਪੂੰ ਰਾਜਾ ਆਪੂੰ ਪਰਜਾ। ਪਰ ਸਾਰਾ ਕੁਝ ਹੋ ਕੇ, ਕਰ ਕੇ ਅਤੇ ਬਣ ਕੇ – ਅੰਤ ਨੂੰ ਸੁਨਝ ਹੋ ਜਾਣਾ... ਸਭ ਖੇਡ ਦੇ ਪੜਾਅ ਨੇ। ਭਾਣੇ 'ਚ ਰਹਿ ਕੇ ਵਗਦੇ ਰਹੋ ਤੇ ਚੇਤੇ ਰੱਖੋ ਕਿ **ਨਾਂਗੋ ਆਇਆ ਨਾਂਗੋ ਜਾਸੀ** (ਸ੍ਰੀ ਗੁਰੂ ਅਮਰਦਾਸ ਜੀ)"

੯ – ਨਾਗੋ ਆਇਆ ਨਾਗੋ ਜਾਸੀ

ਰਿਸ਼ਮਾਂ ਦਾ ਕਾਫ਼ਲਾ
ਸਾਗਰ 'ਚੋਂ ਚੁੰਮ ਸਿਆਹੀ
ਸਿਰਜੇ ਅੰਬਰ 'ਤੇ ਨਜ਼ਮਾਂ,
ਕੱਢੇ ਸਾਗਰ ਦੇ ਕੁਤਕੁਤਾਰੀਆਂ
ਨੱਚਣ ਜਵਾਰਭਾਟੇ, ਚੰਡੋਲ ਝੂਟਦੀਆਂ ਛੱਲਾਂ
ਕਿਧਰੇ ਹੋ ਰਿਹਾ ਕਾਣੀ ਗਿੱਦੜੀ ਦਾ ਵਿਆਹ

ਅੰਦਾਜ਼ਨ ਚੌਦਾਂ ਸੌ ਕਰੋੜ ਸਾਲ ਪਹਿਲਾਂ ਬ੍ਰਹਿਮੰਡੀ ਪੁੰਦੂਕਾਰ 'ਚ ਊਰਜਾ ਨੇ ਫੈਲ ਕੇ ਨਵੀਂਆਂ ਧਰਤੀਆਂ, ਤਾਰਿਆਂ ਅਤੇ ਸੂਰਜਾਂ ਦੀ ਉਤਪਤੀ ਕੀਤੀ। ਢਾਈ ਤੋਂ ਤਿੰਨ ਸੌ ਕਰੋੜ ਸਾਲ ਪਹਿਲਾਂ ਧਰਤੀ 'ਤੇ ਸਾਇਆਨੋ ਬੈਕਟੀਰੀਆ ਨੇ ਮਨੁੱਖੀ ਜੀਵਨ ਦੀ ਸੰਭਾਵਨਾ ਪੈਦਾ ਕਰਨ ਦਾ ਬੀੜਾ ਚੁੱਕਿਆ। ਭਾਵੇਂ ਉਹਦਾ ਜੀਵਨ ਕਾਲ ਕੇਵਲ ਸਰੋਂ ਦੇ ਦਾਣੇ ਜੇਡ ਹੀ ਸੀ, ਇਸ ਵੱਲੋਂ ਸੂਰਜੀ ਰੋਸ਼ਨੀ ਨਾਲ ਪੈਦਾ ਕੀਤੀ ਬੂੰਦ ਕੁ ਆਕਸੀਜਨ ਪੈਦਾ ਹੋਣ ਤੋਂ ਪਹਿਲਾਂ ਹੀ ਧਰਤੀ ਅਤੇ ਸਮੁੰਦਰ ਵੱਲੋਂ ਹਜ਼ਮ ਕਰ ਲਈ ਜਾਂਦੀ ਸੀ। ਪਰ ਇਹਨੇ ਕੇਵਲ ਸਮੁੰਦਰ ਦੀ ਪਿਆਸ ਤੇ ਧਰਤੀ ਦਾ ਢਿੱਡ ਹੀ ਨਹੀਂ ਭਰਿਆ ਸਗੋਂ ਅਪਾਰ ਵਾਯੂ-ਮੰਡਲ ਨੂੰ ਵੀ ਆਕਸੀਜਨ ਨਾਲ ਨੱਕੋ-ਨੱਕ ਭਰ ਦਿੱਤਾ। ਆਪਣੇ ਸਭ ਤੋਂ ਪਹਿਲੇ ਇਸ ਬਜ਼ੁਰਗ ਸਾਇਆਨੋ ਬੈਕਟੀਰੀਆ ਨੂੰ ਜੇਕਰ "ਸਿਆਣਾ ਬੈਕਟੀਰੀਆ" ਵੀ ਆਖ ਬੁਲਾਈਏ ਤਾਂ ਕੋਈ ਅਤਿਕਥਨੀ ਨਹੀਂ। ਸਾਇੰਸਦਾਨਾਂ ਮੁਤਾਬਕ ਸਿਆਣੇ ਬੈਕਟੀਰੀਆ ਵੱਲੋਂ ਰਚੀ ਖੁੱਲ੍ਹੀ ਕਵਿਤਾ ਦੇ ਵਹਾਅ 'ਚੋਂ ਹੀ ਸ਼ਾਇਦ ਜੀਵਨ ਪੈਦਾ ਹੋਇਆ।

ਚਲੰਤ ਸੋਚਾਂ ਦੇ ਘੇਰੇ 'ਚ ਸੀਮਿਤ ਹੋ ਕੇ ਜਾਂ ਦੂਜਿਆਂ ਨੂੰ ਕੁਝ ਗਿਣੇ ਮਿਥੇ ਸੂਤਰਾਂ ਅਨੁਸਾਰ ਪਰਖਣ ਦੇ ਨਜ਼ਰੀਏ ਨਾਲ ਅਸੀਂ ਅਗਮ ਅਗੋਚਰ ਕਾਇਆਂ ਦੀ ਕਲਪਨਾ ਨਹੀਂ ਕਰ ਸਕਦੇ। ਗਣਿਤਵਾਨਾਂ ਵੱਲੋਂ ਅਗਨਤ ਕੁਦਰਤ ਦੇ ਨਿਜਮਾਂ ਨੂੰ ਸਮਝਣ ਦੀ ਚੇਸ਼ਟਾ ਮੁੱਢ ਕਦੀਮ ਤੋਂ ਹੀ ਜਾਰੀ ਹੈ। ਕ੍ਰਮ ਸੰਚਣ ਸੰਜੋਜਨ (Permutations & Combinations) ਬਹੁਤ ਸਰਲ ਤਰੀਕੇ ਨਾਲ ਕੁਦਰਤ ਦੀ ਅਨੰਤਤਾ ਦੀ ਦ੍ਰਿਸ਼ਟ ਪੇਸ਼ਕਾਰੀ ਕਰਦਾ ਹੈ। ਕੁਝ ਕੁ ਉਦਾਹਰਨਾਂ ਨੂੰ ਸਮਝ ਕੇ ਅਣਗਿਣਤ ਸੰਭਾਵਨਾਵਾਂ ਦਾ ਅਹਿਸਾਸ ਹੋ ਜਾਂਦਾ ਹੈ। ਸੰਕਰਨ (Hybridization), ਡਬਲ ਸਲਿੱਟ-ਸੁਪਰ ਪੁਜ਼ੀਸ਼ਨ, ਸਟੈਮ-ਸੈੱਲ, ਆਦਿਕ, ਪ੍ਰਯੋਗਾਂ ਨਾਲ ਸਾਇੰਸ ਦੀ ਛੇੜ-ਛਾੜ 'ਚੋਂ ਕੁਦਰਤ ਦੇ ਫੈਲਾਅ ਦੀ ਅਨਿਸ਼ਚਿਤਤਾ ਹੋਰ ਵੀ ਨਿਸ਼ਚਿਤ ਹੋ ਗਈ ਹੈ।

ਜਿਹੜੀ ਧਰਤੀ ਸਾਨੂੰ ਘਨੇੜੀ ਚੁੱਕੀ ਫਿਰਦੀ ਹੈ ਉਹ ਖ਼ੁਦ ਬ੍ਰਹਿਮੰਡ 'ਚ ਬਿੰਦੂ ਸਮਾਨ ਵੀ ਨਹੀਂ। ਇਸ ਗਹਿਰ ਗੰਭੀਰ ਸਾਂਗ ਵਿਚ ਮਨੁੱਖ ਦਾ ਕਿਰਦਾਰ ਬੱਸ ਛਿਣਭੰਗਰ ਹੀ ਹੈ। ਉਂਜ ਮਿੰਟ ਕੁ ਲਈ ਜੇਕਰ ਸਰੀਰ ਦੀ ਬਜਾਏ ਬੰਦੇ ਦੇ ਮਨ ਨੂੰ ਹੀ ਉਹਦਾ ਵਜੂਦ ਸਮਝ ਲਈਏ ਤਾਂ ਇਹ ਇੱਕੋ ਵੇਲੇ ਅਨੰਤ ਧਰਤੀਆਂ ਉੱਤੇ ਪਹੁੰਚ ਸਕਦਾ ਹੈ। ਅਣਗਿਣਤ ਆਤਮਾਵਾਂ ਨਾਲ ਗੱਲਾਂ ਕਰ ਸਕਦਾ ਹੈ। ਵੱਖੋ ਵੱਖਰੇ ਅਹਿਸਾਸਾਂ ਨੂੰ ਹੰਢਾ ਸਕਦਾ ਹੈ। ਸਾਇੰਸ ਅਤੇ ਤਕਨਾਲੋਜੀ ਦੀਆਂ ਨਵੀਂਆਂ ਖੋਜਾਂ ਨਾਲ ਹੌਲੀ-ਹੌਲੀ ਸਾਡੇ ਭੌਤਿਕ ਸਰੀਰ ਦੀ ਮੁਹਤਬਰੀ ਘੱਟ ਰਹੀ ਹੈ ਅਤੇ ਸਾਡੇ ਖ਼ਿਆਲ ਹੀ ਸਾਡਾ ਪਹਿਚਾਣ ਰੂਪ ਹੋ ਰਹੇ ਹਨ। ਹਰ ਵਲਵਲਾ ਆਪਣੀ ਨਵੀਂ ਧਰਤੀ ਸਿਰਜਦਾ ਹੈ, ਹਰ ਸੋਚ ਨਵੇਂ ਸੂਰਜਾਂ ਦਾ ਪ੍ਰਕਾਸ਼ ਕਰਦੀ ਹੈ...

ਘਟਿ ਘਟਿ

ਗੋਲ-ਮੋਲ ਕੇਹੀ ਬਾਤ ਤੂੰ ਪਾਈ
ਸਗਲਾ ਜਗਤ ਸਜਾਇਆ
ਬੰਦਾ ਚੰਨ 'ਮਾਰਸਾਂ' ਲੱਭੇ
ਤੈਨੂੰ ਘਟਿ-ਘਟਿ ਕੀਹਨੇ ਵਸਾਇਆ

ਪਹਿਲੀ ਜਨਮੀ ਜਲ-ਥਲ ਅੰਦਰ
ਧੀ ਧੁੰਧੂਕਾਰ ਦੇ ਹੋਈ
ਦੂਜੀ ਉਪ-ਕਣਾਂ ਦੀ ਮਾਲ਼ਾ
ਤੂੰ ਸਦੀਆਂ ਲਾ ਪਰੋਈ
ਤੀਜੀ ਵੇਲ ਕੋਠੇ ਚੜ੍ਹ ਗਈ
ਆਦਮ ਈਵ ਨੂੰ ਫੜਕੇ
ਚੌਥੀ ਦਾ ਕਿਸ ਬੀਜ ਬਿਜਾਇਆ
ਸਾਗਰ ਅੰਦਰ ਵੜ ਕੇ
ਪੰਜਵੀਂ, ਛੇਵੀਂ, ਸੱਤਵੀਂ, ਅੱਠਵੀਂ
ਬੰਦੇ ਕਦੇ ਨਾ ਡਿੱਠੀ
ਰੰਗ ਬਿਰੰਗੀ ਤੇਰੀ ਕਾਇਆਂ
ਖ਼ੁਸ਼ਬੋ ਇੱਕੋ ਤੇ ਮਿੱਠੀ
ਢੂੰਡ-ਢੂੰਡੇਂਦੇ ਉਮਰਾ ਮੁੱਕੀ

ਤਿਲ ਭੀ ਹੱਥ ਨਾ ਆਇਆ
ਗੋਲ-ਮੋਲ ਕੇਹੀ ਬਾਤ ਤੂੰ ਪਾਈ...

ਧਰਤੀ ਦਾ ਵੀ ਗੁੱਸਾ ਲੱਥਾ
ਮੁਖੜਾ ਸੀਤਲ ਹੋਇਆ
ਜੀਅ-ਜੰਤ ਫੁੱਲ-ਕਲੀਆਂ ਨੱਚੇ
ਸੂਰਜ 'ਨੇਰੂ ਲਕੋਇਆ
ਦਿਵਸ ਰੈਣ ਦੁਇ ਵਾਰੋ ਵਾਰੀ
ਦੂਹਰੀ ਸ਼ਿਫ਼ਟ ਲਗਾਉਂਦੇ
ਪੱਥਰ ਭੀਤਰ ਕਿਰਮਾਂ ਤੀਕਰ
ਜਾ ਲੰਗਰ ਵਰਤਾਉਂਦੇ
ਕਣਾਂ ਛਿਣਾਂ ਰਲ ਹਵਾ ਬਣਾਈ
ਸਭ ਦੇ ਸਾਹਾਂ ਜੋਗੀ
ਜੇੜੀ ਲੀਕ ਬਣਾਈ ਕਰਤਾ
ਉੜੀ-ਉੜੀ ਭੋਗੀ
ਪੋਟਾ-ਪੋਟਾ ਧਰਤੀ ਮੌਲੀ
ਮੇਘ ਸੁਹਾਵੀ ਕਾਇਆਂ
ਗੋਲ-ਮੋਲ ਕੇਹੀ ਬਾਤ ਤੂੰ ਪਾਈ...

ਮੰਚਨ ਤੇਰਾ ਨਾਟਕ ਜੱਗ ਦਾ
ਪੰਚ ਤੱਤ ਸਜਾਏ ਪਾਤਰ
ਸੂਤਰਧਾਰੀ ਪੌਣ ਬਣਾਈ
ਕੋਈ ਸਾਧੂ ਕੋਈ ਸ਼ਾਤਰ
ਸਾਹਾਂ ਦੇ ਨਿਰਦੇਸ਼ਨ ਥੱਲੇ
ਫੁੱਲਾਂ ਮੇਕ-ਅੱਪ ਲਾਈ
ਚੰਨ ਤਾਰਿਆਂ ਰੋਸ਼ਨੀ ਕੀਤੀ
ਬੱਦਲੀ ਗਰਜ ਲਿਆਈ
'ਡੀ.ਐਨ.ਏ' (D.N.A), 'ਜੀਨਾਂ' (Genes) ਦਾ ਅਭਿਨੈ
ਜੱਗ ਪ੍ਰਸ਼ਤਾਂ ਬੱਧੀ ਤੱਕਦਾ

ਨਾ ਕੋਈ ਸੀਮਾ ਨਾ 'ਇੰਟਰਵਲ'
ਨਿਹੁੰ-ਨਾਟ ਕਦੇ ਨਾ ਮੁੱਕਦਾ
ਆਪਣਾ ਰੋਲ ਨਿਭਾ ਕੇ ਪਾਤਰ
ਮੰਚ 'ਤੇ ਮੁੜ ਨਾ ਆਇਆ

ਗੋਲ-ਮੋਲ ਕੇਹੀ ਬਾਤ ਤੂੰ ਪਾਈ
ਸਗਲਾ ਜਗਤ ਸਜਾਇਆ
ਬੰਦਾ ਚੰਨ 'ਮਾਰਸਾਂ' ਲੱਭੇ
ਤੈਨੂੰ ਘਟਿ-ਘਟਿ ਕੀਹਨੇ ਵਸਾਇਆ

ਸਾਹ ਦਾ ਸਫ਼ਰ

ਸਾਹ ਆਪਣੀ ਕਾਰਜ-ਕਿਰਿਆ ਤੋਂ ਇੱਕ ਰਾਹਗੀਰ ਜਾਪਦਾ ਹੈ। ਸਾਹ ਲੈਣ ਵਾਲੇ ਅੰਗ ਸਾਰੀ ਉਮਰ ਆਪਣੇ ਸਥਾਈ ਹੋਣ ਦਾ ਭਰਮ ਪਾਲਦੇ ਰਹਿੰਦੇ ਹਨ। ਅਸਲ 'ਚ ਸਾਹ ਦਾ ਪੈਂਡਾ ਅਗਨਤ ਅਤੇ ਅਪਾਰ ਹੈ। ਕੁਝ ਕੁ ਜੀਵਾਂ ਲਈ ਆਕਸੀਜਨ ਦੇ ਅਣੂ ਸਾਹ ਵਰਤਾਉਂਦੇ ਹਨ। ਕੁਝ ਜੀਵਾਣੂਆਂ ਲਈ ਆਕਸੀਜਨ ਦੀ ਅਣਹੋਂਦ ਹੀ ਸਾਹ ਦਾ ਕੰਮ ਕਰਦੀ ਹੈ। ਸਾਹ ਨਾ ਜੰਮਦਾ ਹੈ ਨਾ ਮਰਦਾ ਹੈ ਅਤੇ ਨਾ ਹੀ ਇਹਦੀ ਕੋਈ ਸ਼ਕਲ ਸੂਰਤ ਹੈ। ਇਹ ਖ਼ੁਸ਼ ਹੋਵੇ ਤਾਂ ਜਹਾਨ ਬਦਲ ਸਕਦਾ ਹੈ, ਰੁੱਸ ਜਾਵੇ ਤਾਂ ਵਾਕਈ ਜਹਾਨ ਬਦਲ ਦਿੰਦਾ ਹੈ।

ਇਹ ਆਉਂਦਾ ਜਾਂਦਾ ਕੋਈ ਖੜਕਾ-ਖੁੜਕਾ ਵੀ ਨਹੀਂ ਕਰਦਾ। ਖ਼ਾਲੀ ਹੋਵੇ ਤਾਂ ਭਰਿਆ ਲੱਗਦਾ ਹੈ, ਭਰਿਆ ਹੋਵੇ ਤਾਂ ਖ਼ਾਲੀ..

ਸਾਰੀ ਉਮਰ ਅਧੂਰਾ
ਸਾਹ ਨਿਕਲਿਆ
ਤਾਂ ਕਹਿੰਦੇ..
ਹੋ ਗਿਆ "ਪੂਰਾ"

ਹਰ ਛਿਣ ਸਾਡੀ ਮੁੱਠ 'ਚੋਂ ਰੇਤ ਵਾਂਗ ਕਿਰ ਰਿਹਾ ਹੈ ਅਤੇ ਸਮੇਂ ਦੀ ਪਰਿਭਾਸ਼ਾ ਮੁਤਾਬਕ ਭੂਤਕਾਲ 'ਚ ਪ੍ਰਵੇਸ਼ ਕਰ ਰਿਹਾ ਹੈ। ਆਉਣ ਵਾਲੇ ਰੰਗ ਬਰੰਗੇ ਚਮਕਦੇ

ਛਿਣ, ਸਾਡੀ ਸੋਚ ਦੀ ਸਰਦਲ 'ਤੇ ਕਤਾਰ ਬਣਾ ਕੇ ਤਿਆਰ-ਬਰ-ਤਿਆਰ ਆਪਣੀ ਪਾਰੀ ਦੀ ਉਡੀਕ 'ਚ ਖਲੋਤੇ ਹਨ।

ਸਰਦਲ 'ਤੇ ਹੀ ਡਾਂਗੂ ਲੈ ਕੇ ਖੜ੍ਹਾ ਹੈ... ਸਾਹ। ਸਾਹ ਦਾ ਚਿੱਤ ਕਰੂ ਤਾਂ ਹੀ ਉਡੀਕਦੇ ਛਿਣਾਂ ਨੂੰ ਸਰਦਲ ਟੱਪਣ ਦੇਊ। ਸਾਹ ਦੇ ਸਿਰ 'ਤੇ ਖਲੋਤਾ ਹੈ ਸਮਾਂ, ਜੋ ਚਿਤਰਗੁਪਤ ਦੇ ਕਲਰਕ ਵਜੋਂ ਸਾਹ ਦਾ ਲੇਖਾ ਜੋਖਾ ਰੱਖਦਾ ਹੈ। ਸਮਾਂ ਫ਼ਾਨੀ ਸਰੀਰ ਦੇ ਤੁਰ ਜਾਣ ਤੋਂ ਬਾਦ ਅਗਾਂਹ ਤੁਰ ਜਾਂਦਾ ਹੈ 'ਤੇ ਰਿਸ਼ਤਿਆਂ ਨੂੰ ਮਿਥਿਹਾਸ ਬਣਾ ਦਿੰਦਾ ਹੈ। ਜਿਸ ਨੇ ਵੀ ਸਮੇਂ ਦੀ ਗਿਣਤੀ-ਮਿਣਤੀ ਅਤੇ ਨਾਪ-ਤੋਲ ਨੂੰ ਸਿਰਜਿਆ ਹੋਵੇਗਾ ਉਹਨੇ ਦੁਨੀਆ ਦੀ ਉਤਪਤੀ ਦੀ ਕਲਪਨਾ ਸ਼ਾਇਦ ਇੱਕ ਸਰਲ-ਰੇਖਾ ਵਾਂਗ ਕੀਤੀ ਹੋਵੇਗੀ। ਪਰ ਧਰਤੀ ਦੀ ਅਗਾਧ ਪਰਿਕਰਮਾ ਨਹੀਂ ਮੰਨਦੀ ਸਮੇਂ ਦੀ ਇਸ ਰੇਖਾ ਦੀ ਮੁਹਤਬਰੀ। ਉਸ ਲਈ ਹਰ ਛਿਣ ਵਰਤਮਾਨ ਦੁਆਲੇ ਘੁੰਮਦਾ ਹੈ। ਉਹ ਮੀਰਾ ਵਾਂਗ ਘੁੰਮ-ਘੁੰਮ ਕੇ ਜਿਊਣਾ ਚਾਹੁੰਦੀ ਹੈ 'ਤੇ ਸਮੇਂ ਦੀ ਖ਼ਾਤਰ ਸਤੀ ਹੋਣ ਤੋਂ ਮੁਨਕਰ ਹੈ। ਆਈਨਸਟਾਈਨ ਆਖਦਾ ਹੈ ਕਿ ਸਾਡੀ ਮਾਂ – ਧਰਤੀ ਅਤੇ ਧਰਤੀ ਦੀ ਮਾਂ – ਕਾਇਨਾਤ, ਕਦੇ ਕੁਝ ਵੀ ਨਹੀਂ ਵਿਸਾਰਦੀਆਂ। ਕੁਝ ਨਵਾਂ ਨਹੀਂ ਬਣਦਾ, ਕੁਝ ਨਸ਼ਟ ਵੀ ਨਹੀਂ ਹੁੰਦਾ। ਰਿਸ਼ਤੇ ਵੀ ਨਹੀਂ...

ਹਵਾਵਾਂ ਨੂੰ ਕਨਸੋਅ ਨਾ ਹੋਣੀ
ਸਾਹ ਮੇਰੇ ਤੁਰ ਜਾਣਾ

ਸਾਹੀਂ ਆਉਂਦਾ ਸਾਹੀਂ ਜਾਂਦਾ
ਸਾਹੀਂ ਵਿਚ ਸਮੁੰਦ ਸਮਾਉਂਦਾ
ਸਾਹੀਂ ਨਾਦ ਵਿਨੋਦ ਵਜਾਉਂਦਾ
ਸਾਹੀਂ ਸੁਣਦਾ ਸਾਹੀਂ ਗਾਉਂਦਾ
ਗਾਉਂਦਾ ਤੇਰਾ ਭਾਣਾ
ਹਵਾਵਾਂ ਨੂੰ ਕਨਸੋਅ ਨਾ ਹੋਣੀ....

ਕਿੱਥੋਂ ਤੁਰਿਆ ਕਿੱਥੇ ਆਇਆ
ਕਿੱਥੇ ਉਤਭੁਜ ਕੀਤੀ ਕਾਇਆਂ
ਕਿੱਥੇ ਜੂਨ-ਜੂਨ ਵਿਗਸਾਇਆ
ਕਿੱਥੇ ਮਰ ਕੇ ਵੀ ਜਿਵਾਇਆ

ਬਰਫ਼ 'ਚ ਉੱਗੇ ਅਮਲਤਾਸ/232

ਸਭ ਸਾਹ ਦਾ ਤਾਣਾ-ਬਾਣਾ
ਹਵਾਵਾਂ ਨੂੰ ਕਨਸੋਅ ਨਾ ਹੋਣੀ....

ਕਿਹਦਾ ਸਾਹ ਤੂੰ ਕੀਹਨੂੰ ਨੂੰ ਲਾਇਆ
ਕਿਹਦੇ ਸਾਹ ਨੂੰ ਬਖ਼ਸ਼ੀ ਮਾਇਆ
ਕਿਸ ਅੰਡੇ ਵਿਚ ਬੀਜ ਬਿਜਾਇਆ
ਕਿਸ ਨੂੰ ਝਾਲਾ ਝੁੱਲਣ ਲਾਇਆ
ਮੈਂ ਗਾਫ਼ਲ ਬਉਰਾਨਾ
ਹਵਾਵਾਂ ਨੂੰ ਕਨਸੋਅ ਨਾ ਹੋਣੀ
ਸਾਹ ਮੇਰੇ ਤੁਰ ਜਾਣਾ

ਉਧਾਰੇ ਸਾਹ ਨਾਲ ਹੀ ਜਿਉਂਦਾ ਹਾਂ ਮੈਂ। ਏਸੇ ਸਾਹੇ ਜਿਉਂਦੇ ਨੇ ਮੇਰੇ ਅੰਗ-ਸੰਗ ਇੱਕੋ ਵੇਲੇ ਗਾਂਧੀ ਤੇ ਗੌਡਸਾ, ਪਿੰਗਲਵਾੜਾ ਤੇ ਵਪਾਰਗਾਹ, ਅਤੇ ਅਮਰੀਕਾ ਤੇ ਰੂਸ। ਹਰ ਨਾੜੀ ਬਾਰਡਰ ਦੀ ਲੀਕ ਵਾਂਗੂ ਸਰੀਰ 'ਚ ਕਈ ਮੁਖਤਲਿਫ਼ ਮੁਲਕ ਬਣਾਈ ਬੈਠੀ ਹੈ। ਮੇਰੇ ਦਿਲ ਅਤੇ ਦਿਮਾਗ਼ 'ਚ ਅਕਸਰ ਮਘਦੀ ਰਹਿੰਦੀ ਹੈ ਖ਼ਾਨਾ-ਜੰਗੀ। ਜੀਵਨ ਦੇ ਚੌਰਾਹੇ 'ਚ ਖਲੋਤਾ ਹਾਂ "ਮੈਂ", ਇੱਕ ਸਵੈ-ਕੈਦੀ। ਨਾਲ ਹੀ ਕੈਦ ਨੇ ਮੇਰੇ: ਮੇਰੀ ਆਕੜੀ ਧੌਣ, ਮੇਰੇ ਅੰਦਰ ਦਾ ਧਮੱਚੜ ਅਤੇ ਮੇਰਾ ਮੱਥਾ ਟੇਕਦਾ ਸਿਰ...ਮੋਖਸ਼ ਦੀ ਭਾਲ ਵਿਚ

ਵਿਦਾ ਹੋਣ ਤੋਂ ਬਾਦ...

ਸਿਆਣੇ ਬੈਕਟੀਰੀਆ ਨੇ ਬਿਰਖ ਅਤੇ ਮਨੁੱਖੀ ਸਾਹ ਵਿਚਾਲੇ ਯੁੱਗ-ਯੁੱਗ ਨਿਭਣ ਵਾਲਾ ਸਾਕ ਵੀ ਕਰਾਇਆ। ਅੱਜ ਸਾਡੇ ਵੱਲੋਂ ਲਿਆ ਹਰ ਸਾਹ ਕਿਸੇ ਨਾ ਕਿਸੇ ਬਿਰਖ ਦੇ ਪੱਤੇ ਨਾਲ ਜੁੜਿਆ ਹੈ। ਜੀਵਨ ਰੂਪੀ ਬਿਰਖ ਦੀਆਂ ਸ਼ਾਖਾਵਾਂ ਦਾ ਆਵਾਗਵਨ ਵੀ ਇਹਦੇ ਵਿਕਾਸ ਦਾ ਹੀ ਇੱਕ ਲਹਿਜਾ ਹੈ। ਸ੍ਰਿਸ਼ਟੀ 'ਚ ਆਉਂਦੇ ਪਰਿਵਰਤਨ ਬ੍ਰਹਿਮੰਡ 'ਚ ਨਿੱਤ ਨਵੇਂ ਰੰਗ ਭਰਦੇ ਹਨ। ਜੀਵਨ ਧਾਰਾ ਨਿਰੰਤਰ ਵਗਦੀ ਜਾ ਰਹੀ ਹੈ। ਬਨਸਪਤੀ ਨਾਲ ਸਾਡੀ ਰਿਸ਼ਤੇਦਾਰੀ ਮੁੱਢ-ਕਦੀਮੀ ਹੈ...

ਬੰਦਾ ਵਿਦਾ ਹੋ ਕੇ
ਕਿਤੇ ਨਹੀਂ ਜਾਂਦਾ

ਇੱਥੇ ਹੀ ਆਲ੍ਹੇ ਦੁਆਲ੍ਹੇ
ਬਿਰਖ ਬਣ
ਪੁਨਰ-ਜਨਮ ਲੈ ਲੈਂਦਾ
ਇਹ ਖੂਹ 'ਤੇ ਉੱਗਿਆ ਬੋਹੜ
ਮੇਰਾ ਦਾਦਾ, ਪਾਣੀ ਦਾ ਚੌਕੀਦਾਰ

ਆਹ ਜੁਆਕਾਂ ਦੀ ਦਿਲ ਚਾਹੀ
ਜਾਮਣ, ਮੇਰੀ ਦਾਦੀ

ਔਹ ਕਿੱਕਰ ਕੰਡਿਆਲ੍ਹੀ, ਤੁੱਕਿਆਂ ਵਾਲ੍ਹੀ
ਸਾਡੀ ਲੜਾਕੀ ਗੁਆਂਢਣ

ਇਹ ਲੰਮ-ਸਲੰਮਾ ਸਫ਼ੈਦਾ
ਪਰੇਡ 'ਚ ਖਲੋਤਾ ਫ਼ੌਜੀ ਕਰਮਾ

ਆਹ ਲਸੂੜ੍ਹਾ ਸਭ ਨੂੰ ਜੋੜਦਾ ਰਿਹਾ
ਮੇਰੇ ਤਾਏ-ਤਾਈ ਦਾ ਵਿਚੋਲਾ

ਔਹ ਦੂਰ ਪਰਲੇ ਪਿੰਡ 'ਚ
ਛਤਰੀ ਬਣ ਫ਼ੈਲੀ ਟਾਹਲੀ,
ਠੰਢੀਆਂ ਛਾਂਵਾਂ ਵਰਤਾਉਂਦੀ - ਮੇਰੀ ਨਾਨੀ
ਉਹਦੇ ਸੱਜੇ ਖੱਬੇ ਉੱਗੇ, ਨਿੱਕੇ-ਨਿੱਕੇ
ਚਾਰ ਸ਼ਹਿਤੂਤ - ਮੇਰੇ ਮਾਮੇ
ਲੂ ਵਗੇ ਤਾਂ
ਮੇਰੇ ਸੁਰਗਵਾਸੀ ਬਜ਼ੁਰਗ, ਮੇਰੇ ਲਈ
ਠੰਢੀ ਵਾ ਦੇ ਝੱਲਣ ਪੱਖੇ
ਸੇਵਾ 'ਚ ਖਲੋਤੇ
ਤਿਆਰ-ਬਰ-ਤਿਆਰ
ਤੇ ਮੈਂ, ਵੱਢ ਇਨ੍ਹਾਂ ਨੂੰ

ਬਰਫ਼ 'ਚ ਉੱਗੇ ਅਮਲਤਾਸ/234

ਘੜਾਂ ਬਾਲੇ ਸ਼ਤੀਰੀਆਂ
ਮਹਿਲ ਉਸਾਰਾਂ

ਵੱਢ ਇਨ੍ਹਾਂ ਨੂੰ
ਇਨ੍ਹਾਂ ਦੀਆਂ ਹੀ ਬਰਸੀਆਂ ਮਨਾਵਾਂ
ਅਤੁੱਟ ਲੰਗਰ ਲਾਵਾਂ
ਬਿਰਖ ਜਠੇਰੇ ਸੀ ਵੀ ਨਾ ਕਰਨ
ਸੇਵਾ 'ਚ ਖਲੋਤੇ
ਤਿਆਰ-ਬਰ-ਤਿਆਰ
ਸੁਰਗਵਾਸੀ
ਹੁਕਮ ਹੋਇਆ ਜਦ
ਮੈਂ ਵੀ ਉੱਗਾਂਗਾ ਬਿਰਖ ਬਣ
ਬਜ਼ੁਰਗਾਂ ਦੇ ਇਰਦ ਗਿਰਦ
ਆਪਣੇ ਪਿੰਡ ਦੀ ਸਰਜ਼ਮੀਨ ਤੇ
ਬਚੀ ਰਹੀ ਜੇਕਰ ਪੰਜ-ਸੱਤ ਕੁ ਫੁੱਟ ਭੋਂਇੰ
ਰੇਗਿਸਤਾਨ ਬਣਨ ਤੋਂ

ਅਲਵਿਦਾ ਆਖਣ ਤੋਂ ਪਹਿਲਾਂ
ਮਤਾਂ ਸਾਂਭ ਲਵਾਂ
ਮਰ-ਜਾਣੀ ਧਰਤ ਜ਼ਰਖੇਜ਼

ਬੰਦਾ ਵਿਦਾ ਹੋ ਕੇ
ਕਿਤੇ ਨਹੀਂ ਜਾਂਦਾ...

ਅਕੀਦਤ

ਜੀਵਨ ਦੀਆਂ ਅਨੰਤ ਸ਼ਾਖਾਵਾਂ ਨੇ ਕਰੋੜਾਂ ਸਦੀਆਂ ਦੀ ਮੁਸ਼ੱਕਤ ਨਾਲ ਸੰਸਾਰ ਦੀ
ਖੂਬਸੂਰਤੀ ਨੂੰ ਸਿਰਜਿਆ। ਕਦੇ ਅੱਖਾਂ ਮੁੰਦ ਕੇ ਬ੍ਰਹਿਮੰਡ ਦੇ ਅਚੰਭਿਤ ਕਰ ਦੇਣ ਵਾਲੇ
ਸਰੂਪ ਦੀ ਪਰਿਕਰਮਾ ਕਰੀਏ ਤਾਂ ਖੂਨ ਦੇ ਰਿਸ਼ਤਿਆਂ ਦੀ ਪਰਿਭਾਸ਼ਾ ਵੀ ਸੌੜੀ-ਸੌੜੀ
ਜਾਪਦੀ ਹੈ। ਬ੍ਰਹਿਮੰਡ ਦੇ ਸੁਫਨਈ-ਆਰਕੀਟੈਕਚਰ ਬਾਰੇ ਸੋਚਦੇ-ਸੋਚਦੇ ਇਹ ਪਰਿਭਾਸ਼ਾ

ਅਕਾਲ ਅਤੇ ਵਸੀਹ ਹੋ ਜਾਂਦੀ ਹੈ। ਸਾਡਾ ਲਹੂ ਵੀ ਲੋਹੇ ਅਤੇ ਆਕਸੀਜਨ ਤੋਂ ਬਗੈਰ ਨਿਰਮੁਲ ਹੈ। ਸੁਪਰਨੋਵਾ ਵੱਲੋਂ ਲੋਹੇ ਦੇ ਕਣਾਂ ਦੀ ਉਤਪਤੀ, ਧੁੰਦੁਕਾਰ ਉਪਰੰਤ ਸਾਜੀ ਗੁਰੂਤਾ ਖਿੱਚ ਅਤੇ ਸਿਆਣੇ ਬੈਕਟੀਰੀਏ ਵੱਲੋਂ ਵਰਤਾਈ ਆਕਸੀਜਨ ਨੇ ਕੁੱਲ ਕਾਇਆਂ ਨੂੰ ਹੀ ਸਾਡੇ ਖੂਨ ਦੇ ਸਾਕ ਬਣਾ ਛੱਡਿਆ। ਸਾਡੇ ਸਰੀਰ ਦੇ ਕਰੋੜਾਂ ਕਣਾਂ ਦਾ ਦੂਜੇ ਜੀਵਾਂ ਤੇ ਬਿਰਖਾਂ ਦੇ ਖਰਬਾਂ ਕਣਾਂ-ਉਪਕਣਾਂ ਨਾਲ ਅਦੁੱਤਾ ਤਅੱਲਕ ਹੈ। ਇਹ ਅੰਤਰ-ਜੀਵ ਨਾਤੇ ਮਨੁੱਖ ਦੀਆਂ ਸਿਰਜੀਆਂ ਰਾਜਨੀਤਿਕ ਹੱਦਬੰਦੀਆਂ, ਫ਼ਾਸਲੇ ਤੇ ਭਾਸ਼ਾਈ ਵਿੱਥਾਂ ਦੀ ਕੈਦੀਅਤ ਨੂੰ ਨਕਾਰਦੇ ਹਨ। ਕੇਵਲ ਇੰਦਰੀਆਂ ਨੂੰ ਹੀ ਸੰਚਾਰ ਦਾ ਮਾਧਿਅਮ ਸਮਝ ਲੈਣਾ ਅਲਪ-ਦ੍ਰਿਸ਼ਟਤਾ ਹੈ। ਭਾਈ ਘਨੱਈਏ ਵਰਗੀਆਂ ਰੂਹਾਂ ਨੇ ਤਾਂ ਬਹੁਤ ਸਦੀਆਂ ਪਹਿਲਾਂ ਹੀ ਕਣ-ਕਣ 'ਚੋਂ ਆਪਣੇ ਪਿਆਰਿਆਂ ਨੂੰ ਪਹਿਚਾਣ ਲਿਆ ਸੀ।

ਸਾਗਰ 'ਚ ਸਮੋਆ ਜਾਣ ਵਾਲੀ ਨਦੀ ਦੇ ਕੰਢੇ ਬਹਿ ਕੇ ਇਹ ਵੀ ਕਦੇ ਵਿਚਾਰੀਏ ਕਿ ਨਦੀ ਵਾਂਗ ਸਾਰੀ ਉਮਰ ਢੋਆ-ਢੁਆਈ ਕਰਕੇ ਪਿੱਛੇ ਰਹਿ ਜਾਣ ਵਾਲੀ ਸਾਡੀ ਕਮਾਈ ਕਿਸ ਤਰ੍ਹਾਂ ਦੀ ਵਿਰਾਸਤ ਛੱਡ ਕੇ ਜਾਵੇਗੀ? ਇਸ ਕਮਾਈ ਦੀ ਆਪਣੀ ਅਉਧ ਕਿੰਨੀ ਕੁ ਹੋਵੇਗੀ? ਉਸ 'ਚੋਂ ਕਿੰਨੀ ਕੁ ਅਕਾਲ ਹੋਵੇਗੀ ਅਤੇ ਕਿੰਨੀ ਕੁ ਤਪਦੇ ਦਿਲਾਂ ਨੂੰ ਠਾਰੇਗੀ? ਕਿੰਨੀ ਕੁ ਰੁੱਖੀਆਂ ਰੂਹਾਂ ਨੂੰ ਸਿੰਜੇਗੀ ਅਤੇ ਕਿੰਨੇ ਕੁ ਜੀਆਂ 'ਚ ਵੰਡੀ ਜਾਵੇਗੀ? ਵੰਡੀ ਜਾਣ ਵੇਲ੍ਹੇ ਘਟੇਗੀ ਜਾਂ ਹੋਰ ਵਧੇਗੀ?

ਅਨੰਤ 'ਚੋਂ ਪੈਦਾ ਹੋਇਆ ਹਰ ਕਣ ਵੀ ਉਨਾ ਹੀ ਅਨੰਤ ਹੁੰਦਾ ਹੈ। ਆਪਣੀ ਤੁੱਛ ਬੁੱਧੀ ਮੁਤਾਬਕ ਬੰਦੇ ਨੇ ਕੁਦਰਤ ਦੀ ਉਤਪਤੀ ਨੂੰ ਮਿਆਦੀ ਪਹਾੜੇ ('ਪੀਰੀਓਡਿਕ ਟੇਬਲ') ਦੀਆਂ ਸ਼ੈਲਫਾਂ 'ਤੇ ਸਜਾ ਕੇ ਹੀ ਨਹੀਂ ਰੱਖਿਆ, ਸਗੋਂ ਬ੍ਰਹਿਮੰਡ 'ਚੋਂ ਮਿਲੀਆਂ ਇਨ੍ਹਾਂ ਦਾਤਾਂ-ਧਾਤਾਂ ਨਾਲ ਅਪਾਰ ਸਿਰਜਨਾ ਵੀ ਕਰਦਾ ਆ ਰਿਹਾ ਹੈ। ਸਾਡੇ ਜੀਵਨ ਦੇ ਕੈਨਵਸ 'ਤੇ ਕੁਦਰਤ ਦਾ ਹਰ ਜੀਵ ਤੇ ਨਿਰਜੀਵ ਪਾਤਰ ਇੱਕ ਖ਼ੂਬਸੂਰਤ ਬਿੰਦੂ ਵਾਂਗ ਸਸ਼ੋਭਿਤ ਹੈ ਅਤੇ ਬੇਅੰਤ ਊਰਜਾ ਤੇ ਰੰਗਾਂ ਦਾ ਸਰੋਤ ਹੈ। ਕੱਚੀ ਜਮਾਤ ਦੇ ਵਿਦਿਆਰਥੀ ਵਾਂਗਰ ਅਸੀਂ ਪਲ-ਪਲ ਇਨ੍ਹਾਂ ਬਿੰਦੂਆਂ ਨੂੰ ਜੋੜ-ਜੋੜ ਕੁ ਨਿੱਤ ਨਵੇਂ ਤੇ ਵਿਲੱਖਣ ਸੰਸਾਰ ਸਿਰਜਦੇ ਰਹਿੰਦੇ ਹਾਂ। ਮੇਲ, ਵਿਛੋੜਾ, ਨਫ਼ਰਤ, ਮੋਹ, ਵਸਤੂਆਂ, ਹਵਾ, ਪਾਣੀ, ਤਾਪਮਾਨ, ਧਰਤੀਆਂ, ਜੀਅ-ਜੰਤ, ਬਨਸਪਤੀ, ਆਦਿ, ਨਾਲ ਭਰਪੂਰ ਵਾਤਾਵਰਨਿਕ ਪ੍ਰਨਾਲ਼ੀ 'ਚ ਆਪਸੀ ਰਿਸ਼ਤਿਆਂ ਦਾ ਕੋਈ ਨਕਸ਼ਾ ਘੜੇ ਤਾਂ ਕਿਵੇਂ ਘੜੇ?

ਮਨੁੱਖ ਅਤੇ ਜੀਵ ਜੰਤੂਆਂ ਵਾਂਗ ਵਸਤਾਂ ਵੀ ਢਲਦੀ ਉਮਰ ਦੇ ਨਾਲ ਸੰਸਾਰ 'ਚੋਂ ਕੂਚ ਕਰ ਜਾਂਦੀਆਂ ਹਨ। ਪਰ ਕੁਝ ਵਸਤਾਂ ਆਪਣੇ ਉਸਾਰੂ ਕਿਰਦਾਰ ਅਤੇ ਸਰਬ

ਸਾਂਝੀਵਾਲਤਾ ਸਦਕਾ ਇਤਿਹਾਸ ਦੇ ਪੰਨਿਆਂ 'ਤੇ ਅਮਰ ਹੋ ਜਾਂਦੀਆਂ ਹਨ। ਹਰ ਨਿੱਕੀ ਚੀਜ਼ ਦਾ ਇੱਕ ਵੱਡਾ ਇਤਿਹਾਸ ਹੁੰਦਾ ਹੈ, ਜਿਸ ਨਾਲ ਅਨੇਕਾਂ ਅਹਿਸਾਸ ਜੁੜੇ ਹੁੰਦੇ ਹਨ। ਮਨੁੱਖੀ ਜੀਵਨ ਯਾਤਰਾ ਦੀਆਂ ਤੰਦਾਂ ਕਈ ਵਾਰ ਅਜਿਹੀਆਂ ਵਸਤਾਂ ਨਾਲ ਜੁੜ ਜਾਂਦੀਆਂ ਹਨ ਜੋ ਕਈ-ਕਈ ਪੀੜ੍ਹੀਆਂ ਵਿਚਕਾਰ ਪੁਲ ਬਣਦੀਆਂ ਹਨ। ਇਨ੍ਹਾਂ ਇਲਾਹੀ ਵਸਤਾਂ ਦੇ ਸੁਹਜ ਅਤੇ ਸਹਿਜ 'ਚੋਂ ਵਿੱਛੜੀਆਂ ਰੂਹਾਂ ਦੀ ਸ਼ਿਲਪ ਦੇ ਨੈਣ ਨਕਸ਼ ਚਿਤਵੇ ਜਾ ਸਕਦੇ ਹਨ ਅਤੇ ਉਨ੍ਹਾਂ ਦੇ ਜੀਵਨ ਪੰਧ ਦੀਆਂ ਉਤਰਾਈਆਂ-ਚੜ੍ਹਾਈਆਂ ਨੂੰ ਮਾਪਿਆ ਜਾ ਸਕਦਾ ਹੈ। ਇਨ੍ਹਾਂ ਦੀ ਬਰਕਤ ਨਾਲ ਖਿੜੇ ਜੀਵਨ ਦੇ ਗੁਲਾਬਾਂ ਦੀ ਮਹਿਕ ਸਦਾ-ਬਹਾਰ ਹੁੰਦੀ ਹੈ। ਅਜਿਹੀ ਵਸਤ ਦੀ ਵਰਤੋਂ ਕਰਨ ਵੇਲੇ ਮਨ ਉਨ੍ਹਾਂ ਸਭ ਆਤਮਾਵਾਂ ਦੇ ਵਾਰੇ-ਵਾਰੇ ਜਾਂਦਾ ਹੈ ਜਿਨ੍ਹਾਂ ਦੀਆਂ ਮੁਸ਼ੱਕਤਾਂ, ਮਿਹਨਤਾਂ, ਖੋਜਾਂ ਅਤੇ ਦ੍ਰਿੜਤਾ ਨੇ ਇਸ ਭਲੀ ਵਸਤ ਦਾ ਮੁਅੱਜ਼ਜ਼ ਰੂਪ ਤਰਾਸ਼ਣ 'ਚ ਚੋਖੀ ਭੂਮਿਕਾ ਨਿਭਾਈ।

ਮਨੁੱਖ ਦੀ ਜੀਵਤ-ਅਜੀਵਤ ਘਾੜਤ ਅਤੇ ਸੁੱਚੀ ਸਿਰਜਨਾ, ਜੋ ਜੀਵਨ ਵਿਕਾਸ ਦੇ ਨਾਟਕ ਦੀ ਸ਼ੁਭ ਪਾਤਰ ਬਣੀ, ਸਾਡੇ ਸਦੀਵੀ ਮੋਹ ਦੀ ਹੱਕਦਾਰ ਬਣ ਜਾਂਦੀ ਹੈ।

ਨਲਕਾ

ਵੇਖਣ ਨੂੰ ਨਿੱਕੂ ਜਿਹਾ

ਧਰਤ 'ਚ ਛੁਪਿਆ ਗਹਿਰਾ

ਸਿਰ 'ਤੇ ਇਹਦੇ

ਖ਼ਵਾਜੇ ਦਾ ਪਹਿਰਾ

ਧਰਤ ਮਾਤਾ ਦੇ ਢਿੱਡੋਂ

ਕੱਢ-ਕੱਢ ਜਲ ਲਿਆਉਂਦਾ

ਨਿਤ ਛਬੀਲਾਂ ਲਾਉਂਦਾ

ਸਾਂਝੇ ਟੱਬਰ ਦਾ ਨਲਕਾ

ਕਦੇ-ਕਦੇ ਜਦ ਰੁੱਸ ਜਾਵੇ

ਕੱਪ ਕੁ ਪਾਣੀ

ਇਹਦੇ ਮੂੰਹ ਵਿਚ ਪਾ ਕੇ

ਮੈਂ ਥੋੜ੍ਹਾ ਪੰਪ ਛਕਾਉਂਦਾ

ਰਤਾ ਕੁ ਸਾਹ ਜਿਹੇ ਕੱਢ ਕੇ

ਜਲ-ਥਲ ਛਹਿਬਰ ਲਾਉਂਦਾ
ਤਾਂ ਕਿਤੇ ਲੰਗਰ ਪੱਕਦਾ
ਤਿਹਾਏ ਜੁਆਕ ਰਜਾਉਂਦਾ
ਸਾਂਝੇ ਟੱਬਰ ਦਾ ਨਲਕਾ

ਤਾਈਆਂ-ਚਾਚੀਆਂ
ਚਰਨੀਂ ਇਹਦੇ ਬਹਿ ਕੇ
ਲੀੜੇ ਧੋਵਣ
ਭਰ ਵਲਟੋਹੀਆਂ
ਕਦੇ ਨਾ ਅੱਕਦਾ
ਸੁਣ ਬੁੜੀਆਂ ਦੇ ਮਿਹਨੇ

ਜੁਆਕਾਂ ਨਾਲ ਮਸਖ਼ਰੇ ਕਰਦਾ
ਜਦ ਮੈਂ ਮੂੰਹ ਇਹਦਾ ਬੰਦ ਕਰ ਕੇ
ਪਾਣੀ ਨੱਕੋਂ ਕੱਢਦਾ
ਛਿੜਕ-ਛਿੜਕ ਇਹ
ਧੁੱਦਲ ਥਾਏਂ ਬਿਠਾਉਂਦਾ
ਮੈਂ ਵੀ ਸਣੇ ਵਸਤਰੀਂ ਨਹਾਉਂਦਾ
ਗੇੜ-ਗੇੜ ਕੇ ਸ਼ਾਮ ਸਵੇਰੇ
ਮੈਂ ਇਹਨੂੰ ਗੀਤ ਸੁਣਾਉਂਦਾ
ਪੁਰਜ਼ਾ-ਪੁਰਜ਼ਾ ਇਹਦਾ
ਮੇਰੇ ਗੀਤਾਂ ਸੰਗ ਗਾਉਂਦਾ

ਪੀ ਕੇ ਅੰਮ੍ਰਿਤ ਜਲ ਏਸ ਦਾ
ਹਰ ਜੀਅ ਵਧਿਆ ਫੁੱਲਿਆ
ਟੱਬਰ ਵੱਡਾ ਹੋਇਆ
ਘਰ ਦੇ ਮੂਹਰੇ ਪਹਿਰਾ ਇਸ ਦਾ
ਕੋਈ ਨਾ ਜਾਣੇ ਨਲਕਾ ਕਿਸ ਦਾ
ਮੂੰਹ 'ਤੇ ਇਹਦੇ ਲਿਖਿਆ ਭਲਾ ਸਰਬੱਤ ਦਾ

ਹਰ ਕੋਈ ਆਉਂਦਾ ਜਾਂਦਾ
ਠੰਢਾ ਸ਼ਰਬਤ ਛਕਦਾ

ਟੁੱਟੀਆਂ-ਛੂਟੀਆਂ
ਜਿਉਂ ਹੀ ਵਿਹੜੇ ਵੜੀਆਂ
ਸਿਰ 'ਤੇ ਚੜੀਆਂ
ਨਿਹੱਥਾ ਕੀਤਾ ਨਲਕਾ
ਨਲਕੇ ਸੰਗ ਮੇਰਾ
ਕਈ ਪੁਸ਼ਤਾਂ ਦਾ ਰਿਸ਼ਤਾ
ਉਮਰੋਂ ਪਹਿਲੋਂ ਬੁੱਢਾ ਹੋਇਆ
ਇਹ ਬਿਨ ਹੰਝੂਆਂ ਤੋਂ ਰੋਇਆ
ਸਾਂਝੇ ਟੱਬਰ ਦੇ ਨਲਕੇ ਬਾਝੋਂ
ਮੁੜਦੇ ਰੋਜ਼ ਪਿਆਸੇ ਰਾਹੀ
ਵਿਹੜਾ ਜਾਪੇ ਤੰਗ-ਦਿਲੀਆਂ ਦਾ ਮੰਜ਼ਰ
ਟੁੱਟਾ ਭੱਜਾ ਇਹਦਾ ਪਾਈਪ
ਜਿਉਂ ਸੀਨੇ ਵਿਚ ਖੰਜਰ

ਜਦੋਂ ਦਾ
ਇਹਦੀ ਮਾਂ ਧਰਤ ਦੇ
ਢਿੱਡੀਂ ਪਾਣੀ ਮੁੱਕਾ
ਗੁੰਮ-ਸੁੰਮ ਜਿਹਾ ਇਹ ਹੋਇਆ
"ਬਈ ਕਿਵੇਂ ਮਨਾਵਾਂ...ਗੁਰੂ ਅਰਜਨ ਪੁਰਬ?"
ਨਲਕਾ... ਸੋਚ-ਸੋਚ ਕੇ...ਰੋਇਆ
ਜਿਵੇਂ ਕੋਈ ਤੁਹਮਤ ਲਾਉਂਦਾ ਹੋਵੇ
"ਨਲਕਾ ਗੁਰੂ ਤੋਂ ਬੇਮੁਖ ਹੋਇਆ"

ਕੋਣ ਜੋ ਕਹਿੰਦਾ
ਨਲਕਾ ਗੁਰੂ ਤੋਂ ਬੇਮੁਖ ਹੋਇਆ
ਉਹ ਤਾਂ ਹਰਿ ਚਰਨੀ ਜਾ ਲੱਗਾ

ਜੁੱਗੋ-ਜੁੱਗ ਲਾਫ਼ਾਨੀ ਹੋਇਆ
ਵੇਖੋ ਲੋਕੋ, ਨਲ਼ਕਾ ਜਾ ਕੇ
ਅਜਾਇਬ ਘਰ ਵਿਚ
ਹਲ਼ਟ ਸਿਰਹਾਣੇ ਸੋਇਆ

ਮਨ-ਮੰਦਰ

ਜੋ ਇੱਕ-ਅੱਧਾ ਪ੍ਰਤੀਸ਼ਤ ਸਮਝ ਆ ਚੁੱਕਾ ਹੈ ਉਹ ਬਹੁਤ ਵਸੀਹ ਤੇ ਅਦਭੁਤ ਹੈ। ਬਾਕੀ ਨਜ਼ਿਨਵੇਂ ਪ੍ਰਤੀਸ਼ਤ ਬਾਰੇ ਇੱਕ ਗੱਲ ਤਾਂ ਪੱਕੀ ਹੈ ਕਿ ਉਹਨੂੰ ਸਮਝਣ ਦਾ ਪੰਧ ਲਮੇਰਾ ਅਤੇ ਅਸਗਾਹ ਹੈ। ਅਣ-ਦਿਸਦੇ ਨੂੰ ਵੇਖ ਸਕਣ ਅਤੇ ਅਣ-ਕਹੇ ਨੂੰ ਸੁਣ ਸਕਣ ਦੀ ਉਤਸੁਕਤਾ ਬੇਹੱਦ ਸ਼ਕਤੀਸ਼ਾਲੀ ਉਰਜਾ ਅਤੇ ਪ੍ਰੇਰਨਾ ਸਰੋਤ ਹੋ ਸਕਦੀ ਹੈ। ਕੋਸ਼ਾਣੂ ਸਾਡੇ ਸਰੀਰ ਦੀ ਜੈਵਿਕ ਇਕਾਈ ਹੈ। ਪਰ ਹਰ ਕੋਸ਼ਾਣੂ ਦੇ ਅੰਦਰ ਅਲੱਗ ਜਹਾਨ ਦਾ ਵਾਸਾ ਹੈ। ਸ਼ਾਇਦ ਸਾਡਾ ਸੰਸਾਰ ਵੀ ਕੋਸ਼ਾਣੂ ਜਿਹਾ ਹੀ ਹੈ ਅਤੇ ਬ੍ਰਹਿਮੰਡ 'ਚ ਖ਼ੌਰੇ ਹੋਰ ਕਿੰਨੇ ਕੁ ਅਜਿਹੇ ਕੋਸ਼ਾਣੂ ਹੋਣਗੇ। ਪਰ ਬ੍ਰਹਿਮੰਡ 'ਚ ਵੱਸਦੇ ਹਰ ਹਿਰਦੇ ਵਿਚ ਉਹ 'ਸੁਪਰ-ਪੁਜ਼ੀਸ਼ਨ' (super-positon) ਲੈ ਕੇ ਬਿਰਾਜਮਾਨ ਹੈ ਅਤੇ ਦਰਸ਼ਨ ਦੇਣ ਲਈ ਉਤਾਵਲਾ ਹੈ, ਐਪਰ ਬੰਦੇ ਨੂੰ ਵਿਹਲ ਹੋਵੇ ਤਾਂ...

ਇੱਟਾਂ ਪੱਥਰ ਚਿਣ ਕੇ ਬੰਦਾ
ਇੱਕ ਸੰਸਾਰ ਬਣਾਵੇ
ਸਕੇ ਸੰਬੰਧੀ ਦੋਸਤ ਮਿੱਤਰ
ਇੱਕ ਆਵੇ ਇੱਕ ਜਾਵੇ

ਨੈਣ-ਝਰੋਖੇ ਸਾਰੀ ਉਮਰੇ
ਸੋਹਣੀ ਦੁਨੀਆ ਤੱਕੇ
ਸਾਗਰ ਪਰਬਤ ਹੁਸਨ ਹਜਾਤੀ
ਤੱਕਦਾ ਕਦੇ ਨਾ ਅੱਕੇ

ਥੱਕ-ਟੁੱਟ ਕੇ ਬੰਦਾ ਰਾਤੀਂ
ਘੋੜੇ ਵੇਚ ਕੇ ਸੌਂਦਾ

ਐਪਰ ਅਖ ਨਾ ਤੱਕਣੋਂ ਹਟਦੀ
ਸੁੱਤਿਆਂ ਸੁਫਨਾ ਆਉਂਦਾ

ਨੇਤਰ ਥੱਕੇ ਚਸ਼ਮੇ ਚਾੜੇ
ਦੁਨੀਆ ਵਾਹਵਾ ਭੋਗੀ
ਤਿਲ ਕੁ ਨਜ਼ਰ ਤੂੰ ਰੱਖ ਲੈ ਬੰਦਿਆ
ਮਨ ਮੰਦਰ ਵੇਖਣ ਜੋਗੀ

ਕੋਵਿਡ – 19

ਸੰਸਾਰਿਕ ਬਿਰਹੜੇ 'ਚੋਂ ਵਿਸਮਾਦ ਤਾਂ ਉਗਮਦਾ ਹੀ ਹੈ ਪਰ ਜੀਵਨ ਪ੍ਰਣਾਲੀ ਦੀ
ਅਨਿਸ਼ਚਤਤਾ ਨੇ ਬੰਦੇ ਨੂੰ ਨੱਥ ਪਾ ਕੇ ਰੱਖਿਆ ਹੋਇਆ ਹੈ। ਬਦਲਾਅ ਦੇ ਰੂਪ 'ਚ
ਆਪਮੁਹਾਰੇ ਸਿਰਜੀ ਜਾ ਰਹੀ ਨਵੀਨਤਾ ਹੀ ਅਨੰਤ ਦੀ ਬੇਅੰਤ ਖੁਬਸੂਰਤੀ ਦਾ ਅਧਾਰ
ਹੈ। ਇਹਦੀ ਰੱਬੀ ਚਾਲ ਅਤੇ ਮੁਬਾਰਕ ਅੰਦਾਜ਼ ਦੀ ਤਰਜ਼ 'ਤੇ ਚੱਲਦਿਆਂ ਰੂਹਾਨੀ
ਬਰਕਤਾਂ ਨਾਲ ਝੋਲੀਆਂ ਭਰ ਜਾਂਦੀਆਂ ਹਨ, ਪਰ ਜੇਕਰ ਬਾਬਾ ਫ਼ਰੀਦ ਜੀ ਦੇ ਲੈਂਨਜ਼
'ਚੋਂ ਤੱਕੀਏ...

"ਸੁਖੁ ਦੁਖੁ ਦੁਇ ਦਰਿ ਕਪੜੇ ਪਹਿਰਹਿ ਜਾਇ ਮਨੁਖ"

ਕੋਰੋਨਾ ਵਾਇਰਸ ਦੀ ਮਚਾਈ ਤਰਥੱਲ ਤੋਂ ਪਹਿਲਾਂ, ਇਹ ਅਧਿਆਇ ਲਿਖਣ ਦਾ ਕੰਮ
ਤਕਰੀਬਨ ਖ਼ਤਮ ਹੋ ਚੁੱਕਾ ਸੀ। ਪਰ ਸਿਆਣੇ ਬੈਕਟੀਰੀਏ ਤੋਂ ਸ਼ੁਰੂ ਹੋਈ ਇਸ ਲੜੀ
ਵਿਚ ਵਿਚ ਕੋਰੋਨਾ ਵਾਇਰਸ ਬਿਨ-ਬੁਲਾਏ ਆ ਧਮਕਿਆ। ਪਹਿਲੀ ਵਾਰ ਇਤਿਹਾਸ
'ਚ ਹੋ ਰਿਹਾ ਹੈ ਕਿ ਕਮਜ਼ੋਰ ਅਤੇ ਜਾਂ-ਬਾਜ਼ ਦੋਵੇਂ ਇੱਕ ਦੂਜੇ ਤੋਂ ਇੱਕੋ ਜਿੰਨੇ ਭੈਭੀਤ
ਹਨ। ਵਾਇਰਸ ਦੀ ਉਂਗਲੀ 'ਤੇ ਨੱਚ ਰਹੇ ਇਸ ਨਵੇਂ ਜੁਗ ਨੇ ਕਈ ਪਰਿਭਾਸ਼ਾਵਾਂ ਮੂਲੋਂ
ਹੀ ਉਖੇੜ ਦਿੱਤੀਆਂ ਪਰ ਨਾਲ ਹੀ ਕਈ ਨਵੇਂ ਅਹਿਸਾਸ ਵੀ ਪੈਦਾ ਕੀਤੇ...

ਬੰਦਿਆ ਤਜ ਹਉਮੈ ਹਥਿਆਰ
ਦੁਨੀਆ ਇੱਕ ਕਿਣਕੇ ਦੀ ਮਾਰ

ਨਾ ਮੂੰਹ ਮੱਥਾ ਨਾ ਕੋਈ ਧੁੰਨੀ,
ਨਾ ਹੈ ਇਹਦਾ ਕੋਵਿਡ ਉੱਨੀ
ਜਾਤੀਵਾਦੀ ਨਾ ਇਹ ਖਚਰਾ
ਹਉਂਮੈ ਪਾਵਰ ਕੀਤੇ ਕਚਰਾ
ਚਿੱਟੇ, ਕਾਲ਼ੇ ਗੇਰੂ ਰੰਗੇ
ਸਭ ਨੂੰ ਇੱਕੋ ਜਿੰਨਾ ਡੰਗੇ
ਨੱਕੋ-ਨੱਕ ਇਸ ਪਾਇਆ ਗਾਹ
ਨਿੱਛਾਂ ਕੋਲ਼ੋਂ ਡਰ ਗਏ ਸਾਹ
ਸਾਹ ਤੋੜੇ ਇਕਰਾਰ, ਦੁਨੀਆ...

ਸਾਬਣ ਸੋਢੇ ਬੇ-ਬਸ ਕੀਤੇ
ਵੈਦ ਹਕੀਮਾਂ ਦੇ ਬੁੱਲ੍ਹ ਸੀਤੇ
ਵੀਜ਼ੇ ਬਿਨਾਂ ਹੀ ਬਾਰਡਰ ਟੱਪੇ
ਵਿਗਸੇ ਘਟਿ-ਘਟਿ ਮਾਰ ਛੜੱਪੇ
ਨਾ ਗੋਲੀ ਨਾ ਬੰਬ ਚਲਾਇਆ
ਮੁਲਕ-ਮੁਲਕ ਇਸ ਭੜਥੂ ਪਾਇਆ
ਕੁੰਜੀ ਜੇਬ 'ਚ ਪਾ ਕੇ ਬੈਠਾ
ਸਾਰਾ ਜਗਤ ਡਰਾ ਕੇ ਬੈਠਾ
ਬੈਠਾ ਬਣ ਕੇ ਅਗਮ ਅਪਾਰ, ਦੁਨੀਆ...

"ਕਾਹਲੀ" ਵੀ ਅੱਜ ਵਿਹਲੀ ਹੋਈ
ਘੁੰਮਣ-ਹਾਰੀ ਧਰਤ ਖਲੋਈ
ਝੜਿਆ ਮਾਇਆ ਜਾਲ਼ ਜੰਜਾਲ਼
ਮੱਕੜੀ ਹੋ ਗਈ ਬੇਰੁਜ਼ਗਾਰ
ਦੁਸ਼ਮਣ ਲੱਭਿਆ ਨਵਾਂ ਤਰੀਕਾ
ਕਿੱਧਰ ਸੁੱਟੇ ਬੰਬ ਅਮਰੀਕਾ
ਤੀਜਾ ਯੁੱਧ ਸੰਸਾਰੀ ਛਿੜਿਆ
ਹਿਟਲਰ ਨਾਸਾਂ ਅੰਦਰ ਵੜਿਆ
ਵੜਿਆ ਸਾਹ ਵਿਚਕਾਰ, ਦੁਨੀਆ...

ਬਰਫ਼ 'ਚ ਉੱਗੇ ਅਮਲਤਾਸ/242

ਲੋਭੀ ਆਦਮ ਅਕਲੋਂ ਮੋਇਆ

ਭਰੀਆਂ ਜੇਬਾਂ ਅੰਨ ਲੁਕੋਇਆ

ਰੱਬ ਦੇ ਦਰ ਵੀ ਜਿੰਦਰੇ ਵੱਜੇ

ਪੰਡਤ, ਮੁੱਲਾਂ, ਭਾਈ ਭੱਜੇ

ਮੈਰਿਜ-ਪੈਲਿਸ ਸੁੰਨ-ਮਸਾਣ

ਹਸਪਤਾਲ ਮੂਹਰੇ ਸ਼ਮਸ਼ਾਨ

ਭਓ ਸੰਸੇ ਦੀ ਫੈਲੀ ਅੱਗ

ਰੈਣ ਬਸੇਰਾ ਭਾਲੇ ਜੱਗ

ਜੱਗ ਹੋਇਆ ਬਿਨਸਨਹਾਰ

ਬੰਦਿਆ ਤਜ ਹਓੁਮੈ ਹਥਿਆਰ

ਦੁਨੀਆ ਇੱਕ ਕਿਣਕੇ ਦੀ ਮਾਰ

ਕਰੋਨਾ ਹਿਜਰਤ

ਪੂਰਬ 'ਚੋਂ ਕਰੋਨਾ ਹਨੇਰਾ ਬਣ ਚੜ੍ਹਿਆ। ਸੂਰਜ ਵੀ ਠੰਢਾ ਫਿਰ ਗਿਆ। ਰਾਤ ਤੋਂ ਵੀ ਕਾਲਾ ਦਿਨ ਚੜ੍ਹਿਆ। ਕਰੋੜਾਂ ਦੀ ਰੋਜ਼ੀ-ਰੋਟੀ ਚਲੀ ਗਈ। ਜਿਨ੍ਹਾਂ ਨੂੰ ਸੇਕ ਨਾ ਲੱਗਾ ਉਨ੍ਹਾਂ ਦੇ ਹਿੱਸੇ ਆਏ ਰਾਜਨੀਤਕ ਵੋਟ-ਚਾਲਾਂ, ਚੰਡੋਲ ਵਾਂਗ ਘੁੰਮ ਰਹੀ 'ਸਟਾਕ ਮਾਰਕੀਟ' ਦੇ ਹੂਟੇ ਅਤੇ ਭਲਕ ਦੇ 'ਬਿਜ਼ਨਸ-ਕੇਸ' ਲਈ ਮੌਤਾਂ ਦੇ ਅੰਕੜਿਆਂ ਦਾ ਸਹਾਰਾ। ਪਰ ਲੱਖਾਂ ਹੀ ਕਿਰਪਾਲੂ ਆਤਮਾਵਾਂ ਦੁੱਖ 'ਚ ਸ਼ਰੀਕ ਹੋਈਆਂ, ਤਿਲ-ਫੁਲ ਭੇਟਾ ਕੀਤੇ ਤੇ ਸਰਬੱਤ ਦਾ ਭਲਾ ਵਰਤਾਇਆ। ਇਨ੍ਹਾਂ ਦੀ ਸੇਵਾ ਨੂੰ ਵੇਖ ਕੇ ਪੌਣ ਵੀ ਸ਼ੁੱਧ 'ਤੇ ਮਿੱਠੀ ਹੋ ਗਈ। ਸ਼ਾਬਾਸ਼ ਦੇਣ ਲਈ ਹਿਮਾਲਾ ਨੇ ਸੈਂਕੜੇ ਮੀਲਾਂ ਤੋਂ ਦਸਤਕ ਦਿੱਤੀ।

ਪਰ ਬਜ਼ਾਰ, ਵਪਾਰ, ਤਿਉਹਾਰ ਅਤੇ ਸੰਸਾਰ, ਜਾਣੀ ਸੱਭੇ ਕੁਝ ਕਰੋਨਾ ਦੀ ਭੇਟ ਚੜ੍ਹ ਗਿਆ। ਬੇਘਰੇ ਦਿਹਾੜੀਦਾਰਾਂ ਨੂੰ ਮਹਾਂਨਗਰ ਯਮਰਾਜ ਬਣ ਕੇ ਘੂਰਨ ਲੱਗਾ। ਸੁੰਨ-ਮਸਾਣ ਸੜਕਾਂ ਉੱਤੇ ਵਾਹਨਾਂ ਦੀ ਬਜਾਏ ਵਗ ਰਹੀ ਸੀ ਟੁੱਟਦੇ ਸਾਹਾਂ ਦੇ ਵੈਣਾਂ ਭਰੀ ਬਿਹਬਲ ਹਵਾ। ਇੰਝ ਲੱਗਾ ਜਿਵੇਂ ਸੂਰਜ ਦੀ ਰੌਸ਼ਨੀ ਤੇ ਇਹਦੀ ਗਰਮੀ 'ਚੋਂ ਆਉਣ ਵਾਲੀ ਔਸ਼ਿਧਕਤਾ ਵੀ ਉਦਾਸੀਨ ਹੋ ਗਈ ਹੋਵੇ। ਜੇਠ-ਹਾੜ ਦੀਆਂ ਹਤਾਸ਼ ਲੂਆਂ ਸਿਖਰ ਦੁਪਹਿਰੇ ਰੁਕ ਗਈਆਂ ਹੋਣ। ਸਦੀ ਪੁੱਠੇ ਪੈਰੀਂ ਛੜੱਪੇ ਮਾਰ ਰਹੀ ਹੋਵੇ।

ਪਰਸੋਂ ਉੱਨੀ ਸੌ ਸੰਤਾਲੀ ਸੀ ਅਤੇ ਇੱਕ ਦਿਨ ਬਾਦ ਹੀ ਕੱਲ੍ਹ ਪੋਲੈਂਡ 'ਚ ਉੱਨੀ ਸੌ ਉਨਤਾਲੀ ਉੱਤਰ ਆਇਆ। ਅੱਜ ਉੱਨੀ ਸੌ ਤੀਹ ਵਾਲਾ ਸੂਰਜ ਚੜ੍ਹਿਆ ਹੈ। ਭਲਕ ਨੂੰ ਜਲਿਆਂਵਾਲੇ ਬਾਗ ਵਿਚ ਉੱਨੀ ਸੌ ਉੱਨੀ ਦੀ ਆਕਾਸ਼ਬਾਣੀ ਹੋ ਰਹੀ ਹੈ। ਘਰਾਂ ਵਾਲੇ ਘਰੋਂ-ਘਰੀਂ ਵੜ ਚੁੱਕੇ ਹਨ। ਬੇਘਰਿਆਂ ਦਾ ਭੁੱਖਾ ਪਿਆਸਾ ਸਫ਼ਰ ਸ਼ੇਰ ਸ਼ਾਹ ਸੂਰੀ ਮਾਰਗ ਦੇ ਮਾਪ ਤੋਂ ਵੀ ਕਿਤੇ ਵਧੀਕ ਲਮੇਰਾ ਹੈ। ਤੁਰਦੀ-ਤੁਰਦੀ ਮਾਂ, ਜੋ ਬੱਚਾ ਜੰਮਣ ਲਈ ਲਈ ਬਹਿ ਗਈ ਸੀ, ਨਵ-ਜੰਮੇ ਨੂੰ ਛਾਤੀ ਨਾਲ ਲਾ ਕੇ ਉਹਦੇ ਉਜਲੇ ਭਵਿੱਖ ਦੀ ਤਲਾਸ਼ ਵਿਚ ਫਿਰ ਤੁਰ ਪਈ ਹੈ। ਹਰ ਵਾਰ ਜਦੋਂ ਉਹਨੂੰ ਆਖ਼ਰੀ ਸਾਹ ਆਉਣ ਲੱਗਦਾ ਹੈ ਤਾਂ ਕਿਸੇ ਭਲੇ ਨਗਰ ਵੱਲੋਂ ਲਾਈ ਲੰਗਰ ਸੇਵਾ ਸੰਜੀਵਨੀ ਬੂਟੀ ਬਣ ਪਰਗਟ ਹੋ ਜਾਂਦੀ ਹੈ...

ਰਾਹਾਂ ਦੇ ਪਿੰਡੇ ਉੱਤੇ ਲਹੂ ਭਿੱਜੇ ਪੈਰਾਂ ਦੀ ਨਿਸ਼ਾਨਦੇਹੀ ਤਖ਼ਤ ਦੀ ਤਸਵੀਰ-ਸਾਜੀ ਕਰ ਰਹੀ ਹੈ। ਦੁਖੀ ਕਿਰਤੀਆਂ ਦੇ ਕਾਫ਼ਲੇ ਸਾਹਵੇਂ ਨਮੋਸ਼ ਮੀਲ-ਪੱਥਰ ਵਿਰਲੇ ਹੁੰਦੇ ਜਾ ਰਹੇ ਹਨ। ਮਿਰਤੂ ਮਾਰਗ ਦੇ ਦੋਹੀਂ ਪਾਸੀਂ ਮੂੰਹ ਲਟਕਾਈ ਖਲੋਤੇ ਲੰਮੇ-ਸਲੰਮੇ ਰੁੱਖ ਅਤੇ ਝੁਲਸੀ ਹਵਾ ਗਹਿਰੀ ਚੁੱਪ 'ਚ ਉੱਤਰ ਗਏ ਹਨ। ਪਰ ਸਫਰ ਅਜੇ ਵੀ ਜਿਓਂ ਦਾ ਤਿਓਂ ਖਲੋਤਾ ਹੈ...

ਨੀ ਹਵਾਏ ਹਿਜਰਤੇ
ਤੇਰੀ ਕੋਝੀ ਖਚਰੀ ਚਾਲ
ਘਰ ਗਠੜੀ ਵਿਚ ਸੰਭਾਲ ਕੇ
ਮੈਂ ਤੁਰ ਪਈ ਤੇਰੇ ਨਾਲ
ਤੇਰਾ ਵੇਗ ਚੁਰਾ ਕੇ ਲੈ ਗਿਆ
ਜਿਹੜਾ ਜੰਮਣਾ ਅਜੇ ਸੀ ਬਾਲ

ਵੇ ਰੱਬਾ ਕਰਤਾਰਿਆ
ਤੇਰੇ ਦਰ 'ਤੇ ਪਹਿਰਾ ਕਾਲ
ਤੂੰ ਅੰਬਰਾਂ ਵਿੱਚੋਂ ਝਾਕਦਾ
ਤੇਰੇ ਚਸ਼ਮੇ ਝਉਲੀ ਝਾਲ
ਕਿਓਂ ਬੁੱਤ ਜੀਕਣ ਤੂੰ ਜੰਮ ਗਿਆ
ਤੂੰ ਕਾਹਦਾ ਸਿਰਜਨਹਾਰ

ਵੇ ਰਾਹਾ ਪਰਦੇਸੀਆ

ਮੈਨੂੰ ਹੱਥ ਆਪਣਾ ਪਕੜਾ

ਮੇਰਾ ਬਾਲ ਅੰਞਾਣਾ ਰੋਂਵਦਾ

ਕੋਈ ਬਾਤ ਸੁਹਾਵੀ ਪਾ

ਮੇਰੇ ਸਾਹਾਂ ਯੁੱਧ ਐਲਾਨਿਆ

ਮੇਰਾ ਬਚੜਾ ਘਰੇ ਪਹੁੰਚਾ

ਨੀ ਮਾਏਂ ਮਰਜਾਣੀਏ

ਤੂੰ ਫ਼ਰਜ਼-ਫ਼ਰਜ਼ ਭਰਪੂਰ

ਤੇਰਾ ਸਫ਼ਰ ਹੋਏ ਸੰਪੂਰਨਾ

ਭਾਵੇਂ ਕਦਮ-ਕਦਮ ਨਾਸੂਰ

ਤੈਨੂੰ ਬਖ਼ਸ਼ਿਸ਼ ਕੁੱਲ ਨਿਆਮਤਾਂ

ਤੇਰਾ ਪੁੱਤ ਮੁਜੱਸਮ-ਏ-ਨੂਰ

ਕਿਸੇ ਸੁਝਵੰਤੀ ਕਾਰਜ ਨੀਤੀ ਤੋਂ ਬਗ਼ੈਰ ਛੇੜੀ ਕਰੋਨਾ 'ਲਾਕਡਾਊਨ' ਦੀ ਬਦਕਿਸਮਤ ਹਿਜਰਤ ਨੇ ਮੈਨੂੰ ਬਰਤਾਨਵੀ ਸਾਮਰਾਜ ਵੇਲੇ ਹੋਈ ਉੜੀਸਾ ਅਤੇ ਆਇਰਲੈਂਡ ਦੀ ਭੁੱਖਮਰੀ ਦਾ ਚੇਤਾ ਕਰਾ ਦਿੱਤਾ। ਲੱਖਾਂ ਜਿੰਦਾਂ ਕਰੋਨਾ ਕਾਲ ਦੀ ਭੇਟ ਚੜ੍ਹੀਆਂ।

ਪਰ ਇਹ ਉਦਾਸ ਹੋਏ ਕੁਦਰਤੀ ਵਰਤਾਰਿਆਂ ਦਾ 'ਰੀ-ਸੈੱਟ' ਵੀ ਸੀ। ਮਨੁੱਖ ਦੇ ਘਰਾਂ 'ਚ ਕੈਦ ਹੋਣ ਬਾਦ ਜੀਆ-ਜੰਤੂਆਂ ਨੂੰ ਵਿੱਸਰੀ ਭੋਂਇੰ ਤੇ ਹਵਾ ਕੁਝ ਕੁ ਸਮੇਂ ਲਈ ਮੁੜ ਵਸੂਲ ਹੋਈ। ਵਾਹਨਾਂ ਦੀ ਪੋਂ-ਪੋਂ ਤੇ ਧੂੰਏਂ ਤੋਂ ਨਿਜਾਤ ਪਾ ਕੇ ਹਵਾ ਨੇ ਵੀ ਖੁੱਲ੍ਹ ਕੇ ਸਾਹ ਲਿਆ। ਦਾਲ-ਫੁਲਕਾ ਚੱਲਦੇ ਰੱਖਣ ਲਈ ਘਰੋਂ ਕੰਮ ਕਰਨ ਦੀ ਟੈਕਨਾਲੋਜੀ ਰਾਤੋ ਰਾਤ ਪ੍ਰਬਲ ਹੋਈ।

ਦਰਅਸਲ ਮਹਾਂਮਾਰੀਆਂ, ਭੁਚਾਲ, ਹੜ੍ਹ, ਜੰਗਾਂ, ਆਦਿ, ਵੀ ਸਭ ਅਨੰਤ ਸਿਰਜਣਾ ਦੇ ਪਾਤਰ ਹੀ ਹਨ। ਵਿਲੇਨ ਦੀ ਭੂਮਿਕਾ ਤੋਂ ਬਗ਼ੈਰ ਹੀਰੋ ਬਣਨਾ ਅਸੰਭਵ ਹੁੰਦਾ ਹੈ। ਵਾਦੀ ਹੀ ਪਹਾੜ ਨੂੰ ਪਰਿਭਾਸ਼ਾ ਬਖ਼ਸ਼ਦੀ ਹੈ। ਸੋਕੇ ਦੇ ਅਹਿਸਾਸ ਨਾਲ ਪਾਣੀ ਦੀ ਤਰਲਤਾ ਕਈ ਗੁਣਾਂ ਵੱਧ ਜਾਂਦੀ ਹੈ। ਅਗਿਆਨਤਾ ਦਾ ਹਨ੍ਹੇਰ ਗਿਆਨ ਦੇ ਸੂਰਜ ਨੂੰ

ਹੋਰ ਵਧੇਰੇ ਪ੍ਰਬਲ ਹੋਣ ਲਈ ਮਾਰਗ ਦਰਸਾਉਂਦਾ ਹੈ।

ਸਾਇੰਸ ਵੀ ਤਾਂ ਆਖਦੀ ਹੈ ਕਿ ਰੋਸ਼ਨੀ ਪ੍ਰਾਪਤ ਕਰਨ ਲਈ ਨੈਗੇਟਿਵ ਤੇ ਪਾਜ਼ੇਟਿਵ ਦਾ ਨਾਲ-ਨਾਲ ਤੁਰਨਾ ਜ਼ਰੂਰੀ ਹੈ। ਖੁਬਸੂਰਤ ਝਰਨਿਆਂ ਤੇ ਸੁਰਗ ਜਾਪਦੇ ਪਹਾੜਾਂ ਦਾ ਅਨੰਦ ਮਾਣਨ ਵੇਲੇ ਉਨ੍ਹਾਂ ਦਾ ਦਰਦਨਾਕ ਸਫ਼ਰ ਸਮਝਣਾ ਪਵੇਗਾ ਤੇ ਉਨ੍ਹਾਂ ਦੇ ਇਸ ਰੂਪ ਨੂੰ ਘੜਨ ਪਿੱਛੇ ਹੋਈ ਤਬਾਹੀ ਦਾ ਸ਼ੁਕਰੀਆ ਅਦਾ ਕਰਨਾ ਪਵੇਗਾ। ਪ੍ਰਕ੍ਰਿਤੀ ਦੇ ਇਸ ਗੋਲਧਾਰੇ 'ਚ ਬਸੰਤ ਅਤੇ ਪੱਤਝੜ ਇੱਕ ਦੂਜੇ ਦੇ ਪੂਰਕ ਬਣੇ ਰਹਿਣਗੇ।

ਲਾਭ-ਹਾਨੀ, ਉਚਾਈ-ਨਿਵਾਣ, ਗਰਮ-ਸਰਦ, ਕ੍ਰੋਧ-ਦਯਾ, ਕਰਜਾ-ਬੈਲੈਂਸ, ਆਦਿ, ਦਾ ਜੋਗਫਲ ਜੇ ਸੁਨਜ ਹੋ ਜਾਵੇਗਾ ਤਾਂ ਧੌਲਾ ਬਲਦ ਉਦਾਸ ਨਹੀਂ ਹੋਵੇਗਾ। ਹਾਂ ਅਸੀਂ ਇਸ ਗੋਲਧਾਰੇ ਤੋਂ ਜਿੰਨਾ ਦੂਰ ਜਾਵਾਂਗੇ, ਉਨਾ ਵਾਪਸ ਵੀ ਆਉਣਾ ਪਵੇਗਾ। ਬਿਲਕੁਲ ਉੱਥੇ ਤੀਕਰ ਜਿੱਥੋਂ ਸ਼ੁਰੂ ਹੋਏ ਸਾਂ।

ਜੀਵਨ ਰੰਗ

ਅਸਥ ਚੁਗਦਿਆਂ ਉਹਦੀ ਮਿੱਟੀ 'ਚੋਂ ਮਿਲੇ ਅਣਸੜੇ ਡਾਇਨਾਸੋਰ, ਅੱਧ-ਸੜੇ ਖੰਭਾਂ 'ਤੇ ਬੈਠੀ ਜਿਉਂਦੀ-ਜਾਗਦੀ ਤਮਾਂ ਅਤੇ ਮਿੱਤਰਾਂ ਵੱਲੋਂ ਉਹਨੂੰ ਘੱਲੇ ਕੁਝ ਪੱਤਰ। ਹੁਣ ਵੀ ਉਹ ਸਿਵੇ 'ਚ ਚੁੱਪ ਦੀ ਹੂਕ ਬਣ ਕੇ ਦਹਾੜਦਾ ਰਹਿੰਦਾ ਹੈ। ਉਹਦੇ ਪੂਰੇ ਹੋਣ ਤੋਂ ਬਾਦ ਵੀ ਅਧੂਰੇ ਰਹਿ ਗਏ ਸਫ਼ਰ ਨੂੰ ਵੇਖ ਕੇ ਮੇਰੇ ਜ਼ਿਹਨ 'ਚ ਬਰਛਿਆਂ ਵਰਗੇ ਸਵਾਲ ਚੋਭਾਂ ਮਾਰਦੇ ਹਨ। ਮੈਂ ਗਰਭ 'ਚ ਵਾਪਸ ਜਾ ਕੇ ਸੌਂ ਜਾਣਾ ਚਾਹੁੰਦਾ ਹਾਂ। ਪਰ ਮੇਰੇ ਸਾਫ਼ਟਵੇਅਰ ਦਾ "ਅੱਨ-ਡੂ" ਝੂਠਾ ਹੈ। ਕੋਈ ਹੋਰ "ਐਗਜ਼ਿਟ" ਨਹੀਂ ਆਵੇਗੀ...

ਬਚਪਨ ਦੇ ਕੈਨਵਸ ਤੇ

ਉੱਤਰ ਆਏ

ਸਚਾਈ ਦੇ ਰੰਗ,

ਖੁਦਾਈ ਦੇ ਰੰਗ,

ਬਹਾਰਾਂ ਦੇ ਰੰਗ,

ਤਿਉਹਾਰਾਂ ਦੇ ਰੰਗ

ਰੰਗਾਂ ਦੇ ਮਿਸ਼ਰਨ ਦੀ

ਕੈਮਿਸਟਰੀ ਦਾ ਇਲਮ ਹੋਇਆ,
ਤਾਂ ਦਿਮਾਗ਼ੀ ਕਲਾਡੀਓਸਕੋਪ 'ਚੋਂ ਉਪਜੇ,
ਲੱਖਾਂ…ਸਿੰਥੈਟਿਕ ਹੰਕਾਰਾਂ ਦੇ ਰੰਗ,
ਬਾਇਓ ਵਿਕਾਰਾਂ ਦੇ ਰੰਗ

ਜ਼ਿੰਦਗੀ…
ਪ੍ਰਿਜ਼ਮ 'ਚੋਂ ਲੰਘਦੀ,
ਕਿਰਨ ਜਾਪੀ,
ਜਿਸ ਮੂਹਰੇ ਬੇ-ਮਾਅਨਾ ਹੋ ਗਿਆ,
ਗਹਾਈ ਦੀ ਗਹਿਰ 'ਚ ਛੁਪਿਆ,
ਕਣਕ ਦਾ ਸੁਨਹਿਰੀ ਰੰਗ,
ਮੇਲੇ 'ਚ ਨੱਚਦਾ ਬਸੰਤੀ ਰੰਗ
ਪੱਛਮ ਵੱਲ ਮੂੰਹ ਭੁਆ
ਸੂਰਜ ਨੂੰ ਡੁੱਬਣ ਤੋਂ ਰੋਕਦਾ-ਰੋਕਦਾ
ਮੈਂ 'ਕਲਰ-ਬਲਾਈਂਡ' ਹੋ ਗਿਆ

ਲਾਅ ਦਿੰਦਾ ਜੇਕਰ
ਹਿੰਦਸਿਆਂ ਦੇ ਹੰਕਾਰ ਮੂਹਰੇ ਇਸ਼ਾਰੀਆ
ਖੋਲ੍ਹ ਦਿੰਦਾ ਜੇਕਰ
ਲੋੜ ਤੋਂ ਜ਼ਿਆਦਾ ਸਿਆਣੇ
ਦਿਮਾਗ਼ ਦੀਆਂ ਬਰੈਕਟਾਂ
ਤੋੜ ਦਿੰਦਾ
ਨੌਂ ਤੋਂ ਪੰਜ ਵਾਲੀ ਘੜੀ ਦੀਆਂ
ਸੂਈਆਂ, ਪਟੇ, ਜ਼ੰਜੀਰਾਂ
ਉੱਡ ਜਾਂਦਾ
ਗੈਸ ਦੇ ਗ਼ੁਬਾਰੇ ਵਾਂਗੂ
ਗੁਰੂਤਾ ਖਿੱਚ ਤੋਂ ਪਾਰ
ਸੂਰਜਾਂ ਦੇ ਕਰੀਬ
ਤਾਂ ਮਾਣਦਾ

ਤਾਰਿਆਂ ਜਿੰਨੀਆਂ ਖ਼ੁਸ਼ੀਆਂ
ਖ਼ੁਸ਼ੀਆਂ ਨਾਲ ਜਰੂਬ ਖਾ-ਖਾ ਕੇ
ਹੋ ਜਾਂਦੀਆਂ
ਤਕਲੀਫ਼ਾਂ ਵੀ ਤਕਸੀਮ

ਹੁਣ
ਕੰਬਦੇ ਹੱਥ 'ਚ ਫੜੀ
ਮਾਲ਼ਾ ਦੇ ਰੰਗ-ਬਰੰਗੇ ਮਣਕੇ
ਮੋਤੀਏ-ਬਿੰਦ ਦੀਆਂ ਪਰਤਾਂ 'ਚੋਂ
ਭਗਵੇਂ-ਭਗਵੇਂ ਦੀਂਹਦੇ ਨੇ...
ਇਨ੍ਹਾਂ 'ਚੋਂ ਦਿਨੇ-ਰਾਤੀਂ
ਖੁੰਝੀ ਲਾਰੀ ਦੀ ਸਵਾਰੀ ਵਾਂਗੂੰ
ਟੋਂਹਦਾ ਫਿਰਦਾਂ
ਕਰਤਾ ਦੇ ਰੰਗ

ਦਰਪਣ

ਬ੍ਰਹਿਮੰਡ 'ਚ ਹਰ ਕਣ, ਛਿਣ ਤੇ ਕਿਰਿਆ ਸਾਡੇ ਲਈ ਦਰਪਣ ਸਰੂਪ ਹੈ, ਪਰ ਮੈਂ ਉਮਰ ਦੇ ਸ਼ੀਸ਼ੇ 'ਚੋਂ ਚੁਣ ਕੇ ਜੋ ਚਿੱਤ ਕੀਤਾ ਬੱਸ ਓਹੀ ਵੇਖਿਆ। ਜਵਾਨੀ 'ਚ ਅੱਖਾਂ ਤੇ ਕੰਨਾਂ ਦੀ ਵੀ ਗੁੱਝੀ ਮਿਲੀਭੁਗਤ ਰਹੀ। ਜੋ ਦੇਖਣ ਨੂੰ ਸੋਹਣਾ ਲਗਦਾ ਕੰਨ ਕੇਵਲ ਉਹਨੂੰ ਹੀ ਸੁਣਦੇ, ਬਾਕੀ ਸਭ ਕਾਸੇ ਤੋਂ ਕੰਨੀ ਕਤਰਾਉਂਦੇ। ਨੱਕ ਕਦੇ ਨੱਕ ਚਾੜ੍ਹਦਾ ਤੇ ਕਦੇ ਨੱਕ-ਬੁੱਲ੍ਹ ਵੱਟਦਾ। ਫਿਰ ਬੱਚੇ ਵੱਡੇ ਹੋਏ ਤਾਂ ਉਨ੍ਹਾਂ ਘਰ ਦੀ ਹਰ ਕੰਧ 'ਤੇ ਮੇਰੀ ਕਵਿਤਾ ਦੇ ਦਰਪਣ ਬਣਾ ਕੇ ਟੰਗ ਦਿੱਤੇ। ਮੇਰੇ ਅਤੇ ਮੇਰੀ ਕਵਿਤਾ ਵਿਚਲਾ ਫ਼ਾਸਲਾ ਵੀ ਡਾਇਨਿੰਗ ਟੇਬਲ 'ਤੇ ਨਿਤ ਬਹਿੰਦੀ ਪਾਰਲੀਮੈਂਟ 'ਚ ਬਹਿਸ ਦਾ ਮੁੱਦਾ ਬਣਨ ਲੱਗਾ। ਹਰ ਜਨਮ ਦਿਨ 'ਤੇ ਮੈਨੂੰ ਤੋਹਫ਼ੇ ਵਜੋਂ ਨਵਾਂ ਚਸ਼ਮਾ ਮਿਲਣ ਲੱਗਾ।   ਘਰ ਦੀਆਂ ਕੰਧਾਂ 'ਚ ਵੱਜ ਕੇ ਪਰਤਦੀ ਮੇਰੀ ਮੈਂ-ਮੈਂ ਦੀ ਗੂੰਜ ਵੀ ਕੰਨਾ ਲਈ ਦਰਪਣ ਬਣੀ। ਮੇਰੀਆਂ ਬੁੱਢੀਆਂ ਧਾਰਨਾਵਾਂ ਨੂੰ ਬੱਚਿਆਂ ਨੇ ਜਦੋਂ ਤਾੜ ਕਰਦਾ ਜਵਾਬ ਦੇਣਾ ਸ਼ੁਰੂ ਕੀਤਾ ਤਾਂ ਮੇਰੀਆਂ ਅੱਖਾਂ ਤੇ ਕੰਨਾਂ ਦੀ ਚੰਚਲਤਾ ਨੂੰ ਬਰੇਕਾਂ ਲੱਗਣ ਲੱਗੀਆਂ। ਹੁਣ ਨਿਘਰਦੀ ਅੱਖ ਕੁਝ ਵੀ ਅਣ-ਦੇਖਿਆ ਨਹੀਂ ਕਰਦੀ। ਉੱਚਾ ਸੁਣਦਾ ਹੈ ਫਿਰ ਵੀ ਕੁਝ ਅਣ-ਸੁਣਿਆ ਨਹੀਂ ਰਹਿੰਦਾ। ਪਰ... ਬਹੁਤ ਦੇਰ ਹੋ ਚੁੱਕੀ ਹੈ।

ਬਰਫ਼ 'ਚ ਉੱਗੇ ਅਮਲਤਾਸ/248

ਸੁਹਾਗਿਆ ਵੇ ਕਰ ਦੇ ਮੁਲਾਇਮ ਮਿੱਟੀ ਮੇਰੀ
ਮੇਰੇ ਪਿੰਡੇ ਉੱਤੇ ਖੁੰਢੇ ਹੰਕਾਰ ਦੇ
ਜੋਤਾ ਲਾ ਵੇ ਹਾਲ਼ੀਆ ਸਿਆੜ 'ਚ ਬਿਖੇਰ ਚੰਨਾਂ
ਬੀਅ ਕੋਈ ਸੱਜਰੇ ਪਿਆਰ ਦੇ

ਪਾਣੀਆਂ ਵੇ ਪਾਣੀਆਂ ਰੱਬ ਦਿਆ ਹਾਣੀਆਂ
ਧੋ ਮੇਰੇ ਸੁਫ਼ਨੇ ਦੀ ਮੈਲ ਵੇ
ਰੂਹ-ਏ-ਰਫ਼ੀਕ ਕੋਈ ਇਸ਼ਕ ਸ਼ਫ਼ੀਕ ਚੁਸੇ
ਲਬਾਂ ਵਿਚੋਂ ਸਿੰਮਦੀ ਕਸੈਲ ਵੇ
ਆਂਦਰਾਂ 'ਚ ਸੁਕਦੀ ਹਵਾਏ ਧਰਵਾਸੀਏ ਨੀਂ
ਸਾਹਾਂ ਸੋੜਿਆਂ ਨੂੰ ਏਕ ਉਂਕਾਰ ਦੇ, ਸੁਹਾਗਿਆ ਵੇ...

ਪੁੰਨਿਆ ਦੀ ਟਿੱਕੀਏ ਨੀ ਮੱਸਿਆ ਦੀ ਕਾਤਰੇ
ਸੀਤ ਰੱਖੀਂ ਮੇਰੇ ਅਹੁੰ-ਤਾਪ ਨੂੰ
ਪੁਰੇ ਦੀ ਹਵਾਏ ਮੇਰੇ ਪਿੰਡ ਦੀ ਦਿਸ਼ਾਏ ਕੱਟੀਂ
ਰਾਹਾਂ ਅਤੇ ਸਾਹਾਂ ਦੇ ਸੰਤਾਪ ਨੂੰ
ਬੱਦਲ਼ਾਂ ਦੇ ਓਹਲਿਆਂ 'ਚ ਠੰਡਾ ਪਇਓ ਸੂਰਜਾ
ਜੰਮੀ ਹੋਈ ਰੱਤ ਨੂੰ ਪੰਘਾਰ ਦੇ, ਸੁਹਾਗਿਆ ਵੇ...

ਹੰਝੂਆ ਪਿਆਰਿਆ ਵੇ ਅੱਖਾਂ ਦਿਆ ਤਾਰਿਆ
ਸਿੰਜ ਮੇਰੇ ਰੁੱਖੜੇ ਕਲਾਮ ਨੂੰ
ਫੁੱਲਾ ਵੇ ਗੁਲਾਬ ਦਿਆ ਹੱਸਣਾ ਸਿਖਾ ਦੇ ਮੇਰੇ
ਕੰਡਿਆਂ 'ਚ ਜੁੜਦੇ ਮੁਕਾਮ ਨੂੰ
ਦਿਲਾਂ ਦਿਆ ਦਰਜੀਆ ਕਰ ਤਰਪਾਈ ਸਾਰੇ
ਲੀਰੋ ਲੀਰ ਰਿਸ਼ਤੇ ਸੁਆਰ ਦੇ, ਸੁਹਾਗਿਆ ਵੇ...

ਰਾਹਾ ਬਲਿਹਾਰਿਆ ਵੇ ਜਗਤ ਸੰਵਾਰਿਆ
ਕਿੱਥ ਧਰਤ ਦੇ ਨਾਲ ਰਹੋਂ ਜੁੜਿਆ?
ਆਦਮ ਉਡਾਰੀਆ ਕੁਝ ਹੁਸ਼ਿਆਰੀਆਂ

ਮਿੱਟੀ ਖੁਰੋਂ ਤਨ ਮਨ ਥੁੜਿਆ
ਖਿੱਚ ਕੇ ਪਤੰਗ ਡੋਰ ਕਰ ਕੇ ਨਿਸ਼ੰਗ ਮੇਰੇ
ਸੁਫ਼ਨੇ ਨਿਆਂਈਆਂ 'ਚ ਖਿਲਾਰ ਦੇ, ਸੁਹਾਗਿਆ ਵੇ...

ਨਜ਼ਮੇ ਨਿਮਾਣੀਏ ਨੀ ਰੂਹਾਂ ਰੁਸ਼ਨਾਉਣੀਏ
ਵਾਧੂ ਲਫ਼ਜ਼ਾਂ ਦਾ ਭਾਰ ਤੂੰ ਨਾ ਝੱਲਦੀ
ਕਾਫ਼ੀਆਂ ਸਲੋਕਾਂ ਗੀਤਾਂ ਗ਼ਜ਼ਲਾਂ ਦੀ ਰਾਣੀਏ
ਗ਼ਮਾਂ ਅੰਦੇਸਿਆਂ ਨੂੰ ਠੱਲ੍ਹਦੀ
ਕੂਕਰੀ ਕਟਾਰ ਮੇਰੇ ਮੂੰਹ ਵਿਚਕਾਰ
ਸੁਰਾਂ ਮੇਰੀਆਂ ਨੂੰ ਰਾਗ਼ ਮਲ੍ਹਾਰ ਦੇ

ਸੁਹਾਗਿਆ ਵੇ ਕਰ ਦੇ ਮੁਲਾਇਮ ਮਿੱਟੀ ਮੇਰੀ
ਮੇਰੇ ਪਿੰਡੇ ਉੱਤੇ ਖੁੰਢੇ ਹੰਕਾਰ ਦੇ
ਜੋਤਾ ਲਾ ਵੇ ਹਾਲ਼ੀਆ ਸਿਆੜ 'ਚ ਬਿਖੇਰ ਚੰਨਾਂ
ਬੀਅ ਕੋਈ ਸੱਜਰੇ ਪਿਆਰ ਦੇ

ਸੇਵਾ

ਮੇਰਾ ਹਰ ਪਲ ਮੇਰਾ ਹੈ। ਮੇਰਾ ਹਰ ਕਦਮ ਜਦ ਮੇਰੇ ਵੱਲ ਤੁਰਦਾ ਹੈ ਤਾਂ ਮੈਂ ਤਰੱਕੀ
ਕਰਦਾਂ ਹਾਂ। ਕਲਮ ਜਦ ਮੇਰੇ ਹਿਤਾਂ ਦੀ ਦਵਾਤ 'ਚੋਂ ਡੋਕੇ ਭਰਦੀ ਹੈ ਤਾਂ ਮੈਨੂੰ ਸਲਾਹੁੰਦੇ
ਲਫ਼ਜ਼ ਮੇਰਾ ਸਾਹ ਬਣ ਜਾਂਦੇ ਹਨ ਤੇ ਅਲੰਕਾਰ ਉਡਣ-ਖਟੋਲੇ। ਮੇਰੀ ਕਾਮਨਾ ਦੇ ਖੰਭ
ਮੇਰੇ ਸੋਹਣੇ ਅਕਸ ਦੀ ਉਡਾਰੀ ਲਈ ਤਿਆਰ-ਬਰ-ਤਿਆਰ ਰਹਿੰਦੇ ਹਨ। ਤੁਹਾਨੂੰ
ਵੀ ਮੇਰੀ ਟੈਕਸ ਰਿਟਰਨ ਵਿਚ ਦਾਨ ਵਾਲੀ ਸੱਤਰ ਵੇਖ ਕੇ ਮੇਰੀ ਵਾਹ-ਵਾਹ ਕਰਨੀ
ਪਵੇਗੀ। ਕਮਿਊਨਟੀ ਕਿਚਨ 'ਚ ਵਰਤ ਰਹੇ ਗਰਮਾ-ਗਰਮ ਟਮਾਟੋ-ਸੂਪ ਦੀ ਭਾਫ਼
'ਚੋਂ ਤੁਸੀਂ ਮੇਰੀ ਸਪਾਂਸਰਸ਼ਿੱਪ ਵਾਲੀ ਲੇਜ਼ਰ ਤਸਵੀਰ ਦੀ ਕਲਪਨਾ ਕਰ ਸਕਦੇ ਹੋ।
ਜੇ ਨਹੀਂ ਭਰੋਸਾ ਤਾਂ ਅਖਬਾਰਾਂ ਤੇ ਫੇਸਬੁੱਕ ਨੂੰ ਪੁੱਛ ਲਓ। ਹਾਂ ਸੱਚ, ਮੇਰਾ ਇਹ
ਸੇਵਾ-ਚੈਨਲ ਸ਼ੇਅਰ 'ਤੇ ਸਬਸਕਰਾਇਬ ਜ਼ਰੂਰ ਕਰ ਦਿਓ।

ਮੈਂ ਸੇਵਾ 'ਚੋਂ ਮੇਵਾ, ਭਲਾਈ 'ਚੋਂ ਆਈ-ਚਲਾਈ, ਦਾਨ 'ਚੋਂ ਮਾਣ, ਟਹਿਲ 'ਚੋਂ
ਮਹਿਲ, ਭਗਤੀ 'ਚੋਂ ਸ਼ਕਤੀ ਅਤੇ ਅਰਦਾਸ 'ਚੋਂ ਗੁੱਝੀ ਆਸ ਰੱਖਦਾ ਹਾਂ। ਪੁੰਨ ਕਰ

ਕੇ ਕਈ ਵਾਰ ਘਸੁੰਨ ਵੀ ਮਾਰਨਾ ਪੈਂਦਾ ਹੈ। ਮੇਰੀ ਇਸ 'ਫਰੈਂਕ ਤੇ ਹੌਨੈਸਟ' ਬੇਸ਼ਰਮੀ 'ਤੇ ਤੁਹਾਨੂੰ ਕੋਈ ਇਤਰਾਜ਼? ਤੁਸੀਂ ਇਤਰਾਜ਼ ਕਰੋਗੇ ਵੀ ਕਿਵੇਂ? ਨੱਥਾ ਸਿੰਘ ਪ੍ਰੇਮ ਸਿੰਘ 'ਵੰਨ ਐਂਡ ਦੀ ਸੇਮ ਥਿੰਗ'। ਸ਼ਰਮਾਓ ਨਾ, ਆਪਾਂ ਸਮੇਂ ਦੇ ਨਾਲ-ਨਾਲ ਹੀ ਤਾਂ ਤੁਰ ਰਹੇ ਹਾਂ।

ਜਿਨ੍ਹਾਂ ਵੇਲ਼ਿਆਂ ਦੀ ਗੱਲ ਤੁਸੀਂ ਕਰ ਰਹੇ ਹੋ ਉਹ ਵੇਲੇ ਹੋਰ ਸਨ। ਭਗਤ ਪੂਰਨ ਸਿੰਘ ਜਾਂ ਮਦਰ ਟਰੇਸਾ ਵਰਗੇ ਵੀ ਉਨ੍ਹਾਂ ਵਕਤਾਂ ਦੇ ਇਨਸਾਨ ਸਨ। ਸ਼ਾਇਦ ਜੰਮਣ ਮਰਨ ਵਾਲ਼ੇ ਖਾਤੇ 'ਚ ਕੋਈ ਗ਼ਲਤੀ ਹੋ ਗਈ, ਜਿਹੜੇ ਸਾਡੇ ਵੇਲ਼ਿਆਂ 'ਚ ਜੰਮੇ। ਮੇਰੇ ਵਰਗਿਆਂ ਦੀ ਭੀੜ ਨੇ ਹੁਣ ਭਾਈ ਲਹਿਣਾ ਜੀ ਨੂੰ ਗੁਰੂ ਅੰਗਦ ਨਹੀਂ ਬਣਨ ਦੇਣਾ। ਗੁਰੂ ਹਰਕ੍ਰਿਸ਼ਨ ਸਾਹਿਬ ਜੀ ਨੂੰ ਚੇਚਕ ਰੋਗੀਆਂ ਦੇ ਨੇੜੇ ਵੀ ਨਹੀਂ ਢੁੱਕਣ ਦੇਣਾ। ਤੁਸੀਂ ਹੀ ਦੱਸੋ, ਭਾਈ ਘਨੱਈਆ ਜੀ ਨੂੰ ਸੋਸ਼ਲ ਮੀਡੀਆ 'ਤੇ ਕੀ-ਕੀ ਝੱਲਣਾ ਪਵੇਗਾ?

ਉਂਜ ਅੱਜ ਤੁਸੀਂ ਗੱਲੀਂ-ਗੱਲੀਂ ਮੈਨੂੰ ਬਹੁਤ ਸਦੀਆਂ ਪਿੱਛੇ ਲੈ ਆਏ ਹੋ। ਮੈਨੂੰ ਆਪਣੀ ਸ਼ਕਲ ਪਛਾਣਨ 'ਚ ਬਹੁਤ ਮੁਸ਼ਕਲ ਹੋ ਰਹੀ ਹੈ। ਮੈਂ ਇੱਕੋ ਵੇਲੇ ਦੋਹਾਂ ਸਮਿਆਂ 'ਚ ਆਪਣੇ ਆਪ ਨੂੰ ਕਲਪਿਤ ਕਰਨ 'ਚ ਅਸਮਰਥ ਮਹਿਸੂਸ ਕਰ ਰਿਹਾ ਹਾਂ। ਇਹ ਪੁਰਾਣਾ ਸੰਸਾਰ ਕਿੰਨਾ ਅਦਭੁਤ ਹੈ। ਸੇਵਾ 'ਚ ਜੁੜੇ ਰੱਟਣਾਂ ਭਰੇ ਅਡੋਲ ਹੱਥਾਂ 'ਚ ਏਨੀ ਸ਼ਕਤੀ ਕਿੱਥੋਂ ਆ ਰਹੀ ਹੈ। ਚਾਰ ਉਦਾਸੀਆਂ ਤੋਂ ਸ਼ੁਰੂ ਹੋਇਆ ਰੂਹਾਨੀ ਸਫ਼ਰ, ਸਦੀ-ਦਰ-ਸਦੀ ਨਵੇਂ ਪੰਧ ਫੰਡੋਲ ਰਿਹਾ ਹੈ। ਲੰਗਰ, ਲਿਪੀ, ਦਵਾ, ਜਲ ਵਰਤਾਉਣ ਤੋਂ ਮਜ਼ਲੂਮ ਦੀ ਢਾਲ ਬਣੀ ਸੇਵਾ, ਅੱਜ ਚਾਂਦਨੀ ਚੌਕ ਦੀਆਂ ਵੈਰਾਗ 'ਚ ਡੁੱਬੀਆਂ ਬਰੂਹਾਂ ਤੋਂ ਨਵਾਂ ਸਫ਼ਰ ਅਰੰਭ ਰਹੀ ਹੈ। ਇੱਕ ਅਜਿਹਾ ਸਫ਼ਰ ਜੋ ਇਤਿਹਾਸ-ਮਿਥਿਹਾਸ ਨੇ ਵੀ ਕਦੇ ਨਾ ਡਿੱਠਾ...

ਹਮੇਸ਼ਾ ਗੁਰ ਚਰਨਾਂ 'ਚ ਢੋਈ ਲੈਣ ਵਾਲ਼ੇ ਭਾਈ ਜੈਤੇ ਨੇ
ਗੁਰੂ ਦੇ ਸੀਸ ਨੂੰ ਅੱਜ ਪਹਿਲੀ ਵੇਰ ਕਿੰਝ ਛੋਹਿਆ ਹੋਵੇਗਾ
ਮੁੰਦੇ ਨੈਣੀਂ ਗੁਰੂ ਦਾ ਸੀਸ ਦੁਸ਼ਾਲੇ 'ਚ ਲਪੇਟ ਕੇ
ਡੇਢ ਸੌ ਕੋਹ ਦਾ ਦੁਰਗਮ ਪੈਂਡਾ, ਵਣ ਤ੍ਰਿਣ, ਤੁਰਦਿਆਂ ਉੱਠਦਿਆਂ ਬਹਿੰਦਿਆਂ
ਭਾਈ ਜੈਤਾ ਗੁਰੂ ਨਾਲ ਭਲਾ ਕੀ ਕੀ ਗੱਲਾਂ ਵਿਚਾਰਦਾ ਰਿਹਾ ਹੋਵੇਗਾ
ਜਾਂ ਫਿਰ ਕਦਮ-ਕਦਮ ਸੁਣਦਾ ਰਿਹਾ ਹੋਵੇਗਾ
ਪੌਣ 'ਚੋਂ ਵਿਗਸਦਾ, ਘਟਿ-ਘਟਿ ਵਰਸਦਾ, ਰਾਗ ਜੈਜਾਵੰਤੀ

ਤਾਰੇ ਤਾਰੇ 'ਚੋਂ, ਤ੍ਰੇਲ ਦੇ ਹਰ ਮੋਤੀ 'ਚੋਂ,
ਉਸ ਤੱਕੇ ਹੋਣਗੇ, ਅਨੂਪ ਗੁਰੂ ਦੇ ਅਸੰਖ ਸਰੂਪ

ਸੰਵੇਦਨਾ ਦੇ ਹੜ੍ਹ 'ਚ ਤੈਰਦਾ ਭਾਈ ਜੈਤਾ
ਮਨ ਹੀ ਮਨ-
ਭਾਈ ਦਿਆਲੇ ਵਾਂਗ ਪੈਰ-ਪੈਰ ਉੱਬਲਦਾ ਤਾਂ ਜ਼ਰੂਰ ਰਿਹਾ ਹੋਵੇਗਾ
ਭਾਈ ਮਤੀ ਦਾਸ 'ਤੇ ਆਰੇ ਦੀ ਛੋਹ ਨੂੰ ਮਹਿਸੂਸਦਾ ਰਿਹਾ ਹੋਵੇਗਾ
ਚਿਤਵਦਾ ਰਿਹਾ ਹੋਵੇਗਾ ਭਾਈ ਸਤੀ ਦਾਸ ਨੂੰ ਗੁਰੂ ਵੱਲੋਂ ਬਖ਼ਸ਼ਿਆ
ਅਲੌਕਿਕ ਦੁਖ ਨਿਵਾਰਨਹਾਰ ਐਨਸਥੀਸੀਆ

ਗੁਰੂ ਦਾ ਸੀਸ ਚੁੱਕੀ ਜਾਂਦੇ ਭਾਈ ਜੈਤੇ ਦਾ ਹਰ ਕਦਮ
ਸਦੀਆਂ ਜੇਡ ਲਮੇਰਾ ਹੋਵੇਗਾ, ਬਹੁਤ ਲਮੇਰਾ
ਆਦਿ ਵੱਲ ਵੀ ਤੁਰਿਆ ਹੋਵੇਗਾ ਭਾਈ ਜੈਤਾ,
ਤੱਤੀ ਤਵੀ ਦੇ ਸੇਕ 'ਚ ਪਿਘਲਦਾ ਪਿਘਲਦਾ
ਭਵਿੱਖਤ ਕਾਲ ਦੀ ਕਾਮਨਾ ਕਰਦੇ ਜੈਤੇ ਦੇ ਦੀਦਿਆਂ ਨੇ
ਦੁਸ਼ਾਲੇ 'ਚ ਲਪੇਟੇ ਸੀਸ 'ਚੋਂ ਕਿਤੇ-ਕਿਤੇ ਕੋਈ ਬੂੰਦ
ਗੁਰੂ ਦੇ ਰਕਤ ਦੀ ਡੁੱਲ੍ਹਦੀ ਤੱਕੀ ਹੋਵੇਗੀ
ਸਰਹੰਦ ਤੇ ਚਮਕੌਰ ਦੀ ਸਰ-ਜ਼ਮੀਨ ਦੁਆਲ਼ੇ
ਡਿੱਗੀ ਬੂੰਦ ਵੇਖ ਰੁਦਨ-ਮਈ ਜੈਤੇ ਨੂੰ ਗੁਰੂ ਦੇ ਸੀਸ 'ਚੋਂ ਅਵਾਜ਼ ਆਈ ਹੋਵੇਗੀ
"ਭਾਈ ਜੈਤਿਆ,
ਮੈਂ ਤਾਂ ਸਰਹੰਦ-ਚਮਕੌਰ ਦੀ ਜ਼ਰਖ਼ੇਜ਼ ਧਰਤ 'ਤੇ
ਸਦੀਵੀ ਫ਼ਸਲ ਦੇ ਬੀਜ ਬਿਖੇਰ ਰਿਹਾਂ
ਭੋਲ਼ਿਆ, ਤੂੰ ਉਦਾਸ ਨਾ ਹੋ
ਇਹ ਉਹ ਲਹੂ ਹੈ ਜਿਸ ਨੇ ਤਾਂ ਅਜੇ ਜਨਮਣਾ ਹੈ
ਇੱਥੇ ਹੀ ਤਾਂ ਜੈਤਿਆ
ਤੂੰ ਜੈਤੇ ਤੋਂ ਜੀਵਨ ਸਿੰਉ ਬਣ ਕੇ
ਸਵਾ-ਸਵਾ ਲੱਖ ਨਾਲ ਲੜਨਾ ਹੈ"

ਸੀਸ 'ਚੋਂ ਆਈ ਗੁਰੂ ਦੀ ਅਵਾਜ਼ ਨੂੰ ਸਿਰਫ਼ ਜੈਤਾ ਹੀ ਸੁਣ ਸਕਦਾ ਸੀ
ਜਾਂ ਫਿਰ ਸੁਣ ਸਕਦਾ ਸੀ
ਆਪਣੇ ਅੰਨ੍ਹੇਪਣ ਨੂੰ ਸੂਰਜ ਸਮਝਦਾ
ਨੀਂਦ ਦੀ ਨਿੱਕੀ ਝਪਕੀ ਨੂੰ ਤਰਸਦਾ
ਪੰਜ ਨਮਾਜ਼ੀ ਬਾਦਸ਼ਾਹ

ਸਰਕਾਰੀ ਗਿਲ਼ਾਂ ਨੂੰ ਪਛਾੜਦਾ ਅਤੇ ਸਰਸਾ ਨਦੀ ਦੇ ਮੁਖ਼ਬਰ ਹੋਣ ਤੋਂ
ਪਹਿਲਾਂ-ਪਹਿਲਾਂ
ਭਾਈ ਜੈਤਾ ਕੀਰਤਪੁਰ ਸਾਹਿਬ ਦੇ ਵਸੀਵੇਂ 'ਤੇ ਪਹੁੰਚਦਾ ਹੈ,
ਸਮਾਂ ਥਾਏਂ ਰੁਕ ਜਾਂਦਾ ਹੈ,
ਵਸੀਵੇਂ ਤੋਂ ਮਾਤਾ ਗੁਜਰੀ ਵਿਚਲਾ ਆਖ਼ਰੀ ਮੀਲ ਬਹੁਤ ਲਮੇਰਾ ਹੈ
ਪਰ ਗੁਰੂ ਅੰਗ ਸੰਗ ਹੈ
ਭਾਈ ਜੈਤਾ ਹੁਕਮ ਦਾ ਪਾਬੰਦ ਹੈ

ਫਿਰ ਲੱਖਾਂ ਸੂਰਜ ਉੱਗਮੇ
ਇਹ ਜੈਤੇ ਦੀ ਅੱਖ ਸੀ ਜਾਂ ਸਭ ਨੇ ਵੇਖਿਆ ਪ੍ਰਤੱਖ ਸੀ
ਬਾਲ ਗੋਬਿੰਦ ਰਾਏ ਦੇ ਮੁਖੜੇ 'ਚੋਂ ਜੈਤੇ ਨੇ ਗੁਰੂ ਤੱਕਿਆ
ਫ਼ਿਜ਼ਾ 'ਚ ਫ਼ੈਲ ਗਿਆ
ਸਲੋਕ ਮਹਲਾ ੯

ਪੰਜ ਤੱਤਾਂ ਦੇ ਸਿਫ਼ਰ ਹੋ ਜਾਣ ਦੇ ਇਸ ਦੁਨਿਆਵੀ ਵਰਤਾਰੇ 'ਚੋਂ ਲਫ਼ਜ਼ ਅਤੇ ਧੁਨੀਆਂ
ਵੀ ਖੇਤਰੀ ਰੰਗ, ਬੋਲੀ, ਲਿਪੀ, ਆਦਿ, ਵਿਸਾਰ ਕੇ ਵਾਪਸ ਇਲਾਹੀ ਘਰ ਦਸਤਕ
ਦਿੰਦੇ ਹਨ। ਬਰਕਰਾਰ ਰਹਿੰਦੀ ਹੈ ਤਾਂ ਬੱਸ "ਇੱਕ" ਦੀ ਕਵਿਤਾ...

੧ (ਇੱਕ) ਦੀ ਕਵਿਤਾ

੧ - ੧ = ੧

੧ + ੧ = ੧

੧ ਦੇ ਗਣਿਤ ਤੋਂ ਬੇ-ਸਮਝ

ਮੇਰੀ ਅੰਤਿਕਾ ਦੇ ਅੱਖਰ, ਧੁਨੀਆਂ

੧, ੧ ਕਰ ਕੇ

੧, ੧ ਕਰਦੇ

ਹੋ ਜਾਵਣ

ਸੁਨਜ

ਨਮਸਤੰ ਸੁ ਏਕੈ ॥
ਨਮਸਤੰ ਅਨੇਕੈ ॥